வஞ்சனை

மா. பாலகுமரன்

விஜயா பதிப்பகம்
20, ராஜ வீதி,
கோயம்புத்தூர் - 641 001.
www.vijayapathippagam.com

வஞ்சனை

Vanjanai

ஆசிரியர் : **மா.பாலகுமாரன்**

முதற்பதிப்பு : **டிசம்பர் 2021**

விஜயா பதிப்பகம்

20, ராஜ வீதி, கோயம்புத்தூர் - 641 001.

✆ 0422 - 2382614 / 90470 87058

vijayapathippagam2007@gmail.com

ஒளியச்சு / புத்தக வடிவமைப்பு : **ஐரிஸ் கிராபிக்ஸ், கோவை.**

அட்டை வடிவமைப்பு : **மா.கார்த்திக் குமரன், ஈரோடு.**

அச்சாக்கம் : **ஜோதி எண்டர்பிரைசஸ், சென்னை - 5.**

ISBN - **81-8446-983-7** / பக்கம் : 360 / **விலை : ரூ.300 /–**

பதிப்புரை

வாசகப் பெருமக்களுக்கு வணக்கம்.

ஒரு சமூகத்தின் குறிப்பிட்ட காலத்தை, அதன் வாழ்க்கைப் பண்புகளை கலையாக, கதையாக உருவாக்குபவன் எழுத்தாளன் என்கிற அடிப்படையில் செல்வன் மா. பாலகுமரன் தான் வாசித்து அறிந்திருக்கிற பல்வேறு வாழ்க்கைச் சித்திரங்களின் ஒளியின் வெளிச்சத்தில் கண்டறிந்த சிறியதோர் பகுதியே 'வஞ்சனை' என்ற நாவலாய் படைக்கப்பட்டிருக்கிறது என்று கண்டேன்.

நவீனப் படைப்பிலக்கியமானது நம் வாழ்வுக்கான உன்னத வழிகளைக் கண்டடையும் பேராற்றல்மிக்க ஒரு ஊக்கம் என்ற வகையில், புதிய படைப்பாளியின் இந்த நாவலையும் தமிழ் வாசிப்புலகம் கொண்டாடும் என்று நம்புகிறேன்.

வன்முறை, பகைமை போன்றவற்றைப் புறந்தள்ளிவிட்டு மனித அன்பு குறித்த உன்னதமான தேடலே இலக்கியம் என்கிற நம் வாசகர்கள் மனிதாபிமானத்தையும், கருணையையும் வலியுறுத்தும் பாலகுமரனின் 'வஞ்சனை' நாவலையும் வாசித்துப் பாராட்டுவார்கள்.

அன்புடன்
மு. வேலாயுதம்

நூல் மதிப்புரை

"தம்மின் தம்மக்கள் அறிவுடைமை மாநிலத்து
மன்னுயிர்க் கெல்லாம் இனிது"   - குறள்

"ஆம்! இந்த தலைமுறை எவ்வளவு சமர்த்து!

இந்த நாவலை படிக்கையில், இதை எழுதியவரின் முதிர்ச்சி நன்கு வெளிப்படுகிறது; மகிழ்ச்சி அளிக்கிறது. இதோ சில:

பெரும்பாலும் மகிழ்ச்சியினை உண்டாக்கும் உறவுகளால் தான் துயரத்தையும் மனிதன் பெறுகிறான். உறவின்றி தவிக்கும் தனிமனிதன் இந்த சமூகத்தை எதிர்கொள்வது மிகவும் கடினம்.

மனிதர்கள் உணர்வுகளுக்கு மதிப்பளிப்பதில்லை. அறிவிற்கும் பணத்திற்கும் மதிப்பளிக்கிறார்கள்.

எதையும் எதிர்பாராத அன்பே அன்பின் எல்லை. நிலையான அன்பு என்ற ஒன்றே இல்லை, ஆகா! எவ்வளவு மனமுதிர்ச்சி; உலகில் எதுதான் நிலையானது? எல்லாமே மாறுபவை தான்!

கதையில் அவ்வப்போது வரும் திடீர் திருப்பங்கள், மர்ம நாவலைப் படிக்கும் மன உணர்வை உண்டாக்குகின்றன.

உங்களின் மனநிலையை பொறுத்தே ஒவ்வொன்றிற்கும் விடை கிடைக்கும்"

எல்லாம் கடந்து போய்க் கொண்டுதான் இருக்கும். நாம் அடுத்த பயணத்தை தொடங்கியாக வேண்டும். ஓர் ஆசையின் முடிவு இன்னோர் ஆசையின் தொடக்கம். ஒருவரின் அன்பைப் புரிந்துகொள்ள ஒரு கணம் போதும். ஆனால் அவரைப் புரிந்துகொள்ள வருடங்கள் பல ஆகலாம்.

ஒருவன் எந்த நிலையில் உள்ள மனிதனாக இருந்தாலும், மகிழ்ச்சியைப் பகிர்ந்து கொள்ளவில்லை என்றாலும் துன்பத்தைப் பகிர்ந்து கொள்ளத் துடித்துக் கொண்டிருப்பான். உண்மைதான்! இதற்குத்தானே நட்பு, வாழ்க்கைத் துணை எல்லாம்.

உடற்பயிற்சி உடலைத் துன்புறுத்தவா? அல்ல! உறுதியாக்க!

அன்பிற்கும் உண்டோ அடைக்கும் தாழ்? செல்வச்செழிப்பான கார்டலுக்கும் வறுமையில் வாடும் எட்வினுக்கும் இடையே ஆழ்ந்த நட்பு! பள்ளி செல்லாத எட்வினுக்கும் கற்றறிந்த ஆசிரியை ஹலினாவுக்கும் இடையே தூய காதல்! காதலுக்கு கண் இல்லை!

வாழ்வில் வரும் துன்பங்களும் அதுபோலவே! மனதை உறுதியாக்க! வாழ்வின் உண்மை நிலையைப் புரியவைக்க! வாழ்நாள் முழுக்க எதிர்நீச்சல் போடும் எட்வின் மூலம் இதை எவ்வளவு அழகாக சித்திரித்துள்ளார் ஆசிரியர்! நாவலின் உள்ளே நுழைய துடித்துக்கொண்டிருக்கும் உங்களுக்கும் ஆசிரியருக்கும் இடையில் நான் ஏன் நந்தி போல! சுவைத்த பின்னும் எனக்கும் ஆசை விடவில்லை! நானும் உங்களுடன் வரலாமா மீண்டும் சுவைக்க?

உங்கள் அன்பன்,
கு. நல்லதம்பி
பேராசிரியர் (ஓய்வு)

✢

வாழ்த்துரை

ஒரு மிகச்சிறந்த படைப்பு காலம் தாண்டியும் பேசப்பட வேண்டும். காலம் கடந்தும் பேசப்படும் படைப்புகள் எவ்விதச் சார்பும் இல்லாமல் இருந்திடல் வேண்டும். அந்த வகையில் தனது முதல் நாவலையே மிகச்சிறந்த படைப்பாக நமக்கு வழங்கியுள்ளார் அன்புத்தம்பி பாலகுமரன். புனைவு எழுதுவதற்கு மிகச்சிறந்த துணிவும், மிகப் பரந்த வாசிப்பும், நடப்பவற்றை ரசனையோடு அணுகும் மனமும் வேண்டும். அந்த வகையில் தன்னை ஒரு வாசிப்பாளனாக மாற்றிக்கொண்டு உலகத்தை ரசனையோடு அணுகும் மனிதனாக உலாவருகிறார் பாலகுமரன்.

பொதுவாகவே புனைவு எழுதுபவர்கள் தங்களின் சௌகரியங்களை கணக்கில் எடுத்துக் கொண்டு தங்களுக்கான வட்டார மொழியில், தாங்கள் பார்த்த பழகிய இடங்களை நம் கண் முன்னால் கொண்டு வந்து நிறுத்துவார்கள். அது ஒருவகையில் எழுதுவதற்கும், படிப்பவர்கள் அதை புரிந்து கொள்வதற்கும் எளிதாக இருக்கும். ஆனால் இந்த மரபுகளை எல்லாம் உடைத்து பெயர்களில் தொடங்கி, கதாபாத்திரப் படைப்பு, அவர்களின் மொழிநடை, கதை நடைபெறும் இடங்கள் உள்ளிட்ட அனைத்தையும்

தனக்கு சிறிதும் தொடர்பில்லாத, அதேநேரத்தில் நாம் படிக்கும் போது எழுத்தாளர் வாழ்ந்த பூமி போல உணர வைக்கிறது இவரின் எழுத்து. இதுவே இவரின் நாவலுக்கு மிகச்சிறந்த வெற்றி.

எழுத்தாளரின் வயதைக் கணக்கிடும் போது இவரின் வயதில் நாவல் படிப்பவர்களே மிகவும் குறைவு. ஆனால் ஒரு நாவலை படைக்க வேண்டும் என்ற ஒரு ஆசையோடும் அதையும் மிகப்பெரிய நம்பிக்கையை விதைக்கும் கதைக்களத்தை எடுத்து அதை வாசகனுக்கு மிக எளிதாக புரியும் வகையில் எழுதி இருக்கிறார் என்பதை பார்க்கும்போது அவரின் எழுத்துக்களின் உயரத்தை உலகம் உணரும் நாள் வெகு தொலைவில் இல்லை என்பது புலப்படுகிறது.

இந்த வாழ்த்துரையில் நாவலின் கதை குறித்தோ, கதாபாத்திரங்கள் குறித்தோ நான் ஏதும் சொல்லப் போவதில்லை. ஆனால் முதல் அத்தியாயம் கடக்கும் போது நீங்கள் நிமிர்ந்து உட்காரத் தொடங்குவீர்கள். அதன் பின்பு கடைசி அத்தியாயத்தை முடித்து விட்டு புத்தகத்தை மூடுவீர்கள் என்பதை மட்டும் என்னால் உறுதியாகச் சொல்ல இயலும்.

'சொல்லற்க பயனிலாச் சொல்'

என்பார் வள்ளுவர்.

'சொல் ஒன்று வேண்டும். தேவ சக்திகளை நம்முள்ளே நிலை பெறச் செய்யும் வகையில் சொல் ஒன்று வேண்டும்'

என்பார் மகாகவி பாரதி.

அந்த வகையில் நாவலில் வரும் சொற்கள் யாவும் நமக்குள் ஊடுருவி நமது அகத்தை பார்க்கும் கண்ணாடி போல விளங்குகிறது. ஒவ்வொரு கதாபாத்திரமும் தனது குறைந்தபட்ச நேர்மையை

வெளிப்படுத்தும் விதத்தில் அமைக்கப்பட்டுள்ளது. மதங்களைத் தாண்டி மனித உணர்வுகளை நேசிக்கும் வழக்கம்தான் இந்த உலகை இன்னமும் உயிர்ப்போடு வைத்திருக்கிறது என்பதை எழுத்தாளர் மிகச்சரியான சொற்களால், கதாபாத்திரங்களால் நமக்குள்ளே கொண்டு சேர்க்கிறார்.

'நடப்பவற்றை நிகழவிடு'

இந்த ஒற்றைச் சொல்தான் நமது வாழ்வியலில் அடிப்படையும் கூட. அதுவே இந்த நாவலின் அடிப்படையாகவும் வருகிறது. இந்த ஒற்றை சொல்லுக்காகவே அன்புத்தம்பியை எத்தனை முறை பாராட்டினாலும் தகும். நமது வாழ்வில் நடப்பவற்றை நாம் ஏற்றுக்கொண்டு நம்பிக்கையோடு தொடர்ந்து பயணித்தால் நமக்கான இடம் எப்போதும் காத்திருக்கும். இந்த நாவல் இன்னும் பல புனைவுகளை எழுதுவதற்கு ஒரு அடிப்படையாக இருக்கட்டும்..

வாழ்த்துக்கள் அன்பு தம்பிக்கு

நன்றி

28.07.2021

முனைவர் நா.சங்கரராமன்

✢

என்னுரை

என் வாசகர்களுக்கு,

எந்தவித எதிர்பார்ப்பும் இல்லாமல் இந்நாவல் எழுதி முடிக்கப்பட்டுள்ளது. சமூக அக்கறை கொண்ட ஒரு நாவலை விதைப்பதற்கு முன்பு ஆழங்காண முடியாத மனித மனங்கள் ஏற்படுத்தும் உணர்வுகளில் தொடங்கிய எனது பயணத்தில் நீங்களும் எந்தவொரு எதிர்பார்ப்பும் இல்லாமல், வெறுமனே உணர்வுகளோடு பயணிக்கத் தயாராகுங்கள். மனித உறவுகள் எத்தனை எத்தனையோ வழிகளில் பிணைந்து, தீர்க்க முடியாத வேதனைகளை தவிர்க்க முடியாமல் சந்தித்து, அதில் ஏதேனும் ஒரு வகையில் வெற்றி கண்டு வாழ்ந்தாக வேண்டும் என்ற தவிப்பில் இருக்கிறது. பெரும்பாலும், மகிழ்ச்சியினை உண்டாக்கும் உறவுகளால்தான் துயரத்தையும் மனிதன் பெறுகிறான். அவனது மனமானது எப்பொழுதும் சஞ்சலத்தில் உள்ளது. அதனை தீர்ப்பதற்காகவோ என்னவோ அவன் பல இடங்களில் வஞ்சகம் புரிகிறான். அது அவனை மீண்டும் சஞ்சலமடையச் செய்கிறது. எந்த வகையிலும் குற்றம் கூற முடியாத அவனை நிராகரிப்பது எப்படி சாத்தியமாகும்? மிகவும் பாரத்திற்கு உரிய சொல் 'நிராகரிப்பு'. எப்பொழுது எல்லாவற்றையும் ஏற்றுக்கொண்டு மனிதன் வாழப்பழகுவான்?

எதிர்பார்ப்பற்று என்று கூறிய நிலையில் இலக்கற்றுப் போகிறது இந்நாவல். வாசகர் ஏதோ ஓர் இடத்தில் சலிப்புற்று அடுத்த பக்கத்திற்கு செல்ல முடியாத நிலை ஏற்பட்டுவிடுமோ என்ற கேள்வியில் எழுந்த உணர்வானது, வாசகருக்கும் எனது எழுத்துக்கும் எங்கோ ஒரு இடத்தில் தொடர்பை உண்டாக்குமானால் அதுவே இந்த படைப்பு எனக்கு அளித்த மனநிறைவாகும்.

மற்றும் ஒன்றை குறிப்பிட விரும்புகின்றேன். சிறந்த ஆசிரியர்கள் எப்பொழுதும் மாணவர்களை தேர்ந்தெடுப்பதேயில்லை. மாணவர்கள் தான் தங்களுக்கான ஆசிரியர்களை தேர்ந்தெடுக்கிறார்கள். ஒரு படைப்பு உருவாவதற்கு முன்பு அந்த படைப்பாளனை உருவாக்கியவர்கள் இல்லாமல் இருப்பதில்லை. நான் எதிர்பாராமல் தேர்ந்தெடுத்தவர்கள்தான் தஸ்தாயெவ்ஸ்கியும் டால்ஸ்டாயும். அவர்களை வாசித்த தாக்கத்தினால் இந்நாவல் என்னிலிருந்து உருவானதா என்பது தெரியவில்லை எனினும் என்னுடைய முதல் படைப்பு அவர்களுடைய பாணியில் அமையவே எண்ணம் கொண்டேன்.

வாழ்க்கை எவ்வளவு அற்புதமான விஷயம். அதனை நான் இரண்டு வகையாகப் பார்க்கிறேன். ஒன்று தனக்காக வாழ்வது மற்றொன்று பிறருக்காக வாழ்வது. பிறருக்காக வாழ்வதனை 'அர்ப்பணிப்பு' என்றே சொல்லலாம். அந்த ஒரு சொல்லில்தான் எல்லா விதமான உணர்வுகளும் அடங்கிவிடுகிறது. பெரும்பாலும் அந்த சொல்லுக் குரியவர்கள்பெற்றோர்களே. அவர்களுக்கு அன்பு நன்றிகள்.

எந்தவித எதிர்பார்ப்பும் இல்லமால் என் மீது அன்பு செலுத்தி எனது புத்தகத்திற்கு மதிப்புரை வழங்கிய பேராசிரியர் கு. நல்லதம்பி ஐயா அவர்களுக்கும் வாழ்த்துரை வழங்கிய அண்ணன் முனைவர் நா. சங்கரராமன் அவர்களுக்கும் எனது உணர்வுபூர்வமான நன்றிகள்.

எனது நாவலைப் புத்தகமாக வெளியிட்டு அதற்கு பதிப்புரையும் வழங்கிய வாசகநேசர் விஜயா பதிப்பகம் மு. வேலாயுதம் ஐயா அவர்களுக்கு மனமார்ந்த நன்றி.

அன்பு அண்ணன் வே. சிதம்பரம் அவர்களுக்கும், அண்ணன் ரெங்கலெ. வள்ளியப்பன் அவர்களுக்கும், நன்முறையில் புத்தக ஒளி அச்சு தயாரித்த ஐரிஸ் கிராபிக்ஸ் மற்றும் அட்டைப்படம் அழகாய் வடிவமைத்த சகோதரர் மா.கார்த்திக் குமரன் அவர்களுக்கும் எனது தனிப்பட்ட இனிய நன்றிகள்...

மா.பாலகுமரன்
95783 78302

✢

முதல் பாகம்

அத்தியாயம் - 1

"மனிதன் எத்தனை மகிழ்ச்சியைப் பெற்றாலும் அவன் ஏதோ ஒரு வகையில் துன்பப்பட்டுக் கொண்டேதான் இருக்கிறான்."

"ஸ்டீபன் தனது படுக்கையிலிருந்து எழுந்து உட்கார்ந்து கொண்டான். மிகவும் மனச்சோர்வுடன் காணப்பட்டான். கடந்த இரண்டு நாட்களாகவே அவன் நிலைமாறியிருந்தான். மனவேதனையில் என்ன செய்வதென்று தெரியாமல் வாடிய முகத்துடன் இருந்தான்.

தான் பெற்றிருந்த இன்பங்களெல்லாம் தொலைந்து விட்டதைப் போல உணர்ந்தான். திடீரென ஓர் ஓசை கேட்டது, ஆம் அது ஜான் குரல்தான் என்பதை உறுதி செய்துகொண்டு வேகமாக எழுந்தான். பின் கண்ணாடி முன் நின்று தனது தலைமயிரை தான் வழக்கம்போல் சீவும் சீப்பால் அழகு படுத்திக்கொண்டான்.

ஜான், ஸ்டீபனது அறைக்கதவை மெல்லத் திறந்தான். வழக்கமாக அவன் கதவை வேகமாகத்தான் திறப்பான். இப்பொழுது ஸ்டீபனின் நிலை அறிந்து மெல்லத் திறந்தான். அவன் வருகையை அறியாதது போல தன் முகத்தை மாற்றிக்கொண்டு, வா ஜான் உட்காரு என்று தனது நண்பனை அமரச் சொன்னான். பிறகு தான் இப்பொழுதுதான் எழுந்ததாகவும், பல சிந்தனைகள் தனது உள்ளத்தை துன்பப்படுத்துவதாகவும் தனது நெருங்கிய சிநேகிதன் ஜானிடம் மெல்லிய குரலில் சொன்னான்.

ஸ்டீபனின் கரங்களை மெல்ல அழுத்திக் கொண்டு எல்லாம் சில தினங்களில் சரியாகிவிடும், வேகமாக புறப்படு, நாம் உணவருந்தி விட்டு ஆலயத்திற்குச் செல்ல வேண்டும். அங்கு உனது துன்பங்களை வைத்துவிட்டு வருவோம். நமக்காக அவன் வெகு நேரமாக காத்துக்கொண்டு இருப்பான். நான் அவனை தேவாலயத்திலேயே விட்டுவிட்டு வந்திருக்கிறேன். புறப்படு என்று சொல்லிக்கொண்டு எழுந்தான் ஜான்.

வீட்டு வேலைக்காரி தேநீர் கோப்பைகளில் தேநீர் கொண்டு வந்து இருவருக்கும் கொடுத்துவிட்டு மிக அமைதியாகச் சென்றாள். தேநீரை அருந்திவிட்டு இருவரும் வெளியே வந்தார்கள். வீட்டிலிருந்து இரண்டு தெரு தள்ளிதான் தேவாலயம் இருந்தது.

ஸ்டீபனுக்கு வழிபாடுகளிலும் மத நம்பிக்கைகளிலும் எந்தவித ஈடுபாடும் இல்லை. ஜானின் விருப்பத்திற்காகத்தான் அவன் அங்கு விருப்பமில்லாமல் வழிபாட்டை பின்பற்றி வந்தான். இருவரும் கடந்து வந்த நாட்களைப் பற்றி பேசிக்கொண்டே நடந்தார்கள். ஆலயத்திற்கு அருகில் வந்தவுடன்தான் காலை உணவைப் பற்றிய சிந்தனை வந்தது.

அட! பேசிக்கொண்டே வந்ததில் சாப்பிடவே மறந்து விட்டோம். அங்கே பார் அவன் நல்லா சாப்பிட்டு தெம்பா உட்காந்திருக்கான் என்று சொல்லியபடி தேவாலயத்துக்கு அருகில் உள்ள ஒரு கூடாரத்தில் உட்கார்ந்திருந்த உயரமான ஒருவனைச் சுட்டிக்காட்டினான் ஜான்.

அந்த உயரமானவன் இருவரையும் பார்த்தவுடன் எழுந்து அவர்கள் அருகில் வந்து பேசத் தொடங்கினான்.

ஸ்டீபன் நடந்ததைப் பற்றிக் கவலைப் படாதே. அனைத்தும் சில நாட்களில் சரியாகிவிடும் என்று வருத்தமான குரலுடன் தெரிவித்தான்.

நெல்சன், வா நாம் முதலில் ஆலயத்திற்குள் செல்லலாம். நடந்ததைப்பற்றி மீண்டும் பேசி அவனை கலங்க வைக்க வேண்டாம்.

நெல்சன் தலையை மெதுவாக அசைத்தான். பின் மூவரும் தங்கள் இறைவனை வழிபட்டுவிட்டு வெளியே வந்தார்கள். ஆலயத்திற்கு அருகிலுள்ள ஒரு மரத்தின் நிழலிற்குச் சென்றார்கள். அவர்கள் எப்பொழுது சந்தித்தாலும் இங்கு வந்து பேசிக்கொண்டு செல்வதை வழக்கமாக வைத்திருந்தார்கள்.

வெகு தூரத்திலிருந்து வந்திருக்கிறான் நெல்சன். அவன் தந்தையின் பணிமாற்றம் காரணமாக இங்கிருந்து குடும்பத்துடன் பல மைல் தூரம் சென்றுவிட்டனர். சரியாக அவன் இங்கு வந்து நான்கு மாதம் ஆகிவிட்டது. ஸ்டீபனின் நிலை அறிந்து ஆறுதலுக்காக வந்திருந்தான். ஜான் எப்பொழுதும் ஸ்டீபன் உடனே இருப்பான். உடற்பயிற்சிக் கூடம் சென்று கவர்ச்சிகரமான தோற்றத்துடன் இருப்பான். எப்பொழுதும் தன்னை எல்லோரும் ஈர்க்கும் வண்ணம் காட்சியளிப்பான்.

நான்கு அறைகள் கொண்ட அந்த வீட்டில் ஸ்டீபனுக்கு மட்டும் தனி அறை இருந்தது. அந்த அறையில்தான் அவன் வீட்டிலிருக்கும் பொழுது அதிக நேரங்களைச் செலவிடுவான். பெத்தனி இரண்டு வயது இளையவள். அவள் மீது மிகுந்த அன்பும் அக்கறையும் கொண்டிருந்தான். வீட்டில் எந்த வேலையும் செய்வதில்லை. எப்பொழுதும் விளையாட்டு என்று திட்டிக் கொண்டே இருப்பாள் பெர்லின் தாமஸ். குடும்பத் தலைவன் என்ற பொறுப்பில் தன் குடும்பத்தை ஒரு சீரான நிலையில் வைத்திருப்பதை நோக்கமாக கொண்டிருந்தார் ஆர்டியல் தாமஸ். பெத்தனி கல்லூரியில் மூன்றாம் ஆண்டு படித்து வந்தாள். ஸ்டீபன் படிப்பை முடித்து விட்டு ஓராண்டு காலமாக தனக்கான வேலையை தேடிக்கொண்டே இருந்தான். இந்த சமூகத்தைச் சார்ந்து, தனது குடும்பத்தை நிலைநாட்டவே கடுமையாக உழைத்துக் கொண்டிருந்தார் ஆர்டியல்

தாமஸ். அவர்கள் வீட்டில் வழக்கமாக எல்லா குடும்பங்களிலும் வரும் சின்னச் சின்ன சண்டைகள், மனக்கவலைகள் வந்தாலும் பெரும்பாலான நேரங்களில் மகிழ்ச்சியாகவே இருந்தனர். ஒருவரை ஒருவர் வெளி நபர்களிடமோ, வீட்டிற்குள்ளேயோ விட்டுக் கொடுக்காமல் இருந்தார்கள். ஜான், ஸ்டீபனின் குடும்பத்தோடு ஒன்றிப் பழகி வந்தான். நெல்சன் அவ்வப்போது அவர்களது வீட்டிற்கு வந்து சென்றான். வாரத்திற்கு ஒருமுறை அறைகளைசுத்தம் செய்ய வேலைக்கார பெண்மணி ஒருத்தியை நியமித்திருந்தார் ஆர்டியல் தாமஸ்.

தங்கள் பிள்ளைகளுக்கு தேவையான எல்லா வசதிகளையும் செய்து தந்தனர். தங்கள் மத நம்பிக்கைகளையும் அதன் கொள்கை களையும் கற்றுத்தந்தனர். அதுவே வாழ்க்கையை மேம்படுத்தும் என்று நம்பினார்கள்.

எவ்வளவு கடினமாக உழைத்தாலும் தன் பிள்ளைகளுக்காகத் தான், அவர்களது எதிர்காலத்துக்காகத்தான் என்பதனை நினைத்து சோர்வடையாமல் கடினமான வேலைகளில் ஈடுபட்டார் ஆர்டியல் தாமஸ்.

பெத்தனி அழகானவள். மிகவும் கவர்ச்சிகரமாக காணப் படுவாள். சக மாணவிகள் அவளைக் கண்டு பொறாமைப்படுவதும் உண்டு. அவள் தன்னை அலங்கரித்துக்கொள்ளாமலேயே பிரகாசமாக காட்சியளிப்பாள். அவளது கண்களும் கூரிய பார்வையும் அனைவரையும் ஈர்த்துவிடும். மாணவர்கள் பலரும் அவளிடம் நட்புக்கொள்ள ஆசைப்படுவார்கள்.

பெற்றோர்களின் உணர்வுகளுக்கு மதிப்பளிப்பதற்காக ஸ்டீபன் மத நம்பிக்கைகளையும், கொள்கைகளையும் முழு விருப்பமில்லாமல் பின்பற்றி வந்தான். அவனது சிந்தனைகள் சற்று வித்தியாசமாக இருந்தன. எல்லாவற்றையும் இரு கோணங்களில் சிந்திப்பான். தான் படித்த பள்ளிக் கல்லூரிப் படிப்புகள் தன்

வாழ்க்கைக்கு எந்த விதத்திலும் பயன்படப் போவதில்லை என்ற முடிவுக்கு வந்துவிட்டான். பெரிய கனவுகள் இல்லாவிட்டாலும், தனது தந்தைக்கு ஓய்வு கொடுக்கவேண்டும் என்ற எண்ணம் அவனுக்கு இருந்தது.

பெர்லின் தாமஸ் முகத்தில் எப்பொழுதும் மகிழ்ச்சி வெளிப்பட்டுக்கொண்டே இருக்கும். தனக்கு அவ்வப்பொழுது ஏற்படும் துன்பங்களை வெளியில் காட்டிக்கொள்ளமாட்டாள். தன் கணவன் ஆர்டியலுடன் உண்டாகும் சண்டைகளைக்கூட தன் பிள்ளைகளுக்குத் தெரியாத வண்ணம் இருப்பாள். வீட்டில் தன்னால் முடிந்த அனைத்து வேலைகளையும் தானே செய்துவிடுவாள்.

ஆர்டியல் தாமஸின் பெரிய மீசை அவரை கம்பீரமாகக் காட்டும். அவரது முகம் கடுகடுவெனதான் இருக்கும். ஆனால், மிகவும் பண்பானவர். எல்லா உயிரினங்களையும் மதிப்பவர். அலுவலகத்தில் நடக்கும் நிகழ்வுகள் எல்லாவற்றையும் வீட்டில் பகிர்ந்துகொள்வதை வழக்கமாக வைத்திருந்தார். அவரது கேலியும் வேடிக்கையான அவரது பேச்சும் வீட்டில் இருப்பவர்களை கவர்ந்திழுக்கும்.

வழக்கம்போல் செயல்பட்டுக் கொண்டிருந்த அவர்களது வீட்டில் இரண்டு நாட்களுக்கு முன்பு ஏற்பட்ட நிகழ்வுகளை மீண்டும் தன் மனதுக்குள் ஓடவிட்டுப்பார்த்தான். நண்பர்கள் இருவர்களையும் மறந்து அவன் சிந்தனை மீண்டும் தன் குடும்பத்தை பற்றிக்கொண்டது.

நெல்சன், ஜானுடன் பேசிக்கொண்டிருக்கையில் ஸ்டீபனை கவனித்தான். அவனது மனம் வேறெங்கோ அலைந்து தவித்துக் கொண்டிருப்பதை உணர்ந்தான்.

என் அருமை நண்பா! கவலைகொள்ளாதே, முதலில் இந்த விஷயம் எப்படித் தெரியவந்தது என்று கூறு. பிறகு நாம் என்ன செய்வதென்று சிந்திப்போம்.

மா. பாலகுமரன்

நெல்சன், எனது குடும்பத்தைப் பற்றி நீ நன்கு அறிவாய். எனது தந்தை இந்த சமூகத்தை சார்ந்தே எங்களை வளர்த்துள்ளார். இதுவரை நாங்கள் அவரை இப்படிப்பட்ட நிலையில் பார்த்ததே யில்லை. பெத்தனியின் செயல் எனக்கும் வருத்தம்தான்.

ஸ்டீபன் பேசிக்கொண்டிருக்கையில் ஜான் குறுக்கிட்டான். நீயும் ஏன் இவ்வாறு கூறுகிறாய். இக்காலத்தில் இப்படிப்பட்ட விஷயங்கள் தவறல்ல. நாம்தான் அவர்களுக்குச் சொல்லிப் புரிய வைக்க வேண்டும்.

ஜான் பேசியதை கேட்க ஆர்வமில்லாதவன் போல முகத்தை வைத்திருந்தான் ஸ்டீபன்.

மீண்டும் தனது பேச்சை தொடர்ந்தான். அலுவலக வேலையாக எனது தந்தை ஆர்டியல் தாமஸ் செல்லும் வழியில் பெத்தனி ஒரு இளைஞருடன் நெருக்கமாக உரையாடிக் கொண்டிருப்பதைக் கண்டார். வீட்டிற்கு வந்து பெத்தனியிடம் விசாரிக்கும் பொழுது, தான் அவனை காதலிப்பதாகவும் அவனைத் திருமணம் செய்து கொள்ள விரும்புவதாகவும் தந்தையிடம் பயமின்றி நேரடியாக தெரிவித்தாள். இதைக் கேட்டதும் தந்தை ஆர்டியல் தாமஸ் அதிர்ச்சி அடைந்தார். அவர் பெத்தனியைக் கண்டித்தார்'' என்று கதையை வெகு சுவாரசியமாக எழுதிக் கொண்டிருந்தான் எட்வின்.

அத்தியாயம் - 2

மக்கள் இப்படிப்பட்ட கதைகளை இன்னமும் படித்துக் கொண்டுதான் இருக்கிறார்கள். அவர்கள் கற்பனை கலந்த கதை களைத்தான் பெரிதும் விரும்புகிறார்கள். அவர்கள் வாழ்க்கைக்குத் தேவையானதை அந்தக் கதைகள் கொடுத்துக் கொண்டேதான் இருக்கின்றன என்று நம்பிய போதிலும் தான் எழுதிய கதையை பாதியில் நிறுத்திவிட்டு மனநிறைவில்லாமல் நாற்காலியை பின்தள்ளி எழுந்தான் எட்வின்.

அவன் இம்மாதிரியான சிறிய கதைகளை எழுதிவிட்டு, அந்தக் கதையில் வரும் கதாபாத்திரங்களுக்கான பெயர்களைத்தேடுவதிலேயே பல மணி நேரங்களைக் கழிப்பான். அவன் தன்னுடைய கதையில் எழுதியிருந்த 'ஸ்டீபன்' என்ற பெயரை இரண்டு மணி நேரமாக சிந்தித்து எழுதினான். கதையில் வரும் கதாபத்திரங்களுக்குக்கூட முதலில் மதத்தை தீர்மானித்துவிட்டு பிறகுதான் அவர்களுக்கு பெயர் வைக்க வேண்டுமா? ஏன் மதம் மனிதனுக்கு அடிப்படை காரணமாக இருக்கிறது? அவன் வாழ்வதற்கு உணவு போன்றவைதானே தேவையாக இருக்க வேண்டும். இது போன்று அவன் மனதில் எழும் கேள்விகளுக்கு அவனே பதில்களை தனது கதைகளில் எழுத முற்படுவான். அதை மக்கள் படிக்க வேண்டும், அவர்களுக்குள்ளும் இதே போன்று சிறு எண்ணமாவது தோன்ற வேண்டும் என்ற

நினைப்பிலேயே எழுதுவான். ஆனால், அவனது எண்ணங்களை நினைத்தவாறு முழுமையாக தான் எழுதும் கதைகளில் வெளிப்படுத்த முடியவில்லை என்று வருத்தம்கொள்வான்.

தனது அறையின் வாசலில் வந்து நின்று சூரிய ஒளியைப் பார்த்தான். ஒளியின் பிரகாசத்தில் அவனது கண்கள் சுருங்கின. பிறகு தனது அறைக்குள் சென்று கதவைத் தாழிட்டான். உள்ளே சென்ற அவன், நாற்காலியில் அமர்ந்து மீண்டும் சிந்திக்கத் தொடங்கினான். 'கருத்துவேறுபாடற்ற ஒரு சிறந்த கதையை மக்களுக்கு கொண்டு சேர்ப்பது எளிதான விஷயமாகத் தெரியவில்லை. எப்படிப் பார்த்தாலும் எனது கதை அவ்வளவு சிறப்பாக இல்லையே. இது போன்ற கதைகளை எழுதி நேரத்தை வீணடிப்பதை விடவும் நல்ல புத்தகங்களை படித்துக்கொண்டாவது இருக்கலாம். இருப்பினும் நான் எழுதுவது ஏன் எல்லோருக்கும் பிடித்தவாறு இருக்க வேண்டும் என்று நினைக்கிறேன். ஒரு எழுத்தாளன் மக்களைக் கவரும் எண்ணத்தோடு எழுதுகிறான் என்றால் அது உண்மையில் சிறந்த புத்தகமாக எடுத்துக்கொள்ள முடியாது. எவன் ஒருவன் தனது கருத்துகளை வெளிப்படையாக வெறுமனே எழுதுகிறானோ அவனே சிறந்த படைப்பாளனாக இருக்க முடியும்' என்று தனக்குள் பேசிக்கொண்டான்.

தனிமையில் பகல் பொழுதை எளிதாக கழித்திடும் எட்வின் இமான், இரவை கடக்க முடியாமல் தவித்துக்கொண்டிருப்பான். மனிதர்கள் மீது மிகுந்த அன்புகொண்ட இவனுக்கு மனித சமூகத்தின் மீது எந்தவித விருப்பமும் கிடையாது என்பதாலே அவன் இந்த இருள் சூழ்ந்த இரவினை தூக்கமின்றி எதிர்கொண்டிருக்கிறான். உறவின்றி தவிக்கும் ஒரு தனி மனிதனால் இந்த சமூகத்தை எதிர்கொள்வது மிகவும் கடினமான விஷயமாகவே இருக்கிறது. இதனை நன்கு உணர்ந்திருந்த எட்வினுக்கு ஒரு சிறப்புமிக்க சமூக நாவலை எழுதிட வேண்டும் என்பதே விருப்பமாக இருந்தது.

தனக்கென இருக்கும் அந்த தனி அறையில் மேசையுடன் கூடிய நாற்காலியும் ஒரு கட்டிலும் மட்டுமே இருக்கும். தான் அவ்வப்பொழுது சேகரித்து வைத்திருக்கும் புத்தகங்களை மேசையின் மேல் வைத்திருப்பான். கிட்டத்தட்ட நாற்பதற்கும் மேற்பட்ட புத்தகங்களை ஒன்றன் மேல் ஒன்றாக மூன்று வரிசையில் அடுக்கி வைத்திருப்பான். அவன் சேகரித்த புத்தகங்கள் யாவும் சமுதாயத்தையும் மனித உணர்வுகளையும் ஆழமாகப் பேசும் புத்தகங்களாக இருந்தன.

பொழுது விடியத்தொடங்கிய முதலே ஆழ்ந்த உறக்கத்திலிருந்த அவனால் கதவைத் தட்டும் சத்தம்கூட கேட்க இயலாதவாறு படுக்கையில் கிடந்தான். சில நிமிடங்களில் திடீரென்று விழித்துக்கொண்டு எழுந்த அவன் பதற்றத்துடன் கதவருகே சென்று கதவை வேகமாக திறந்தான். யாருமில்லாமல் வெறிச்சோடிக் காணப்பட்ட வெளிப்புறத்தைக் கண்டு பெருமூச்சுவிட்டான்.

அந்த நாள் விடியத்தொடங்கியதுமே அவனுக்கு பல வேலைகள் இருப்பது நினைவுக்கு வந்தது. தனது நண்பன் இன்று அதிகாலையில் தன்னை சந்திக்க வருவதாகவும், இங்கிருந்து நாற்பது மைல் அப்பால் உள்ள அவனது தாயின் தம்பி செமியோன் பார்னாவை இங்கு அழைத்துவரச் செல்ல வேண்டும் என்பதை இரண்டு நாட்களுக்கு முன்பே எட்வினிடம் கூறியிருந்தான். இப்பொழுது அவன்தான் வந்திருக்க வேண்டும் என்பதை அறிந்த பிறகு படுக்கையிலிருந்து எழுந்து கண்களை கசக்கிக்கொண்டு ஒரு தெளிவில்லாத பார்வையோடு அந்த சிறிய அறைக்குள் அங்குமிங்கும் நடந்து கொண்டிருந்தான். மீண்டும் கதவைத்தட்டும் சத்தம் கேட்டது. எட்வின் என இரண்டு முறை அவன் பெயரை ஒலிக்கும் சத்தம் வெளிப்பக்கத்திலிருந்து கேட்டது. தனது நன்பனின் குரலை நன்கு அறிந்திருந்த எட்வின் கதவை ஒரு புன்னகையோடு திறந்து வரவேற்றான். வரவேற்பை சிறிதும் கவனிக்காமல் வேகமாக உள்ளே சென்ற அவன் அங்கிருந்த ஒரு நாற்காலியில்

மௌனமாக அமர்ந்தான். அவனது வேகத்தையும் கோபத்தையும் கண்டுகொள்ளாதவாறு மீண்டும் புன்னகைத்தான் எட்வின். தனது நண்பனின் கோபத்தின் காரணத்தை உணர்ந்து தானே பேசத் தொடங்கினான்.

''நான் எழாமல் விட்டது தவறுதான் உடனே புறப்பட்டு விடலாம். சற்று காத்திரு கார்டல்'' என்று கூறிக்கொண்டே அங்கிருந்து மெல்ல குளியல் அறைக்குள் சென்றான்.

இயற்கையான தோற்றத்தை விரும்பும் எட்வின் எந்தவகை அணிகலனும் அணிந்துகொள்ள விருப்பம் இல்லாதவனாகவே இருப்பான். இப்பொழுதுகூட கார்டல் தனக்கு அன்பளிப்பாகத் தந்த மோதிரத்தை அணியாமலிருந்தான். எட்வின் தயாரானதும் கார்டல் தனது நண்பனின் விரல்களை கவனித்தான். அதனைப் பார்த்த எட்வின் சட்டென்று மோதிரத்தை தனது விரலில் போட்டுக் கொண்டான். இந்த விஷயம் பெரிய தாக்கத்தை கார்டல் மனதில் ஏற்படுத்தாமல் இருந்தாலும் கூட ஏதோ ஒரு எண்ணம் அவனுக்குள் ஓடிக்கொண்டேதான் இருந்தது.

மாலைக்குள் திரும்ப வேண்டும் என்பதை முன்பே தீர்மானித்து வைத்திருந்தனர். வாகனத்தை கார்டல் ஓட்டிக்கொண்டிருந்தான். முன் இருக்கையில் அமர்ந்திருந்த எட்வின் ஏதாவது ஒன்றை பேசத் தொடங்கலாம் என்றே சிந்தித்துகொண்டிருந்தான். அவன் பேசத் தொடங்குவதற்குள் கார்டல் பேச ஆரம்பித்துவிட்டான்.

''மேசையிலிருந்த உனது கையேட்டை பார்த்தேன். இறுதியாக எழுதப்பட்டிருந்த அந்தக் கதையை அநேகமாக நேற்றுதான் நீ எழுதியிருக்கவேண்டும்'' என்று சிரித்தபடி கார்டல் சொன்னான்.

அவன் பேசத் தொடங்கியதுமே எட்வின் குறுக்கிட்டான். ''ஏன் சிரிக்கிறாய், கதை ஒன்றும் அவ்வளவு மோசமாக இல்லையே, நான் குளிப்பதற்குள் நீ என் கதையை படித்துவிட்டாயா கார்டல்? உன்னை நம்பி குளிக்கக்கூட செல்லமுடியாது போல... சரி நீ ஏன்

இப்பொழுது சிரிக்கிறாய். நான் இன்னும் அந்தக் கதையை முழுமையாக முடிக்க வில்லையே. எப்படியும் நான் முடித்த பிறகு முதலில் உன்னிடம் தானே தரப்போகிறேன்'' என்று கூறிக்கொண்டு முகத்தை கார்டலுக்கு எதிர் பக்கமாக திருப்பிக்கொண்டான் எட்வின்.

சிரிப்பை கட்டுப்படுத்த முடியாமல், இப்பொழுது அதிக சத்தத்துடன் சிரிக்க ஆரம்பித்தான். ''உன் கதையின் முடிவில் என்னதான் இருக்கப் போகிறது? வழக்கம்போல போலித்தனமான உறவுகளும் அவர்களின் உணர்வுகளையும் பற்றித்தானே எழுதப்போகிறாய். உனது எல்லாக் கதைகளையும் படித்தேனே. உனக்கு ஒன்று தெரியுமா எட்வின்? என் சிரிப்புக்கு அது காரணம் அல்ல. நீ எழுதிய கதையில் வருகிறாளே பெத்தனி அவள்தான்'' என்றபடி மறுபடியும் தனது வெடிச்சிரிப்பைச் சிரித்தான் கார்டல்.

''ஓ! அவளைப் பற்றி நினைத்தா. பெத்தனி என்ற பெயரை மட்டும்தான் எடுத்துக்கொண்டேன். எனக்கு மிகவும் பிடித்தமான பெயர் அது. அதில் என்ன தவறு இருக்கிறது. நீயே சொல் கார்டல் என்னைப் பற்றி எல்லா விஷயங்களும் அறிந்தவன் நீ ஒருவனே. நான் எழுதும் கதைகளைப் பற்றியும் நான் எழுதவிருக்கும் கருத்துகளையும் நன்கு அறிவாய். உன் சிரிப்புக் கூட கேலியாக எனக்குத் தெரியவில்லை. அது ஒரு கவலை கலந்த சிரிப்பாக்கத்தான் தெரிகிறது. அதுவும் என்னைப் பற்றிய கவலை. சொல் கார்டல், நீ எனது வாழ்வில் பெரிதும் பங்கு கொண்டவனாக ஆகிவிட்டாய். எனது எதிர்காலத்தைப் பற்றி வருத்தம்கொள்பவன் நீயொருவனாக மட்டுமே இருக்க வேண்டும். கைவிடப்பட்ட ஒருவனாய் தனிமையில் வாடிய என்னை, உன் அன்பின் பிடியால் தகர்த்தெறியப்பட்டு, அந்தத் தனிமையும் இப்பொழுது தனிமையில்தான் வாடிக்கொண்டிருக்கிறது.''

வாகனத்தை ஓட்டிக்கொண்டிருந்த கார்டல் தன்னையே மறந்து ஏதோ ஒரு விஷயத்துக்குள் மூழ்கிக்கொண்டிருந்தான். எட்வினது வார்த்தைகள் அவனது மனதில் ஆழமாகப் பாய்ந்ததே

அதற்கு காரணமாக இருக்கக்கூடும். அவனது முக பாவனைகளை அறிந்து கொண்ட எட்வின் அவன் பெயரைச் சொல்லி அழைத்தான்.

"கார்டல், ஆதரவற்று இருக்கும் ஒரு நோயாளிக்கு மருந்தாக வந்து தங்க இடமும் உணவும் தந்திருக்கிறது உனது குடும்பம். உங்களது மென்மையான உள்ளம் என்னை பெரிதும் கவர்கிறது. உண்மையில், நான் உன்னை நேசிப்பதற்கு காரணம் இதுவாகத்தான் இருக்க வேண்டும் என்று நம்மை அறிந்தவர்கள் சில சமயங்களில் பேசுவதும் உண்டு.''

"நிறுத்து" என்று வேகமாக குறுக்கிட்ட கார்டல், "அவர்களைப் பற்றி நமக்கென்ன. யார் எது வேண்டுமானாலும் பேசிக்கொள்ளட்டும். அவர்கள் பேசிப் பேசியே என்னதான் செய்யப்போகிறார்கள். இதைப் பற்றி ஏன் பேசிக்கொண்டிருக்கிறாய். உனது பெத்தனியைப் பற்றித்தானே பேசவேண்டும். இல்லை... இல்லை உனது கதையில் வரும் பெத்தனி'' என்று மீண்டும் சிரிக்கத்தொடங்கினான் கார்டல்.

வெட்கத்தில் குனிந்த எட்வின், "நீ அவளை பற்றிச் சிந்திப்பதை நிறுத்து. என் கதை பற்றிய உன் எண்ணம் என்ன?''

"ஆமாம்! அந்த கதையில் நீ எழுத வந்தது அவ்வளவு புதிய விஷயமாகத் தோன்றவில்லை. எல்லாம் இருக்கின்ற கதைதானே. ஒருத்தி ஒருவனை காதலிக்கிறாள், அவள் வீட்டில் எதிர்ப்பு... என்ன அவள் ஒருபக்கத்திலேயே திருந்திவிட்டது போல முடித்து விடப் போகிறாய். கதையில் மட்டும் மனிதர்கள் எப்படித்தான் உடனே மாறிவிடுகிறார்களோ'' என்று கூறி சிரிப்பை அடக்கமுடியாமல் சிரித்துக் கொண்டிருந்தான் கார்டல்.

அந்தச் சிரிப்பை எரிச்சலாக உணர்ந்த எட்வின்! "போதும் நிறுத்து. எனது கதை ஒருநாள் சிறந்த கதையாக வரும். அப்பொழுது உன்னை பார்த்துக்கொள்கிறேன்.''

பழகி இருபது நாட்களே ஆன அவர்களின் புரிதல் மிகவும் வியப்பை ஏற்படுத்தக் கூடியதாகவே அனைவருக்கும் இருந்தது.

மிகவும் வசதிகொண்ட கார்டல் வீட்டில் எந்தவித கட்டுப்பாடும் இல்லை. கார்டலை கவனித்துக்கொள்வதற்கு கூட போதிய நேரம் இல்லாத அவனது பெற்றோர்கள் இருவருமே மருத்துவர்களாக இருப்பதே காரணமாக இருந்தது.

படிப்பின் மீது பெரும் ஆர்வமில்லாத கார்டல், இளங்கலைப் பட்டம் முடித்துவிட்டு மேற்படிப்பை தொடர முடியாது என்ற முடிவை தனது பெற்றோர்களின் விருப்பத்திற்கு மாறாக எடுத்த காரணத்தினாலேயே அவனை அவர்கள் இப்பொழுது அடிக்கடி கண்டிப்பதுண்டு. இப்படிப்பட்ட தீர்வை கார்டல் எடுத்த பின்புதான் அவனது பெற்றோர்கள் அவனிடம் கடுமையாக நடந்து கொண்டிருக்கிறார்கள் என்பது அவர்கள் வீட்டில் வேலை பார்க்கும் எல்லோர்க்கும் கூட வெளிப்படையாகத் தெரிந்தது. தங்களுக்கு கிடைக்கும் மதிப்பும் மரியாதையும் கார்டலுக்கும் வருங்காலத்தில் பெற்றுத்தர வேண்டும் என்ற எண்ணமே அவர்களுக்கு இருந்தது. மருத்துவத் துறையில் பெரிதும் பெயர்வாய்ந்த இவர்களின் மகனும் சிறந்த ஒருவனாக இருக்க வேண்டும் என்பது போல பல கனவுகள் கொண்ட அவர்களின் விருப்பத்திற்கு ஏற்றவாறு கார்டல் நடந்துகொள்வதில்லை. தனக்கென எந்தவித இலக்குமில்லாமல் நாட்களை கடந்து கொண்டிருந்த அவனுக்கு அன்பைப் பற்றின எதிர்பார்ப்பே அதிகமாக இருந்தது. தன்னை சுற்றியுள்ள சொந்தங்கள் யாவும் தங்களின் பணத்தை சார்ந்தும் பெற்றோர்கள் வகிக்கும் வேலையை சார்ந்துமே வாழ்கிறார்கள் என்ற ஆழமான எண்ணம் ஒருவகையில் அவனுக்கு பணத்தின் மீது வெறுப்பு ஏற்படக் காரணமாக இருந்தது.

எதையும் எதிர்பாராத அன்பை அளித்திடும் உறவுகளை எங்கு சென்று தேடுவது. அன்பைக் கொடுத்து ஒருவனிடம் அன்பை எதிர்பார்ப்பதே ஒருவகையான எதிர்பார்ப்புத்தானே! இப்படிப்பட்ட எதிர்பார்ப்பில் வாழும் கார்டலுக்கு மற்றவர்களைப் போல ஆடம்பர வாழ்வில் ஈடுபாடில்லை. இங்கு மற்றவர்கள் என்று குறிப்பிடுவது கார்டலை சார்ந்து வாழும் அனைவருமே... கேவின் இபால் மற்றும்

கேட்டலினா கேவினிடமிருந்து பெரிதும் அன்பைப் பெறாத கார்டலுக்கு, அன்பின் தாக்கம் மேலும் மேலும் தன்னுள் வளர்ந்து கொண்டே சென்றது. இருப்பினும் தனது பெற்றோர்களின் மீது கோபம்கொள்ளாதவனாகவே அவன் அன்பை செலுத்தி வந்தான். அவன் அவர்களைப் புரிந்து வைத்திருந்தான். அவர்களது பணி அந்த அளவிற்கு இருக்கிறது என்பதை அறிந்திருந்தான். ஆனால், கேவினுக்கோ, கேட்டலினாவுக்கோ அவனது அன்பைப் பற்றி ஆர்வம் பெரிதும் இல்லை. அவர்களின் ஓட்டம் வேறாக இருந்ததால், இவர்களுக்கு அவனின் மீது புரிதல் குறைவாகவே இருந்தது. இந்த சூழ்நிலையிலும் அவன் அன்பினைப் புரிந்துகொண்டு அவனுக்காக எல்லா வேலைகளையும் செய்து வந்தவள் சவானா. அவளுக்கு கிட்டத்தட்ட முப்பத்தி ஏழு வயது இருக்கும். அவள்தான் கார்டலுக்கு பிரியமான ஒருத்தியாக இருந்தாள். கார்டலுடன் பதிமூன்று ஆண்டுகளாக இருக்கிறாள். அவன் வீட்டில் வேலை பார்க்கும் நான்கு பணியாளர்களுள் அவளும் ஒருத்தி. அவளது அன்பு வெளிப்படையானது. அதனாலே மிகுந்த அன்பு கொண்டிருந்தான். சவானாவின் கணவர் அவளைவிட்டுப் பிரிந்து ஏழெட்டு வருடங்கள் இருக்கும். அவள் சொந்தங்களால் வெறுக்கப்பட்டு வந்தவள், அப்படிப்பட்ட நிலைமையின் காரணத்தாலேயே கேவின் இபால் வீட்டில் குடியிருந்தாள். அவளுக்கென ஒதுக்கப்பட்டுள்ள தனி வீட்டில் அவள் வசித்து வந்தாள். பெரும்பாலும், கார்டல் அவள் கூறும் கதைகளையே ரசித்து வந்தான். தங்கள் வீட்டில் நடக்கும் எல்லா நிகழ்ச்சிகளிலும் அவளுக்கென தனி புடவைகளும் பரிசுகளும் அவர்கள் வாங்கித்தருவதுண்டு. இதனால் மற்ற பணியாளர்கள் அவளைக் கண்டு பொறாமைப்படுவதுமுண்டு.

சவானாவுக்கு ஒரு மகன் இருப்பதாகவும் அவன் இங்கிருந்து கிழக்குத் திசையிலுள்ள வெயிண்ட் நகரில் பொறியியல் படிப்பை படித்துக்கொண்டிருக்கிறான் என்பதை அவள் கூறி அனைவருமே அறிவர். ஆனால், அவனது மகனை யாரும் பார்த்ததேயில்லை என்பதும் சொல்லக்கூடிய ஒன்றாக இருக்கிறது.

அவன் அங்கு சென்று பதினெட்டு ஆண்டுகள் கடந்து விட்டதாகவும் அவன் அவளது சொந்த தம்பியின் அரவணைப்பில் வளர்வதாகவும் அவள் கூறியிருக்கிறாள். இதைத்தவிர அவனைப் பற்றின தகவலை யாரிடமும் அவள் சொன்னதில்லை. அங்கேயே தங்கி வாழும் சவானா கார்டலை தனது மகனாகவே கருதி அன்பு செலுத்தினாள்.

இன்றிலிருந்து சரியாக முப்பத்திரண்டு நாட்களுக்கு முன்பு சவானா திடீரென்று மாரடைப்பால் இறந்துபோனாள். அவள் இறந்த செய்தி கேவின் இபால் குடும்பத்தார்க்கு பெரும் அதிர்ச்சியை தந்தது. பதிமூன்று ஆண்டுகளாக அவர்களுடன் அவள் வாழ்ந்திருக் கிறாள். அவர்களின் இன்ப துன்பங்களில் பங்கு கொண்டிருக்கிறாள். ஒரு பணிப்பெண் என்ற முறையில் அவளை யாரும் பார்த்ததில்லை. கார்டலுக்கு ஒரு பெரும் இழப்பு. ஆம் இதுவரை அவன் வாழ்வில் சந்தித்திராத ஒரு இழப்புதான். அவள் இறந்த தகவலறிந்து ஒரு சில சொந்தங்களெல்லாம் வந்து முறைப்படி செய்ய வேண்டிய காரியங்களுக்கு தயாராகிக் கொண்டிருந்தனர். கார்டல் எதிர் பார்த்தவாறு, சவானா இறந்த செய்தி அறிந்து மறுநாள் வந்து சேர்ந்தான் அவளது மகன். சரியான உயரமும் எடையும் கொண்ட அவன் மிகவும் எளிமையாக காட்சியளித்தான். கலங்கிய கண்களுடன் வந்து சேர்ந்தான். மிக இழிவான சூழ்நிலையின் காரணமாக தாயைப் பிரிந்த அவன், பார்க்க சோர்வாகவே கணப்பட்டான். அங்கிருந்த எல்லோருமே அவனை முதல் முதலாக பார்த்தனர். சடங்குகளெல்லாம் முடிந்த பிறகு வந்திருந்த சொந்தங்களெல்லாம் சென்றுவிட்டனர். எல்லாம் கடமைக்காக பணியை செய்யவே வந்திருந்தனர். அவளது மகனை தனித்துவிட்டே சென்றனர்.

''உன் மாமா ஏன் வரவில்லை'' என்று கேட்டலினா கேவின் சவானாவின் மகனிடம் கேட்ட பொழுது, அவன் பேசத் தொடங்கினான். ''எனது மாமா ஜெராட் பிலிப்போனாவ் என் பள்ளிப்படிப்பு முடிந்த பின்பு என்னை பொறியியல் கல்லூரியில் சேர்த்தார். அதனுடன் என்னை விடுதியிலும் தங்க வைத்தார். என்

படிப்புக்கான முழு செலவையும் ஆசிரியர் ஜோன்ஸ் பிரதி பார்னாவிடம் கொடுத்துவிட்டுச்சென்றார். அன்றிலிருந்து அவரைச் சந்தித்து நான்கு வருடங்களாகின்றது. இப்பொழுது கல்லூரிப் படிப்பும் நிறைவடைந்த நிலையில் ஆசிரியர் ஜோன்ஸ் வீட்டில் தங்கி வருகிறேன். அம்மாவின் மறைவுச் செய்தி குறித்து தந்தி வந்தது. அது எனது மாமாவிடமிருந்துதான் வந்திருந்தது.'' அந்தத் தந்தியை எடுத்து கேட்டலினாவிடம் கொடுத்தான். அதை படிக்கத் தொடங்கினாள் அவள்.

என்னை மன்னித்துவிடு எட்வின். உனது தாய் இறந்து விட்டாள். நான் அங்கு வரப்போவதில்லை. நீ என்னை சந்திக்கவும் சந்திக்காதே. உன் படிப்பு முடிவடைந்திருக்கும் என்று நான் நினைக்கிறேன். உன் வாழ்வை நீயே இனி அமைத்துக்கொள். அதிலும் குறிப்பாக நீ ஆசிரியர் ஜோன்ஸ் அவர்களின் உதவியில் வாழ்ந்து விடாதே. விரைவில் வெளியேறி உன் அம்மாவின் இருப்பிடத்துக்குச் சென்றுவிடு. என்னை எண்ணி நானே வெட்கப் படுகிறேன். உன்தந்தை செய்த தவறால் உனது தாய் வாழ வழியில்லாமல் இருந்தாள். உன்னையும் பிரிந்து வாழ்ந்தாள். நீயாவது நல்ல வாழ்வை அமைத்துக்கொள்ள வேண்டும் என்ற எண்ணத்திலே உன்னை நான் படிக்க வைத்தேன். இனி உன் வாழ்வை நீ அமைத்துக் கொள். உனது தாய் வசித்த முகவரி மற்றும் நீ அங்கே சேர்வதற்கான போதிய பணத்தை ஆசிரியர் ஜோன்ஸ் உன்னிடம் தந்துவிடுவார்.

நன்றி

இப்படிக்கு,
அன்பு மாமா ஜெராட்

கடிதத்தைப் படித்தவுடன் கேட்டலினா கேவின் எட்வினை இரக்கத்துடன் பார்த்தாள். தனக்கென ஒரு வேலை தேடிக்கொள்ளும் வரை அவனது தாய் சவானா வசித்த அறையிலேயே எட்வினை தங்குமாறு மருத்துவர் கேவின் இபால் கேட்டுக் கொண்டார். அதன்படியே அவனும் அங்கு தங்கிக்கொண்டான்.

கார்டலுக்கும் எட்வினுக்கும் சக வயதே இருப்பதால் இருவரும் பேசிப் பழகத் தொடங்கிவிட்டார்கள். எட்வினின் தோற்றமும் பாவனைகளும் கார்டலுக்கு மிகவும் பிடித்திருந்தது. எட்வினுடனான உரையாடல்கள் கடந்த பத்து பதினைந்து நாட்களாகவே கார்டலுக்கு அதிகமானது. அவன் எழுதிவைத்திருத்த கதைகளை கார்டல் படித்துப்பார்ப்பான். பெரும்பாலும் உறவுகளைப் பற்றி பேசக் கூடியதாகவே இருந்தது. அதனால்தான் இருவருக்குள்ளும் புரிதல் அதிகமாகவே இருந்தது. மாலை நேரங்களில் தன் கதைகளை ஒவ்வொன்றாக வாசித்து விளக்கிக்கொண்டிருப்பான் எட்வின். பெரிதும் வாசிக்கும் பழக்கமில்லாத கார்டல் யாரேனும் வாசித்தால் அதனைக் கேட்டுகொண்டே இருப்பான்.

தனது தாயைப்பற்றின விஷயங்களை அவன் கார்டலிடமிருந்து தெரிந்துகொண்டான். மிகவும் வருத்தமளிக்கும் விஷயமாகவே இருந்தது. சிறுவயதிலேயே பிரிந்ததால் தந்தையைப் பற்றின விஷயங்களையும் அவனால் தெரிந்துகொள்ள முடியவில்லை. இருப்பினும் எதையும் கடந்து செல்ல நினைக்கும் அவனுக்கு தாயின் அரவணைப்பில் வாழாத நினைவுகளை கடக்க முடியவில்லை. ஆறுதலற்று இருக்கும் எட்வினுக்கு கார்டலுடைய அன்பு அமைதி தரக்கூடியதாகவே இருந்தது.

அத்தியாயம் - 3

இப்பொழுது பயணித்து கொண்டிருக்கும் இவர்களுக்குள் இருக்கும் அந்த அன்பானது ஒவ்வொரு சந்திப்பின் பொழுதும் பெருகிக்கொண்டேதான் இருந்தது.

"உன் சிரிப்பை நிறுத்து கார்டல். முதலில் என் கதை பற்றி சொல்."

"நான்தான் சென்னேனே, எல்லா கதைகளைப் போலத்தான் இருக்கிறது. அந்தப் பெத்தனி," மீண்டும் சிரிக்க ஆரம்பித்தான் கார்டல்.

"கார்டல் அது இருக்கட்டும். இப்பொழுது நாம் என்ன விசயமாக சென்றுகொண்டிருக்கிறோம்."

"எல்லாம் உனக்கான வேலைதான். எனது மாமா செமியோன் பார்னா அவர்கள் 'தி எலைட்' என்னும் பத்திரிக்கை நிறுவனத்தில் பதிப்பு ஆசிரியராக இருக்கிறார். அவர் நிறுவனக் கிளை ஒன்று நமது வீட்டிற்கு அருகிலுள்ள எபோர்ட் சாலையில்தான் உள்ளது. அங்கு உன்னை உதவிப்பணியாளராக நியமிக்க வாய்ப்பு கிடைக்குமா என நாம் மூவரும் சென்று அந்த கிளையிலுள்ள மாமாவின் நண்பரிடம் கேட்கப் போகிறோம். நிச்சயம் கிடைத்துவிடும். உனக்கு அதில் விருப்பமுள்ளதாகத்தான் எனக்கு தெரிகிறது. என்ன? சரிதானே?"

"ஆகா! அருமை நண்பா. உன்னிடம் நன்றி சொல்ல விருப்பமில்லை. நாம் சந்தித்து ஒரு மாதம் கூட கடக்கவில்லை எனக்காக இத்தனையும் செய்கிறாய். உன்னிடம் அன்பைத் தவிர என்னால் எதையும் தர இயலாது.''

இத்தனையும் கார்டல் செய்வதற்கு ஒரு காரணம் இருந்தது. சவானாவின் மீது அவன் கொண்ட அன்பு. அதுவுமில்லாமல் எட்வினது வெகுளித்தனமான பேச்சும், இவனைப் போன்றே அன்புக்காக ஏங்கிடும் நிலை கொண்ட அவனது சூழ்நிலையாகக் கூட இருக்க வேண்டும்.

"எட்வின் நீ எனக்கு எதையும் அளித்திட வேண்டியதில்லை. எனது தாய் தந்தையர்கள் பற்றி உன்னிடம் கூறியுள்ளேன். கடந்த சில நாட்களாகத்தான் நான் மிகவும் மகிழ்ச்சியாக உள்ளேன். சவானா இறந்து முப்பத்திரெண்டு நாட்கள் கடந்து விட்ட நிலையில், அவள் இல்லாத ஒன்றை நீ மறக்கச் செய்தாய். நீ அவளின் மகனாக வாழ்ந்த நாட்களைவிட நான் அவளின் மகனாக வாழ்ந்த நாட்களே அதிகம். உன்னைவிட நான் பெருந்துயரில் இருக்கிறேன் என்பது உனக்கு தெரியாமல் இருக்கலாம். ஆனால் ஒன்று கூறுகிறேன், சவானா என்மீது கொண்டிருந்த பேரன்பினை நான் உன்மீது செலுத்த விரும்புகிறேன் அதுதான் நான் அவளுக்குச் செய்யும் கடமையாக இருக்கும்.''

கார்டலின் வார்த்தைகளைக் கேட்டு இனி பேச ஒன்றுமில்லாத ஒருவனைப் போல அமைதிகாத்திருந்த எட்வினின் கண்களில் கண்ணீர் தேங்கி நின்றது. அவர்களுக்கிடையே அன்பெனும் பெரும் உணர்வு ஒரு தீர்க்க முடியாத தாக்கத்தை உருவாக்கியது. இருவரும் ஒருவருக்கொருவர் தங்களது அன்பின் நிலையை வார்த்தைகளால் வெளிப்படுத்திக் கொண்டே பயணித்தனர்.

"அதோ அங்கிருக்கிறார்'' என்று சாலைக்கு ஓரமாக அமைக்கப்பட்டிருந்த நிழற்கூடையில் நின்றுகொண்டிருந்த ஒருவரைக் காட்டினான் கார்டல். அவர் தன் சட்டைக்கைகளை

முழங்கைகளுக்கு மேல் மடக்கிச் சுருட்டிவிட்டிருந்தார். ''இதோ இவர்தான் செமியோன் பார்னா. என் மாமா'' என்று எட்வினிடம் கூறினான்கார்டல். ''நான்சொன்னேன் அல்லவா இவன்தான் எட்வின். இவனுக்குக்காகத்தான் 'தி எலைட்' நிறுவனத்தில் பணிபுரிய ஏதேனும் வாய்ப்புக் கிடைக்குமா? என்று கேட்டிருந்தேன். நீங்கள் தயார்நிலையில் இருப்பது போல தெரியவில்லையே. எங்களுடன் வருகிறீர்கள் தானே மாமா?''

''இல்லை கார்டல், நான் இன்று வரப்போவதில்லை. சில வேலைகள் நிறைவுபெறாமல் இருக்கின்றன'' என்று கூறிவிட்டு, தன் கையில் வைத்திருந்த மடிக்கப்பட்ட காகிதத்தாள் ஒன்றை அவனிடம் கொடுத்தார். ''நாளை காலை பத்து மணி அளவில் எபோர்ட் சாலையிலுள்ள எலைட் கிளையில் இதை கொடுத்துவிடு. இதில் எல்லா விபரங்களும் நான் எழுதியிருக்கின்றேன். அதுவுமில்லாமல் எனது நண்பர் அந்தக் கிளையில் தான் இருக்கிறார். பிறகு அவர் பார்த்துக்கொள்வார். சரி உனது படிப்பு என்னவாயிற்று. நீ மேற்படிப்பைத் தொடர வேண்டும் என்பதே எனது விருப்பம் கூட. உனக்கான சிறந்த வாழ்வை நாங்கள் அமைத்துத் தர வேண்டும் என்பதே எங்களின் எண்ணம். சிந்தித்து விரைவாக முடிவெடு. விண்ணப்பிக்க வேண்டிய தேதி முடிந்து விட்டால் பிறகு அந்த வாய்ப்பை நாம் மறுபடியும் பெறமுடியாதல்லவா. சரி!சரி!நீங்கள் புறப்படுங்கள் நாம் இதைப் பற்றி பிறகு பேசுவோம்'' என்றபடி வேகமாக புறப்படத்தயாரானார் செமியோன்.

கார்டல் தனது மாமாவிடமிருந்து அந்த காகிதத்தைப் பெற்றுக்கொண்டு ''புறப்படுகிறோம்'' என்று கூறி விட்டு வாகனத்தைத் திருப்பினான். தாங்கள் வந்த வழியிலேயே மீண்டும் பயணிக்கத் தொடங்கினார்கள். எதையோ சிந்தித்தபடியே வாகனத்தை செலுத்திக் கொண்டிருந்தான். அவனது அமைதிக்கான காரணத்தை கவனித்த எட்வின், பேசத் தொடங்கினான்.

"நண்பா! பெற்றோர்களின் வலியுறுத்தலின்படி நீ மேற்படிப்பை தொடர்வதுதான் நல்லது. இந்த நிலையில் ஒரு பட்டப்படிப்பை வைத்து என்ன செய்வது.''

"என்னைப்பார். எந்த சிந்தனையும் இல்லாமல் இருக்கிறேன். நமது கல்வித்திட்டங்களைப் படித்து என்ன கற்றுக் கொள்ளப் போகிறோம். வெறும் நாடகமாகவே தான் தெரிகிறது. கடந்த மூன்று வருடத்தில் நான் ஒன்றையும் கற்றுக்கொள்ளவில்லை. அதற்கான சூழலை ஏற்படுத்தி தந்திருந்தாலே போதுமானதாக இருக்கும். பள்ளிகளும் கல்லூரிகளும் வாழ்வியலின் அடிப்படை விஷயங்களைத் தருகிறதா?'' என்று வெறுப்புடன் பேசினான் கார்டல்.

"உனது நிலை நன்றாக தெரிகிறது கார்டல். ஆனால் உனது பெற்றோர்களுக்காக நீ படித்தாக வேண்டும். அவர்கள் தயாராக இருக்கிறார்கள். சற்று சிந்தித்து அவர்களிடம் உனது முடிவைத் தெரிவித்து விடு. இப்படிப்பட்ட அறிவுரைகளை கேட்பது கடினம்தான்'' என்று சிரித்தான் எட்வின். அவனது சிரிப்பான பேச்சை கேட்டு கார்டலும் சிரிக்கத் தொடங்கினான்.

மாலைப் பொழுது தொடங்குவதற்கு முன்பே அவர்கள் எட்வின் தங்கியிருக்கும் வீட்டிற்கு வந்து சேர்ந்தனர். உள்ளே நுழைந்தவுடனே நாற்காலியை சத்தத்துடன் இழுத்துப் போட்டு அமர்ந்தான் கார்டல். கதவருகே தரையில் அமர்ந்த எட்வின் பெருமூச்சு விட்டான்.

"எப்படியோ, உனக்கும் உன் பெற்றோர்களுக்கும் நான் கடமைப் பட்டிருக்கின்றேன் கார்டல். படிப்புக்கான சான்றிதழை வாங்காத நிலையில் வெயிண்ட் நகரத்தை விட்டு பார்டிலைன் நகரத்திற்கு வந்து வேலைக்கான வாய்ப்பும் தங்குவதற்காக வீடும் தனித்துவிடப்பட்ட ஒருவனுக்கு அமைவதென்பது மிகவும் விசித்திரமான விஷயமாகத்தான் தெரிகிறது. நான் இந்த அறையில் மேற்கொள்ளும் அசைவுகள் எல்லாம் எனது தாய் சவானாவை

நினைத்து கற்பனை செய்கிறது. என்னைப் போலதானே அவளும் இந்த அறையில் இருந்திருப்பாள். இதோ, இப்படி'' எனக் கூறிக்கொண்டு கதவுப்பக்கமாக அமர்ந்தான்.

கருணையற்ற காலத்தால் தாயிடமிருந்து பிரிக்கப்பட்ட அவனுக்கு, தாயின் மீது அவன் கொண்டிருந்த அன்பு பெரிதும் இயல்பான ஒன்றே. இருப்பினும் அவன் தன் மனம் படும் வேதனைகளை கார்டலிடம் எடுத்துரைத்ததே இல்லை. அதனாலோ என்னவோ எட்வின் மீது கார்டலுக்கு மிகுந்த அன்பும் அக்கறையும் ஏற்பட்டிருக்கிறது.

நிகழ்காலத்தில் ஒன்றாக இருக்கும் அவர்கள் இருவருக்குமே கடந்தகாலத்தைப் பற்றி ஒருவருக்கொருவர் தெரிந்து கொள்ளாமலேயே உரையாடிக்கொண்டிருக்கிறார்கள்.

''இந்தப் புத்தகங்களெல்லாம் யார் தந்தார்கள்? நீ தான் உன் கடந்த காலத்தை முழுவதுமாக வெயிண்ட் நகரத்திலுள்ள விடுதியிலேயே கழித்துவிட்டாயே. விடுதியை விட்டு வெளியேறாமல் ஒரு கைதியைப் போலதான் நீ வாழ்ந்திருக்க வேண்டும். அப்படி இருக்கையில் புத்தகங்கள் எவ்வாறு கிடைத்திருக்கும் உனக்கு?'' என்றபடி மேசையின் மீது வைக்கப்பட்டிருந்த புத்தகங்களைப் பார்த்து கேட்டான்.

''எனதன்பு நண்பனே! நான் எப்பொழுதும் தனிமையில்தான் வாழ்ந்துகொண்டிருந்தேன். எனது பால்யகாலம் முழுவதும் இருளில் சூழப்பட்டுவிட்டது. இதுவரை எனது துன்பகரமான வாழ்வை யாரிடமும் கூறியதில்லை. உன்னுடைய அன்பின் காரணமாக வெளிப்படையாகச் சொல்கிறேன் கேள் நண்பனே! இதைக் கேட்ட பிறகு உனது மனம் வேதனை கொள்ளாமல் இருக்கப்போவதில்லை. இயல்பான உன் அன்பிற்கு எதையும் மறைத்துவிடுவது ஒரு நற்செயலாக தோன்றவில்லை'' என்றபடி தனது பார்வையை கார்டல் மீது பதித்தான்.

எட்வின் பேச்சில் ஏதோ வித்தியாசம் தென்பட்டது. இதுவரை அவனது குரல் இப்படி ஒரு நடுக்கம் கண்டதில்லை. தன்னிடமிருந்து ஏதோ ஒன்றை மறைத்துவிட்டான் என்பதே கார்டலின் மனதில் முழுக்க ஓடிக்கொண்டே இருந்தது. அதைத் தவிர அவனால் வேறொன்றும் யூகிக்கமுடியவில்லை.

''அருமை நண்பனே! நான் விரும்புவது ஒன்றே இப்பொழுது நான் சொல்லவிருக்கும் விஷயங்களையெல்லாம் கேட்டு விட்டு, நீ என்னை மன்னிக்கவேண்டும். ஆம் நண்பனே! இதோ சொல்கிறேன்,

மிகவும் வறுமையிலிருந்த எனது தாய்-தந்தை. இல்லை அவரைத் தந்தை என்று சொல்வதற்கே மனம் ஒப்புக்கொள்ள வில்லை. அந்த மனிதர் பெயர் மெக்லைன். குடிகாரத் தந்தை. எப்பொழுதும் குடித்துக்கொண்டேதான் இருந்தார். குடித்துவிட்டு எனது தாய் சவானாவை அடித்து துன்புறுத்துவார். அப்பொழுது எனக்கு பத்து வயது இருக்கும். அவர் குடிப்பதற்காகவே கடன் வாங்குவார். வாங்கிய கடனை அடைப்பதற்காக ஒரு கடன். ஆனாலும் அதையும் குடிப்பதற்கே பயன்படுத்துவார். நிச்சயமாக அவரைப் போல ஒருவரை நீ பார்த்திருக்கமாட்டாய். அன்றொரு நாள் குடிப்பதற்கு பணம் இல்லாததால் வீட்டிலிருந்த பாத்திரங்களை விற்றார். ஒவ்வொருநாளும் ஒவ்வொரு பொருளை விற்க ஆரம்பித்து விட்டார். எல்லைமீறிய செயலால் சவானா அவரை விட்டு விலகிச் செல்லதுணிந்துவிட்டாள். உண்மையில், இப்படிப்பட்ட மனிதனிடம் வாழ முடியாது கார்டல். நாங்கள் அந்த மனிதனிடமிருந்து வெகு தூரம் செல்ல தயாராகிவிட்டோம். அப்பொழுதுதான் கீழ்த்தரமான நாடகத்தை அரங்கேற்றினார் மெக்லைன்.

தனக்கு வெயிண்ட் நகரில் நண்பர் ஒருவர் இருக்கிறார். அவரிடம் வேலை ஒன்றை உறுதிப்படுத்திவிட்டதாகவும், தேவைக்கு அதிகமான சம்பளம் கிடைக்கப்போவதாகவும் சொன்னார். அதுவுமில்லாமல் என்னை அங்குள்ள ஒரு பள்ளிக்கூடத்தில் சேர்ப்பதற்கான ஏற்பாட்டை தனது நண்பர் செய்துவிட்டார் என்றும்

கூறினார். அவரது வார்த்தைகளை இறுதியாக ஒருமுறை நம்பி விடலாம் என்ற முடிவுக்கு வந்தாள் சவானா. எனது படிப்பிற்கான சேர்க்கையைச் செய்ய வேண்டும் என்பதற்காக முதலில் என்னை பார்டிலைன் நகரிலிருந்து வெயிண்ட் நகருக்குக் கூட்டிச் செல்ல வேண்டும் என்று சொன்னார் மெக்லைன். அதன் பிறகு ஒரு மாதத்திற்குள் சவானாவை அழைத்து செல்வதாகக் கூறினார். எந்தத் தாயும் தன் மகன் கல்வி கற்கப் போகிறான் என்றால் ஆனந்தம் கொள்வாள். அது போலத்தான் என் அம்மா சவானாவும். ஆனால் ஒன்று, மெக்லைனின் அனைத்து முயற்சிகளும் வெற்றியடைந்தது.

மறுநாளே, என்னை வெயிண்ட் நகருக்கு அழைத்துச் செல்லத் தயாரானார். சவானா கண்களில் கண்ணீர் வழிந்து கொண்டிருந்தது. என்னைப் பிரிந்து வாழும் பக்குவம் அவளுக்கு இல்லை என்பது எனக்கு அப்பொழுது தெரியாமல் போய்விட்டது. என்னால் அவளது கண்ணீரைப் புரிந்துகொள்ள முடியவில்லை. அவளிடமிருந்து விடைபெற்றுக்கொண்டேன். அன்றுதான் எனது அம்மாவை இறுதியாகப் பார்த்தேன்'' என்றபடி மூச்சை இழுத்துக்கொண்டு பேச முடியாமல் கஷ்டப்பட்டுக் கொண்டிருந்தான் எட்வின்.

எட்வினை கூர்ந்து கவனித்துக் கொண்டிருந்த கார்டல் எதுவும் பேசாமலேயே இருந்தான்.

''பார்டிலைன் நகரிலிருந்து விடைபெற்று வெயிண்ட் நகருக்கு நாங்கள் இருவரும் வந்து சேர்ந்தோம். அடையாளம் தெரியாத தடித்த மனிதனிடம் என்னை ஒப்படைத்துவிட்டு, அந்த இரக்க மற்றவன் என்னைவிட்டு மறைந்து சென்றான். அன்றிலிருந்து இன்றுவரையிலும் அந்த கொடூரனைப் பார்க்கவேயில்லை. இன்னும் நினைவிருக்கிறது கார்டல். ஒரு சிறுவனாக நீ அங்கிருந்தால் என்ன செய்திருப்பாய்? நான் செய்வதறியாமல் அழுதுகொண்டே இருந்தேன். என்னைப் போன்றே நிறைய சிறுவர்கள் அங்கு இருந்தார்கள். ஆனால் ஒருவரிடம் கூட பேசுவதற்கான வாய்ப்பினை

அவர்கள் வழங்கவில்லை. அங்கிருந்தவர்களின் அரட்டலுக்கும் மிரட்டலுக்கும் பணிந்து சென்றேன். நாட்கள் கடக்க கடக்க உணர்ந்து கொண்டேன். பணத்திற்காக என்னை விற்றுவிட்டார். அந்த இடத்தைவிட்டு தப்பித்துச்செல்ல வேண்டும் என்ற எண்ணம் பத்து வயது சிறுவனுக்கு எப்படித் தோன்றும். அப்போது எனக்கு தேவைப்பட்டதெல்லாம் உணவு ஒன்றுதான். அதை அவர்கள் தடையின்றி வழங்கினார்கள். இருப்பினும் சிறைக் கைதிகளுக்கும் எனக்கும் என்ன வித்தியாசம் இருக்கப் போகிறது? ஒருவழியாக பதினைந்து வயதில் அங்கிருந்து காவல் துறையினரால் மீட்கப் பட்டேன். சவானாவை அவர்களால் கண்டுபிடிக்க முடியவில்லை. இவர் உனது உறவினர் இவருடன் சென்றுவிடு என்று அங்கிருந்த காவலர் ஒருவர் வலியுறுத்தினார். மீண்டும் ஒரு நம்பிக்கை சவானாவை பற்றி அவரிடம் கேட்டேன். உனது அம்மா இறந்து விட்டாள் என்றபடி என் கைகளைப் பிடித்துக்கொண்டு அந்த இடத்தை விட்டு வெளியே அழைத்து வந்தார். பதினைந்து வயதாகிய இவனை எந்த பள்ளியில் சேர்ப்பார்கள்? இனி எப்படி படிப்பு வரும் என்றெல்லாம் சொல்லிக்கொண்டு அவரும் அவரது மனைவியும் என்னை காயப்படுத்துவதுண்டு. ஆனால் அதுவும் உண்மைதானே.

சில நாட்களில், அதே பகுதியிலுள்ள ஆசிரியர் ஒருவரின் வீட்டில் வேலைக்குச் சேர்த்துவிட்டார்கள். நான் அவரது வீட்டில் கடந்த ஆறு ஆண்டுகளாக சின்னச் சின்ன வேலைகளைச் செய்து வந்தேன். மிகவும் சிறந்தவர். ஆசிரியர் எனக்கு, தனது ஓய்வு நேரங்களில் எழுதவும் படிக்கவும் கற்றுத்தந்தார். யாருமற்ற எனக்கு, வாழ்க்கையின் அடுத்த நிலை பற்றி சிந்திக்க இடமில்லை. சவானாவைப் பற்றிக்கூட நான் அதிகம் நினைத்ததில்லை. மனிதர்கள் உணர்வுகளுக்கு மதிப்பளிக்கவில்லை, அறிவிற்கும் பணத்திற்கும் மதிப்பளிக்கிறார்கள் என்ற எண்ணம் எழத் தொடங்கியது. அதனால் என்னவோ உறவுகளைப் புதுப்பித்துக் கொள்ள விருப்பமில்லாமல் போய்விட்டது.

அந்த சமயத்தில்தான் கருணை உள்ளம் கொண்ட ஒருவராக எனது அம்மாவின் தம்பி என்னைத் தேடி வந்தார். அன்றைய பொழுதில் சவானா, என் தாய் இறக்கவில்லை, பார்டிலைன் நகரில் வாழ்ந்துகொண்டிருக்கிறாள் என்பது எனக்குத் தெரியவந்தது. இல்லை என்று மனம் முடிவுக்கு வந்துவிட்ட நிலையில் இப்படிப்பட்ட ஒரு வார்த்தைகளை எளிதில் மனதால் நம்ப முடியவில்லை. காவல் நிலையத்திலிருந்து என்னை அழைத்து வந்த என் உறவினர் மீது கோபம் இருந்தாலும், என் மாமாவை அவர்தான் இங்கு அனுப்பிவைத்திருக்கிறார் என்ற செய்தி ஒருவித ஆனந்தத்தை கொடுத்தது. ஐந்தாறு ஆண்டுகளாக என்னால் பயன்பெற்ற அவர் கடந்த ஓராண்டு காலமாக நோய்வாய்ப்பட்டு படுத்த படுக்கையில் கிடக்கிறார். எதுவாயினும் கடவுளுக்கு நன்றி சொல்லிவிட்டு, எனது அம்மாவை விரைவாக சந்தித்துவிட வேண்டும் என்று நினைத்தேன். அவளைக் கட்டி அணைத்துக்கொண்டு அம்மாவின் அரவணைப்பில் இனி வாழப்போகிறோம் என்ற மகிழ்ச்சியில் துள்ளிக் குதித்தேன். மறுநாளே அவள் மாரடைப்பால் இறந்து விட்டாள் என்பதை எனது மாமா ஜெராட் பிலிப்போனாவின் மூலம் அறிந்ததும், என் மனம் பட்டிருக்கும் வேதனையை யார்தான் அனுபவித்திருக்க முடியும். கடவுளரைப் பழித்தேன். காலத்தை வெறுத்தேன். ஈடற்ற என் நினைவுகளையும் சவானவை சந்திக்கும் எனது கற்பனைகளையும் அழிக்க முற்பட்டேன். என்ன செய்வது கற்பனைகள் எப்பொழுதும் நம்மை இன்பப்பாதையில் விட்டுச் செல்வதில்லை. அன்று முழுக்க அழுதுகொண்டிருந்தேன். உண்மையில் என்னைப் பற்றி சவானா அறிந்திருக்கமாட்டாள். பிள்ளையைப் பிரிந்த தாயின் மனம் இத்தனை ஆண்டுகளாக எவ்வாறு வேதனை அடைந்திருக்கும் என்பதை என்னால் உணர முடியவில்லை. அவளது வேதனையை தீர்க்கவே எனது மாமா என்னை சந்தித்திருக்க வேண்டும் என்பதை எண்ணித்தானே

கடவுளுக்கு நன்றி தெரிவித்தேன். எனது அம்மாவிடம் என்னைப் பற்றி எதுவும் சொல்ல வேண்டாம் என்று மாமாவிடம் கேட்டுக் கொண்டேன். மகனைப் பிரிந்து வாழும் அந்தத் தாய்க்கு அதீத மகிழ்ச்சியை நானே தந்திட எண்ணினேன். தவறிழைத்துவிட்டேன். என்னை மன்னித்துவிடுங்கள் அம்மா'' என்று தன்னை கட்டுப்படுத்த இயலாமல் அழத்தொடங்கினான்.

''அம்மாவின் இறந்த செய்தியை அறிந்த பின்னர் எல்லா வற்றையும் ஆசிரியர் ஜோன்ஸ் மகள் பெத்தனியிடம் தெரிவித்தேன். ஏனென்றால் எனது துன்பங்கள் அளவற்றது. பகிர்ந்து விட வேண்டும் என்பதாலே அவளிடம் தெரிவித்தேன். அவள் மீது நான் வைத்திருந்த காதலும் கூட. அங்கிருந்து விடைபெற்று வந்ததும் அவள் மீது கொண்ட காதல்தான். என் காதலை வெளிப்படுத்தி ஆசிரியர் ஜோன்ஸை அவமதிக்க விருப்பமில்லை. அதனாலேயே வெளியேறினேன். எப்படிப்பட்ட நிலைமை எனக்கு.

வெயிண்ட் நகரிலிருந்து பார்ட்டிலைன் நகருக்கு வந்து அம்மாவின் இறுதிச்சடங்கை முடித்தேன். ஆறுதல் வழங்கிய உனது குடும்பத்தினருடன் இருப்பதற்காக அந்தப் பொய்யான கடிதத்தை நான் எழுதவில்லை. அம்மா உங்களிடம் பொய் சொல்லியிருக் கிறாள். அதாவது நான் படித்துக்கொண்டிருக்கிறேன். அது பொய் அல்ல அவள் தன் கணவன் மீது வைத்திருந்த நம்பிக்கை. அவள் இறந்த பிறகாவது நான் வருவேன் என்ற நம்பிக்கை. அவள் செய்த ஒரே தவறு மெக்லைனை மணந்ததுதான். அவரை காதலித்தாள். அதுதான் அவளது வாழ்க்கையில் செய்த பெரிய தவறாக இருக்கக் கூடும். ஆம் அது பொய்யான கடிதம். இதோ அந்தக் கடிதம், இதுதான் எனது அம்மாவின் இறுதி ஊர்வலத்திற்குப் பிறகு கேட்டலினா கேவின் அவர்கள் படித்தார்களே இந்தக் கடிதத்தை நான்தான் எழுதினேன். சவானா என்னைப் பற்றிக் கூறியது பொய் என்று யாரும் பேசிடக் கூடாது என்பதற்காக. உண்மையில் அது

பொய் அல்ல. இதற்கு மேல் சொல்வதற்கு ஒன்றுமில்லாதவன் நான். இறுதியாக என்னை மன்னித்துவிடு கார்டல். என்னைப் பற்றி எல்லாம் அறிந்தவன் நீ என்று சொன்னேன் அல்லவா? அது இப்பொழுதுதான் உண்மையாக வெளிவந்து கிடக்கிறது. இப்படிப் பட்ட நிகழ்வுகளைக் கூறி உன்னிடம் ஆறுதல்களை பெற விருப்பமில்லாமல் இருந்ததே இதனை சொல்லாமல் இருந்ததற்கு காரணமாக தோன்றுகிறது கார்டல்.

ஆறுதலின்றிதவிக்கும் என் இழிவானநிலையை தெரியாமலேயே ஆறுதல் தந்த உன்னிடம் எப்படி இதைச் சொல்வேன். என்னை மன்னித்துவிடு நண்பா'' என அவனது கரங்களைப் பற்றி அழத் தொடங்கினான்.

''என் பேரன்பு எட்வின்! மன்னிப்பதற்கு என்னவிருக்கிறது. உனது நிலை என்னை வருத்தமடையச் செய்கிறது. உன்மீது நான் அன்பு செலுத்துவதன் காரணம் எனக்கே தெரியவில்லை. என்னைப் பொறுத்தவரையில் இப்படிப்பட்ட சூழ்நிலை யாருக்காவது வந்திருந்தால் உன் அளவிற்கு செயல்பட மறுத்திருப்பார்கள். நண்பா! நீயொன்றும் கவலைப்படாதே, உன்னைத் தனிமையில் விட்டுச் செல்லப் போவதில்லை. இதைத் தவிர வேறொன்றும் இப்பொழுது சொல்வதற்கு இல்லை'' என்று கூறிய அவன் தனது கரங்களைப் பற்றிக்கொண்டிருந்த எட்வினது கரத்தினை மெல்ல அழுத்தி தனது ஆறுதலைத் தெரிவித்தான்.

''எனக்கு மிகவும் வருத்தமாக இருக்கிறது. நீ உன் பால்யகாலத்தை தொலைத்துவிட்டாய். இங்கு வந்து சேர்ந்திருப்பது ஒரு திருப்பமாகவே அமைந்திருக்கிறது எட்வின். அதுவும் ஒரு வகையில் நல்லதுதான். சரி, நான் இங்கிருந்து விடை பெற்றுக் கொள்கிறேன். நன்றாக ஓய்வெடு'' என்று சொன்னான் கார்டல்.

ஒரு மெல்லிய பார்வை பார்த்த எட்வின், அவனது கைகளில் இருந்து தனது கரத்தினை விடுவித்துக்கொண்டான். ஏதோ சொல்ல முற்பட்டுக்கொண்டிருந்தான். அவனால் பேச முடியவில்லை.

எட்வினது மனநிலையை அறிந்த கார்டல், ''நான் எதையும் யாரிடமும் சொல்லப்போவதில்லை. அவர்கள் நினைத்தபடியே இருந்துவிட்டுப் போகட்டும். மிகுந்த வருத்தத்துடன் இங்கிருந்து கிளம்புகிறேன்'' என்று கூறிவிட்டு நாற்காலியிலிருந்து எழுந்தான். மீண்டும் அவன் கண்களில் தென்பட்ட அந்த புத்தகங்களைப் பார்த்து, ''நீ இன்னும் இந்த புத்தகங்களை யாரிடமிருந்து பெற்றாய் என்று சொல்லவேயில்லை.'' எட்வினது மனதை வேறு கோணங்களில் செயல்பட லேசான புன்னகையோடு சொன்னான்.

''ஓ! நீ கேட்ட கேள்வியே இதுதான். நான் பார் எதை எதையோ சொல்லி சங்கடமான நிலைக்கு ஆளாக்கிவிட்டேன். சரி நீ இப்பொழுது கிளம்பு நாளை பேசுவோம். நமக்கு உரையாட நாட்களா இல்லை'' என்றபடி இலேசான புன்னகை செய்தான்.

''இன்று போலவே தூங்கிவிடாதே. நான் கதவைத் தட்டிய உடனே நீ காலையில் கதவைத் திறந்துவிடு. நீ நன்றாக தூங்க வேண்டும் நண்பனே. காலையில் எபோர்ட் சாலைக்கு நாம் இங்கிருந்து நடந்தே சென்றுவிடலாம். கவலை கொள்ளாதே யாவும் நன்மைக்கே. நான் இதைப் பற்றி கேவின் இபாலிடம் சொல்லிவிட வேண்டும். மிகவும் மகிழ்ச்சியடைவார். உனக்கு 'தி எலைட்' பத்திரிகை நிறுவனத்தில் வேலை கிடைக்கப் போகிறதே. சரி நான் சென்று வருகிறேன் நண்பா'' என்றபடி வாகனத்தில் ஏறிக்கொண்டு வாகனத்தைத் செலுத்தத் தொடங்கினான்.

எட்வின் தங்கியிருக்கும் வீட்டிலிருந்து கேவின் இபால் குடும்பத்தார் தங்கியிருக்கும் வீடானது வெகு தொலைவில் இல்லையெனினும், கேட்டலினா கேவின் கார்டலை இரவு நேரத்தில் அங்கு செல்ல அனுமதிப்பதில்லை. இது சவானா அங்கு வாழ்ந்து கொண்டிருந்த பொழுதே அவனுக்கு விதிக்கப்பட்ட விதிமுறை யாகவே இருந்தது. இது சவானாவின் மீது அவன் கொண்டிருந்த

அன்பைக் கண்டு இப்படிப்பட்ட முடிவுக்கு வந்திருக்கிறாள் என்பது வியப்புக்குள்ளான ஒன்றாகத் தோன்றவில்லை என்றாலும் இங்கு அதனை கண்டிப்பாக சொல்லித்தான் ஆகவேண்டும்.

கார்டல் அங்கிருந்து சென்ற பிறகு தனது அறையின் கதவைத் தாழிட்டான் எட்வின். படுக்கையில் அமர்ந்துகொண்டே மேலங்கியை கழட்டி அருகிலேயே வீசினான். மீண்டும் அவனைத் தனிமை பற்றிக்கொண்டது போல உணர்ந்தான். இன்றும் தூக்கம் வராமல் தவிக்கப்போவதாகவே நினைத்துக் கொண்டிருந்தான். கட்டிலில் உருண்டும் புரண்டும் படுத்துக்கொண்டிருந்த அவனுக்கு தூக்கம் வரவேயில்லை. இதுபோன்ற இரவுகளை அவன் பல நாட்கள் எதிர்கொண்டிருந்ததால் இதுவொன்றும் அவனுக்கு எந்தவித மனச் சோர்வையும் ஏற்படுத்தவில்லை. கண்களை மூடிக்கொண்டிருந்த அவன் சிறிது நேரத்தில் அவனை அறியாமலேயே உறங்கிவிட்டான்.

சூரியன் உதிக்கத் தொடங்கிய பொழுதே அவர்கள் எபோர்ட் சாலை நோக்கி நடக்கத்தொடங்கினார்கள். ஒரு மைல் தூரத்திலேயே அமைந்திருந்த எபோர்ட் சாலை பார்டிலைன் நகரத்தின் மிக முக்கியமான சாலைகளுள் ஒன்றாகும். சாலையின் இரு பக்கங்களிலும் மக்கள் நடந்து செல்வதெற்கென்றே அகலமான நடைபாதைகள் அமைக்கப்பட்டிருந்தன. நீளமான அந்த சாலையில் வாகனங்கள் எப்பொழுதும் சென்றுகொண்டே இருந்தன. நடைபாதைகளை ஒட்டி இருபக்கங்களிலும் ஆங்காங்கே கடைகளும் ஓய்வெடுப் பதற்கு பெஞ்சுகளும் போடப்பட்டிருந்தன. வியப்பூட்டும் வகையில் காட்சியளித்த எபோர்ட் சாலை எட்வினுக்கு ஒரு புதிய அனுபவத்தை தந்தது. அவர்கள் நடைபாதையில் ஏறத்தொடங்கியதிலிருந்தே எட்வின் எல்லாவற்றையும் வேடிக்கை பார்த்துக்கொண்டே மெல்ல நடந்து கொண்டிருந்தான்.

''கார்டல்'' என திடீரென்று அழைத்த அவன் ஏதோ வித்தியாசமான குரலில் பேசத் தொடங்கினான். ''இந்த எபோர்ட்

சாலை எவ்வளவு அற்புதமாக இருக்கிறது. இரவு நேரங்களில் இனி இங்கு வந்துவிட வேண்டியதுதான்.'' புன்னகையுடன் சாலையில் நடந்துகொண்டிருந்த எட்வின், கார்டலின் முகத்தில் ஏதோ வருத்தம் தென்படுவதுபோல உணர்ந்தான். இருப்பினும் அதனை அவனிடம் கேட்காமல் மௌனமாகவே நடந்து வந்தான். எபோர்ட் சாலை நகரத்தின் முக்கியப் பகுதிகளை இணைக்கும் தனிச்சிறப்புடையது. இத்தனையும் பார்த்த எட்வின் வெயிண்ட் நகரைவிட பார்டிலைன் நகரம் சிறப்புத்தன்மையுடையது என்பதற்கு எபோர்ட் சாலைதான் முக்கியக் காரணமாக இருக்கும் என்று தன் மனதிற்குள்ளேயே நினைத்துக்கொண்டான். சிறிது தூரம் சென்ற பின்பு எபோர்ட் சாலையில் வந்திணையும் எல்பின்ட் சாலைப் பக்கமாக அவர்கள் நடக்கத்தொடங்கினார்கள். எந்த வித உரையாடலுமின்றி அவர்கள் எதுவும் பேசாமல் அமைதியாகவே நடந்துகொண்டிருந்தனர். அவர்கள் எல்பின்ட் சாலையில் நடக்கத்தொடங்கிய சில நிமிடங்களிலேயே 'தி எலைட்' நிறுவனத்தின் வாயில் பகுதியை பார்த்தனர். இரண்டு பகுதிகளாக பிரிக்கப்பட்டிருந்த அந்த நிறுவனம் சாலையின் இருபக்கங்களிலும் நுழைவுவாயில் அமைக்கப் பட்டிருந்தது. அவர்கள் தங்களுக்கு இடது புறமாக இருந்த நுழைவுவாயிலின் வழியாக உள்ளே சென்றனர். அவனது மாமா செமியோன் பார்னா கொடுத்த கடிதம் ஒன்றை எடுத்து தங்களை விசாரித்த நிறுவனத்தின் பாதுகாவலரிடம் கொடுத்தனர். செமியோன் கைப்பட எழுதப்பட்டிருந்த அந்த கடிதத்தில் மூத்த நிர்வாகியான 'பிரணாவ் குருஜித்' என்பவரை முன்வைத்து எழுதப்பட்டிருந்தது. அதனைப் பார்த்தவுடன் அந்த பாதுகாவலர் அவர்களைப் பணிவுடன் குருஜித் அவர்களின் அறைக்கு அழைத்துச் சென்றான். அங்கு சென்றதும் அவர்கள் இருவரையும் வெளியில் காத்திருக்குமாறு சொல்லிவிட்டு, அவன் மட்டும் அறைக்குள்ளே கடிதத்துடன் சென்றான்.

மிகுந்த பணிவுடன் நடக்கும் பாவனையில் பிரணாவ் குருஜித்திடம் அந்தக் கடிதத்தை வழங்கினான். அந்தக் கடிதத்தைப் பெற்றுக் கொண்ட குருஜித் அதனைப் படிக்கத் தொடங்கினார்.

அன்பு பிரணாவ் குருஜித் அவர்களுக்கு,

எபோர்ட் சாலையிலுள்ள நமது கிளையில் உதவிப் பணியாளனாக எனது சொந்த வேண்டுகோளின் படி எட்வின் இமான் என்னும் இளைஞனை பணியில் சேர்த்துக்கொள்ளுமாறு பணிவுடன் கேட்டுக்கொள்கிறேன்.

நன்றி

இப்படிக்கு,

செமியோன் பார்னா

(தலைமைப் பதிப்பாசிரியர் தி எலைட்)

இவ்வாறு சுருக்கமாக எழுதப்பட்டிருந்த கடிதத்தைப் பார்த்து ஒரு சிறு புன்சிரிப்பை வெளிப்படுத்தி அந்தக் காகிதத்தை மடித்து தன் மேஜையின் இழுவையில் போட்டார். பின்னர் அவர்களை உள்ளே அழைத்துவர அனுமதி அளிப்பது போல சைகை காண்பித்தார். அதனைப் புரிந்து கொண்ட பாதுகாவலன் வெளியே இருந்த அவர்களை உள்ளே செல்லும்படி கூறினான்.

எட்வினும் கார்டலும் உள்ளே சென்ற பொழுது, நரைத்த முடியுடன் மூக்குக் கண்ணாடி அணிந்தவாறு ஒரு வயதானவர் அமர்ந்திருப்பதைப் பார்த்த அவர்கள் அவரை மிகவும் பணிவுடன் வணங்கினார்கள். பின்பு இருக்கையில் அமர்ந்த அவர்கள் தங்கள் பெயரைச் சொல்லி அறிமுகப்படுத்திக் கொண்டனர்.

''எட்வின் இரண்டு நாட்களுக்குப் பிறகு இதே நேரத்தில் வந்து விடுங்கள்; உங்களுக்கான பணியை நான் அன்று தெரியப்படுத்து கின்றேன். உங்களுக்கு இத்துறையில் விருப்பம் மட்டும் போதாது. தெளிவு வேண்டும், மொழிக்கான தெளிவு உங்களிடம் இருக்கும்

என்றுதான் நான் நினைக்கின்றேன். அதற்கு தேர்வு ஒன்றும் இருக்கிறது. மிகவும் எளிமையானதுதான். அதைப் பற்றி பயப்பட வேண்டியதில்லை. செமியோன் எனது நண்பர் மற்றும் 'தி எலைட்' நிறுவனத்தின் தனித்தன்மை கூடிய ஒருவருமாவார். அவர் வேண்டுகோளுக்காகவே இவ்வளவு எளிதில் இங்கு பணிக்கான அனுமதி கிடைத்துள்ளது. இப்பொழுது நீங்கள் சென்றுவிட்டு இரண்டு நாட்களுக்குப் பிறகு என்னை சந்தியுங்கள்'' என்று தனது பேச்சை சட்டென்று நிறுத்திக் கொண்டார்.

சற்று வியப்புடனே அந்நிறுவனத்தை விட்டு இருவரும் வெளியே வந்தார்கள்.

''உனது மாமா மிகவும் மதிப்புடைய மனிதராக இந்த நிறுவனத்தில் இருக்கிறார் போல. எந்தவொரு கேள்வியுமில்லாமல் பணியா? ம்... பரவாயில்லை, மிகவும் அற்புதம்'' என்றபடி மகிழ்ச்சியுடன் பேசிக்கொண்டிருந்தான் எட்வின். அப்பொழுதும் கூட கவலைகளை உள்ளடக்கிக் கொண்டிருந்தான் கார்டல். தனது முகத்தில் எந்தவொரு கவலையும் படரவிடாமல் முயற்சித்துக் கொண்டிருந்தான். அவனால் அதனை வெகுநேரம் சொல்லாமல் இருக்க முடியவில்லை. அவனுக்கு இப்பொழுது வேண்டியதெல்லாம் ஒன்றே ஒன்றுதான். தனக்குள் ஏற்பட்டுக் கொண்டிருக்கும் மனக் குழப்பங்களை தனக்கு பிடித்தமானவர்களிடம் கூறி ஆறுதல் பெறுவதே அவனது உள்ளார்ந்த எண்ணமாக இருந்தது.

அவர்கள் எல்பின்ட் சாலையை விட்டு எபோர்ட் சாலையின் நடைபாதையில் நடக்கத் தொடங்கியதுமே, ''அன்பு நண்பனே!'' என்று தாழ்ந்த குரலில் எட்வினிடம் பேசத் தொடங்கினான்.

தெளிவில்லாத அவனது குரலின் ஓசையில் சிறிது தடுமாற்றத்துடன் காணப்பட்டான் கார்டல்.

"நண்பா! எப்பொழுதும் என்னை சூழ்ந்து நடக்கும் விஷயங் களையும் மனதில் ஏற்படும் குழப்பங்களையும் சவானாவிடம் பகிர்ந்துகொள்வேன். கல்லூரியிலும் பள்ளியிலும் கூட எனக்கான நண்பர்களை சேகரிக்கத் தவறிவிட்டேன். நண்பர்களற்ற வகுப்பறையில் தினமும் சென்று படிக்கும் மாணவன் ஒருவனின் நிலை என்னவென்று புரிந்துகொள்ள முடியுமா? இப்படிப்பட்ட நிலை மிகவும் மோசம்தான். இதற்கு காரணம் நான்தான். மேலோட்டமாக நான் எதையும் எடுத்துக் கொண்டதில்லை. என்னைச் சுற்றி கேலியும் கிண்டலும் நிறைந்திருந்தது. நான் மனிதர்களிடம் ஒன்றே ஒன்றை எதிர்பார்த்தேன். அதாவது அதுதான், உணர்வுகள். இரக்கமற்ற மனிதர்கள் அதனை கண்டுகொள்வதில்லை. யாருடைய உணர்வு களுக்கும் மதிப்பளிப்பதில்லை. சக மாணவர்களிடம் அதைத்தான் விளக்க முற்பட்டேன். அதனால் கிடைத்த அவமானங்கள் ஏராளம். பெற்றோர்களிடமும் முழுமையான அன்பைப் பெறவில்லை. இதுவும்கூட என் தவறுதான். நான் அனைத்தையும் உள்ளார்ந்து பார்க்கிறேன். அவர்கள் மேலோட்டமாக பார்க்கிறார்கள். ஆம், அவர்கள் மேலோட்டம்தான். என்னைப் பற்றி நீ நினைப்பதெல்லாம் தவறு. சவானா இப்பொழுது உயிரோடு இருந்திருந்தால் அவளிடம் சென்று கொட்டித்தீர்த்திருப்பேன்.''

சூரியனின் வெப்பம் மெல்ல அதிகரிக்க தொடங்கிய பொழுது மணி சரியாக பதினொன்று இருக்கும். மிகவும் குழப்பத்துடன் திடீரென்று குறுக்கிட்டான் எட்வின்.

"கார்டல், வா அந்த பெஞ்சில் அமர்ந்து பேசலாம். நான் சவானாவின் இடத்தை நிரப்பவே வந்திருக்கிறேன். நீ கவலை கொள்ளாதே நண்பா வா.." என்று சாலை நடைபாதை ஓரத்தில் போடப் பட்டிருந்த பெஞ்சில் இருவருமே அமர்ந்தனர். மரத்தின் நிழலில் அமர்ந்த அவர்களுக்கு வெப்பத்தின் தாக்கம் சிறிதும் தெரியவில்லை. ஆங்காங்கே போடப்பட்டிருந்த பெஞ்சுகளில்

ஒருசிலர் ஓய்வெடுத்தனர். சில இடங்களில் பெஞ்சுகளில் வெயில் படும்படியாக இருந்தது. சில நிமிடம் எந்தவித பேச்சுமின்றி இருவரும் அமைதியாக இருந்தனர். ஏதோ ஒன்றை பார்த்தபடியே, தான் சொல்ல வந்ததை சொல்ல முற்பட்டான். தெளிவாக சொல்லிட முயற்சித்தான். அவ்வாறே தொடங்கினான்.

"அருமைமிகு எனதன்பு நண்பனே! எனது குழப்பங்களுக்கு நீயொருவனே விடையளிக்க வேண்டும். இங்கு பார். நாம் அமர்ந்து கொண்டிருக்கும் இந்த இடத்தைவிட்டு கிளம்புவதற்குள் ஒரு விடை கண்டுதான் செல்ல வேண்டும்.

நேற்று இரவு உனது அறையிலிருந்து எனது வீட்டிற்கு வந்தபொழுது எனக்கான துன்பம் ஏற்பட்டுவிட்டது. நான் அங்கு செல்லும் பொழுதே கேவின் இபாலும் கேட்டலினாவும் எனக்காக காத்திருந்தனர். அவர்களிடம் மகிழ்ச்சியுடன் உனக்கு கிடைத்த வேலையைப் பற்றிச் சொன்னேன். அவர்களிடம் நான் எதிர்பார்த்த அளவுக்கு மகிழ்ச்சி ஏற்பட்டாலும் ஏதோ தங்கள் கடமைக்குப் பரவாயில்லையே என்ற வார்த்தையை கேட்டலினாவைப் பார்த்துச் சொன்னார் கேவின். அவரின் முகத்தில் ஏதோ ஏளனம் தென்பட்டது. சிறிதும் எனக்குப் பிடிக்கவில்லை. அவர்கள் என்னிடம் ஏதோ ஒன்றை எதிர்பார்க்கிறார்கள். நான் மேற்படிப்பைத் தொடர வேண்டும். அதன் மூலம் எனக்கான வேலையை வெளி நாட்டில் தயார் நிலையில் வைத்திருக்கிறார்கள் என்பது மட்டும் உறுதி. விருப்பத்திற்கு மாறான விஷயங்களை செய்வதால் என்ன பயன்? இப்படிப்பட்ட கேள்விகளை அவர்களிடம் எத்தனையோ முறை நேரில் கேட்டு என்ன நிகழ்ந்துவிட்டது? அதனால் எந்த பதிலும் பேசவில்லை. மௌனமாக உள்ளே செல்ல முயன்றேன். தடுத்தார்கள். விண்ணப்பத்திற்கான தேதி நெருங்கிவிட்டதாகச் சொன்னார்கள். இதற்கு மறுப்பு தெரிவித்தால் பெரும் குற்றம் இழைத்துவிட்டது போல அவர்களே என்னைப் பற்றி ஏதோ ஒன்றை

சித்திரித்துவிடுகிறார்கள். எனக்கான முயற்சிகளை நான் எடுப்பதே இல்லையென்று அவர்களே முடிவெடுத்துவிட்டார்கள். இனி என்ன இருக்கிறது. யார்தான் புரிந்துகொள்ளப் போகிறார்கள். அத்தனைப் பணமிருந்தும் படிப்பதற்கு என்ன என்ற கேள்வியை பின்னால் பேசிக்கொண்டிருக்கும் சொந்தங்களிடமும் இவர்கள் ஆலோசனை கேட்கிறார்களே. பிறகு எப்படி அவர்கள் நான் சொல்வதை சிந்திப்பார்கள். சொல் நண்பனே என்ன செய்வது. அவர்கள் போக்கில் நான் படிக்கச் செல்வது எல்லோருக்கும் சரி என்று தோன்றினாலும் எனக்கு அதில் துளியும் விருப்பமில்லையே. நான் நாட்களை தனிமையில் கழிக்க விரும்புகின்றேன். கொள்கை கொண்ட மனிதர்களிடமிருந்து என்னை தனிமை படுத்திக்கொள்ள நினைக்கிறேன். இதற்கு பதில் சொல் எட்வின். நான் இதை உன்னிடம் கேட்பதற்கு காரணம் ஒன்று இருக்கிறது. உனது மேசையில் அடுக்கப்பட்டிருந்த புத்தகங்கள் எல்லாம் உணர்வுகளைப் பிரதிபலிக்கும். அது துன்பம் மற்றும் வாழ்வியல் சிக்கல்களை எடுத்துரைக்கும் புத்தகங்களாக இருந்தன. அதனால்தான், நான் உன்னிடம் கேட்கிறேன். சொல் நண்பா. ஒருவனிடம் இன்னொருவன் எதைத்தான் எதிர்பார்க்கிறான்.''

"அன்புத் தோழனே, நான் வைத்திருக்கும் புத்தகங்கள் யாவும் ஆசிரியர் ஜோன்ஸ் பிரதிபார்னாவ் அன்பளிப்பாகத் தந்தது. ஒவ்வொரு முறையும் இப்படிப்பட்ட புத்தகங்களை வாங்கித் தருவார். குறிப்பாக நான் முடித்த புத்தகங்களை அவரிடம் முழுமையாகச் சொன்னபிறகு. அவருக்கு வாசிக்கும் பழக்கமில்லை. பாடப் புத்தகங்களை மட்டுமே அவர் படித்து வைத்திருக்க வேண்டும். இது போன்ற புத்தகங்களை நான் வாசித்த பிறகு, என் வழியாகவே அவர் தகவல்களைச் சேகரித்தார். ஒவ்வொன்றையும் தெளிவாகக் கேட்டறிந்தார். இதனை பற்றி யாருக்கும் தெரியாதவாறு ரகசியமாகவே இன்னமும் காத்து வருகிறார். அவர் மேடைகளில் நான் படித்துச் சொல்லும் கருத்துகளை அப்படியே

பேசிவந்தார். பெரிதும் பாராட்டுக்குள்ளானார். இப்பொழுதும் கூட அந்தப் பாராட்டுகளைத் தக்க வைத்திருக்கிறார். அந்த ஆனந்தத்தில் அவர் அன்பளிப்பாக கொடுத்த புத்தகங்களே எனது மேசையில் நீ பார்த்தவை. ஆசிரியருக்கு நன்றி!'' என்று சொல்லிவிட்டு தனக்கு அருகிலிருந்த கார்டலை நோக்கினான்.

''நண்பா உன்னிடம் பல விஷயங்களைப் பகிர்ந்துகொண்டு தான் ஆகவேண்டும். உன் நிலையை அறியும் என்னைப் போன்ற ஒருவனிடம் உன் குழப்பங்களையும் கவலைகளையும் பகிர்ந்து கொள்வது நல்ல உறவை உண்டாக்கும் வழியாகவே எனக்குத் தெரிகிறது. ஒரு அடிமை போல வாழ்ந்த எனக்கு அதிக மனிதர்களைத் தெரிந்திடாதது பெரிய வியப்புக்குள்ளான விஷயமாக இருக்காது.

ஆனால் நான் வாசித்த புத்தகங்களில் எண்ணற்ற மனிதர்களை சந்தித்துவிட்டேன். நீ உன் வாழ்நாளில் கண்டிராத மனிதர்களைப் பற்றியும் அவர்களின் நடத்தைகளையும், எவ்வாறெல்லாம் துன்பங்களில் சிக்கி சீராடுகிறார்கள் என்பதையும் தெளிவாக வாசிப்பின் மூலம் உள்வாங்கியுள்ளேன். கிட்டத்தட்ட உன்னைப் பற்றிய புரிதலுக்கும்கூட அந்த புத்தகங்கள் தந்த புரிதலாகவே கருதுகின்றேன். மனித சமூதாயம் எத்தனையோ வளர்ச்சியை அடைந்தாலும்கூட அவர்களால் அதில் முழு திருப்திகொள்ள முடியவில்லை. தங்களுக்கென புதுப்புது கட்டுப்பாடுகளை அவர்களே விதைத்துக்கொள்வதே இதன் காரணமாக இருக்க வேண்டும். புதிதாக ஒன்றை நான் உன்னிடம் சொல்வதற்கு ஏதும் இல்லை. நீ உனது பெற்றோர்களிடம் நண்பர்களிடம் அன்பை எதிர்பார்க்கிறாய். அந்த அன்பு உன்னால் கொடுக்கப்பட்டது. கொடுக்கப்பட்ட அன்பின் பிரதிபலிப்பு, அவ்வளவு பிரகாசமாகத் தென்படாத காரணத்தினால், நீ அவர்களை வெறுக்கத் தொடங்கினாய். ஆம், காரணம் அதுவாகத்தான் இருக்க வேண்டும் கார்டல். இப்படிப்பட்ட சூழ்நிலையில் அவர்கள் உன்னை மேலேடுத்துச் செல்லும் நினைப்பு, உன்னால் அவர்கள் பிறகாலத்தில் பயன்

பெறுவதற்கான அடித்தளம் என்று நீ நினைக்கத் தொடங்கி விட்டாய். அப்படி இல்லையென்றாலும் அவர்களின் சமூக அந்தஸ்துக்காக உன்னை பலியிடப் போகிறார்கள் என்றும் நீ எண்ணிக்கொண்டிருக்கலாம். இதில் சுவாரசியம் என்னவென்றால் எல்லோரிடமும் ஒன்றையே எதிர்பார்க்கிறாய். அதுதான், அன்பு. அது எதிர்பார்ப்பது போல் வந்து சேரவில்லை. உனக்கு கிடைக்கப் பெறும் ஆதரவும் அன்பும் அவர்கள் ஒருவழியில் பயன் பெறுவதற்குத் தான் என்ற முடிவை நீ ஏன் எடுத்தாய்? என்பது எனக்குத் தெரியவில்லை. அதற்கு பல நிகழ்வுகளை நீ ஆதாரமாய் என்முன் வைத்தாலும்கூட உன் நினைப்புகள் யாவும் தவறென்றே என்னால் உறுதியாகக் கூறிட முடியும்.

பேரன்பு நண்பனே! இவை எல்லாம் நிகழ்ந்த ஒன்றாக இருக்கலாம். ஆனால் இப்பொழுது இந்த நிகழ்காலத்தில் அவைகளெல்லாம் உன் மனம் செய்யும் கற்பனை என்றே சொல்ல வேண்டும்.''

''என்னது கற்பனையா!'' சிடுசிடு முகத்துடன் ஆத்திரமடைந்து அதிர்ச்சி கலந்த தோற்றத்துடன் கத்தினான் கார்டல்.

''நான் இன்னும் பேசிமுடிக்கவில்லை'' என்று ஒரு தெளிவான புன்னகையோடு மீண்டும் தொடர்ந்தான். கொஞ்சம் அதிகமாகவே தெளிவுபடுத்துகிறேன் கேள் நண்பா

நிகழ்காலத்தில் கடந்த காலத்தைப் பற்றி நினைக்கும் பொழுது அது கற்பனை என்ற வடிவம் பெறுகிறது. அது உண்மையில் நிகழ்ந்த ஒன்றாக இருந்தாலும் கூட இந்த நொடியில் அது கற்பனைக்குள் தானே செல்கிறது. உனது உணர்வுகளையும் அவ்வாறே வகைப் படுத்தவேண்டும். உண்மையான உணர்வு, இதோ இப்பொழுது, இந்தக் கணம் நிகழ்ந்துகொண்டிருக்கிறது. எதிர்காலமோ கடந்த காலமோ என்பது இங்கு கேள்வி இல்லை. நீ நிகழ்காலத்தில் இருக்கிறாய், நிகழ்ந்தகாலத்திலிருந்து வந்திருக்கிறாய், நிகழ்

காலத்திற்குத்தான் செல்லபோகிறாய். குழப்பமடைந்து காணப் படும் நீ இப்படி ஒன்றை கேட்கும் பொழுது என்னை ஒரு முட்டாளாக நினைப்பதில் தவறொன்றுமில்லை. இதனைப் புரிந்துகொள்வது சுலபம் கேள்!

மனிதன் தோன்றியதிலிருந்து இப்பொழுது வரை எத்தனையோ மாற்றங்களைக் கண்டிருக்கிறான். அவன் கண்டெடுத்த ஒவ்வொரு விஷயமுமே ஒரு புதிய அத்தியாயத்தை தொடங்குவதன் நிலையே. அதாவது அவன் கண்டெடுத்தான் என்று நான் கூறுவது அவனுக்கு அவனே விதித்துக்கொண்ட விதிமுறைகளைத்தான். அவன் ஏற்படுத்திய வட்டத்துக்குள் அவன் சுதந்திரமாக இருக்கிறான் என்பது அவனுக்கே தெரியாத முட்டாள் தனமான ஒன்றாகவே இருக்கிறது. இப்படி மனிதன் கடந்து வந்துகொண்டு இருக்கும் பொழுதே ஒவ்வொரு நிலையிலும் தனக்கு ஏற்றவாறு விதி முறைகளையும் கட்டுப்பாடுகளையும் மாற்றிக் கொண்டே இருந்தான். அப்படிப்பட்ட கட்டுப்பாடுகள் அவன் கடந்து வந்த காலத்தில் அவன் பட்ட துன்பங்களுக்கும் எதிர்காலத்தில் அதை தவிர்க்கும் காரணத்தோடு அவன் நிலைநிறுத்த விரும்பியிருக் கின்றான். இந்தக் கோட்பாடுகள் யாவும் அவனவனது மனம் இட்டுச்செல்லும் கற்பனைகளாகவே தோன்றுகின்றன. இதனால் பெரிதும் பாதிக்கப்படும் மனிதர்கள், அவர்களுக்கென போடப் பட்ட கட்டுப்பாடுகளை மதம் எனும் அடிப்படைக்குள் கொண்டு வருகிறார்கள். ஒரு ஒழுக்க நெறிக்காகவே அனைவரையும் கட்டுக்குள் கொண்டுவர எண்ணுவது சரியானதாகத் தெரியவில்லை என்றாலும்கூட அதைப் பின்பற்ற வேண்டும் என்று சமுதாயத்தின் ஒவ்வொரு தனிமனிதனும் நினைக்கிறான். விருப்பமில்லாத நிலையிலும் அவன் இதை பின்பற்ற வேண்டும். சமூகம் சார்ந்த நெருக்கடிகள் அவனைத் துரத்திக்கொண்டு, அவன் செல்ல விருக்கும் பாதைகளைமாற்றிவிடுகின்றன. மனிதர்கள் மதத்தன்மை களை பின்பற்ற தவறிவிட்டதே இதன் காரணம். ஒருவனின்

உணர்வுகள் இந்த சமூகத்தினால் அறியப்பட்டு மதிப்பளிக்கப் படுகிறது. இந்த சமூகமோ மதத்தின் பெயரால் தனக்கென சில கொள்கைகளை விதித்துவிட்டு ஒரு தனி மனிதனின் துன்பங்களை அவனுக்கே பரிசளிக்க காத்துக்கொண்டிருக்கிறது. இப்பிரபஞ்சத்தில் அவன் விதித்த கட்டுப்பாடுகள் ஒரு வட்டத்துக்குள்ளேயே ஓடிக்கொண்டிருக்கின்றன. ஆனால் மதத்தன்மை இப்பிரபஞ்சம் முழுக்கப்பரவிக்கிடக்கும் ஒன்று. அதனை அவன் இட்ட வட்டத்திற்குள் இருந்து பார்த்திட இயலாது. எப்பொழுது கட்டுப்பாடுகளை விட்டு அவன் வெளியே வருகிறானோ அப்பொழுதே அவன் மதத்தன்மையினை உணர்வான். அவன் இன்றுவரையில் அறிந்து வைத்திருப்பதெல்லாம் மதம் எனும் பெயரால் விதித்து விடுக்கப்பட்ட கட்டுப்பாடுகளே தவிர மதத்தன்மையினை அறிந்துகொள்ளவில்லை. இப்படிப்பட்ட கட்டுப்பாடுகளுக்கு கீழே நமது உணர்வுகள் நிலையற்ற நிலையில் ஓடிக்கொண்டிருக்கின்றன. அப்படி இருக்கையில் நீ உனது பெற்றோர்களின் எதிர்பார்ப்பை எதிர்ப்பது சரியானதாக இருக்காது. அவர்களும் இந்த சமூக கட்டமைப்பிற்குள் இருப்பதால் உன்னைப்பற்றிய சிந்தனைகள் அவர்களுக்கு தேவைப்படுகிறது என்பதே இங்கு புரிதலுக்கு அவசியமான ஒன்று.

இதனை மிகவும் சுருக்கமாகச் சொல்ல வேண்டுமென்றால், உன் எதிர்காலத்தின் மீது அவர்கள் கொண்ட அக்கறையும் தற்பொழுது நீ எடுக்கும் முடிவால் அவர்களுக்கு ஏற்படும் பயமுமே அவர்கள் உன்னிடம் கடுமையாக நடந்து கொள்கிறார்கள். அன்பு நண்பனே, நீ அன்பானவன். அவர்கள் மேல் அன்பு வைத்திருக் கிறாய். அவர்களும் உன்மீது அன்பு செலுத்துகிறார்கள். அவர்கள் எதிர்பார்ப்பை நிறைவுபடுத்தும் நிலையில்தான் நீ உள்ளாய் என்பது எனக்கு தெரிகிறது. அதை உன்னாலும் புரிந்தகொள்ளமுடிகிற தல்லவா? ஆதலால் நீ அவர்ளை ஏற்பதே சிறந்தது. உணர்வு சார்ந்த உனது கேள்விகளுக்கு என்னால் முடிந்த, நான் அறிந்தவற்றை உன்னிடம் கூறிவிட்டேன். இவைகளெல்லாம் நான் படித்து வந்த

கதைகளிலிருந்து எடுத்துக்கொண்டவையே தவிர உண்மையில் உறவுகள் சார்ந்த விஷயத்தை அறிந்ததில்லை. குழந்தைப் பருவம் முதலே அடிமைத்தனப்பட்டு கைதியைப் போல வாழ்ந்த எனக்கு இதுவரையில் எந்த உறவுகளையும் சந்தித்து, அவர்களால் ஏற்படும் துன்பங்களையும் இன்பங்களையும் நான் அனுபவித்ததில்லை. வெறுமனே கழிந்துவிட்ட எனது கடந்த காலத்தை நினைத்துப் பார்க்கவும் விரும்பவில்லை. ஆனால், நீ என்னிலிருந்து முழுமையாக மாறுபட்டவன். சொந்தங்களும் நண்பர்களும் உன்னை சுற்றியுள்ளனர். ஆனால், நீ அவர்களிடம் உணர்வுபூர்வமான ஒன்றை எதிர்பார்க்கிறாய். அது கிடைக்கவில்லை என்று உன்னை நீயே தனிமைப் படுத்திக்கொண்டு, அவர்களை விட்டு விலகிச் செல்கிறாய். இது எவ்வளவு பெரிய முட்டாள்த்தனமான செயல் என்பதை நான் சொல்லத் தேவையில்லை. நீ அவர்கள் மீது அன்பு செய்கிறாய், பிறகு அவர்களது எதிர்பார்ப்பை நிறைவேற்ற மறுப்பது சரிதானா நண்பா? உன் முடிவை மாற்றிக்கொண்டு அவர்களது எண்ணங்களுக்கு மாற்றம் கொடு.''

தெளிவில்லாத நிலையிலிருந்த கார்டலுக்கு எட்வின் விளக்கிச் சொன்ன எல்லாவற்றையும் அவனால் புரிந்துகொள்ள முடியவில்லை. அவன் கூறிய சிலவற்றைப் புரிந்துகொண்டாலும் அதை அவனால் ஏற்றுக்கொள்ள முடியவில்லை. எட்வின் தனக்கு சாதகமான பதிலை தரக்கூடும் என்ற அவனது எண்ணம் உடைக்கப் பட்டுவிட்டது. இதனாலென்னவோ அவன் பதிலேதும் பேசவில்லை.

கார்டலின் மௌனத்தில் விவரிக்க முடியாத குழப்பங்கள் தென்பட்டது. நண்பனைப் பெரிதும் குழப்பிவிட்டதாக உணர்ந்த அவன் "நண்பனே! நான் சொல்வதைச் சொல்லிவிட்டேன் இது எனது அறிவுரைகள் மட்டுமே. ஏதாவது தவறுதலாகக் கூறியிருந்தால் மன்னித்துவிடு நண்பா.''

"இல்லை! இல்லை வேறொன்றுமில்லை. நான் அப்படி ஏதும் நினைக்கவில்லை எட்வின். நீ கூறியது ஏதோ ஒரு வகையில் எனக்கு

நிம்மதி அளித்துக்கொண்டுதானிருக்கிறது . இப்பொழுது நாம் செல்ல வேண்டும். வீட்டில் இன்று ஒன்றாகத்தான் உணவு உண்ணப்போகிறோம். வா நண்பா'' என்றபடி ஏதோ சிந்தனையிலிருந்து பேசிக்கொண்டிருந்தான் அவன். இருவரும் எழுந்து நடைபாதையில் நடக்கத் தொடங்கினார்கள்.

வீட்டிற்குள் வந்தவுடன் மிகப்பெரிய வரவேற்பறையில் போடப்பட்டிருந்த மிகவும் வசதி கொண்ட மெத்தை இருக்கையில் அவனை அமரச்சொன்னான் கார்டல். மெத்தை இருக்கையில் அமர்ந்த அவன் ஒரு வித்தியாசமான உணர்வை பெற்றிருப்பது போல காணப்பட்டான். இதுவரை அவன் இப்படி வசதி கொண்ட வீட்டைப் பார்த்திராததும்கூட இந்த வியப்புக்கான காரணமாக இருக்கலாம்.

உணவு தயார் நிலையில் உள்ளதென பணிப்பெண் அவர்களிடம் தெரிவித்தாள்.

''இதோ வருகிறோம் ப்ரீதா'' என சொல்லிவிட்டு எட்வினை சாப்பாட்டு அறைக்கு கூட்டிச் சென்றான். ''ப்ரீதாதான் சவானாவுக்குப் பிறகு இங்கு அதிக நாட்களாக வேலை செய்து கொண்டிருப்பவள். நான் இவர்களை பெயர் சொல்லித்தான் எப்பொழுதும் அழைப்பேன். சிலர் என்னை மரியாதை இல்லாமல் இப்படி அழைப்பதாகச் சொல்வார்கள். ஆனால் உண்மையில் ஒருவருடைய பெயர் சொல்லி அழைப்பது இனிமையான ஒன்றாகவே எனக்குத் தெரிகிறது. சரி வா! எட்வின்''

அந்த அறையில் சாப்பிடுவதற்கென்றே போடப்பட்டிருந்த நாற்காலியுடன் கூடிய வட்ட மேசை இருந்தது. அந்த நாற்காலியில் இருவருமே அமர்ந்து உணவருந்திவிட்டு மீண்டும் வரவேற்பறைக்குள் சென்றனர். அங்கிருந்த சோபாவில் உட்கார்ந்துகொண்ட எட்வின் அசதியால் தூங்கிவிட்டான். பிறகு கார்டலும் அவனது அறைக்குச் சென்று தூங்க முயன்றான். சில நிமிடங்கள் சம்மந்தமில்லாத ஏதோ ஒன்றை சிந்தித்துகொண்டே உறங்கிவிட்டான்.

தன்னையே அறியாமல் தூங்கிவிட்டதை அறிந்து சட்டென்று எழுந்த எட்வினுக்கு, வெட்கப்படும்படியான உணர்வு அவன்மீது படரத் தொடங்கியது. கார்டல் அவனது அறையில் உறங்கிக் கொண்டிருக்கிறான் என்பதனை ப்ரீதாவிடம் கேட்டுத் தெரிந்து கொண்டான்.

''நான் எனது அறைக்குச் செல்கிறேன் கார்டலிடம் சொல்லிவிடுங்கள்'' என்று பணிப்பெண் ப்ரீதாவிடம் கூறிவிட்டு அங்கிருந்து விடைபெற்றுக் கொண்டான் எட்வின்.

தான் தங்கியிருந்த அறைக்கு வந்த எட்வின், தனது மேல் சட்டையை கழட்டி நாற்காலியின் மேல் வைத்துவிட்டு இனி செய்வதற்கு ஒன்றுமில்லை என்ற மனநிலையில் கட்டிலில் அமர்ந்துகொண்டான்.

'தி எலைட்' நிறுவனத்தில் வேலை பார்த்துக்கொண்டே நியாயப்படி மருத்துவர் கேவின் இபாலுக்கு மாதம் மாதம் வீட்டு வாடகை தந்துவிட வேண்டும். அவர் கேட்காவிட்டாலும் தங்கு வதற்கான வாடகையை என்னால் முடிந்த அளவிற்கு தந்துதான் ஆக வேண்டும். நான் கதை எழுதுவதற்கும் தகுந்தவாறே வேலை அமைந்திருக்கிறது. இல்லை இல்லை.. கார்டலால் அமைத்துத் தரப்பட்டிருக்கிறது என்று அவனுக்கு கிடைத்திருக்கும் நண்பனை நினைத்து பெருமிதம் கொள்ளும் வகையில் நினைத்துக்கொண்டான்.

பார்டிலைன் நகரத்திற்கு வந்து இருபது நாட்களுக்கு மேலே ஆகிவிட்ட நிலையிலும் அவன் வெளியிலுள்ள சூழலை கவனித்த தில்லை. ஏனென்றால், கவலைகள் நிரம்பிய அவனது மனதில் ஏற்பட்ட தாக்கம் கொஞ்சமும் அவனை விட்டு அகலவில்லை. கார்டலைப்போல எப்பொழுதும் தனது மன அழுத்தங்களை வெளியில் சொல்ல விரும்பாத எட்வினுக்கு அந்த அறையே, சவானாவின் இறப்பிற்கு பின்பு அவனுக்கு இன்றுவரையிலும் துணையாக இருக்கிறது என்றே கூறலாம். தனிமையில் இருக்கும்

பொழுது அவனது செயல்கள் புரிதலற்றவாறே இருந்தன. இப்பொழுதும்கூட அவன் கண்களில் கண்ணீர் வழிந்து கொண்டிருக் கிறது. அதற்கான காரணங்களை புரிந்துகொள்வது கடினமாகத் தோன்றாவிட்டாலும், தனித்து இருக்கும் அவனது நிலை வருத்தம்கொள்வதாகவே இருக்கிறது.

இந்த நிலையிலும்கூட அவன் ஏதோ ஒன்றை எழுதிட துடித்துக்கொண்டிருந்தான். ஆனால், தனக்கு ஏற்பட்ட மன அழுத்தத்தினால் எழுத நினைப்பதெல்லாம் சரியான முறையில் அமைவதில்லை. கார்டலும் நேற்று தன்னுடைய கதையைப் படித்துவிட்டு பெரிதாக என்ன இருக்கிறது. எல்லாம் ஏற்கனவே தெரிந்த விஷயமாகத்தான் இருக்கிறது என்றல்லவா கூறிவிட்டான். இதுவும் அவனுள் ஓடிக்கொண்டு எரிச்சலை தூண்டியது.

முப்பது நாட்கள் கடந்த நிலையில் வெயிண்ட் நகரத்திலுள்ள ஆசிரியர் ஜோன்ஸ் மற்றும் அவரது மகள் பெத்தனியின் நினைவுகள் இன்று அவனைப் பற்றிக் கொண்டன. சரியாகச் சொல்லப் போனால் அவர்களை விட்டு விலகி இருப்பதற்காகவே இங்கு வந்திருக்கிறான். ஆனால் அவர்களது நினைவுகள் அவனை விட்டு விலகவில்லை.

''நான் இங்குதான் வந்திருக்க வேண்டும் என்று ஆசிரியர் ஜோன்ஸ் கண்டிப்பாக அறிந்திருப்பார். எனது உறவினரிடம் கேட்டுத் தெரிந்திருக்க வாய்ப்பிருக்கிறது. ஐயோ! ஒருவேளை உண்மையிலேயே நானிருக்குமிடம் அறிந்திருந்தால், எப்படியாவது என்னை அவரிடமே அழைத்துச் சென்றுவிடுவாரே. இன்னும் பல மேடைகளில் பேசுவதற்கான பட்டியலும் குவிந்து கொண்டிருக்கும் வேளையில், நான் இங்கு வந்துவிட்டதால் புத்தகங்களில் இருக்கும் விஷயங்களை அவர் எப்படிப் பேசப் போகிறார். அவர் கட்டாயம் என்னைத் தேடிக்கொண்டிருப்பார். ஒரு வேளை நான் அங்கிருந்து வந்ததும் அவருக்கு நல்லவிதமாகக் கூட தோன்றலாம். எது எப்படியோ நான் இங்கிருப்பதுதான் நல்லது. கேவின் இபாலுக்கு நான் செய்த போலித்தனம் தெரிந்துவிட்டால் அவர் என்னை

இங்கிருந்து துரத்திவிடுவார். நான் படித்தவன் என்ற காரணத்தினாலும் சவானாவின் மகன் என்ற அனுதாபத்தினாலும்தான் என்னை அவர் இந்த வீட்டில் தங்க வைத்திருக்கிறார். சரி! அவர் என்னை இங்கிருந்து வெளியேற்றினாலும் ஆச்சரியப்படுவதற்கு ஒன்றுமில்லை. நானே எழுதிய கடிதத்தை எனது மாமா ஜெராட் எழுதியதாக கூறிய பொய்களுக்கு நிச்சயம் கேட்டலினா கேவின் என்னை தண்டிக்கத்தான் வேண்டும். அந்தக் கடிதத்தால் அவர் உண்மையிலேயே மனம் இறங்கி எனக்கு இங்கு தங்குவதற்கும், உணவுக்கும் ஏற்பாடு செய்து தந்தார். ஐயோ! கடவுளே இதை நான் முன்னரே யோசிக்கவில்லையே. அவர்களுக்கு இந்த விஷயம் தெரியவந்தால் நாமே இந்த அறையை காலிசெய்வதுதான் நல்லது. வெளியில் தங்கிக் கொண்டு பணிக்குசெல்வோம்'' என்ற படியெல்லாம் சிந்தித்துக் கொண்டிருந்தான். பிறகு தான் கார்டலுக்கு வழங்கிய அறிவுரைகளை எண்ணி தனக்குத்தானே சிரித்துக் கொண்டான். ''என்ன இது அவனுக்கு அறிவுரை கூறிய நமக்கு நம்மையே ஆறுதல்படுத்த முடியவில்லை. அதுவுமில்லாமல் இப்படிப்பட்ட சூழ்நிலைகளை எதிர்கொள்ளாமல் அவர்கள் காட்டும் அனுதாபங்களுக்காக பொய்க்கடிதங்களெல்லாம் எழுதி உண்மைகளை மறைத்து அடைக்கலம் புகுந்தார் போல வாழும் நான் புத்தகம் எழுத ஆசைப்படுகிறேன். மக்கள் இந்த உண்மைகளை அறிந்தபிறகு எனது கருத்துகளை எப்படி நம்புவார்கள்.'' இதுவெல்லாம் எங்கு சென்று முடியும் என்பதைப்பற்றி பல கேள்விகளை தனக்குள்ளே கேட்டுக்கொண்டிருந்தான்.

கட்டிலில் அமர்ந்திருந்த எட்வின் எழுந்துகொண்டு நாற்காலியில் கழட்டிப் போடப்பட்டிருந்த மேலங்கியை எடுத்து கட்டிலின் மேல் வீசினான். பிறகு நாற்காலியில் அமர்ந்து தனது கையேட்டை எடுத்து தான் இறுதியாக எழுதியிருக்கும் கதையைப் படித்தான். ''சே... என்ன இது? கார்டல் சொன்னது போல கதை எல்லோரும் கேள்விப்பட்ட, பார்த்த ஒரு கதையாகவே இருக்கிறது.

பரவாயில்லை ஆரம்பத்தில் 'ஸ்டீபன்' பற்றி எழுதியதெல்லாம் நன்றாகத்தான் இருக்கிறது. ஆனால் பெத்தனி உடனே எப்படி திருந்தினாள். ஹா...ஹா...ஹா... இருக்கட்டும் அவள் அவன் காதலனோடு ஓடிவிட்டாள் என்றார் போல கதையை மாற்றி விடாலம்'' என்று அவன் சரியில்லாமல் அவனிடமே பேசிக் கொண்டிருந்தான். இப்படி அவன் அவனது மனதிற்குள்ளேயே எல்லா விஷயங்களையும் பேசி தனிமையை கழித்துவிடுவான். வெயிண்ட் நகரத்திலிருந்தபோது கூட அவன் தனிமையை உணர்ந்ததில்லை. பெரும்பாலும் ஆசிரியர் ஜோன்ஸ் அவர்களுடன்தான் இருந்துவந்தான். ஓய்வுபெற்ற ஆசிரியர் என்பதால் அவரும் அவர் மனைவியும் தனியாக வசித்துவந்தனர். பிள்ளையின்றி தவித்த அவர்கள் வெகுகாலம் கழித்து பெத்தனியை தத்தெடுத்தனர். மிகவும் பண்பு மிக்க ஆசிரியர் ஜோன்ஸ் ஓய்வு பெற்ற பிறகு பள்ளி கல்லூரி விழாக்களிலும் சொற்பொழிவு நிகழ்ச்சிகளிலும் பேசிவந்தார். புத்தகங்களைப் பற்றி அறிமுகப் படுத்தும் அவரது பேச்சால் எல்லோரையும் கவரத்தொடங்கினார். அதற்கு கருவியாக பயன்பட்ட எட்வின் இமானுக்கு அவர் எந்தவொரு அங்கீகாரமும் அளிக்கவில்லை. இருப்பினும் அவனுக்கு தேவையான வசதிகளை ஏற்பாடு செய்து தந்தார்.

ஆனால், இப்பொழுது அவன் தங்கியிருக்கும் இந்தத் தனி அறையில் முழுக்க முழுக்க சவானாவின் நினைவுகளை புரட்டிப் பார்க்கவே அவன் காத்திருந்தான். அவன் எப்படி சிந்தித்து நினைவு படுத்திப் பார்த்தாலும் பார்டிலைன் எனும் இந்த நகரத்திலிருந்து கண்ணீருடன் தனது தாயை விட்டுச் சென்ற நாள் மட்டுமே அவனுக்கு நினைவிருக்கிறது. அந்த நினைவுகளிலிருந்து வெளிவர மீண்டும் ஒரு கதையை எழுத முற்பட்டான். மேசையிலிருந்த தனது கையேட்டை எடுத்து தலைகீழாக வைத்து கடைசிப்பக்கத்திரு லிருந்து எழுதத் தொடங்கினான்.

முப்பது நாற்பது பக்கங்களை கிட்டத்தட்ட மூன்று மணி நேரமாக எழுதி தீர்த்தான். அதில் தன்னைப் பற்றி அப்படியே

எழுதினான். அவன் தந்தையின் கொடூரச் செயலில் தொடங்கி தன் வாழ்வில் பெரும் மாற்றத்திற்கான கனவுகளையும் கற்பனை களையும் முடிவாக எழுதினான். அந்த கதையில் தனது தாயைப் பிரிந்த ஒருவன் பதினைந்து வருடங்களுக்குப்பிறகு, அவன் தாய் உயிரோடு இருக்கிறாள் என்பதை அறிந்து இறுதியாக அவளிடம் சென்று அன்பு மழையில் நனைந்துவிட்டதாக முடித்தான்.

மாலைப் பொழுது தொடங்கிவிட்ட நிலையில் அவன் கார்டலை எதிர்பார்த்துக் காத்திருந்தான். வெகு நேரம் காத்திருந்த எட்வின், அவன் இன்று வரப்போவதில்லை என்ற முடிவை எடுத்துவிட்டான். பகல் பொழுதைக்கூட தனிமையில் சந்தித்திடும் அவனால் இருளை சந்தித்திட முடிவதில்லை. இவ்வளவு பெரிய பாதிப்புக்கு காரணம் ஒன்றே அது சவானாவின் இழப்பாகத்தான் இருக்கவேண்டும். அதுவும் எப்படிப்பட்ட இழப்பு.

இருள் மெல்ல மெல்ல படரும் நேரம் வந்தது. அவன் கதவருகே சென்றான். பிறகு மேல் சட்டையை உடுத்திக்கொண்டு தாழிட்ட கதவை திறந்து வெளியே வந்தான். காலணிகளை அணிந்துகொண்டு ஒரு சிறிய பூட்டு ஒன்றை எடுத்து கதவைப் பூட்டினான். அவன் முதல் தடவையாக கதவை பூட்டிக்கொண்டு தனியாக வெளியேறிய நேரமும்கூட. அவன் எபோர்ட் சாலையை நோக்கி நடக்கத் தொடங்கினான். சில நிமிடங்களிலேயே எபோர்ட் சாலையின் நடைபாதையில் ஏறத்தொடங்கிய அவன் எங்கும் ஓடிக்கொண்டிருக்கும் வாகனங்களையும் நடைபாதையில் மக்கள் நடமாட்டம் அதிகமாக இருப்பதையும் கண்டு ஏதோ பெரும் உணர்வு கிடைத்தது போல உணர்ந்தான். அறையில் இருந்த தனிமை, இப்பொழுது அவனை விட்டு முழுமையாகச் சென்று விட்டது என்பதை அவன் உணரத்தொடங்கினான். எங்கும் புதுமுகங்கள்... அந்த அகல நடைபாதையில் எத்தனையோ பேர் நடைப்பயிற்சி மேற்கொண்டிருந்தனர். காலையில் பார்த்ததை விடவும் இந்த அந்திமாலைப் பொழுதில் மக்கள் இங்கு படர்ந்திருப்பதை கண்டு வியந்தான்...

இப்படிப்பட்ட பரபரப்பான மக்கள் நிறைந்த சாலையை இன்று தான் பார்க்கிறான். உற்சாகத்தில் கொஞ்சம் வேகமாகவே அடியெடுத்து வைத்தான். அங்குள்ள கடைகளையும் பெஞ்சுகளையும் எண்ணிக் கொண்டே நடந்து சென்றான். எல்பின்ட் சாலை இணையும் பகுதிக்கு வந்த அவன் மீண்டும் நேராகவே நடக்கத் தொடங்கினான். எல்பின்ட் சாலை இணையும் பகுதியை கடந்து சில நிமிடங்களில் அந்த சாலையோரத்தில் பூங்கா செல்லும் வழி ஒன்றையும் கண்டான். மக்கள் அந்த பகுதிக்குள் கூட்டம் கூட்டமாகச் சென்று கொண்டும் அங்கிருந்து வெளிவந்து கொண்டும் இருந்தார்கள். அவன் அந்த பகுதிக்குள் செல்லாமல் எபோர்ட் சாலையின் நடைபாதை முடியும் வரை நடந்தாக வேண்டும் என்ற ஆசையிலே நடந்துகொண்டிருந்தான். இருள் படரத் தொடங்கும் பொழுதே சாலையில் இருபுறங்களிலும் விளக்குகள் எரிந்து கொண்டிருந்தன. ஒரு சில விளக்குகள் எரியாமல் இருந்ததையும் எண்ணிக்கொண்டிருந்தான். இந்த எண்ணிக்கை களைத் தொடரும் பொழுது கடைகளின் எண்ணிக்கையை பாதியில் முடித்துக்கொண்டு இதைத் தொடர்ந்தான். கிட்டத்தட்ட இரண்டு மூன்று மைல் அவன் எபோர்ட் சாலையின் நடைபாதையில் நடந்து கொண்டிருக்கிறான். ஒரு புது அனுபவத்தை ஏற்படுத்திய அந்தப் பயணம் அவனுக்கு எந்தச் சோர்வும் ஏற்படுத்தவில்லை. அவன் நடந்துகொண்டிருக்கும் பொழுது ஒரு கடையில் கூட்டம் அலைமோதியதைக் கண்டு நடைபாதையைவிட்டு விலகி அந்த கடைக்கு அருகே சென்றான். உணவுகளைப் பொட்டலம் போட்டு குறைந்த விலைக்கு விற்றுத் தள்ளுகிறார்கள் என்பதைப் பார்த்தவுடன் தெரிந்து கொண்டான். அங்கிருந்து மீண்டும் நடைபாதையில் ஏறி நடக்கத்தொடங்கினான்.

பெரிதும் புகழ் பெற்ற இந்தச் சாலைப் பகுதியில் இரவைக் கழித்திட எண்ணிய அவன் தன் அருகில் பெஞ்ச் ஒன்று காலியாக இருப்பதைக் கண்டவுடன் அங்கு அமர்ந்தான். மூன்று நபர்கள்

உட்காரக் கூடிய அளவில் இருந்த அந்த பெஞ்சில் அவன் ஒருவன் மட்டுமே அமர்ந்து கொண்டிருந்தான். அவன் அமர்ந்திருந்த அந்த பெஞ்சில் சாய்ந்து உட்காரக் கூடிய வசதி இல்லையெனினும் இப்பொழுது அவனுக்கு அந்தவொரு இடம் மட்டுமே காலியாக இருந்தது. சாய்ந்து அமரக்கூடிய எல்லா பெஞ்சுகளிலும் ஒன்றிரண்டு பேர் அமர்ந்திருந்தனர். ஏழு மணியை தாண்டி இருக்கும் நிலையில் அங்கு காற்றும் இனிமையாக வீசிக் கொண்டிருந்தது. காலை நீட்டியபடி அப்படியே படுக்கத் தொடங்கினான். முதலில் படுப்பதற்கு தயக்கம் காட்டிய அவன் ஒருசிலர் மற்ற பெஞ்சுகளில் படுத்திருப்பதைக் கண்டு அவனும் தான் அமர்ந்திருந்த இடத்திலேயே படுத்ததும் உறங்கிவிட்டான். ஆழ்ந்து தூங்கிய அவன் இரண்டு மணி நேரத்திற்கு பிறகே நினைவு திரும்பி எழுந்தான். பதட்டத்துடன் எழுந்து உட்கார்ந்த அவன் மீண்டும் அமைதி நிலைக்கு வர சில நிமிடங்கள் ஆயின. நேரம் செல்லச் செல்ல மக்கள் குறைவாக காணப்பட்ட நிலையில் அவனைக் கடந்து செல்லும் மனிதர்களை எண்ணத் தொடங்கினான். அவனது எண்ணிக்கை நூற்றிநாற்பதை கடந்த பொழுது மணி பத்திருக்கும். அங்கிருந்த கடைகளெல்லாம் ஒவ்வொன்றாக மூடப்படுவதைக் கண்ட அவன் இரவுப் பொழுதை மென்மையாக உணரத் தொடங்கினான். நேரம் செல்லச் செல்ல ஆள் நடமாட்டமே இல்லாமல் எபோர்ட் சாலை வெறுமனே காணப்பட்டது. இருப்பினும் ஆங்காங்கே ஒரு சிலர் மட்டும் அவன் கண்களுக்கு தென்பட்டனர். பகல் பொழுதில் பரப்பரப்புடன் தென்பட்ட அந்தச் சாலை இப்பொழுது அமைதியாக காணப்பட்டது. சாலையில் வாகனம் செல்வதுமே குறைவாக இருந்தது. இங்கு அவனுடன் நிலவு துணை நிற்கிறது. இருளை அலங்கரித்துக் கொண்டிருக்கும் நிலவை ரசிக்கத் தொடங்கினான். அவனது ரசனை எல்லையற்றது. தனது அறையைவிட்டு வெகுதூரம் நடந்து வந்து விட்டோம் என்ற நினைப்பு மேலோங்கிய நிலையில் அங்கிருந்து எழுந்த அவன் தனது அறையை வந்து அடையும் பொழுது மணி பன்னிரெண்டுக்கு மேல்

ஆகிவிட்டது. கதவில் போடப்பட்டிருந்த பூட்டைத் திறந்து உள்ளே சென்று தாழிட்டுக் கொண்டான். அங்கிருந்து வந்த சோர்வில் கட்டிலில் படுத்து உறங்கிவிட்டான்.

எப்பொழுதும் தாழிடப்பட்டிருக்கும் எட்வினது அறையின் கதவு இன்று தாளிடப்படாமல் திறந்துகிடந்தது. ''என்ன அதிசயம்! இவன் எப்பொழுதும் உள்ளேதான் கிடப்பான். இப்பொழுது என்ன நேர்ந்தது, கதவைத் திறந்து விட்டு எங்கே சென்றிருப்பான்'' என்றபடி வாசலின் அருகே வந்து எட்டிப் பார்த்தான். எட்வின் நாற்காலியில் உட்கார்ந்துகொண்டு எதையோ எழுதிக் கொண்டிருப்பதைப் பார்த்துவிட்டு சத்தம் எதுமில்லாமல் உள்ளே வந்தான் கார்டல். யாரோ உள்ளே வருவது போல உணர்ந்த அவன் திருப்பிப்பார்த்தான்.

''அட.. வா கார்டல்! நேற்று இரவு என்ன ஆனாய். உனக்காக வெகு நேரம் காத்திருந்தேன்.''

''நான் நன்றாகத் தூங்கிவிட்டேன் நண்பா. நான் வரவில்லை யென்றால் என்ன? இரவு உணவிற்கு என்ன செய்தாய்? நீயாக வரலாம் அல்லவா? ஏன் சங்கடப்படுகிறாய்? என்பது எனக்குப் புரியவில்லை.''

''இந்தா..'' என உணவு கட்டப்பட்டிருந்த கேரி பாத்திரங்களை எடுத்தான்.

''அதுவொன்றும் இல்லை கார்டல். நான் எபோர்ட் சாலைக்குச் சென்றுவிட்டு, இரவு பன்னிரண்டு மணிக்கு மேல்தான் இங்கு வந்து சேர்ந்தேன். அதனால்தான்...''

''ஓ! அப்படியா இரவு நேரங்களில் எபோர்ட் சாலையில் நடப்பது ஒரு நல்ல அனுபவமாகத்தான் இருக்கும். ஆனால், என்னை இரவு நேரங்களில் அங்கு தனியாக அனுப்பமாட்டார்கள். எப்பொழுதாவது அப்பாவுடன் செல்வதுண்டு. மக்கள் நடமாட்டம் அதிகமாகத்தான் இருக்கும். அங்குள்ள பூங்காவிற்குள் சென்றாய் தானே?''

''நான் அங்கு போகவில்லை கார்டல். நடைபாதை முடியும் வரை நடந்து சென்றேன். பிறகு, அப்படியே திரும்பி வந்து விட்டேன். இன்று உன்னுடன் செல்லலாம் என்பதற்காககூட அப்படி நான் அங்கு போகாமல் இருந்திருக்கலாம் போல..''

'' ஹா. ஹா.. ஹா..''

''கண்டிப்பாகச் செல்லலாம் எட்வின். உனக்கு ஒரு விஷயம் தெரியுமா? நான் மேற்படிப்பிற்கான சேர்க்கைக்கு விண்ணப்பத்தை வாங்குமாறு சொல்லிவிட்டேன்.''

''அடடே! இதைத்தான் நான் உன்னிடம் எதிர்பார்த்தேன். மிகவும் மகிழ்ச்சியாக உள்ளது நண்பா. அனேகமாக தாயார் கேட்டலினா கேவின் அவர்கள் பெரிதும் ஆனந்தம் கொண்டிருப் பார்கள் அப்படித்தானே.?''

''மிகவும் சரியாகச் சொன்னாய் எட்வின். காலையில் அவர்கள் எழுந்தவுடன் நான் இதைக் கூறிவிட்டேன். பிறகென்ன இருவருமே முழு மகிழ்ச்சியாக பணிக்குச் சென்றுவிட்டனர். அவர்கள் செல்லும் முன்னரே எனது மாமா செமியோன் பார்னாவிடம் தெரிவித்து விட்டனர். அவருக்கும் கூட இதில் சந்தோஷம்தான். ஏனெனில், அவர்தான் மருத்துவரைவிட மிக ஆர்வமாக இருக்கிறார் எனது எதிர்காலத்தின்மீது. இன்றிரவு அவர்களையும் பூங்காவிற்கு நம்முடன் வருமாறு அழைக்கலாம். அவர்கள் இருவருமே வேலையின் அழுத்தத்தில் இருந்துகொண்டே இருக்கிறார்கள். நாம் எல்லோரும் சேர்ந்தே போகலாம். உனக்கு ஒன்றும் அதில் பிரச்சனை இல்லையே?''

''அப்படியொன்றும் இல்லை நண்பா. இன்று மாலை பூங்காவிற்கு அவர்களுடன் சென்றால் இன்னும் அழகாக அமையும். எனக்கும் அவர்களிடம் நெருக்கம் ஏற்பட வாய்ப்பிருக்கிறது. இங்கு வந்ததிலிருந்து இரண்டுமூன்று முறைதான் அவர்களைப் பார்த்திருக்கிறேன். இதுவொரு நல்ல வாய்ப்புதான்.''

''நாளை மறுநாளிலிருந்து 'தி எலைட்' நிறுவனத்திற்கு சென்றுவிடுவாய். எனது பொழுதை கழித்திட கொஞ்சம் சிரமம் தான். ம்.. பரவாயில்லை, எப்படியோ இவ்வளவு சீக்கிரமாக வேலை கிடைப்பதென்பது சாதாரணமா? நல்லவேலை.. மாமா செமியோன் இல்லையென்றால் எளிதில் அந்த நிறுவனத்தில் வேலை கிடைத்திருக்காது.''

''கண்டிப்பாக நீ சொன்னது போல உனது மாமா செமியோன் பார்னா செய்த உதவியை மறக்க இயலாது. அதுவுமில்லாமல் மிகப்பெரிய அந்தப் பத்திரிக்கை நிறுவனத்திலேயே எனது கதைகளை வெளியிடும் வாய்ப்பும் சில நாட்களில் ஏற்படுத்திக்கொள்ளலாம். அதை நினைத்தால் மகிழ்ச்சியாக இருக்கிறது. அந்த மகிழ்ச்சியை உன்னுடன் வெளிப்படுத்திக் கொண்டாட ஆர்வமாக உள்ளேன். அதுமட்டுமில்லாமல் எல்லாவற்றையும் மருத்துவர் இபாலின் குடும்பத்தாருடன் பகிர்ந்துகொள்ள விரும்புகிறேன்.''

''அற்புதம் நண்பா இதைப்போலவே நீ மகிழ்ச்சியாக இருக்க ஆசைப்படுகிறேன். நான் உனக்கு எப்பொழுதும் ஆறுதலாக இருக்கும்வரை நீ எதை நினைத்தும் வருத்தப்படத் தேவையில்லை. அதை விடு எட்வின். இன்று மதிய உணவை முடித்துவிட்டு மாலையில் பூங்காவிற்க்குச் சென்றுவரலாம். ஒன்றை மட்டும் வேண்டுகிறேன் நேற்று நீ கூறியவற்றை, அதுதான் உணர்வுகளையும் மதத்தையும் சமூகத்தையும் ஏதோ ஒரு வகையில் ஒன்றிணைத்துதான் கூறியிருக்கிறாய். அதைப் பற்றி மேலும் மேலும் குழப்பங்கள் அதிகரிக்கவே செய்கின்றன. வெறும் உணர்வுகளைப் பற்றியே உன்னிடம் கேட்டேன். அதாவது, ஏன் அன்பைப் பற்றிய புரிதலும் அதனைப் பற்றிய முழுமையான உணர்தலும் நம்மிடம் இல்லை. எவ்வாறு ஒவ்வொருவரிடமும் நமது அன்பை ஒவ்வொரு விதத்தில் செலுத்துகின்றோம்? அன்பானது நிலைகொண்ட ஒன்றாக இருக்கிறதா? உண்மையைச் சொல்லப் போனால் நேற்று நீ கூறியது

ஒன்றுமே புரியவில்லை. ஒருசில விஷயங்கள் புரிந்தாலும் அதைப் பற்றி சிந்திக்கும் பொழுது ஏற்கனவே ஏற்பட்டிருந்த புரிதலும் கூட காணாமல் போய்விடுகிறது. ஒருவேளை உனது விளக்கங்களை புரிந்துகொள்ளும் அறிவு என்னிடம் இல்லையோ? இருக்கலாம்... நீ அதிக புத்தகங்களை வாசித்துள்ளாய். நானும் புத்தகங்களை நேசிப்பவன்தான். இதுவரையிலும் நேசிக்க மட்டுமே செய்திருக் கிறேன். இப்பொழுதும் நீ என் கேள்விகளுக்கு விளக்கம் தருவாய் என்றுதான் நினைக்கிறேன்'' என்று கூறிவிட்டு எட்வினைப் பார்த்தான் கார்டல்.

அறையின் வெளிப்பக்கத்திலுள்ள குழாயில் கைகழுவச் சென்றான் எட்வின். பிறகு, உள்ளே வந்து அவன் கட்டிலில் அமர்ந்தான். ''கார்டல், விளக்கங்கள் யாவும் கொடுக்கப்பட்டுக் கொண்டேதான் இருக்கப் போகிறேன். அதைப் புரிந்துகொள்ள உன்னால் முடியவில்லையா? இல்லை அதனை உனக்கு புரியவைக்கும் போதிய அறிவு என்னிடம் இல்லையோ என்பது எனக்குத் தெரியவில்லை. அதனால் என்ன? இன்று இப்பொழுது உனக்கு எல்லாவற்றிற்கும் விளக்கம் கிடைத்துவிடும், முடிந்தவரை நான் அதற்கு முயல்கிறேன். ''

''தெளிவு! நண்பனே! இதைத்தான் நான் விரும்புகிறேன். உரையாடல் எவ்வளவு பெரிய விருந்து என்பதை இக்காலத்து இளைஞர்கள் அறியமாட்டார்கள். ஆனால் நானும் இக்காலத்து இளம் இளைஞன் என்பதை நீ அறிவாய்தானே?'' என்று கூறிவிட்டு சிரித்தான் எட்வின்.

''ஹா..ஹா..ஹா.. எனக்கு மட்டும் என்ன வயதாகிவிட்டதாக நினைத்துவிட்டாயா கார்டல்?''

''இல்லை நண்பா.. என்னை விடவும் உனக்கு அனுபவம் அதிகம். அதன் அடிப்படையில்தான் நான் அப்படிச் சொன்னேன். ஹி..ஹி..ஹி.. நான் எதை வைத்து உன்னிடம் சொல்கிறேன் என்பது

உனக்கே தெரியும். அதெல்லாம் இருக்கட்டும் எனக்கு விளக்கம் கொடுக்கும் நிலையில்தானே இருக்கிறாய்? அதை முதலில் சொல்லிவிடு எட்வின்.''

''இதென்ன கேள்வி, நான் அதற்காகத்தான் காத்துக்கொண்டு இருக்கிறேன். ஆனால், உன்னை பெரிதும் குழப்பிவிடக் கூடாது என்பதை முன்னரே சொல்லிவிடுகிறேன்.

என்னைப் பொறுத்தவரையில், இவ்வுலகத்தில் வாழும் மனிதர்கள் அனைவருமே யாரோ ஒருவனின் உதவிக்கு கீழே தான் வாழ்ந்து கொண்டிருக்கிறார்கள். இந்தக் கண்ணோட்டத்தில் பார்க்கும் பொழுது மனிதன் ஏதோ ஒரு வகையில் தெரிந்தவருக்கோ அல்லது தெரியாதவருக்கோ கடமைப்பட்டிருக்கிறான். இதை அவனால் புரிந்துகொள்ள முடியும் என்ற நிலையிலும் அவன் தன்னை மற்றவர்களிடமிருந்து வேறுபடுத்திக் காட்ட வேண்டும் என்ற துடிப்பிலேயே வாழ்கின்றான். சராசரியாக, தனக்காக வாழ்வதைவிட மற்றவர்களுக்காக வாழ்பவனே இங்கு அதிகம் இருக்கின்றான். அவன் செய்யும் செயல் மற்றவர்களை கவர வேண்டும் என்பதற்காகவே அவன் பாடுபடுகிறான். இப்படி மற்றவர்களுக்காக மற்றவர்களைச் சார்ந்து வாழ்ந்து கொண்டிருக்கும் ஒருவனுக்கு உணர்வுகள் என்ற அடிப்படையில் மற்றவர்களை மகிழ்விப்பதும் துன்புறுத்துவதும் இயல்பு. அவனால் கிடைக்கப் பெறும் மகிழ்ச்சிகரமான விஷயங்களை ஏற்றுக்கொள்ளும் பொழுது, அவனால் துன்பத்தில் பாதிக்கப்படும் ஒருவன் அந்த மகிழ்ச்சியை ஏற்றுக்கொள்வது போல துன்பத்தையும் ஏற்றுக்கொள் வதில்லை. மாறாக அவன்மீது ஆத்திரம் கொள்கிறான். பிறகு, தன்னைத்தானே வருத்திக்கொள்கிறான். இதற்கெல்லாம் காரணம் என்னவாக இருக்கக்கூடும் என்று சிந்தித்துப் பார்த்தால், ஒருவர் தனக்கு பிடித்தமானவர் மீது கொண்டிருக்கும் எதிர்பார்ப்புக்கு எதிராக சொல்லும்பொழுது மிகவும் துன்பப்படுகிறான்.''

‘‘எட்வின்’’ என்று குறுக்கிட்டான் கார்டல். ‘‘நீ முதலில் சொல்லியதுபோல மனிதன் ஒருவன் யாரையாவது ஒருவரை சார்ந்துதான் வாழவேண்டுமாஎன்ன? மற்றவர்களின்உதவியில்லாமல் வாழமுடியாதா? அப்படி யாருடைய உதவியுமில்லாமல் வாழக்கூடியவர்கள் இப்பிரபஞ்சத்தில் எங்காவது ஒரு மூலையில் இருந்துதான் ஆகவேண்டும்.’’

இதனைக் கேட்டு முடித்தவுடன் சற்றும் சிந்திக்காமல் பேசத்தொடங்கினான் அவன். ‘‘யாருடைய உதவியுமில்லாமல் ஒருவனால் வாழ்ந்திட இயலாது. அப்படி அவன் நினைத்து அவன் விலகிவந்தாலும் கூட அந்த விலகலுக்கு ஒருவன் உதவித்தான் ஆகவேண்டும். வாழ்வதற்கு அடிப்படைத் தேவையான உணவை அவன் உழைத்து பணம்கொடுத்து வாங்கினாலும் அவனுக்கு அதனை தயாரிப்பவரின் உதவி தேவைதான்படுகிறது. நீயே உணவைத் தயாரிக்கும் நிலையில் இருந்தாலும்கூட உனக்கு விவசாயியின் உதவி தேவைப்படுகிறது. தனக்கு தேவையான உணவுகளைத் தானே உழுதும் தயாரித்தும் உண்டு வாழும் ஒருவனுக்கு இந்த மண்ணின் உதவி தேவைப்படுகிறது. இப்படி எல்லாவிதத்திலும் யாரோ ஒருவர் நேரடியாகவோ மறைமுக மாகவோ உதவி செய்துகொண்டுதான் இருக்கிறார்கள்.’’

‘‘அப்படிப்பார்த்தால், உதவி பெறும் நானும்கூட யாரோ ஒருவருக்கு தெரியாமல் ஏதோ ஒரு வகையில் உதவிக் கொண்டுதானே இருப்பேன்.’’

‘‘சரிதான் கார்டல், நிச்சயமாக சொல்கிறேன் வேலையேதும் செய்யாமல் சும்மாவே இருக்கும் ஒருவன்கூட யாரோ ஒருவனுக்கு உதவிக்கொண்டுதான் இருக்கிறான். அவன் செய்யும் உதவி, அவன் வெறுமனே இருப்பது. வெறுமனே இருப்பதால் அவன் எந்தப் பயனும் அடையப்போவதில்லை என்ற போதிலும் அவனது வெறுமை வேறு ஒருவனுக்கு வாய்ப்பாக அமையலாம்.’’

"எட்வின் நீ சொல்வதும் சரியாகத்தான் தோன்றுகிறது. ஆனால், நான் உன்னிடம் இதைப் பற்றி கேட்கவில்லை. பிறகு எதற்கு இப்பொழுது இதனை சொல்லிக்கொண்டு இருக்கிறாய். எனக்கு தேவைப்படுவதெல்லாம் அன்பு. ஒரு நிரந்தர அன்பு. சில காலங்களில் ஏதேனும் தடையால், செலுத்தப்படும் அன்பு நிராகரிக்கப்பட்டுவிடுகிறது. இந்தமாதிரியான ஒன்றிற்கு நீ விளக்கம் தர வேண்டும்."

"இங்குதான் புரிதல் அவசியமாகிறது நண்பனே! இதை கவனித்துப்பார். நான் சொல்லியவை அனைத்தையும் இந்த வட்டத்துக்குள் கொண்டு வரலாம். ஒருவன் ஒருவனைச் சார்ந்து வாழ்கிறான் என்று நான் சொன்னபொழுது ஒருவன் ஒருவனது அன்பைச் சார்ந்தே வாழ வேண்டும். தெரியாத ஒருவனிடம் தெரியாத உதவிகளைப் பெற்றும் அளித்தும் வருகிறோம் என்ற போதில் அந்த அன்பையும் நாம் அவ்வாறே செய்ய வேண்டும். நாம் செய்வதோ இதற்கு எதிராகவே உள்ளது. இதுவரை அறிந்திடாத ஒருவர் மீது உன்னால் அன்பு செலுத்த இயலுமா? முகம் தெரியாத நபரிடமிருந்து உதவிகளைப் பெறும் நம்மால் அவர் மீது அன்பு செலுத்த இயலுமாயின் அங்குதான் பிறக்கிறது எதிர்பாராத அன்பு. எதையும் எதிர்பாராத அன்பே, அன்பின் எல்லை என்றே சொல்லுவேன். நிலையான அன்பு என்ற ஒன்றே இல்லை. ஆம் நண்பா, அன்பு நிலையற்றது. ஆனால் நிலையற்ற அன்பே நிலையானது. அதாவது இதன் உள்ளார்ந்த அர்த்தம் என்ன வென்றால், உறவுகளின் அடிப்படையில் அன்பானது வெவ்வேறு இடத்திற்கு மாறிக்கொண்டேதான் இருக்கும். முதலில் தாய்மையில் தொடங்குகிறது. தாயின்மீது ஒருவன் கொண்டிருக்கும் அன்பு அளவற்றது என்ற போதிலும் அவன் அன்பானது நிலை மாறி தனது பிள்ளைகள் மீது இறுதியாக சென்றடைகிறது. ஒருவனுக்கு முதலில் தாய். இறுதியில் பிள்ளை என்ற போதிலும், அதற்கு இடைப்பட்ட இடத்தில் எண்ணற்றவர்கள் மீது அவனது அன்பு தாவிக்கொண்டே

தான் இருக்கும். அன்பு, தாயில் தொடங்கி தாய்மையில் முடிகிறது. இங்கு பெண்களை மட்டும் நான் குறிப்பிடுவதற்கு காரணமுண்டு. அன்பிற்கு முழுவடிவம் தருபவர்கள் அவர்களே. அவர்கள் இல்லையென்றால் அன்பானது முழுவடிவம் பெற்றிருக்கும் என்று சொல்வதற்கு வாய்ப்பேயில்லை.''

"ஒரு நிமிடம் நண்பா! இது ஆண்களாகிய நமக்கு பொருந்துமென்றாலும், பெண்களுக்கு இது பொருந்தாது. அவர்களுக்கு ஆண்கள் இருந்தால்தானே அன்பானது முழுவடிவம் பெறுகிறது. அப்படித்தானே இருக்க வேண்டும்.''

"நீ சொல்வது சரியாகத் தெரியவில்லை கார்டல். என்னைப் பொறுத்தவரையில் பெண்கள் அன்பிற்கான முழுவடிவம் என்றால் ஆண்கள் அவர்களின் ஆதரவுக்கும் அரவணைப்புக்கும் முழுவடிவம் தருகிறார்கள். இது எந்த அளவுக்கு சரியென்று எனக்கு தெரியவில்லை. இருப்பினும் இன்றுவரையிலும் நான் அவ்வாறே நினைத்துக் கொண்டிருக்கிறேன்.''

"எட்வின், ஒன்றை கவனித்தாயா? மறுபடியும் நாம் வேறெதையோ பேசத்தொடங்கிவிட்டோம்'' என்று சிரித்தபடியே சொன்னான் கார்டல்.

"இது உரையாடல்களின் போது நடக்கத்தான் செய்யும் நண்பா.''

"ஆனால், இது உரையாடல் என்று நான் கருதவில்லை எட்வின். அப்படி நிகழ்ந்திருந்தால் இங்கு பெரிய விவாதமே நடந்திருக்கும். நீ சொல்வதை ஏற்றுக்கொள்ளும் நிலையிலேயே நான் உன் விளக்கங்களைக் கேட்டுக்கொண்டிருக்கிறேன்.''

"மிகவும் நல்லது நண்பா! எனக்கு விவாதம் செய்வதும் பிடித்த ஒன்றாகவே இருக்கும். அப்பொழுது தான் சுவாரசிய மாகவும் இருக்கும்.''

"ஒன்றைச் சொல்லியே ஆகவேண்டும் எட்வின். எனது மாமா செமியோன் பார்னா அவர்களுக்கும் உரையாடுவதென்பது மிகவும்

பிடிக்கும். அவர் எப்பொழுதும் தனது நண்பர்களுடன் ஏதேனும் விஷயங்களைப்பற்றி உரையாடிக்கொண்டிருப்பார். அவரைப் போலவே அவரது நண்பர்களுக்கும் இப்படிப்பட்ட உரையாடல் களில் ஆர்வம் உள்ளது. நானே இதிலிருந்து வித்தியாசமான அனுபவத்தை அவர்களிடமிருந்துதான் பெற்றேன். உரையாடல் களின் போது அவர்கள் சண்டையிட்டுக்கொள்வதுண்டு. விவாதம் சூடு பிடிக்கும் நிலையில் அவர்களைப் பார்ப்பதற்கே பயமாகத்தான் இருக்கும். எல்லாம் அவரது கல்லூரி காலத்து நண்பர்கள். இன்று வரையிலும் மாதத்துக்கு ஒரு முறையாவது சந்தித்து விருந்து ஏற்பாடு செய்து பொழுதை சிறப்பாகக் கழிப்பார்கள்.

ஏதேனும் உரையாடல்களின் பொழுது அவர்கள் தான் எனது நினைவுக்கு வருகிறார்கள். அதுசரி நாம் எதில்விட்டோம்..?

''ம்.. அன்பு முழுமையடையாத பொழுது ஒருவன் எப்படிபட்ட நிலைக்கு தள்ளப்படுகிறான்? இதை விடவும் இன்னொன்றும் கேட்கிறேன். மனிதன் அன்பையா எதிர்நோக்கி காத்துக்கொண்டிருக்கிறான்?''

''இதோ! கேள் தோழனே; உண்மையில் மனிதன் அன்பைப் பெறத்தான் தவித்துக்கொண்டிருக்கிறான். ஆனால், அவனுக்கு அதை வெளிப்படுத்த நேரம் இல்லை என்பதே நம்பக்கூடிய ஒன்று. அவன் ஓடிக்கொண்டேயிருக்கிறான். காலத்தால், மதத்தால், இந்தச் சமூகத்தால் துரத்தியடிக்கப்பட்டு ஓடத்தொடங்கிய அவன் இன்று வரையிலும் நின்றபாடில்லை. அவன் ஓடிவந்த பாதைகளை திரும்பிப் பார்க்கும் பொழுது அனைத்தும் ஒரு சவப்பெட்டிக்குள் புதைக்கப்படுகிறது. அவன் சேர்க்கும் பொருட்செல்வங்கள் அனைத்தும் அவனது வெற்றி என்ற எண்ணத்தில் வாழ்கிறான். வெற்றியென்னும் விதை விதைக்கப்பட்ட நாளிலிருந்துதான் போட்டி பொறாமை, சுயநலம் போன்ற கிளைகள் வளர்ந்து கிடக்கின்றன. வாழ்வில் வெற்றியெனும் கட்டமைக்கப்பட்ட பகுதி என்னைப் பொறுத்தவரையில் மிகவும் மோசம். வெற்றியை

கைப்பற்ற நினைக்கும் ஒருவன் தன்னைப் போன்ற ஆசைகொண்ட மற்றொருவனை எதிர்க்கிறான். வெற்றியெனும் இப்பகுதி அனைவருக்கும் பொதுவல்ல. ஒவ்வொருவனும் வெவ்வேறு விஷயங்களில் வெற்றியடைய நினைக்கிறான். அவனது வெற்றியை நிலைநாட்டப் பாடுபடுகிறான். வெற்றி பல்வேறு நிலையில் இருந்த பொழுதிலும், தற்பொழுது பணம் போன்றவற்றை அதிகம் சேர்ப்பதை வெற்றியெனக் கருதும் அவனுக்கு எப்பொழுதும் மன அமைதி கிடைத்திராது. அவன் ஒரு கட்டத்தில் அமைதி என்னும் ஒன்றைத் தேடும்பொழுது அன்பிற்கான வழியைத் தேடுவான். அப்பொழுது அவனால் நிராகரிக்கப்பட்ட உறவுகளும் மற்ற மனிதர்களும் அவனிடம் நெருங்காத நிலையில் தனிமை அவனுக்கு மன அழுத்ததை கண்டிப்பாகத் தரும். இப்படி ஒரு வகையில், மனிதர்கள் இருந்தாலும்கூட எந்தச் செல்வத்தையும் சேர்க்காமல் காலத்தால் கைவிடப்பட்டு தனிமை எனும் ஒன்று அவனைப் பற்றிக்கொள்ளும் நிலையில் அவன் மனம் வேதனை அடையாமல் தனிமையை விரும்ப ஆரம்பித்துவிடும். அப்பொழுது அதே காலத்தால், அவனது தனிமையை தகர்க்க ஒரு புது உறவு அவனைத் தேடி வரும். இதைத் தாண்டி இன்னும் பல விதங்களில் மனிதன் அன்பைப் பெற்றும் பெறாமலும் பெற்ற அன்பை வெறுத்தும், அன்பை நிராகரித்தும் வாழ்ந்துகொண்டு இருக்கிறான். அன்பு எத்தனையோ விதங்களில் இந்த மனிதர்களிடம் மாட்டிக்கொண்டு அவதிப்பட்டுக்கொண்டுதான் இருக்கிறது கார்டல் ''

''ஹாஹாஹா அன்பை இப்படியெல்லாமா பிரித்துப்பார்க்க வேண்டும்?. இதுவரையில் அன்பென்றால் ஒன்றே அது அன்பு. அப்படித்தான் நான் நினைத்து வந்தேன். மிகவும் நன்றாகத்தான் விவரிக்கிறாய். சரி, இதையெல்லாம் நீ எப்படி கற்றுக்கொண்டாய் என்பது எனக்குத் தெரியும். பேசாமல் பள்ளிக்கூடம் செல்லாமலே இருந்திருக்கலாம். பாடப்புத்தகங்களில் வாழ்க்கை பற்றின விஷயங்களா இருக்கின்றன? பெரிதாக சொல்வதற்கு ஒன்றுமில்லை.

அனைத்தும் மனப்பாடம் என்ற பெயரிலேயே படித்துவிட்டோம். இப்பொழுது அதுவும் நினைவில் இல்லை. எல்லாம் தலையெழுத்து.'' இப்படியெல்லாம் புலம்பத் தொடங்கிய அவன் எழுந்து எட்வின் அமர்ந்திருந்த கட்டிலில் அவனுக்குப் பக்கமாக உட்கார்ந்து கொண்டான். ''நண்பனே! அன்பின் வெளிப்பாட்டை வகைபிரித்துச் சொல்கிறாய். அதெல்லாம் எனக்குத் தேவைப்படும் ஒன்றாகத்தான் இருக்கும். உன்னை எனது நண்பனாக தேர்ந்தெடுத்தபொழுதே ஒன்றை முடிவெடுத்துவிட்டேன். இனி வரப்போகும் காலங்களிலும் உன்னைப் பிரிந்து செல்லக் கூடாது என்ற முடிவுதான். ஆனால் இன்னும் சில நாட்களில் மேற்படிப்புக்காக வெளிநாடு சென்று விடுவேன். அதை நினைத்தால் என் மனம் தடுமாறுகிறது. பேசாமல் நீயும் என்னுடன் வந்துவிடு எட்வின். நாம் அங்கு ஒன்றாக இருந்துவிடலாம். உனக்கும் அங்கே ஒரு வேலையை தேடிக் கொள்ளலாம். அங்கு செல்வதற்கான ஏற்பாடுகளை நான் பார்த்துக்கொள்கிறேன். உன்னுடைய சம்மதம் போதுமானது. நீ என்னுள் ஏதோ ஒரு தாக்கத்தை உண்டாக்கிவிட்டாய் என்பதே இதற்கு காரணம். என்ன தாக்கம் என்றெல்லாம் கேட்டுவிடாதே நண்பா. காரணமின்றி என்னுள் புகுந்துவிட்டாய் என்பதே உண்மை'' என்று கூறிவிட்டு கார்டல் தனது கண்களை கொஞ்சமும் அகற்றாமல் எட்வினையே உற்றுப்பார்த்துக் கொண்டிருந்தான்.

ஆனால் அவனுடைய வார்த்தைகளை கேட்ட எட்வின் தன் விளக்கங்களை புரிந்துகொண்டானா என்பதை சிந்தித்துக் கொண்டிருந்தான்.

அவனது எண்ணங்கள் வேறொன்றை பற்றியுள்ளது என்பதை அறிந்த கார்டல் பிடித்திருந்த தன்னுடைய கரங்களை அவனது கரங்களிலிருந்து விடுவித்தான். அப்போது ஒரு வித்தியாசமான பார்வையை பதித்த எட்வின். ''நண்பனே என்னை மன்னித்துவிடு. என்னால் உன்னுடன் வர இயலாது. நீ எங்கிருந்தாலும் எனதன்பை பெற்றுக்கொண்டேதான் இருப்பாய். எனது அன்பு உன்னுடைய

வரவேற்பை எண்ணி காத்துக்கொண்டிருக்கும்'' என்றபடி தனது நண்பனைப் பார்த்தபடி மெல்லிய குரலில் பதிலளித்தான் எட்வின்.

"பரவாயில்லை நண்பனே ! உன்னை நான் நினைத்தால் கட்டாயப்படுத்தலாம். அதற்கு எனக்கு உரிமையுண்டு என்றே எண்ணுகிறேன். இருப்பினும் நான் அந்தத் தவறை செய்யப் போவதில்லை. உனது விருப்பம் எதுவாயினும் அதையே நீ தேர்ந்தெடுக்கலாம். இங்கிருந்தால் உனது தாய் சவானாவின் நினைவுகள் உன்னை சுற்றியே இருக்கும். அதனால்தான் கேட்கிறேன். மீண்டும் சொல்கிறேன் நீ விரும்புவதையே தடையின்றி செய்யலாம் என் அருமைத் தோழனே.'' இருவரும் இப்படி ஏதோ ஒன்றைப் பேசிக்கொண்டே பொழுதைக் கழித்தனர்.

அத்தியாயம் - 4

மாலைப் பொழுது தொடங்குவதற்கு சிறிது முன்னதாகவே மருத்துவமனையை விட்டு வீடு திரும்பிய தம்பதிகள் இருவருமே மகனின் வேண்டுகோளுக்காக பூங்காவிற்கு புறப்படத் தயாராகினர். எட்வினோ மதியம் கார்டலின் வீட்டில் உணவருந்திய பிறகு தன்னுடைய அறைக்குச் சென்றுவிட்டான். அவன் அனேகமாக இப்பொழுது கிளம்பித் தயாராகத்தான் இருக்க வேண்டும்.

''வாகனத்தை எடுத்துச் செல்வதை விடவும் எபோர்ட் சாலையில் நடந்து செல்வதே சிறப்பாக இருக்கும்'' என்று கேட்டலினா கேவின் முன்னரே சொல்லியிருந்தார். அவள் சொன்னதும் கேவின் இபாலுக்கு சரியாகத்தான் இருந்தது. ஏனென்றால் தாங்கள் பெரும்பாலும் வெளியில் செல்லும்பொழுதெல்லாம் வாகனத்தையே பயன்படுத்தி வந்தனர். ஆகையால் இன்றொரு நாளாவது நடக்கலாமே என்ற எண்ணத்தாலே இருக்கலாம். கார்டலுக்கு அதுவே விருப்பமாக இருந்தது.

மணி சரியாக ஐந்தை தொட்டதும் அவர்கள் வீட்டை விட்டு வெளியேறினர். வேலைபார்ப்பவர்களை முன்னரே அவர்கள் வீட்டிற்கு அனுப்பிவிட்டதால் வீட்டின் கதவையும் நுழைவு வாயிலையும் பூட்டிவிட்டு அவர்கள் வெளியில் வந்தனர். எட்வினது

அறை இருபது அடி முன்பு இருப்பதால் அவர்கள் அந்த வழியாக செல்லும் பொழுது அவனை அழைத்துச்செல்லலாம் என்பதையும் தீர்மானித்து வைத்திருந்தனர். அறைக்கு அருகே வந்தவுடனே அவன் தனது அறையின் கதவைப் பூட்டிவிட்டு வெளியே நின்றுகொண்டிருந்தான். அவர்களைப் பார்த்த அவன் மிகவும் பணிவுடன் வணங்கினான். பதிலுக்கு கேவின் மற்றும் கேட்டலினா கேவின் இருவருமே புன்னகை செய்தனர். கேவின் இபால் தன் மீது மரியாதை வைத்திருக்கிறார் என்பது அவரது சைகைகள் மூலமே தெரிந்துகொண்ட அவன் மிகவும் பணிவுடனே நடந்துகொண்டான். அவர்கள் இப்பொழுது எபோர்ட் சாலையின் நடைபாதையில் ஏறத்தொடங்கினார்கள். எப்பொழுதும்போல மக்களின் நடமாட்டம் இருக்கத்தான் செய்தது. அவர்கள் சென்று கொண்டிருக்கும் பொழுது வயதான ஒருவர் குனிந்தபடியே மெல்ல நடந்து கேவின் இபால் முன் வந்து நின்றார். அந்த முதியவருக்கு 70 வயது இருக்கும்.

''வணக்கம்! ஐயா என்னைத் தெரிகிறதா? தங்களால் தான் நான் இங்கு உயிருடன் நடமாடிக் கொண்டிருக்கிறேன். உங்களின் கருணை உள்ளத்தால் இலவசமாக இருதய சிகிச்சை அளித்தீர்கள் அல்லவா? மிக்க நன்றி.''

மிகவும் அன்போடு பெரியவரின் நன்றியை ஏற்றுக்கொண்ட கேவின் இபால் மிகவும் மகிழ்ச்சியான தோற்றத்தோடு அவரை அணைத்துகொண்டார். ''இது என் கடமை ஆகும். நீங்கள் நன்றி தெரிவிப்பதை விட, ஆசி வழங்கினால் நான் பெரிதும் மகிழ்ச்சி அடைவேன்'' என்று கூறிவிட்டு புன்னகைத்தார்.

''வாழ்க மகனே, வாழ்க''என்று உடனே ஆசி வழங்கி, ''சென்று வருகிறேன்'' என்று சொல்லி மெல்ல நகர்ந்தார்.

இதனை கவனித்த எட்வின், கேவின் இபாலின் பண்பை அறிந்து அவரை பெருமித பாவனையோடு பார்த்தான். கேவின் இபாலும் கேட்டலினா கேவினும் பின்னால் வர எட்வினும் கார்டலும் அவர்களுக்கு மூன்றடி முன்னால் செல்லத் தொடங்

கினார்கள். அவர்கள் எங்குமே அமராமல் பூங்காவை இணைக்கும் பென்சிளிப் வளைவு சாலையை நோக்கி சென்றனர். மாலைப் பொழுது என்பதால் சாலையிலிருந்து மிக அருகில் இருக்கும் பூங்காவிற்கு மக்கள் அதிகம் வந்துகொண்டிருந்தனர்.

பார்டிலைன் நகரத்தில் மிகப்பெரிய பூங்கா எனும் அந்தஸ்தை பெற்றிருக்கும் அளவிற்கு அது அவ்வளவு பிரம்மாண்டமாகத்தான் தெரிந்தது. உள்ளே செல்வதற்கு அனுமதிச் சீட்டு வாங்கவேண்டிய நிலையில் அவர்கள் நால்வரும் ஒருவருக்கு பின் ஒருவராக சென்றனர். அனுமதிச் சீட்டு பெற்றுக்கொண்ட கேவின் இபால் அதைத் தனது சட்டைப்பையில் போட்டு கொண்டார். பிரம்மாண்டமான நுழைவு வாயில் வழியாக மக்கள் உள்ளே சென்று கொண்டிருந்தனர். அவர்களும் உள்ளே சென்ற பொழுது வியப்பின் உச்சியில் இருந்தான் எட்வின். இதுவரை பூங்காவிற்கு சென்றதில்லை என்ற காரணமாககூட இருக்கலாம். பூங்காவில் உள்ள மரங்களையும் பார்த்து வியந்தான். இது கார்டலுடைய பெற்றோர்களுக்கும் வியப்பாகவே இருந்தது. அவர்கள் இந்த பூங்காவிற்கு வந்தே ஒன்றரை வருடங்கள் இருக்கும். கிட்டத்தட்ட 20 ஏக்கர் அளவில் இருக்கும் அந்தப் பூங்காவில், குளமும் இருக்கிறது. அவர்கள் சில இடங்களைச் சுற்றிப்பார்த்து விட்டு அருகில் போடப்பட்டிருந்த பெஞ்சில் அமர்ந்தனர். நால்வரும் அமர்ந்த போதும் அந்த பெஞ்சில் இன்னும் இருவர் கூட அமரும் அளவிற்கு இடம் இருந்தது. திடீரென கேட்டலினா கார்டலை கூப்பிட்டுக்கொண்டு எதார்த்தமான நிலையில் குளத்தின் அருகே சென்றார். குளத்திலுள்ள மீன்களை பார்க்கவருமாறு அமர்ந்திருந்த இருவரையும் அழைத்தான் கார்டல். பூங்காவை சுற்றிய களைப்பில் வர விருப்பமில்லாமல் வரவில்லை என்று கை அசைவுகளில் தெரிவித்தார் கேவின் இபால். பிறகு எட்வினை பார்த்து ''நீ போகவில்லையா ''என்று தனது கனத்த குரலில் கேட்டார்.

"இல்லை! நான் அங்கு போகவில்லை, சோர்வாக இருக்கிறது. சில நிமிடங்கள் அமர்ந்துவிட்டு பிறகு போகலாம் என்று நினைக்கிறேன் எனதருமை மருத்துவரே" என்று தனது அன்புப் பேச்சால் கேவின் இபாலை கவர்ந்து விடுவதற்கு முயற்சி செய்து கொண்டிருந்தான் எட்வின். தொடர்ந்து பேசுவதற்கு ஒன்றுமில்லாத அவன் அதைச் சொல்லிவிட்டு மௌனமாக இருந்தான்.

அவன் எதையோ பேச விரும்புகிறான். இருப்பினும் கூச்ச உணர்வினால் தனது வார்த்தைகளை வெளிக்கொண்டுவர தயங்கு கிறான் என்பதை அறிந்த கேவின் இபால் தானே பேசத் தொடங்கினார்.

"வெகு நாட்களுக்குப் பிறகு இவ்வாறு வெளியில் வந்து ஓய்வெடுக்கின்றேன்."

இதைக் காரணமாகக் கொண்டு "ஏன் நீங்கள் இருவரும் எப்பொழுதும் பெரும்பாலான நேரங்களை மருத்துவமனையில் செலவிடுகிறீகள். கார்டல் சொல்வது போல மருத்துவர்களெல்லாம் இப்படி இருப்பதில்லை. அவர்கள் மருத்துவமனையில் செலவிடும் அதே நேரப் பங்குகளை தங்கள் வீடுகளிலும் செலவிடுகிறார்கள். ஒரு சில மருத்துவர்கள் மருத்துவமனைக்கே வருவதில்லை. அப்படியிருக்கையில் உங்களுடைய பணி பெரியதாகத்தான் இருக்கிறது. இருப்பினும் கார்டலோடு நீங்கள் உங்களுக்கான நேரங்களை ஒதுக்கி அவனுக்காக செலவிடுவது உங்களுக்கிடையே பரஸ்பரம் அன்பு நிகழும் என்று நான் நினைக்கிறேன். அவனும் இதைத்தான் விரும்புவான்."

அவனது வார்த்தைகளை கூர்ந்து கவனித்த கேவின் இபால், ஒரு புன்னகையோடு பேசத் தொடங்கினார். "எட்வின் நான் மருத்துவத்துறைக்கு வந்ததே மீதமிருக்கும் வாழ்வனைத்தையும் நோயாளிகளுக்கு உதவி செய்வதற்காகத்தான். நான் இதைத் தொடங்குவதற்கு முன்பே ஒன்றைச் சொல்ல வேண்டும். கார்டல் உன்னைப் பற்றி எல்லாவற்றையும் சொல்லிவிட்டான்."

இவ்வாறு அவர் கூறியதுமே எட்வினுக்கு வியர்க்கத் தொடங்கியது. படபடப்புடன் மாறியது அவனது முகம். தான் எழுதிய பொய் கடிதத்தை பற்றியும் சொல்லிவிட்டானோ என்று தனக்குள் நினைத்துக்கொண்டான். இருப்பினும் தனக்குள் ஏற்பட்ட பய உணர்வினை மறைத்துக்கொண்டு வெளியில் காட்டிக் கொள்ளாமல் சமாளித்தான்.

எட்வினது முகமாற்றங்களை கவனிக்காத கேவின் தான் சொல்லவந்ததைத் தொடர்ந்தார். "நீ புத்தகங்களை அதிகம் வாசித்துள்ளாய் என்றும் கதைகளையும் நிறைய கருத்துகளையும் உன்னுள் வைத்திருக்கிறாய் என்பதையும் சொல்லியிருக்கின்றான். இது மிகவும் அற்புதமான ஒன்று. இக்காலத்தில் இளைஞர்கள் புத்தகங்களை வாங்குவதே ஆச்சரியமாக இருக்கும் நிலையில், நீ அதனை வாசிக்கச் செய்வது மிகவும் நல்லது. இப்பொழுது நீ கேட்ட கேள்விகள்கூட அனுபவத்தின் வழியாக ஒருவன் கேட்பது போலவே தோன்றுகிறது.

இத்தனை நாட்களாக உன்னை சந்தித்து பேச இயலவில்லை. முதலில் நீ கேட்ட கேள்விகளுக்கு விளக்கம் தந்துவிடுகிறேன். பிறகு நாம் மற்றும் சில விஷயங்களைப் பேசலாம். மணி ஆறுதான் ஆகிறது. பூங்காவிற்குள் நமக்கு ஒன்பது மணி வரை அனுமதியுண்டு. மிகவும் நல்லதாயிற்று. பேசுவதற்கு இது நல்ல பொழுதாகவே இருக்கும்" என்று கைக்கடிகாரத்தை பார்த்தபடி பேசினார் கேவின் இபால்.

அவரது உற்சாகத் தோரணை எட்வினுக்கு ஆச்சரியம் அளிப்பதாகவே இருந்தது. ஏனெனில், கார்டல் மூலம் அவன் கேட்டறிந்த வரையில் கேவின் இபால் கடுமையாக நடந்து கொள்பவர் என்றே நினைத்துக் கொண்டிருந்தான். அவரை நேரில் பார்த்துப் பேசிய இந்த கணமே அவனது எண்ணங்கள் மாறி விட்டதென்றே கூறலாம். அவர் சொல்லப்போகும் எல்லாம் ஒரு புது அனுபவத்தை ஏற்படுத்தப் போகிறது என்பதை உணர்ந்தான்.

தான் விட்டதிலிருந்து தொடங்கினார் கேவின் இபால்.

''என் வாழ்வு முழுவதும் மருத்துவத்தின் மூலம் முடிந்த உதவிகளை செய்து வருவதால் என்னிடம் சிகிச்சை பெறும் மக்கள் என்னைப் பெரிதும் நேசிக்கிறார்கள். உடல் ஆரோக்கியம் இல்லாத இந்த காலகட்டத்தில் எண்ணற்ற நோயாளிகளை சந்திக்க வேண்டி யிருக்கிறது. ஏழைகளுக்கென தனிப் பரிசோதனையும் செய்து வருகிறோம். அவர்கள் எங்கள் மருத்துவமனையின் மீது கொண்டுள்ள நம்பிக்கைகளை வீணாக்கும் படியான செயல்களை செய்ய விரும்பாததால், நோயளிகள் எப்பொழுதும் என்னை நேரில் சந்தித்தப்பிறகே அவர்களுக்கு சிகிச்சை மேற்கொள்ளப்படுகிறது.

கேட்டலினா பெரிதும் உதவி புரியாவிட்டாலும் சிறந்த மருத்துவரின் மனைவி என்ற பெயரில் அங்குமிங்கும் நடந்து கொண்டு இருப்பாள். கார்டலின் மனநிலையை நான் அறிவேன். இருப்பினும் நோயாளிகளின் நலனுக்கான இரவு வரை எனது நேரங்களை அங்குதான் செலவிடுகிறேன். நோயாளிகளுக்கு முக்கியமான மருந்து ஆறுதல். அதனால் என்னால் முடிந்தவரையில் அவர்களுடன் இருந்தே வருகிறேன். எனக்குப் பிறகு இந்த சேவையை கார்டலால் மட்டுமே தொடர முடியும். இல்லையென்றால் அது எங்களுடன் நின்றுவிடும். மேலும் இதனை நான் இறுதிவரை சேவையாக கொண்டுசெல்ல விரும்புகின்றேன். ஒருபோதும் தொழிலாக மாறிவிடக்கூடாது என்பதாலேயே கார்டலுக்கு என்னுடைய வற்புறுத்தலை கடுமையாக செலுத்தி வருகிறேன். இத்தனை நாட்களுக்குப் பிறகு அவன் இன்றுதான் அதற்கான வழியை முடிவெடுத்துள்ளான். மகிழ்ச்சியாக இருக்கிறது. நாங்கள் அவன்மீது அன்பு செலுத்துகிறோம். ''

''உங்களை நினைத்து பெருமைகொள்கிறேன். தங்களுடைய கருணைகொண்ட உள்ளத்தை நான் எனது அம்மா சவானாவின் இறுதிச்சடங்கன்றே பார்த்துவிட்டேன். இதுவரை நான் உங்களிடம் நன்றி என்ற ஒன்றைத் தெரிவிக்காமல் இருந்ததற்கு மன்னியுங்கள்.

கேவின் இபால் போன்ற ஒரு மருந்துவர் என்னிடம் இப்படி உரையாடுவது அருமையான தருணமாக நான் கருதுகிறேன். உங்களின் பணி சிறப்புக்குரியது. கார்டலும் நானும் பழகி ஒரு மாதம்கூட ஆக வில்லையென்றாலும் எங்களுக்குள் உண்டான நட்பு ஆழமானது. இதனையும் அவன் கண்டிப்பாக உங்களிடம் சொல்லித்தான் இருக்கவேண்டும்.''

''எல்லாவற்றையும் இன்று காலையில்தான் கூறினான். திடீரென்று அவனது மாற்றத்திற்கு நீதான் காரணமாக இருந்திருக் கிறாய். அதை நான் இன்று அவன் எங்களிடம் நடந்துகொண்ட முறையில் புரிந்துகொண்டேன். உன்னிடம் பழகிய நாட்களிலிருந்து அவனிடத்தில் ஏதோ ஒரு புத்துணர்ச்சி கிடைத்துள்ளது என்பதையும் என்னால் உறுதியாக கூறிடமுடியும். உன்னுடைய கஷ்டங்களை அவன் முழுமையாகப் புரிந்து கொண்டிருக்கிறான்.''

எட்வின், மருத்துவர் பேசுவதையே தொடர்ந்து கவனித்துக் கொண்டிருந்தான்.

''நீ நிறைய புத்தகங்களை வாசிப்பதாக அவன் கூறினான். எப்படிப்பட்ட புத்தகங்களை வாசிக்கின்றாய். நானும் எனது இளமைக் காலத்தில் படித்திருக்கின்றேன். ஆனால், இப்பொழுது அதற்கு நேரங்கள் கிடைப்பதில்லை.''

''மிகவும் அற்புதம். நீங்களும் ஒரு வாசகர் என்பதைச் சொல்லுங்கள். நான் பெரும்பாலும் எல்லாவிதமான புத்தகங் களையும் வாசிப்பேன். ஒருசில நேரங்களில் மிகுந்த தாக்கத்தை புத்தகங்களும் ஏற்படுத்திவிட்டுச் செல்கின்றது என் அம்மாவின் மறைவைப் போல.''

அவன் எதையோ நாடியே இங்கு சவானாவைப் பற்றி பேசுகிறான் என்று தன்னுள் நினைத்துக்கொண்ட கேவின் சில நொடிகள் அமைதியாகவே இருந்தார். ''சவானா என்பவள் மிகப்பெரிய சிக்கல்களை சந்தித்து தன் வாழ்நாள் முழுவதும் கவலையோடு வாழ்ந்து வந்தவள். அவள் தன் கவலைகளை

யாரிடமும் சொல்லியதாக எனக்குத் தெரியவில்லை. என்னால் ஒன்றை மட்டும் புரிந்துகொள்ள முடியவில்லை. நீ ஏன் இத்தனை ஆண்டுகளாக உனது தாய் சவானாவை சந்திக்க வரவில்லை. உனக்கு விருப்பமிருந்தால் இதனை என்னிடம் சொல்லிவிடலாம். இது வருத்தம் உண்டாக்குமென்றால் நீ அதை தவிர்த்துவிடலாம் எட்வின்.''

இதுதான் சரியான நேரம் உண்மையை மருத்துவர் இபாலிடம் சொல்லிவிடலாம் என்று தனக்குள் நம்பிக்கைகளை கொண்டுவந்து பேச முற்படும்பொழுது கேட்டலினாவும் கார்டலும் அவர்களை நெருங்கி வந்தனர். அவர்களைப் பார்த்த மருத்துவர், ''அப்படியே செல்வோமா? இரவு உணவை வெளியே சாப்பிட்டுவிடலாம். பணியாளர்களை எல்லாம் வீட்டிற்கு அனுப்பிவிட்டாச்சே'' என்று கூறினார். அதற்குப் பிறகு தான் சொல்ல வந்ததை அப்படியே நிறுத்திக்கொண்டான் எட்வின்.

அவர்கள் நால்வருமே பூங்காவை விட்டுச் செல்லத் தயாராகினார்கள். அவர்கள் வெளியே வந்தவுடன் சில நிமிடங்களில் எபோர்ட் சாலையின் நடைபாதையில் ஏறி நடக்கத் தொடங்கினார்கள். சிறிது நேரத்தில் 'தி எலைட்' நிறுவனத்திற்கு செல்லும் சாலையை கடந்தார்கள். அப்பொழுது கார்டல் கேட்டலினாவிடம், ''நான் சொன்னேன் அல்லவா இங்குதான் நமது எட்வின் பணிபுரியப் போகிறான்'' என்று கூறிக்கொண்டே நடந்தான். மேலும் அவர்கள் எபோர்ட் சாலையில் உள்ள ஒரு உணவகத்தில் உணவருந்திவிட்டு வீட்டிற்கு வரும்பொழுது மணி ஒன்பது இருக்கும்.

தனது அறையை வந்தடைந்த எட்வின் என்றுமில்லாதவாறு ஆழ்ந்து உறங்கிவிட்டான்.

அத்தியாயம் - 5

மாகாணத்தின் தலைநகரமாகத் திகழும் வெயிண்ட் நகரிலுள்ள ஏரிக்கு மிக அருகில் அமைந்திருக்கும் அனோவால் எனும் பகுதியின் அடுக்குமாடிக் குடியிருப்பில் இரண்டாம் தளத்தில் வசிக்கும் ஆசிரியர் ஜோன்ஸ் கடந்த ஒரு மாத காலமாகவே மன வேதனையில் துடித்துக்கொண்டிருந்தார்.

தான் பெரும் தவறை செய்துவிட்டோம் என்ற நினைப்பில் தவித்துக் கொண்டிருந்தார். அதன் காரணமாகவே அவர் எந்த நிகழ்ச்சியிலும் கலந்துகொள்ளவில்லை. உடல் நலனில்லை என்று பொய் காரணம் கூறிவிட்டு எல்லா நிகழ்ச்சிகளையும் நிராகரித்து வந்தார். தன்னை இப்படிப்பட்ட சூழ்நிலையில் தவிக்கவிட்டுச் சென்ற எட்வின் இமான் மீது ஆத்திரமும் கொண்டிருந்தார். எப்படியும் இரண்டு மூன்று நாட்களில் வந்து விடுவான். அவனுக்கு யார் இருக்கிறார்கள் என்ற அவரது எண்ணம் படிப்படியாக மாறிவிட்டது. வாரத்திற்கு ஒரு முறையாவது மாணவர்களுக்கு புத்தகங்களை அறிமுகப்படுத்தி வந்த ஆசிரியர் கடந்த மூன்று வாரங்களாக அதனைச் செய்யவில்லை. இனி அவனை நம்பி ஒன்றும் நடக்கப்போவதில்லை என்ற நிலையில் தானே புத்தகங்களை வாசிக்க முயன்ற பொழுது சில பக்கங்கள் கூட அவரால் தொடர்ந்து வாசிக்க முடியவில்லை. முழு மனதில்லாமல், விருப்பமில்லாமல்

முயன்று என்ன செய்வது. அப்படியே வாசித்தாலும் அந்தப் புத்தகங்களை புரிந்துகொள்ள முடியவில்லை. இப்பொழுது அவருக்கு எட்வினது உதவி தேவைப்படுகிறது. இப்பொழுதிருக்கும் ஒரே வழி எட்வினை இங்கு அழைத்து வருவதுதான். "அவன் சொல்லாமல் சென்றதிற்கு காரணம், நான் அவனைப் பயன் படுத்திக்கொள்கிறேன் என்று நினைத்திருப்பான். இருந்தாலும் அதுவும் ஒரு வகையில் உண்மைதானே. அப்படியே அவன் நினைத்திருந்தாலும் என்னிடம் நேரடியாகச் சொல்லி யிருந்தால் நானே அவனுக்கு ஏதேனும் ஒரு தீர்வினை தந்திருப்பேன்" என்று தனக்குள்ளே சொல்லிக்கொண்டிருந்தார்.

"சரி... இதற்கு மேலும் எட்வினை தேடாமலிருப்பது நல்லதாக இருக்காது" என்று ஆசிரியர் ஜோன்ஸை பார்த்து அவரது மனைவி ஆன்ஸி கூறினாள். "திடீரென அவனது உறவினர்கள் யாரேனும் நம்மிடம் கேட்டால் என்ன சொல்வது? யாரும் வரப் போவதில்லை என்றாலும் அவனை யாரோ ஒரு நபர் இங்கு வந்து சந்தித்துவிட்டு போயிருக்கிறார். இதனை அடித்தளத்தில் குடியிருக்கும் விஷாலினிப் பாட்டி என்னிடம் நேற்று இரவுதான் கூறினாள்."

"அப்படியா" என்று அதிர்ச்சியுடன் கேட்டார் ஆசிரியர் ஜோன்ஸ். "அந்தக்கிழவி நம்மிடம் இத்தனை நாட்களாக ஏன் கூறவில்லை?"

"நேற்றுதான் விஷாலினிப் பாட்டியிடம் எட்வின் சொல்லாமல் எங்கோ போய்விட்டான் என்ற விஷயத்தைச் சொன்னேன். அப்பொழுதுதான் இதனைக்கூறினாள். இதற்கு முன்பு அப்படி ஒரு மனிதனை இந்தப் பகுதியில் பார்த்ததில்லை என்றும் அந்த நபருக்கு முப்பது வயதிருக்கலாம் என்பதையும் மட்டுமே அவள் தெரிவித்தாள். நேற்று இரவே உங்களிடம் சொல்லியிருக்க வேண்டும். நீங்கள் ஆழ்ந்து உறங்கிக்கொண்டிருந்தீர்கள். அதனால்தான் இப்பொழுது சொல்கிறேன். அவன் ஒருவேளை

அந்த மனிதரோடுதான் சென்றிருக்க வேண்டும். இத்தனை ஆண்டுகளாக நம்முடன் இருந்துவிட்டு ஒரு வார்த்தைகூடச் சொல்லாமல் போய்விட்டானே அந்த அசடன். அவனில்லாமல் இருப்பது சிரமமாகத்தான் இருக்கிறது. அவன் விருப்பமில்லாமல் சென்றால் நாமென்ன செய்வது. விடுங்கள் அவனாக வந்து விடுவான். நாம் அவனைத் தேடுவது வீணான வேலையாகத்தான் இருக்கும்'' என்று ஆன்ஸி பேசிக்கொண்டிருந்தாள்.

அமைதியாகவே இருந்த பெத்தனி, எட்வின் தன்னிடம் கூறியதை அவர்களிடம் சொல்லாமல் இருந்ததற்கு காரணம் இருந்தது. அவனது தாய் இறந்துவிட்டாள் என்பது மட்டுமே தனக்குத் தெரியும் என்ற நிலையில் அவனைப் பற்றி வேறெதுவும் தெரியாதவளாக இருந்தாள். அவனது தாயின் மறைவைத் தன்னிடம் மட்டுமே சொல்வதற்கு காரணம் யாது என்பதை இன்றுவரையில் யோசித்தபிறகே அவளுக்குத் தெரியவந்திருக்கிறது. அவன் தன்மீது அன்பு கொண்டிருக்கிறான் என்பதை அறிந்து விட்டாள். நான்கு வருடங்களுக்கு மேலாக எட்வினை தெரிந்து வைத்திருந்த அவள், அவன் மேல் பெரிதும் அன்பு செலுத்தவில்லை என்றாலும் ஒளிவுமறைவின்றி அவனிடம் எதார்த்தமான நிலையிலேயே பழகிவந்தாள்.

ஆசிரியர் ஜோன்ஸ் அங்கிருந்து வேகமாக எழுந்து வாசலுக்கு வெளியே கழட்டிவிடப்பட்டிருந்த தனது காலணிகளை மாட்டிக் கொண்டு இரண்டாவது மாடியிலிருந்து கீழே இறங்கினார்.

திடீரென ஆசிரியர் இப்படி நடந்துகொள்ள அவசியம் என்னவென்று தெரியாமல் பெத்தனியும் ஆன்ஸியும் ஒருவரையொருவர் பார்த்துக் கொண்டனர்.

''இந்த மனிதருக்கு என்னதான் ஆச்சு. சில நாட்களாகவே இவர் இப்படி செய்துகொண்டு இருக்கிறார். ஒருவேளை எட்வின் சென்றதால் இருக்குமோ?''

"அப்படித்தான் இருக்கும் அம்மா. எட்வின் ஐந்தாண்டுகள் அவருடன் இருந்திருக்கிறான். அவருக்குத் தேவையான எல்லா உதவிகளையும் அவன்தான் செய்து வந்தான். தந்தை நம்முடன் இருந்ததைவிட அவனுடன் அவரது அலுவலகத்தில் அதிக நேரங்களை செலவிட்டுள்ளார். அவன் சென்றது நமக்கே வருத்தத்தை தந்துவிட்டிருக்கும் பொழுது அவரை பாதித்திருப்பதற்கு எந்தவொரு மாற்றுக் கருத்தும் இல்லை. அம்மா நீங்கள் சொன்னவாறு எட்வின் இந்த வெயிண்ட் நகரத்தில் இருப்பதற்கான வாய்ப்பு குறைவுதான் என்று நினைக்கிறேன்.''

"அப்படியென்றால்.., என்ன சொல்கிறாய் பெத்தனி? எட்வின் வெயிண்ட் நகரத்தைவிட்டு எங்கு சென்றிருக்க முடியும். அவன் செல்வதற்கான போதிய பணம்கூட அவனிடம் இருந்திருக்க வாய்ப்பில்லையே. நாம் அவனுக்கு கொடுக்கும் பணத்தையும் மாதா மாதம் அவனது பெரிய மாமாவின் மனைவி வாங்கிச் சென்றுவிடுகிறாளே! அவளிடமும் நான் விசாரித்து விட்டேன். 'எனக்கென்ன தெரியும்' என்று வருத்தமே இல்லாதவள் போல அலட்டிக்கொண்டாள் அந்த இரக்கமற்றவள். அவளது கணவனுக்கு பக்கவாதம் வந்த பிறகும் அவளுக்கிருக்கும் திமிருத்தனம் அடங்கவேயில்லை. இப்படியிருக்கும் நிலையில் யாரோ ஒருவர் எட்வினை சந்தித்த பிறகுதான் அவன் இங்கில்லை. அவனுக்கு வேறு சொந்தங்களே இல்லையென்று தானே கூறியிருக்கின்றான். பிறகெப்படி அவன் வெயிண்ட் நகரைவிட்டுச் சென்றிருப்பான்? எனக்கு ஒன்றுமே புரியவில்லை பெத்தனி. மிகவும் அமைதியான பாசமிகு இளைஞன்தான் அவன். அவனது முகத்தில் ஏதோ ஒரு ஈர்ப்பு இருக்கத்தான் செய்தது. ஏன் இப்படிச் செய்தான்? சரி எதுவோ இருக்கட்டும். உனது தந்தை ஜோன்ஸை என்ன செய்வதென்றே தெரியவில்லை. போன அந்தப் பையனை நினைத்து என்னதான் செய்யப் போகிறாரோ? எத்தனைமுறைதான் அவரிடம் இதை எடுத்துச்சொல்வது'' என்று பெத்தனியிடம் ஆன்ஸி சமையலறைக்குள் இருந்தவாறு பேசிக்கொண்டிருந்தாள்.

ஆசிரியர் ஜோன்ஸ் பிரதிபார்னாவ் தங்கியிருக்கும் அடுக்குமாடி கட்டிடத்திற்கு எதிராகவேதான் அவரது அலுவலகமும் இருந்தது. கட்டிடத்திற்கும் அலுவலகத்திற்கும் நடுவே பயணிக்கும் சாலை அநோவால் தெருவின் எல்லை வரைக்கும் செல்லும். அந்த அலுவலகத்தில் தான் அவரும் எட்வினும் பெரும்பாலான நேரங்களில் புத்தகங்கள் பற்றின விஷயங்களைப் பேசிக்கொண்டே இருப்பார்கள். அதே அலுவலகத்தில்தான் எட்வினுக்கு அவ்வப் போது ஜோன்ஸ் பள்ளிப் பாடமும் எடுத்து வந்தார். நான்கு வருடங்களுக்கு முன்பு ஆசிரியர் பணியில் இருந்துகொண்டே மாணவர்களுக்கு பாடம் கற்பித்துத்தருவதற்கான இடமாக இந்த இடத்தை வாங்கி வைத்திருந்தார். தற்பொழுது ஆசிரியர் பணியிலிருந்து ஒய்வு பெற்றபிறகு குறிப்பிட்ட மாணவர்களைச் சேர்த்து பாடம் எடுத்து வருகிறார். இப்பொழுது விடுமுறை என்பதால் மாலைப் பொழுதில் எப்பொழுதும் மாணவர்களுடன் காணப்படும் அந்த அலுவலகமானது ஒன்றரை மாதமாகவே வெறிச்சோடி காணப்பட்டது.

இப்பொழுதும்கூட ஆசிரியர் திடீரென தனது வீட்டிலிருந்து இறங்கி அலுவலகத்திற்குள் சென்றுகொண்டிருப்பதை பெத்தனி ஜன்னலின் வழியே பார்த்துக்கொண்டிருந்தாள். அவர் அலுவலகத் திற்குள் சென்றவுடன் தான் நின்று கொண்டிருந்த இடத்தைவிட்டு விட்டு தனது அறைக்குள் எட்வினது நிலைப்பற்றி நினைத்துக் கொண்டே சென்றாள்.

அலுவலகத்திற்குள் சென்ற ஆசிரியர் ஜோன்ஸ் தனது மூக்குக்கண்ணாடியை மேசைமீதிருந்து எடுத்து அணிந்து கொண்டார். பிறகு அலுவலகத்தை விட்டு வெளியேறி சாலையின் எல்லைப் பகுதியில் இடதுபுறமாக இருக்கும் எட்வினது பெரிய மாமாவின் வீட்டை நோக்கி நடக்கத் தொடங்கினார். செல்லும் பொழுதே அந்த கீழ்வீட்டு விஷாலினிக் கிழவி கூறிய அடையாளம் தெரியாத நபர் யார் என்பதை யோசித்துக்கொண்டே சென்றார். இதற்கெல்லாம் அவனது மாமாதான் தீர்வளிக்க முடியும் என்ற எண்ணத்திலேயே அங்கு சென்றார்.

இதுவரை அந்த சிறிய வீட்டிற்குள் ஆசிரியர் ஜோன்ஸ் சென்றதில்லை. இதற்கு காரணம், ஆசிரியர் பெரிய அந்தஸ்தை பெற்றிருப்பதால் அந்த இடத்திற்கெல்லாம் செல்ல விரும்பாததாக எண்ணிவிடக்கூடாது. அந்த நோயாளியின் மனைவி மிகவும் அசடுபிடித்தவள். அதனாலேயே அங்கு எட்வின் எத்தனைமுறை கூப்பிட்டாலும் அவர் சென்றதே இல்லை. இப்பொழுது செல்வது எட்வினுக்காக. எட்வின் எங்கே சென்றுள்ளான் என்பதை தெரிந்துகொள்ளவேண்டும் என்ற ஒரே விஷயம்தான்.

நாலடி உயரமே இருந்த நுழைவுவாயிலைகொண்ட அந்த வாசலின் வழியாக குனிந்து உள்ளே சென்றார் அவர். பிறகு கட்டிலில் ஒரு பக்கமாக படுத்துக்கிடந்த ஆல்வின் திபெத்தை கண்டதும் பரிதாப எண்ணத்தோடு நின்று கொண்டு அவரது மனைவி அங்கு இல்லை என்பதை சுற்றிப் பார்த்துவிட்டு நிம்மதியடைந்தார். நோய்வாய்பட்டுக் கிடந்ததிலிருந்து ஒருமுறை கூட வந்து பார்க்காத ஆசிரியர் தற்பொழுது வந்திருப்பது ஆல்வின் திபெத்துக்கும் அதிர்ச்சியை உண்டாக்கியது எனினும் எந்த வித உணர்வுகளையும் வெளிப்படுத்த இயலாத நிலையில் படுத்துக்கிடந்தார். கீழ் உதடு ஒருபக்கமாக இழுத்துக்கிடந்த நிலையிலும் ''வாங்க'' என்று அவரால் ஆசிரியரை அழைக்க முடிந்தது.

''மன்னிக்கவும்.. உங்களிடம் ஒன்றைக் கேட்டுத் தெரிந்துகொள்ளவே இங்கு வந்திருக்கிறேன். சரியாக எட்வின் காணாமல் போய் முப்பத்திரண்டு நாட்கள் ஆகிவிட்டதென்பது உங்களுக்கு தெரிந்திருக்கும். அவன் வந்துவிடுவான் என்ற நம்பிக்கையிலேயே இருந்தேன். ஆனால் இதுவரை வரவில்லை. சில மணி நேரத்திற்கு முன்புதான் எட்வினை சந்திக்க யாரோ ஒருவர் இங்கு வந்து சென்றிருக்கிறார் என்பதையும் அவர் வந்து சென்று மூன்று நாட்களில்தான் அவன் எங்கோ சென்றிருக்கிறான் என்ற விஷயத்தையும் தெரிந்துகொண்டேன். இப்பொழுது நான் எதைக் கேட்க வருகிறேன் என்பது உங்களுக்கு புரிந்திருக்கும். உங்களை

இந்த நிலையில் பார்ப்பதற்கு வருத்தமாகத்தான் உள்ளது. தயவு செய்து என்னை மன்னித்து, நீங்கள் எட்வினைப் பற்றிச் சொல்லியாக வேண்டும்'' என்று மிகத் தெளிவாகவும் அழுத்தமாகவும் ஆசிரியர் அவரது காதருகே சென்று சத்தமாகப் பேசினார்.

வீட்டின் பின்புறத்திலிருந்து உள்ளே வந்த ஆல்வினின் மனைவி ஆசிரியர் வந்திருப்பதைப் பார்த்து திகிலடைந்து நின்று கொண்டிருந்தாள். இருப்பினும் முகத்தில் அதனைக் காட்டிக் கொள்ளாமல் ''வாருங்கள் ஆசிரியரே, இதோ தேநீர் தயாரித்து வருகிறேன்'' என்றபடி சமையலறைக்குள் சென்றாள்.

பேசுவதற்கு சிரமப்பட்டுக்கொண்டு இருந்த அவரது வார்த்தைகளை கேட்க கூர்ந்து கவனித்துக் கொண்டிருந்தார் ஆசிரியர். அவரது குரலின் ஒலி மெதுவாகக் கேட்டபோதிலும் சொற்கள் ஓரளவிற்கு தெளிவாகவே இருந்தது.

அவர் பேசத் தொடங்கிய சில நொடிகளிலேயே தேநீரைக் கொண்டு வந்து கொடுத்தாள். காலையில் போட்டு வைத்திருந்த தேநீரை மறுபடியும் சுடவைத்துத் தந்திருந்தாள். இதனை அறிந்தும் காட்டிக்கொள்ளாமல் மெல்லக் குடித்துவிட்டு தேநீர் கோப்பையை அருகிலிருந்த திண்ணையில் வைத்தார். பிறகு, ''நீங்கள் சொல்லுங்கள் எல்லாவற்றையும் கூறுங்கள்'' என்றபடி மிகவும் தெளிவான குரலில் கயிற்றுக் கட்டிலில் படுத்திருந்த ஆல்வினைப் பார்த்துக் கேட்டுக்கொண்டார் ஆசிரியர்.

அவர் மீண்டும் பேசத்தொடங்கினார். ''எட்வினது தந்தை மெக்லைன் ஒரு குடிகாரப் பேர்வழி. நானும் குடிகாரன்தான். அவன் அளவுக்கு குடிக்காவிட்டாலும், நான் பணத்தாசைப் பிடித்தவன். பத்து ஆண்டுகளுக்கு முன்பு அற்ப பணத்திற்காக நான்...நான் செய்த விஷயம் கீழ்த்தரமானது. அதைச் சொல்வதற்கே வெட்கமாக இருக்கிறது. இதை நீங்கள் கேட்டபிறகு என்னை நீங்களே கொன்றுவிட்டுச் சென்றாலும் நான் அதை ஏற்றுக்கொள்கிறேன்.''

அவன் ஒரு மிகப் பெரிய சிக்கலான சம்பவங்களை எடுத்துச் சொல்லப் போகிறான் என்பதை ஆசிரியர் ஜோன்ஸ் அவர்களால் மிகத் தெளிவாக உணர்ந்துகொள்ள முடிந்தது. அந்த சமயத்தில் ஆல்வினது மனைவி அங்கிருந்து வெளியே சென்றுவிட்டாள். அவள் இந்த இடத்தை விட்டு தற்பொழுது செல்வதே நல்லது என்பதைப் போல நழுவிக் கொண்டதையும் ஆசிரியர் கவனித்தார்.

தொடர்ந்து பேசிக்கொண்டே இருந்த அவன், ''மெக்லைன் எனது கூட்டாளியாவான். அதைத்தவிர அவன் எப்படிப்பட்ட சொந்தம் என்பது எனக்குத் தெரியவில்லை. பார்டிலைன் நகரிலிருந்து தன்னுடைய மகன் எட்வினுடன் இந்த வெயிண்ட் நகருக்கு வந்து சேர்ந்தான். அப்பொழுது எட்வினுக்கு பத்து வயது இருக்கும் என்று நினைக்கிறேன். மெக்லைன் தன்னுடைய மனைவியை பார்டிலைன் நகரில் விட்டுவிட்டு இங்கு வந்திருந்தது எங்களுடையத் திட்டப்படி சரியாகத்தான் இருந்தது. ஆம் நாங்கள்... நாங்கள் முன்னரே எட்வினை விற்றுவிட்டோம். சரியாக அன்றிலிருந்து மூன்றாவது நாள் அவனை நகரப்பகுதியிலிருந்து தொலைவிலுள்ள எஸ்.எல்.டி. ஆலை ஒன்றில் விற்றுவிட்டோம். அந்த நிறுவனத்தைப் பற்றி அறியாதவர்கள் தற்பொழுது வெயிண்ட் நகரில் யாருமில்லை. ஆறு ஆண்டுகளுக்கு முன்பு முப்பத்தி இரண்டு குழந்தைகளை அடிமையாக வைத்து வேலை வாங்கிக் கொண்டிருந்த நிறுவனம் மூடப்பட்டது என்ற செய்தியை தாங்களும் அறிந்திருப்பீர்கள். அங்குதான் எட்வினை மெக்லைன் நான் சொன்னவாறு விற்றுவிட்டு அதிக பணத்துடன் என்னிடம் வந்து சேர்ந்தான். எட்வின் அப்பொழுது என்னை அறிந்திருக்க வாய்ப்பில்லை. நானும் அந்தச் சிறுவனை கண்டதில்லை.

பணத்தை பார்த்த மகிழ்ச்சியில் எல்லையற்ற உற்சாகத்தில் இருந்தோம். வாழ்நாளில் மொத்தமாக அத்தனை பணத்தையும் ஒரே நேரத்தில் பார்த்து, குற்றமில்லாத ஒருவனைப்போலவே பணத்தை

பங்கிட்டுக்கொண்டிருந்தோம். அன்று மாலையில் பணத்துடனே குடிக்கச் சென்றோம். எல்லைமீறி குடித்த நாங்கள் மதுபான கடையிலிருந்து தள்ளாடி வெளியே வந்தோம். நிலையின்றி சாலையில் ஆடிக்கொண்டிருந்தோம். மாலைப்பொழுது முடிந்து இரவு தொடங்கிய நிலையிலும் எங்கள் ஆட்டம் குறையவில்லை. சாலையின் ஓரப்பகுதியில் விழுந்து தகாத வார்த்தையில் கத்திக் கொண்டிருந்தோம். அந்த வழியாக வந்த காவல் அதிகாரி ஒருவர் எங்களைக் கண்டித்த போதும் அடங்கியபாடில்லை. ஆத்திர மடைந்த அவர் காவல் நிலையத்திற்கு எங்களை இழுத்துச்சென்றார். வெயின்ட் நகரத்தின் தெற்கு காவல் நிலையம் அங்கிருந்து அருகில்தான் இருந்தது. உதவி காவலர்களை அழைத்து வந்து எங்களை காவல் நிலையத்தில் ஒப்படைத்துவிட்டு அவர் அங்கிருந்து சென்று விட்டார். நிச்சயமாக அவர் பணியை முடித்து விட்டு அங்கிருந்து செல்லும்போதுதான் எங்களை பார்த்திருக்க வேண்டும். அந்த காவல் நிலையத்திலிருந்த காவலர் எங்களிடம் நிறையப் பணமிருப்பதை சோதனை செய்து கண்டுபிடித்தார். இவர்களிடம் எப்படி இவ்வளவு பணம் என்பதை விசாரிக்கும் வகையில் எங்களை அடித்து மிதித்தார். அப்பொழுது எங்களுக்கு எந்த வலியும் ஏற்பட்டவாறு எனக்கு நினைவும் இல்லை. மறுநாள் காலையில் தெரிந்தது, எங்கள் பணம் முழுவதையும் காவல்துறை அலுவலர் மாதவ் எடுத்துவிட்டார் என்பதை அவர் சொல்லியே தெரிந்து கொண்டோம். நாங்கள் எல்லாவற்றையும் கூறிவிட்டோம் என்பதையும் பணம் எங்கிருந்து வந்தது என்பதையும் குடிபோதையில் சொல்லிவிட்டோம் என்றும் அவர் கூறினார். உடல் முழுவதும் பயம் பரவி நடுங்கிக்கொண்டிருந்தோம்.

தெளிவான நிலையில் ஒப்புக்கொண்டால் விட்டுவிடுகிறேன் என்று அவர் கூறியதைக் கேட்டு எல்லாவற்றையும் தெரிவித்து விட்டோம். எங்களது முகவரிகளை வாங்கிவிட்டு அங்கிருந்து செல்லும்படி அந்த காவல்துறை அலுவலர்கூறினார். அப்பொழுது

மணி சரியாக ஆறு இருபது. அது நன்றாக எனக்கு நினைவிருக்கிறது. அந்த காவல் நிலையத்தில் அவர் ஒருவரே இருந்தார் என்பதையும் நான் கவனித்தேன். என்ன செய்வது எல்லாவற்றையும் எடுத்துக் கொண்டு எங்களை துரத்தி அடித்தார். இதை யாரிடம் சொல்வது எப்படி சொன்னாலும் எங்களுக்கு சிறைதான் என்ற பயத்தில் அதை அப்படியே விட்டுவிட்டோம். அன்றைக்கே மெக்லைனும் வெயிண்ட் நகரத்தை விட்டு வேறெங்கோ சென்றிருக்க வேண்டும். அப்படிப்பட்ட சம்பவங்கள் எல்லாம் நிகழ்ந்து பல ஆண்டுகள் ஆன பிறகு, தெற்கு காவலர் மாதவ் என்னைத் தொடர்பு கொண்டு என்னிடமே எட்வினை ஒப்படைத்தார். அடிமைகளாக மாட்டி கொண்ட குழந்தைகளை பெற்றோர்களிடமோ சொந்தங்களிடமோ ஒப்படைக்கும் பொறுப்பு அவரிடத்தில் இருந்தது.

அன்று நான் தந்துவிட்டுச்சென்ற முகவரி மற்றும் நாங்கள் ஒப்புக்கொண்டு கைப்பட எழுதித்தந்திருந்த காகிதத்தையும் பத்திரமாக வைத்திருந்திருக்கிறார். அதில் நான் எல்லாவற்றையும் எழுதியிருந்தேன். எட்வின் பெயரும் அதில் குறிப்பிட்டிருந்தேன். பாருங்கள் ஆசிரியரே ஐந்து ஆண்டுகளுக்குப் பிறகு அது உபயோகிக்கபட்டிருக்கிறது. அதுவும் நல்லது தான். செய்த குற்றத்திற்கான பாவத்தை தீர்க்க எட்வினை அவனது தாயிடம் ஒப்படைத்துவிடலாம் என்றே எண்ணினேன். நடந்த எல்லா வற்றையும் என் மனைவியிடம் கூறினேன். எட்வினைப் பற்றியும் கூறினேன். அவனது தாய் இருக்கும் பார்டிலைன் நகரத்திற்கு சென்று எப்படியாது அவனை ஒப்படைத்துவிடலாம் என்று கூறினேன். அவளிடம் இதை சொல்லாமலே இருந்திருக்கலாம். என்னைப் போலவே கீழ்த்தரமான எண்ணம் கொண்ட அவள், அதெல்லாம் எதற்கு, இப்பொழுது அவள் இருக்கிறாளோ இல்லையோ.. இவனை நாம் இங்கேயே வளர்த்துகொண்டு வேலைக்கு அனுப்பலாம். பிறகு, நான்கு மாதத்தில் பிள்ளை இழந்த எங்களுக்கு எட்வின் துணையாக இருப்பான் என்ற எண்ணத்தில் அல்ல.. உண்மையாக சொல்கிறேன், அவன் மூலம் பணத்தை பெறலாம்

என்ற எண்ணத்தில்தான். நானும் ஒப்புக்கொண்டேன். உன் தாய் இறந்துவிட்டாள் என்ற பொய்யையும் சொன்னேன். இது எவ்வளவு பெரிய பாவச்செயல். எனது பாவத்திற்கு ஒரு நல்லது செய்யும் வாய்ப்பை கடவுள் தந்தும் நான் மீண்டும் ஒரு பாவத்தைப் புரிந்துவிட்டேன். இப்படிப்பட்ட கேவலமான எனக்கு, இதோ இந்த நோய். இதுதான் என் நிலைமை பாருங்கள் ஆசிரியரே எனக்கு தண்டனை கிடைத்துவிட்டது. அதுவுமில்லாமல் சில நாட்களுக்கு முன்புதான் எட்வினின் மாமா ஜெராட் பிலிப்போனாவ் என்னைச் சந்திக்க இங்குவந்தார். அவர் எட்வினின் தாயாரின் தம்பி என்பது எனக்குத் தெரியும். மெக்லைன் போன்ற ஒருவனை காதலித்து திருமணம் செய்ததால், சவானாவை அவளது குடும்பத்தினர் ஒதுக்கி விட்டனர். சவானா வாழ்ந்துகொண்டிருக்கும் இடம் தெரிந்தும்கூட அவளிடம் எந்த பேச்சுவார்த்தையும் ஜெராட் வைத்துக்கொள்ள வில்லை. எவ்வளவு சொல்லியும் குடிகார மெக்லைனை திருமணம் செய்து கொண்டதே இதற்கு காரணம்.

இன்றிலிருந்து ஒருமாதத்திற்கு முன்புதான் அவர் இங்கு வந்தார். பல ஆண்டுகளுக்கு பிறகு தனது திருமணத் தேதி தகவலை சொல்வதற்காக இங்கு வந்தார். இது கடவுள் கொடுத்த மறு வாய்ப்பு என்று எல்லாவற்றையும் ஜெராட்டிடம் சொன்னேன். சவானா பார்டிலைன் நகரத்தில்தான் வேலை பார்த்துக்கொண்டிருக்கிறாள் என்று சொன்னது, இன்ப வார்த்தைகள். அப்போது என்மனம் வேதனையிலிருந்து விடுபட்டுத் துள்ளியது. சவானாவிடம் எட்வினை ஒப்படைத்து விடுமாறு வேண்டினேன்.

ஆத்திரத்தில் மறுப்புத் தெரிவித்த அவர், மீண்டும் ஒருமுறை சிந்தித்தார். எட்வினின் நிலை அவரை வாட்டியது. அதையும் என்னால் உணர முடிந்தது. மனம் மாறிய அவர் சவானா இருக்கும் இடத்தையும் அவள் உயிரோடுதான் இருக்கிறாள் என்பதையும் அவனிடம் தெரிவித்து விடுகிறேன் ஆனால் அந்த சவானாவை என்னால் சந்திக்க இயலாது என்று கூறி இங்கிருந்து சென்றார்.

அன்றிலிருந்தே எட்வின் இங்கு வரவில்லை. எப்படியோ அவன் தனது தாயுடன் சேர்த்திருப்பான். இதுபோதும், வேதனையில் துடித்துக்கொண்டிருந்த எனக்கு மன வேதனையிலிருந்து விடுதலை கிடைத்துவிட்டது. இனி மரணம் ஒன்றே உடல் வேதனையிலிருந்து என்னை விடுதலை செய்ய முடியும் அதை எதிர்பார்த்து காத்திருக்கிறேன் ஆசிரியரே'' என்று எல்லாவற்றையும் கூறி முடித்துவிட்டான் ஆல்வின்.

ஆசிரியர் ஜோன்ஸ் அங்கிருந்து எதுவும் பேசாமல் மிகுந்த மனவேதனையுடன் தன்னுடைய அலுவலகத்திற்கே சென்றார். இவ்வளவு கஷ்டத்தை அனுபவித்த அந்த குழந்தை தன்னுடனும் சொல்லமுடியாத துயரத்தை அனுபவித்திருக்கிறான். அந்த குழந்தையை நானும் பயன்படுத்தியிருக்கிறேன். ஆல்வினை போல நானும் மோசமானவன் என்று தனக்குள்ளே நினைத்துக்கொண்டே அலுவலகத்திற்குள் சென்று நாற்காலியில் அமர்ந்தார்.

சிறிது நேரம் கழித்த பிறகு அலுவலகத்திலிருந்து தனது வீட்டிற்கு செல்ல சாலையை கடந்து வந்து மாடிப்படி வழியாக ஏறிச்சென்றார். இரண்டாம் தளத்திற்கு வந்தவுடன் பெருமூச்சு விட்டபடி வீட்டிற்குள் வந்தார். ஆல்வின் தன்னிடம் தெரிவித்த எல்லா விசயங்களையும் அவரது மனைவியிடம் கூறி வருத்தப் பட்டார். ஆன்ஸியும் பெரிதும் வருத்தத்துடனே இருந்தார். ''எப்படியோ தன் தாயுடன் சேர்ந்துவிட்டதும் மகிழ்ச்சிதான்'' என்று கூறிய பொழுது பெத்தனி குறுக்கிட்டாள். ''அம்மா, என்னை மன்னித்துவிடுங்கள். அப்பா உங்களிடம் இவ்வளவு நேரம் பேசிக்கொண்டிருந்ததை எல்லாம் கேட்டுக்கொண்டுதான் இருந்தேன். எட்வினுக்கு இத்தனை துன்பம் நடந்திருப்பது எனக்கு தெரியாது. ஆனால் ஒன்றை மட்டும் அவன் என்னிடம் சொல்லிவிட்டுச் சென்றான்.''

அதிர்ச்சியில், ''என்ன சொல்கிறாய் பெத்தனி? அவன் செல்வது உனக்கு தெரியுமா?'' என்று கேட்டார் ஆசிரியர்.

''ஆம்! அப்பா, அவன் இங்கிருந்து செல்வதற்கு முன்பு என்னிடம் 'அவன் தாய் இத்தனை நாட்களாக உயிரோடுதான் இருந்தார்கள் என்று நேற்றுதான் தெரிய வந்தது. அனால், இன்று இறந்து விட்டாள் என்பதும் எனது மாமாவின் மூலம் தெரியவந்தது' என்பதை கண்ணீருடன் கூறினான். பரிதாபப்பட்ட அவனின் நிலை என்னைப் பெரிதும் துயரமடையச் செய்தது. 'இதை யாரிடமும் சொல்லவேண்டாம். நான், எனது தாய் ஏற்கனவே இறந்து விட்டதாக நினைத்த ஒன்று அப்படியே இருக்கட்டும்' என்று கூறி அவன் சத்தியமும் வாங்கிக்கொண்டான். ஆனால், போய்விட்ட அவன் மீண்டும் வருவான் என்றே நினைத்துக் கொண்டிருந்தேன். பெரிதும் வருத்ததுடன் இருக்கும் உங்களிடம் இதை சொல்லி இன்னும் கவலையுற செய்யவேண்டாம் என்றே நினைத்தேன். மன்னித்து விடுங்கள் அப்பா'' என்று மன்றாடி கேட்டுக்கொண்டாள் பெத்தனி.

''ஐயோ! கடவுளே அந்த இளைஞன் எத்தனை துன்பங்களைத்தான் தாங்குவான்,'' தனது நெற்றியில் கைவைத்து உட்கார்ந்தார் ஆசிரியர் ஜோன்ஸ்.

''எட்வினைக் கண்டுபிடித்து இங்கேயே அழைத்து வாருங்கள். சொந்தமின்றி ஆதரவின்றி எப்படி வாழ்வான். இப்பொழுது யாருடைய ஆதரவில் இருக்கிறானோ? மீண்டும் அவன் வேறொரு துன்பத்தில் சிக்கிவிடப்போகிறான். அவனது மாமாவைத் தொடர்பு கொண்டு அவனது தாய் வசித்த பார்டிலைன் நகருக்கு சென்றால் தான் அவன் நிலை நமக்குத் தெரியும்'' என்று கூறினாள் ஆன்ஸி.

''சரியாக சொன்னாய் நான் அவனிடம் மீண்டும் சென்று எட்வினது மாமாவைத் தொடர்பு கொண்டு பார்டிலைன் நகருக்குச் செல்லவேண்டும்.''

''காலம் தாழ்த்தாமல் உடனே அவனை அழைத்து வாருங்கள்'' என்று அன்ஸி ஜோன்ஸிடம் கூறினாள். அப்போதே ஆல்வின் திபெத்ராவ் வீட்டிற்கு சென்று ''ஜெராட் பிலிப்போனாவை எப்படி தொடர்புகொள்வது'' என கேட்டார். ''அவர் இருக்கும் இடம்

தெரியவில்லை ஆனால் இந்த வெயிண்ட் நகரில்தான் இருக்க வேண்டும்'' என்று பதிலளித்தான். திடீரென ஆல்வினின் மனைவி ஜெராட் தந்த திருமண பத்திரிகையில் தொலைபேசி எண்கள் இருப்பதை எடுத்துக் காட்டினாள்.

''கடவுளே நன்றி'' என்றபடி ஆழமாக மூச்சை விட்டார்.

''ஆசிரியரே இப்பொழுது எதற்கு அவரைத் தொடர்பு கொள்ளப் போகிறீர்கள்'' என்று வியப்புடன் கேட்டாள் அந்த பெண்.

''எட்வினின் தாய் ஒரு மாதத்திற்கு முன்புதான் இறந்திருக் கிறாள். இறந்த அவளை பார்ப்பதற்குத்தான் எட்வின் பார்ட்லைனுக்கு சென்றிருக்கிறான்'' என்று கூறினார் ஆசிரியர் ஜோன்ஸ்.

பேசக் கஷ்டப்பட்டுகொண்டிருந்த ஆல்வினின் ஒருபக்க கண்ணில் வந்த கண்ணீரைக் கண்ட ஆசிரியர் அவனின் மனவேதனையைப் புரிந்து கொண்டார். ஒன்றும் செய்ய இயலாமல் கயிற்று கட்டிலில் படுத்துக் கிடக்கும் அவனுக்கு ஆறுதல் அளித்தார். ''இன்றே சென்று எட்வினைக் கண்டுபிடித்து விடலாம். அவனுக்கு நல்ல வாழ்க்கையை அமைத்து தரப்போகிறேன்'' என்று கூறிவிட்டு அந்தத் திருமண அழைப்பிதழ் அட்டையை எடுத்துக்கொண்டு தனது வீட்டிற்குச் சென்றார்.

வீட்டிலிருந்த தொலைபேசி மூலம் ஜெராட் பிலிப்போனாவுக்கு தொடர்பு கொண்டார். ஒலிக்கத் தொடங்கியதுமே இணைப்பில் வந்த அவரிடம் நடந்த சம்பவங்களைக் கூறிவிட்டு சவானா தங்கியிருந்த முகவரிகளைக் கேட்டு எழுதிக்கொண்டார். பின்னர் அவரிடம் நன்றி தெரிவித்தார் ஆசிரியர் ஜோன்ஸ்.

''ஐயா! இனியாரும் சவானா பற்றி என்னிடம் பேசாதீர்கள். இதுவே கடைசி முறையாக இருக்கட்டும். எட்வின் மீது இரக்கப் பட்டுத்தான் அவனை சந்தித்து இந்த விஷயங்களைச் சொன்னேன். இனி அவளைப் பற்றியும் எட்வினைப் பற்றியும் என்னிடம் கேட்டுத் தொந்தரவு செய்ய யாரும் வந்துவிடாதீர்கள். நன்றி'' என்று கூறி அலைபேசியைத் துண்டித்தார் ஜெராட் பிலிப்போனாவ்.

ஆசிரியர் அவர் மனைவியிடம் தான் எழுதிய முகவரியைப் படித்துக்காட்டினார்.

48; டாக்டர் கேவின் இபால்

36; மூன்றாவது தெரு;

எபோர்ட் சாலை;

பார்டிலைன்-88

இங்குதான் அவனது தாய் தங்கியிருக்க வேண்டும். சரி நான் இன்றே புறப்படுகிறேன். அப்பொழுதுதான் காலையில் அங்கு செல்ல முடியும்'' என்று ஆன்ஸியிடம் கூறினார். பெத்தனியும் அவர் கூறியதை கேட்டுக்கொண்டு இருந்தாள்.

அத்தியாயம் - 6

இரவு எட்டுமணி அளவில் வெயிண்ட் நிலையத்திலிருந்து புறப்பட்ட ரயில் முழுவேகத்தோடு பார்டிலைன் நகரத்தை நெருங்கிகொண்டிருந்தது. மிகவும் வசதி கொண்ட முதல் வகுப்பில் பயணித்துக்கொண்டிருக்கும் ஆசிரியர் ஜோன்ஸ் பிரதிபார்னாவ், பொழுது விடிந்து வெகுநேரம் ஆகிவிட்டது என்பது தெரியாமல் உறங்கிக்கொண்டிருந்தார். ஜன்னலுக்கு ஓரத்தில் அமர்ந்திருந்ததால் சூரியனின் வெப்பம் லேசாக அவர் உடல்முழுவதும் படரத் தொடங்கியது. வெப்பத்தின் தாக்கத்தால் விழித்துக்கொண்ட அவர், தன் கண்களை உருட்டி எல்லா பக்கமும் நோட்டமிட்டார். மிகவும் குறைவான பயணிகளுடன் காணப்பட்ட அந்த வகுப்பில் சிலர் தெளிவில்லாத முகத்தோற்றத்தோடே இருந்தனர். பார்டிலைன் நகரத்தின் மையப்பகுதியிலுள்ள நிலையத்திற்கு ரயில் வந்தடைந்தது. வழக்கமாக ரயில் பயணத்தின் பொழுது ஆசிரியர் ஜோன்ஸ் சக பயணிகளுடன் எதையாவது ஒன்றைப் பேசிக்கொண்டே வருவார். இரவுப்பொழுது பயணம் என்பதால் அதனைத் தவிர்த்துவிட்டார். நடைபாதையில் இறங்கிய பொழுதே மூன்றாம் வகுப்பில் பயணித்த பயணிகள் முண்டியடித்து கொண்டு இறங்கிகொண்டிருந்தனர். அவர்கள் அனைவரும் சிறிது தூரம் பயணித்த உள்ளூர்க்காரர்கள் என்பதால் மூன்றாம் வகுப்பில் கூட்டம் அலைமோதியது. நீண்ட

நடை பாதை என்பதால் மெதுவாகவே நடந்துகொண்டிருந்தார். சில நிமிடங்களிலேயே நடைபாதையை விட்டு வெளியேவந்தார். மூன்று அல்லது நான்கு மைல் தூரம் செல்லவேண்டியிருப்பதால் வாடகைக்கு வண்டியை எடுத்து கொள்ள முடிவெடுத்தார். ஒன்பது ஆண்டுகளுக்கு முன்பு எபோர்ட் சாலைக்கு ஆசிரியர் வந்திருக்கிறார். இப்பொழுது எல்லாம் மாறிவிட்ட நிலையில் வழித்தடங்கள் எல்லாவற்றையும் மறந்திருந்தார். இரயில் நிலையத்திற்கு பின்புறம் வரிசையாக நின்றுகொண்டிருந்த ரிக்சாக்களில் காக்கி சட்டை அணிந்த ஒருவன் ''வாருங்கள் ஐயா, எங்கு செல்லவேண்டும்'' என்று பணிவுடன் ரிக்சா அருகில் அழைத்துசென்றான்.

ஆறடி உயரமுள்ள அவனை ஆசிரியர் ஜோன்ஸ் அண்ணாந்து பார்த்தார். அவனது கண்கள் சிவந்து கிடந்தன. அவனைப் பார்க்கும் பொழுது அவனது தோற்றம் ஐம்பது வயது நிரம்பிய ஒரு ஆளாகவே வெளிப்படுத்தியது. தான் எழுதிவைத்திருந்த முகவரியை ரிக்சா வண்டிக்காரனிடம் காண்பித்தார் ஜோன்ஸ். அந்த துண்டுச்சீட்டை பெற்றுகொண்டு அதைப் படித்துவிட்டு மீண்டும் அதனை ஆசிரியரிடமே கொடுத்துவிட்டான். பிறகு ரிக்சாவை எபோர்ட் சாலையில் செலுத்தினான். பின்னால் அமர்ந்திருந்த ஆசிரியர் அந்த எபோர்ட் சாலையின் அமைப்பை கண்டுவியந்தார். ஒன்பது வருடங்களுக்கு முன்பு பார்த்த எபோர்ட் சாலை பெரிதும் ரசிக்கும் வகையில் இருந்தது. நடைபாதைகளை அகலபடுத்தியிருப்பதையும், பல கடைகள் அமைந்திருப்பதையும் பார்த்துக்கொண்டே வந்தார். எபோர்ட் சாலையில் வந்திணையும் சாலைகளைப் பார்த்து குழப்பமும் அடைந்தார்.

''இன்னும் எத்தனை தூரம் செல்லவேண்டும்?'' என்று ரிக்சாக்காரனிடம் கோட்டார் ஆசிரியர் ஜோன்ஸ்.

''இப்பொழுது இரண்டாவது தெருவை கடந்து சென்று கொண்டிருக்கிறோம் ஐயா!. மூன்றாவது தெருவின் இணைப்பு பகுதியில் யாரிடமாவது மருத்துவரின் வீட்டைக் கேட்டுச் சென்று விடலாம் ''என்றபடி ரிக்சாவைச் செலுத்திகொண்டிருந்தான்.

எபோர்ட் சாலையிலிருந்து இடதுபுறமாகத் திரும்பியதும், அங்கு நடந்து வந்து கொண்டிந்த ஒருவரை பார்த்து ''டாக்டர் ஐயா வீட்டிற்கு எப்படிச்செல்வது'' என்று கேட்டான்.

''மருத்துவர் இபால் வீட்டிற்கா?''

''ஆம்! டாக்டர் கேவின் இபால்தான்'' என்று பின்னாலிருந்து பதிலளித்தார் ஆசிரியர்.

''இங்கிருத்து ஒரே பாதைதான். பெரியவீடும் அதுதான். நுழைவுவாயிலில் அவரது பெயர் பலகையில் பதித்திருக்கும்'' என்றபடி அவன் சொல்லிகொண்டே நடந்தான்.

ஆசிரியர் நன்றி கூறியதைக் கூட அவன் காதில் வாங்கிக் கொள்ளவில்லை.

அவன் வழிகாட்டியபடியே தெருவின் மிகப்பெரிய வீடெனும் அடையாளத்தோடு நுழைவு வாயில் முன் ரிக்சா வண்டியை நிறுத்தினான். ஆசிரியர் ரிக்சாவிலிருந்து கீழிறங்கி நுழைவுவாயிலைத் தாண்டினார். உள்ளிருந்து வந்த பணியாள் ஒருவன் கதவைத் திறந்தான். இதுவரை பார்த்ததில்லை என்ற போதிலும் வயனாதவராக தென்பட்டதால் மரியாதையோடு பக்கத்தில் வைத்திருந்த நாற்காலியை அவருக்கு கொடுத்தான். ஆசிரியர் அமர மறுத்துவிட்டார்.

''நான் டாக்டர் கேவின் இபாலை உடனடியாகச் சந்திக்க வேண்டும்'' என்று பதட்டத்துடன் கூறினார். இந்தப் பணியாளரிடமே எட்வினைப் பற்றிக் கேட்டுவிடலாமா என்று தனக்குள் நினைத்து கொண்டார். பிறகு, முதலில் மருத்துவரைத்தான் சந்திக்கவேண்டும் என்ற முடிவுக்கு வந்துவிட்டார்.

நுழைவு வாயிலிருந்து வீட்டின் வாசலுக்குள்ளே சென்ற அந்த பணியாளன் கேவின் இபால் இல்லாததால் அவரது மகன் கார்டலை வெளியில் அழைத்து வந்தான்.

"வணக்கம் ஐயா! நான் கார்டல், கேவின் இபாலின் மகன். அவர் மருத்துவமனையில் இருக்கிறார். ஏதேனும் சொல்ல வேண்டும் என்றால் என்னிடம் சொல்லுங்கள் அவர் வந்ததும் நான் அவரிடம் தெரிவித்துவிடுகிறேன்.''

"இல்லை..இல்லை, நான் வெகுதூரத்திலிருந்து வந்திருக்கிறேன். மருத்துவரை கண்டிப்பாக சந்திக்க வேண்டும். அதுவும் இப்பொழுதே!''

ஏதோ ஒன்றை எதிர்பார்த்துதான் இங்கு வந்திருக்கிறார். இவரைப் பார்த்தால் நோயாளி போலவும் தெரியவில்லை. என்னவாக இருக்கும் என்பதைத் தெரிந்துகொள்ள ஆர்வமாக இருந்தான் கார்டல்.

"இது ஒன்றும் பெரியவிசயமில்லை. மருத்துவமனை அருகில்தான் இருக்கிறது. இப்பொழுதே செல்லலாம். நானும் உங்களுடன் வரலாமல்லவா?''

"கண்டிப்பாக வரலாம் தம்பி. நீங்கள் வந்தால் மருத்துவ மனைக்குச் சென்று மருத்துவரைச் சந்திப்பது எளிதாக இருக்கும். இதோ இந்த ரிக்சாவில் சென்றுவிடலாம்.''

"மிகவும் அருமை ஐயா! ரிக்சாவில் பயணம் செய்து வெகுநாட்கள் ஆகிவிட்டது. சற்றுபொறுங்கள். எனது நண்பனுக்கு தற்பொழுது உணவு கொடுத்தாகவேண்டும். எல்லாம் தயார்நிலையில் தான் உள்ளது மருத்துவமனைக்குச் செல்லும் வழியில்தான் அவன் வீடு உள்ளது. ஆம்! நீங்கள் சாப்பிட்டீர்கள் தானே?''

"இல்லை தம்பி! எனக்கு வேண்டாம்.''

"சரிங்கஐயா! இதோ வந்துவிடுகிறேன்'' என்று உள்ளே சென்று ப்ரீதா தயாராக வைத்திருந்த உணவை எடுத்துவந்தான் கார்டல்.

இருவரும் ரிக்சாவில் ஏறியதும் வண்டியை செலுத்தத் தொடங்கினான் ரிக்சாகாரன். சிறிது தூரம் வந்ததுமே, "இங்குதான் நிறுத்துங்கள்'' என்று கூறினான் கார்டல்.

ரிக்சாவிலிருந்து இறங்கிய கார்டல் எட்வினது அறைக்கதவை தட்டினான்.

உள்ளிருந்து அறைக்கதவை திறந்த எட்வின், கார்டலை முதலில் பார்த்துவிட்டு, ரிக்சாவண்டியை எதார்த்தமாக பார்த்தான். ''எங்கே செல்கிறாய்'' என்று கார்டலிடம் கேட்டான்.

''மருத்துவமனைக்கு வயதான ஒருவர் தந்தையை சந்திக்க வெகு தூரத்திலிருந்து வந்திருக்கிறார். அதான் அவரை கூட்டிக்கொண்டு வந்திருக்கிறேன். சரி, நேரமாகிவிட்டது இந்தா! உணவை அருந்திவிட்டு இங்கேயே இரு. நான் அவரை அங்கு விட்டுவிட்டு வந்துவிடுகிறேன்.''

''சரி நண்பா!'' என்றபடி ரிக்சாவில் இருக்கும் அவரை பார்க்க முயன்றான். ரிக்சாவின் திரையினால் அவர் முழுவதுமாக மறைக்கப் பட்டிருந்தார். மீண்டும் ஒருமுறை ரிக்சாக்காரனை தெளிவாக பார்த்தான் எட்வின்.

திடுக்கிட்டு வியப்பின் உட்சத்திலிருந்த அவன், ''நீங்கள் செல்லுங்கள்'' என்று கூறி கதவை சாத்தி தாழிட்டுக்கொண்டான்.

''இவனுக்கு என்னவாயிற்று? ஏன் இப்படி பதற்றத்தில் இருக்கிறான்?, சரி!'' என்று ரிக்சாவில் ஏறிக்கொண்டான் கார்டல்.

மருத்துவமனையை வந்தடைந்த ரிக்சாவிலிருந்து இறங்கியதும் கேவின் இபாலை சந்திக்கச் சென்றனர்.

போதிய வாடகைப் பணத்தை வாங்கிக் கொண்டு அவர்களை மருத்துவமனையின் வாசலில் இறக்கிவிட்டுச் சென்றான் ரிக்சா வண்டிக்காரன்.

தனது அறைக்குள் சென்ற எட்வின் கோபத்தாலும் ஆத்திரத் தாலும் என்ன செய்வதென்றே தெரியாமல் பற்களை கடித்துக் கொண்டு அங்குமிங்கும் அந்த சிறிய அறைக்குள் நடந்து

கொண்டிருந்தான். முஷ்டியால் மேசையை வேகமாகக் குத்தினான். அந்த ரிக்சாக்காரனின் முகம் அவனது முன்பு மீண்டும் மீண்டும் தோன்றியது. வாழ்வில் இனி அந்த முகத்தை சந்திக்க கூடாது என்று அவன் நினைத்திருந்தான். பத்து வயதில் பார்த்த அந்த மனிதனை இன்று பார்த்து வெறுப்புற்ற நிலையில் தவித்துகொண்டிருக்கிறான். வேகமாக அறையைவிட்டு வெளியேறி மருத்துவமனையை நோக்கி நடந்தான். மிகவும் ஆக்ரோஷத்துடன் மருத்துவமனைக்கு அருகில் வந்தான். மருத்துவமனையைச் சுற்றிப் பார்த்தான். அங்கு எந்த ரிக்சாவும் அவனுக்கு தென்படவில்லை. வேகமாக நடந்து வந்த எட்வினுக்கு இருதயம் வேகமாகத் துடித்துக்கொண்டிருந்தது.

மருத்துவமனையிலிருந்து வெளியே வந்துகொண்டிருக்கும் கார்டலையும் மருத்துவர் கேவினையும் முதலில் பார்த்தான். பிறகு, அவர்களுக்கு பின்னால் வந்துகொண்டிருந்த ஆசிரியர் ஜோன்ஸைப் பார்த்து அதிர்ந்துபோனான். தற்பொழுது அவனிடத்தில் பரவிக் கிடந்த கோபம் முழுவதும் நீங்கி துன்பம் ஆக்கிரமிக்கத் தொடங்கியதைப் போலவே உணர்ந்தான்.

''நிச்சயமாக ஆசிரியர் எல்லாவற்றையும் மருத்துவரிடம் சொல்லியிருக்க வேண்டும். இருப்பினும் மருத்துவர் கேவின் இபால் முகத்தில் எந்தவொரு மாற்றமும் இல்லையே. சரி இருக்கட்டும். எதுவாக இருந்தாலும் சந்தித்துதானே ஆகவேண்டும். அவர்கள் கண்டிப்பாக எனது அறைக்குத்தான் வருவார்கள். நான் அதற்கு முன்னதாகவே அங்கு சென்றாக வேண்டும்'' என்று மீண்டும் வேகமாக தனது அறையை நோக்கிச் சென்றான். அவன் அங்கு வந்தவுடன் கதவைத் திறந்து உள்ளே சென்று கட்டிலில் படுத்துக் கொண்டான்.

''ஐயோ! என்ன இது.. நான் நினைத்தபடியே ஆசிரியர் என்னைத் தேடி வந்துவிட்டாரே! இனி என்ன, அவருடன் கிளம்ப வேண்டியதுதான்'' என்று தன்னிடமே பேசிக்கொண்டிருந்தான்.

கதவைத் தட்டும் சத்தம் கேட்டது. பதட்டத்துடனையே கதவருகில் சென்று தாழிடப்படாத கதவைத் திறந்தான். ஆசிரியர் ஜோன்ஸ் நின்று கொண்டிருந்தார். கார்டலோ அவனது தந்தையோ அவருடன் வராமலிருப்பதை கண்டு ஒன்றும் புரியாதவனாகவே நின்றான்.

"எட்வின் உள்ளே வரலாமா?" என்று யதார்த்தமான குரலில் கேட்டார் ஆசிரியர் ஜோன்ஸ் பிரதிபார்னாவ்.

"வாருங்கள் ஐயா!" என்று உள்ளே அழைத்த அவனை ஆசிரியர் தழுவிக்கொண்டார். அவர் கண்களில் கண்ணீர் வழியத் தொடங்கின. எதுவும் பேசாமல் அங்கிருந்த நாற்காலியில் அமர்ந்தார்.

அந்தத் தருணத்தில் என்ன நடக்கிறது என்று எதுவுமே புரிந்துகொள்ள முடியாத நிலையில் எட்வின் இருந்தான்.

நாற்காலியில் அமர்ந்தவாறு அறை முழுவதையும் சுற்றிப் பார்த்துக்கொண்டிருந்த ஆசிரியரை கவனித்துக்கொண்டிருந்தான் எட்வின். நிமிடங்கள் கடந்த போதிலும் இருவரும் பேசிக் கொள்ளாமலே இருந்தனர்.

"எட்வின், எனது தவறுகளை நீ முதலில் மன்னித்தாக வேண்டும். இவ்வளவு வயதாகியும் நான் தெரிந்து கொண்டதெல்லாம் போலியானவை. நான் உன்னையும் உன் நிலைமையையும் புரிந்துகொள்ளவே இல்லை. உன்னைப் பற்றின எல்லா விஷயங்களையும் நான் தெரிந்துதான் இங்கு வந்திருக்கிறேன். உன்னைப் பற்றி உனக்கே தெரியாததையும் தெரிந்துகொண்டேன். பத்து வயதிலிருந்து துன்பப்பட்டு வாழ்ந்திருக்கிறாய். நானும் உன் துன்பப்பட்ட வாழ்க்கைக்கு ஒரு காரணமாகிவிட்டேன். இன்றுதான் உணர்ந்திருக்கிறேன். இதோ! உன்னைத் தேடி வந்திருக்கிறேன். உன்னைப் பற்றின எல்லாவற்றையும் கேவின் இபாலிடம் கூறிவிட்டேன். எவ்வளவு சிறந்த மனிதர் அவர். இலகுவான மனம் படைத்த அவர் எளிதில் என்னைப் புரிந்துகொண்டுவிட்டார். அவரிடம் மட்டுமே நான் இதுவரை யாரிடமும் கூறாத ஒன்றை

தெரிவித்தேன். நானும் உன்னை பயன்படுத்திக்கொண்டேன் அல்லவா. அதைத்தான். நீ எவ்வளவு சிறந்தவன் எட்வின். ஐந்து ஆண்டுகளுக்கு மேலாக என்னிடம் இருந்துள்ளாய். உன்னுடைய துயரத்தை ஒருபோதும் சொன்னதில்லை. நீ எஸ்.எல்.டி நிறுவனத்தில் அகதிக் குழந்தையாய் பணியாற்றியதைக் கூட என்னிடம் கூறியதில்லையே. ஒருவன் எந்நிலையில் உள்ள மனிதனாக இருந்தாலும், மகிழ்ச்சியை பகிர்ந்துகொள்ளவில்லை என்றாலும் தனது துன்பத்தை பகிர்ந்துகொள்ள துடித்துக்கொண்டிருப்பான். என்னையே எடுத்துக்கொள், ஆசிரியர் பணியிலிருந்து ஓய்வு பெற்ற பின்பும், அற்பப் புகழுக்காக உன் வாசிப்பை பயன்படுத்தி நான் வாழ்ந்துகொண்டிருந்தேன். இதுவும் ஒரு அவமானகரமான செயல் என்பதை இப்பொழுதுதான் உணர்ந்திருக்கிறேன். அதுவும் உன் வழியாக. இதை யாரிடம் சொல்வது? உன்னைப் போல என்னால் எல்லாவற்றையும் மனதில் வைத்துக்கொண்டு, தன்னைச் சுற்றி நடந்துகொண்டிருப்பவைகளை ஏற்றுக்கொள்ளும் மனநிலை என்னிடம் இல்லை எட்வின். மருத்துவர் கேவின் இபால் உண்மையிலேயே சிறந்த மனிதர்தான். அனைத்து விஷயங்களை அறிந்தபிறகும் உன்னை என்னுடன் அழைத்துச் செல்ல எந்தத் தடையும் தரப்போவதில்லை என்று தெளிவாக கூறிவிட்டார். அதுவும் உன் விருப்பமிருந்தால் தாராளமாக நான் கூட்டிச் செல்லலாம் என்பதயும் சொல்லிவிட்டார். உன்னிடம் தனியாகப் பேச வேண்டும் என்ற வேண்டுகோளுக்காகவே மருத்துவரும் அவருடைய மகனும் என்னை இங்கு விட்டுச் சென்றனர். மதியம் உணவிற்கு நம் இருவரையும் அங்கே அழைத்திருக்கிறார்கள். கேவின் இபால் இன்று நமக்கு விருந்துக்கு ஏற்பாடு செய்து வைப்பதாக சொல்லித்தான் சென்றிருக்கிறார். இன்றே நாம் வெயிண்ட் நகருக்கு சென்றுவிடலாம். உனக்கான பாதையை நான் ஏற்படுத்தித் தருகிறேன். உனக்கு இங்கேயே பத்திரிகை நிறுவனத்தில் வேலை கிடைத்து விட்டதாக மருத்துவர் சொன்னார். அதையெல்லாம்

விட்டுவிடு. நீ மிகுந்த திறமையுள்ளவன். உனது வாசிப்புத் திறனும் புத்தகங்களின் கருத்துகளை வெளிப்படுத்தும் திறனும் எல்லோரும் அறிய வேண்டும். எனக்கு கிடைத்தவை எல்லாம் போலியான பாராட்டுகளே! உண்மையில் நீதான் பாராட்டுகளுக்கு சொந்தக்காரன். வெயிண்ட் நகரில் உனக்கான மேடை காத்துக்கொண்டிருக்கிறது எட்வின்.''

''முதலில் நீங்கள்தான் என்னை மன்னிக்க வேண்டும் ஆசிரியரே. விவரம் அறிந்ததிலிருந்து பள்ளிக்குச் செல்லாத எனக்கு பள்ளி கல்லூரிகளுக்கு அப்பாற்பட்ட புத்தகங்களை படிக்க வைத்தீர்கள். உங்களின் இந்த செயல் எனக்கு இத்தகு சிந்தனைகளை ஏற்படுத்தியிருக்கிறது என்பதை நினைத்துப் பெருமை கொள்கிறேன். எனது அன்பிற்குரிய ஆசிரியரே, நான் அங்கிருந்து வந்திருப் பதற்கான காரணம் தாங்கள் நினைத்திருப்பதல்ல. நான் வேறொரு எண்ணத்திலேயே இங்கு வந்திருக்கிறேன். நான் உங்களுடன் வரப்போவதில்லை'' என்று தரையைப் பார்த்துக்கொண்டே, பேசுவதை முடித்துக் கொண்டான் எட்வின்.

உணர்ச்சிவசப்பட்டுக் கொண்டிருந்த அவனைப் பார்த்து, ''சற்றுப் பொறுமையாக இரு. நீ ஏன் வர மறுக்கிறாய்? வேறொரு எண்ணம் என்று கூறினாயே அது என்ன? என்னிடம் சொல். நான் உனக்கு என்னால் இயன்றதைச் செய்யக் கடமைப் பட்டிருக்கிறேன். இனி நீ உன் விருப்பத்திற்கு மாறாக எதையும் செய்யத் தேவை யில்லை. உனக்கான மகிழ்ச்சி இன்றிலிருந்து தொடங்கப் போகிறது எட்வின். நீ மிகவும் வித்தியாசமானவன். மற்றவர்களிடமிருந்து வேறுபட்டுத் தெரிகிறாய். எல்லா மனிதர்களுக்கும் குழந்தைப் பருவம் மகிழ்ச்சியான நினைவுகளைத் தரும். அதைத் தாண்டி வந்தவர்கள் மகிழ்ச்சியை மறந்து ஏதோ துன்பத்திலோ அல்லது குடும்ப சூழலில் சிக்கித் தவித்துக் கொண்டிருப்பார்கள். ஆனால், நீயோ சிறு வயதிலேயே பல துன்பங்களை அனுபவித்து விட்டாய். இனி வரப்போகும் நாட்களில் மகிழ்ச்சியை மட்டுமே பெறப் போகிறாய் எட்வின். உனக்காக ஆன்ஸி காத்துக் கொண்டிருப்பாள்.

உன்னை அழைத்து வந்துவிடுவேன் என்று அவளிடம் கூறிவிட்டுத் தான் வந்திருக்கிறேன். இன்னும் ஐந்து வருடங்களுக்குள் பெத்தனிக்கு திருமணம் நடத்தி விடுவோம். பிறகு இந்த வயதானவர்களை யார் பார்த்துக்கொள்வார்கள்? எங்களை தனிமையில் விடப்போகிறாயா எட்வின்? என் மகனே!'' என்று குரலை உயர்த்திச் சொன்னார் ஆசிரியர் ஜோன்ஸ்.

ஒரு கணம் ஆசிரியர் தன்னை மகனே என்று கூறிய பொழுது எல்லாவற்றையும் மறந்து பெரும் உணர்வலைக்குள் சிக்கிக் கொண்டவனைப் போல ஒரே இடத்தைப் பார்த்துக் கொண்டே நின்றான். எதுவும் பேசாத அவன் இப்பொழுது பேசத் தொடங்கினான்.

''ஆசிரியரே! நான் எப்பொழுதும் உங்களுடன் தான் இருப்பேன். இன்றுவரையிலும் நீங்கள் என்னைப் பயன்படுத்திக் கொண்டிருக்கிறீர்கள் என்று நான் நினைத்ததே இல்லை. இனியும் அப்படியொரு எண்ணம் என்னுள் வரப்போவதில்லை. என்னை நீங்கள் மகனே என்று அழைத்து எனக்கு உங்களுடைய மகனின் ஸ்தானத்தை அளித்தீர்கள். இதை விடவும் என்ன வேண்டும் எனக்கு. தனிமை என்பது உறுதி என்ற நிலையில்தான் நான் இப்பொழுதும் துடித்துக்கொண்டிருக்கிறேன் என்பதை உணர்ந்தல்லவா நீங்கள் என்னை அப்படி அழைத்தீர்கள். எனது அம்மாவின் நினைவுகள் மட்டுமே எனக்கு ஆறுதலாக இறுதிவரை இருக்கப் போகிறது என்றுதான் நினைத்துக்கொண்டிருந்தேன். என்னை அழைத்துச் செல்ல பல மைல்கள் கடந்து வந்திருக்கிறீர்கள். இது போதும் என்று என் மனம் கூறுகிறது. உங்களிடம் ஒன்றைச்சொல்ல வேண்டும். எனது வாழ்க்கையில் மிகவும் மோசமான மனிதன் என்றால் எனது தந்தை மட்டுமே. அப்படிப்பட்ட ஒரு மோசமான மனிதரை என் வாழ்வில் சந்திக்கவே கூடாது என்றுதான் நினைத்திருந்தேன். என்ன துரதிர்ஷ்டமான நிலைமையோ தெரிய வில்லை, இன்று அவரைப் பார்த்துவிட்டேன்.''

''இது என்ன?'' என்று வியப்புடன் கேட்டார் ஆசிரியர் ஜோன்ஸ் பிரதிபார்னாவ்.

"ஆம், ஆசிரியரே! உங்களை ஏற்றி வந்த ரிக்சாக்காரன்தான் எனது தந்தை" என்று கோபத்துடன் சொன்னான் எட்வின்.

"அந்த ரிக்சாக்காரனா மெக்லைன்? அடக் கடவுளே! என்ன விளையாட்டு இது? அவன் பார்டிலைன் இரயில் நிலையத்தில்தான் இருப்பான். எப்படியோ கெட்டொழியட்டும். நீ அவனை சந்திக்காமல் இருப்பதே நல்லது என்றுதான் நினைக்கிறேன்."

"நீங்கள் நினைப்பது தவறு ஆசிரியரே..."

"அப்பொழுது சந்திக்கப்போகிறாயா? அதுவும் நல்லதுதான். உனது முடிவு எதுவாக இருந்தாலும் சரி எட்வின். நானும் உன்னுடனே வருகிறேன்."

"இல்லை, நான் வெளிப்படையாக உங்களிடம் ஒன்றை சொல்லிவிடுகிறேன். என் தந்தை மெக்லைன் ஒரு குடிகாரன். அதுமட்டுமில்லாமல் அதற்கும் மேலாக ஒரு பெரும் குற்றம் செய்தவன். என் அம்மா சவானாவின் இறப்புக்கு காரணமானவன். எங்கள் வாழ்க்கையை முற்றிலுமாக சிதற வைத்த கொடூரன். அவன் குடித்தே இறந்திருப்பான் என்றுதான் நினைத்துக் கொண்டிருந்தேன். அவனைப் பற்றிய சிந்தனையிலிருந்து ஒதுங்கியே இன்றுவரையிலும் இருந்தேன். அந்த குடிகாரப் பாவியை எப்பொழுது பார்த்தேனோ எனக்கான துன்பம் ஆரம்பித்துவிட்டது. எனது அம்மாவின் இறப்பிற்கு அவன் பதில் கூறியே ஆக வேண்டும். அதுவும் இன்றே. நான் இன்றே அவனைச் சந்தித்தாக வேண்டும். என்னை சந்தித்த பிறகு அவன் இந்த உலகில் இருப்பதற்கான வேலையில்லை. ஓய்வெடுக்கட்டும், அவனுக்கு நான் தான் ஓய்வளிக்கப் போகிறேன்."

உறுதியாகவும் வறட்சியான குரலிலும் பேசிக்கொண்டிருந்த அவனை சற்று பயத்தோடு பார்த்தார் ஜோன்ஸ்.

"எனக்கு மிகவும் கவலையாக உள்ளது எட்வின். நீ உணர்ச்சி வசப்பட்டு இப்படியெல்லாம் பேசிக்கொண்டிருக்கிறாய். நான் கூறுவதைக் கேள். நிச்சயம் அவன் தண்டிக்கப்படுவான். அவனைப்

போன்ற கொடூரமான மனிதர்கள் தங்களது கடைசி காலத்தில் நோய்வாய்ப்பட்டுதான் இறப்பார்கள். உன்னை நான் இந்த நிலையில் பார்த்ததேயில்லை. மிகவும் கோபத்தோடு இருக்கிறாய். எல்லாம் சரியாகிவிடும். வா நாம் மருத்துவரின் வீட்டிற்கு செல்வோம். நமக்காக அவர் பணிகளைஒதுக்கிவிட்டு வந்திருக்கிறார். கார்டல் மிக அற்புதமானவன். உன்னை அவன் பெரிதும் நேசிக்கிறான் என்று உனக்கு தெரியுமல்லவா? எங்களுக்குள்ளும் நல்ல புரிதல் ஏற்பட்டுவிட்டது போலத்தான் தோன்றுகிறது. மருத்துவமனையில், உன்னைப் பற்றி நானும் கேவின் இபாலும் பேசிக்கொண்டிருக் கையில் அவன் பெரிதும் வருத்தப்பட்டுக் கொண்டிருந்தான். எப்படி இருந்தாலும் சில மாதங்களில் அவன் மேற்படிப்பிற்காக வெளிநாட்டுக்குச் செல்ல இருப்பதால் உன்னை என்னுடனே அனுப்புவது சிறந்ததாக இருக்கும் என்றுகூடக் கூறினான்.

ஆகா! இந்த வயதில் எவ்வளவு பக்குவம் உங்களுக்கு. மிகவும் அற்புதம் எட்வின், நீ சிறந்தவன். உன் பயணம் வெற்றிக்கானது. திசை மாறி சிந்திக்கும் நிலையில் நீ இருக்கிறாய், உன்னை நான் வழிநடத்துவேன்'' என்று அவனது எண்ணங்களை மாற்ற முயன்று கொண்டிருந்தார்.

''நான் மிகவும் குழம்பிப்போய் இருக்கிறேன். என்னை தனிமையில் விடுங்கள் ஆசிரியரே. உங்களை வேண்டுகிறேன். நீங்கள் மருத்துவரின் வீட்டிற்க்குச் செல்லுங்கள். நான் சிறிது நேரம் தனியாக இருக்க வேண்டும்.''

''உன்னை தனித்து விட்டுச் செல்ல விருப்பமில்லை என்றாலும்கூட, நான் இப்பொழுது செல்கிறேன். உனக்குத் தனிமை தெளிவைத் தரும் என்று நம்புகிறேன். நீ சிறந்த சிந்தனையாளன் எட்வின். உன்னைப்பற்றி நன்கு எனக்குத் தெரியும். நான் இப்போதே செல்கிறேன். விரைவில் மருத்துவர் வீட்டிற்கு வந்துவிடு. உனக்காக நாங்கள் அங்கு காத்திருப்போம்'' என்று கூறிவிட்டு நாற்காலியில் இருந்து எழுந்து அறையின் வாசலருகே சென்றார். அவனை

மீண்டும் ஒருமுறை கட்டித்தழுவிக் கொண்டு மருத்துவரின் வீட்டை நோக்கி நடக்கத் தொடங்கினார் ஆசிரியர் ஜோன்ஸ் பிரதிபார்னாவ்.

ஆசிரியர் சென்றவுடனே எபோர்ட் சாலையை நோக்கி நடக்கத் தொடங்கினான் எட்வின். எபோர்ட் சாலையை அடைந்ததும், எப்படி செல்வதென்று தெரியாமல் அங்குமிங்கும் பார்த்துக்கொண்டிருந்தான். அறிவிப்புப் பலகையில் குறியிடப் பட்டுள்ள திசைகளின் குறியீடுகளைப் பார்த்துவிட்டு பார்டிலைன் இரயில் நிலையத்திற்கு சரியாக நான்கு மைல் தூரம் செல்ல வேண்டும் என்பதையும் கவனித்தான்.

மணி மதியம் இரண்டைத் தாண்டிய நிலையில் வெயில் உச்சத்தில் இருந்த போதிலும் அவன் அதைப் பெரிதாக எடுத்துக்கொள்ளவில்லை. மிகவும் வேகத்தோடு இரயில் நிலையத்திற்கு சென்று கொண்டிருந்தான். வழியில் சென்று கொண்டிருந்த ரிக்சாக்களை ஆவேசத்தோடு பார்த்துக்கொண்டே நடந்தான். வெப்பம் அதிகரித்துச் சென்றதால் சோர்வுற்ற அவன் மேலும் நடப்பதற்கு சக்தியற்றவனாய் ஓரிடத்தில் நின்றுவிட்டான்.

சில நிமிடங்களில் மீண்டும் நடக்கத்தொடங்கிய அவன் கிட்டத்தட்ட இரயில் நிலையத்தை அடைந்துவிட்டதாகவே உணர்ந்தான்.

அத்தியாயம் - 7

“வெகு நேரம் கடந்த பிறகும் எட்வினை காணவில்லையே, ஆசிரியரே நீங்கள் கூறியபடி அவன் தற்பொழுது இங்கு வந்திருக்க வேண்டுமே? ஒருவேளை தூங்கிவிட்டானோ? நான் போய் அவனை அழைத்து வருகிறேன் என்று சொல்லிக்கொண்டே, எட்வினது அறைப் பக்கமாக சென்றான். எட்வினது அறைக் கதவு வெளிப் பக்கமாக பூட்டியிருப்பதைக் கண்டு நடுங்கிப்போனான் கார்டல். வேகமாக தனது வீட்டிற்கு வந்து ஆசிரியரிடமும் தனது தந்தையிடமும் அதனை தெரிவித்தான்.

''கடவுளே! என்ன கூறுகிறாய் ஒரு வேளை நான் கூறியவாறு அவன் மெக்லைனைத் தேடிச் சென்றிருப்பானோ?''

''அப்படியென்றால் அவன் இரயில் நிலையத்திற்குத்தான் போயிருக்கக்கூடும். நீங்கள் மெக்லைனை அங்குதானே சந்தித்தீர்கள்'' என்று ஆசிரியர் தனது வீட்டிற்கு வந்தவுடனேயே எட்வினின் அறையில் நடந்த சம்பவங்களை இபால் குடும்பத்தாரிடம் கூறியதை நினைவுபடுத்தி மிக வேகமாக கத்தினான் கார்டல்.

''சற்று பொறுமையாக இரு கார்டல். நிச்சயமாக எட்வின் நடந்தேதான் சென்றிருக்க வேண்டும். அவனிடம் பணம் என்பதே இல்லை. அப்படியென்றால் அவன் இரயில் நிலையத்திற்கு சென்றிருக்க வாய்ப்பே இல்லை'' என்று கூறினாள் கேட்டலினா கேவின்.

''ஐயோ! ஏதேனும் அவன் செய்துவிடுவதற்குள் நாம் அங்கு சென்றாக வேண்டுமே.''

''ஆசிரியரே கவலைப்படாதீர்கள். இப்பொழுதே நாம் அங்கு சென்றுவிடலாம். அப்படியே எட்வின் இரயில் நிலையத்தை அடைந்திருந்தாலும், அவனால் மெக்லைனை எளிதில் கண்டுக் கொள்ள முடியாது. இவ்வளவு பெரிய நகரத்தில் மெக்லைன் அங்குதான் இருக்கவேண்டுமா என்ன?'' என்றார் கேவின் இபால்.

தங்களது வாகனத்தை எடுத்து வந்து நுழைவு வாசலின் முன்பு நின்றான் கார்டல். ஆசிரியரும் மருத்துவரும் பின் இருக்கையில் அமர்ந்து கொண்டனர். கார்டல் தனது நண்பனின் மனநிலையை முழுவதுமாக அறிந்திருந்தான். கண்டிப்பாக மெக்லைனை அவன் சந்தித்துவிட்டால் கொன்று விடவும் தயங்கமாட்டான். ஏனென்றால் அவனது பாரத்தை, பெருந்துயரை இதுவரை யாரிடமும் அவன் வெளிக்காட்டியதில்லை. அது இன்று வேறு வகையில் மெக்லைன் மீது வெளிப்பட்டுவிடுமோ என்ற அச்சத்தில் அவன் வாகனத்தை செலுத்திக் கொண்டிருந்தான்.

வாகனம் இரயில் நிலையத்தை நெருங்கிக்கொண்டிருந்தது. பதட்டம் அதிகரிக்கத் தொடங்கியது. அவர்கள் வாகனத்தை விட்டு இறங்கியதுமே, கூட்டம் கூட்டமாக சிலர் அவர்களை இடித்துக் கொண்டு பின்புறமாக ஓடிக்கொண்டிருந்தனர். யாரோ ஒருவன் இறந்துகிடப்பதாக இருவர் பேசிக்கொண்டு கூட்டதினுள் நுழைய முயன்று கொண்டிருந்தனர்.

அதிர்ச்சியில் உறைந்து போன ஆசிரியர் ஜோன்ஸிற்கு என்ன நடக்கிறதென்று ஒன்றும் புரியவில்லை.

''ஐயோ! நாம் நினைத்தவாறு நடந்துவிட்டதே. நண்பனே தவறிழைத்துவிட்டாயே'' என்று கூறி மீளமுடியாத துயரின் வலைக்குள் சிக்கியவனைப் போல தவித்துக்கொண்டிருந்தான்

கார்டல். மருத்துவரோ கூட்டத்தை பிளந்து கொண்டு உள்ளே சென்றார். இரத்த வெள்ளத்தில் ஒருவன் சுருண்டு கிடப்பதை கண்டு அதிர்ந்துபோனார்.

நகருங்கள் நகருங்கள் என்று கூறிக்கொண்டு ஆசிரியரும் கார்டலுன் சுற்றி நின்றவர்களை விலக்கி விட்டு உள்ளே சென்றனர்.

''அடக் கடவுளே! இவன்தான். இவனேதான்...'' எனத் தடுமாறிய குரலோடு கத்தினார் ஆசிரியர்.

''என்ன சொல்கிறீர்கள்'' என்று கூட்டத்திலிருந்து ஒரு குரல் மட்டும் கேட்டது.

''இவன்தான் என்னை ஏற்றி வந்த ரிக்சாக்காரன். இவனது முகம் நன்றாக நினைவிருக்கிறது.''

''பெரியவரே! நீங்கள் சொல்வது சரிதான். இவன் ரிக்சா ஓட்டுபவன்தான். ஆனால், நீங்கள் ஏன் வருத்தப்படுகிறீர்கள்?. அவனுக்காக வருத்தப்படுவதற்கு அவனது மனைவி இருக்கிறாள். அவளுக்கு கூட இவன் இறந்த செய்தி நல்லதாகத்தான் இருக்கும். இப்படிப் பட்ட குடிகாரனோடு யார்தான் வாழ முடியும்'' என்று காக்கிச் சட்டை அணிந்திருந்த ஒருவன் கூட்டத்திலிருந்து முந்திக்கொண்டு முன் வந்து பேசிக்கொண்டிருந்தான். அவனைப் பார்த்தால் அவனும் இங்கு ரிக்சா ஓட்டிக்கொண்டிருப்பவனைப் போலத்தான் தெரிந்தது.

தலையிலிருந்து இரத்தம் வடிந்து கிடப்பதைப் பார்த்த மருத்துவர் ''இவரை யார் தாக்கியது. யாரேனும் பார்த்தீர்களா'' என்று கேட்டார்.

''இவனை யாரும் தாக்கவில்லையே.''

''என்ன சொல்கிறீர்கள்? இவனை யாரும் தாக்கவில்லையா? பிறகு எப்படி இவ்வளவு ரத்தம் வழிந்து கிடக்கிறது? இவன் எப்படி இறந்தான்?'' என்று விசித்திரமான பாணியில் கேட்டார் ஆசிரியர் ஜோன்ஸ்.

கூட்டத்திலிருந்த எல்லோரும் அவர் பேசுவதைத்தான் கவனித்துக்கொண்டிருந்தனர். சிலர் அந்த இடத்தை விட்டு நழுவிக்கொண்டிருந்தனர்.

''ஐயா! எனக்கு இவனைத் தெரியும். நானும் இவனும் ஒன்றாகத்தான் ரிக்சா ஓட்டிக்கொண்டிருப்போம். ஆனால் ரிக்சா ஓட்டுவதோடு சரி. இவனோடு வேறெங்கும் சென்றதில்லை. வழக்கம் போல குடித்துவிட்டு இவன் இங்கு வந்து கொண்டிருந்தான். அளவுக்கு அதிகமாக குடித்துவிட்டுதான் இந்த வழியில் தள்ளாடிக் கொண்டு, நடந்து வந்து கொண்டிருந்தான். அவனுக்கும் எதிர் புறமாக வந்த கார் அவனை லேசாகத்தான் தட்டிச்சென்றது. நினைவில்லாத அவன் தடுமாறி இதோ இங்கே கிடக்கிறதே இந்த கல்லில் விழுந்தான். நானும் குடிமயக்கத்தில் தான் கிடக்கிறான் என்று விட்டுவிட்டேன். ஆனால் சிறிது நேரத்தில் இரத்தம் தலையிலிருந்து வெளிவந்துக்கொண்டிருப்பதை பார்த்த பிறகுதான் அருகில் வந்தேன். அவன் அசைவின்றி கிடந்தான். அனேகமாக அவன் விழுந்தபொழுதே இறந்திருக்க வேண்டும்'' என்று கூறி முடித்தான்.

டஜன் டஜனாக கூடியிருந்த மக்கள் கலையத் தொடங்கினர்.

நிம்மதி பெருமூச்சு விட்ட ஆசிரியரைப் பார்த்து, ''நல்ல வேளை எவ்வளவு பதறிப்போய் விட்டோம்'' என்று சொன்னார் மருத்துவர்.

எட்வின் இங்குதான் வந்தாக வேண்டும் என்பதை அறிந்து, அவனை எதிர்பார்த்தவாறே அங்குமிங்கும் பார்த்துக்கொண்டிருந்தான் கார்டல்.

சிறிது நேரத்தில் காவல் துறை அதிகாரிகள் இரண்டு பேர் வந்தனர். இறந்து கிடந்த அவனைச் சுற்றியிருந்த மக்களை விலக்கினார்கள். அவனைப்பற்றி எல்லாவற்றையும் ஆவணப் படுத்திக் கொண்டிருந்தார்கள்.

எட்வின் வருவதைப் பார்த்துவிட்ட கார்டல், அவனது பெயரை இரண்டு மூன்று முறை அழைத்த போதிலும் அவனுக்கு கேட்கவில்லை. அவனது முகம் முழுவதும் வியர்த்து வழிந்து கொண்டிருந்தது. அவனருகில் சென்ற கார்டல், அவனது கரத்தைப் பிடித்தான்.

கார்டல் இங்கிருப்பதை அவன் எதிர்பார்க்கவில்லை.

''நீ எப்படி வந்தாய்?''

''எல்லாம் உன்னைத் தேடித்தான் நாங்கள் வந்தோம் எட்வின்.''

''நாங்கள் என்றால்?''

''நான், அப்பா மற்றும் ஆசிரியர் ஜோன்ஸ்''

''அப்படி என்றால், ஆசிரியர் எல்லாவற்றையும் சொல்லி விட்டாரா?''

''ஆம் எட்வின். நீ உனது தந்தையை இந்த பார்டிலைன் நகரில் பார்த்ததாக அவர் சொன்னார். இங்கு நாங்கள் வந்தபொழுது உனது தந்தை... மெக்லைன் ...''

''அந்த குடிகாரனைப் பார்த்தீர்களா? எங்கே இருக்கிறான்? சொல் சீக்கிரமாக,''என்று தனது மனதிலுள்ள கடுமையை முகத்தில் வெளிப்படுத்தியவாறு கேட்டான் எட்வின்.

''கொஞ்சம் பொறுமையாக இரு. உனது தந்தை இறந்து விட்டார். அதோ அங்குதான் இன்னும் கிடக்கிறார். ஆசிரியரும் அங்குதான் நின்றுகொண்டிருக்கிறார்.''

எட்வின் அலட்சியமாக, விநோதமான உணர்வுடன் அங்கே சென்றான். ஆசிரியரையும், டாக்டரையும் பார்த்துவிட்டு எதுவும் பேசாமல் குனிந்து, இறந்து கிடந்த தனது தந்தையின் முகத்தைப் பார்த்தான். இப்பொழுது முற்றிலுமாக அவனுக்குள் எதிர்ப்புணர்வு தோன்றியது.

கூட்டம் கலைந்து போய்க்கொண்டிருந்தது. இரண்டு போலீஸ்காரர்கள் மட்டும் மெக்லைன் குறித்த விஷயத்தை வழக்குப்பதிவு செய்து அதற்கான வேலையில் ஈடுபட்டிருந்தனர். ''சாட்சி சொல்ல யாராவது வருகிறீர்களா?'' என்று அங்கிருந்தவர்களிடம் கேட்டுக்கொண்டிருந்தனர்.

அப்பொழுது அங்கிருந்த பெண் ஒருத்தி தரையில் கிடந்த மெக்லைன் உடலை அணைத்து அழத் தொடங்கினாள். அவளுடன் ஐந்து வயது பெண் குழந்தையும் இருந்தாள். மிகவும் ஏழ்மையான தோற்றத்திலிருந்த இருவரையும் பார்ப்பதற்கே மிகவும் பரிதாபமாக இருந்தது. அங்கிருந்த ரிக்சாக்காரன் ஒருவன் ''இவர்கள்தான் அந்தப் பாவப்பட்ட ஜீவன்கள். தினமும் குடித்துவிட்டு அவர்களைத் துன்புறுத்தி வந்தான். இன்றோடு தொலையட்டும். வறுமையில் வாடினாலும் இனியாவது அவனது கொடுமையிலிருந்து விடுவிக்கப்படுவார்கள்'' என்று கூறினான்.

மனம் உறுதியற்றவனாக அங்கிருந்து விலகிச் சென்றான் எட்வின். இதனைக் கவனித்த மருத்துவரும் கார்டலும் அவனருகே சென்றனர். அவர்களைத் தொடர்ந்து ஆசிரியரும் சென்றார்.

எட்வின் எப்படிப்பட்ட மனநிலையில் இருக்கிறான் என்பது அவர்கள் மூவருக்குமே புரியவில்லை.

''இங்கிருந்து செல்வோம். அதுதான் நம்முடைய மன நிலையை மாற்ற ஒரே வழியாக இருக்கும்'' என்று மருத்துவர் கூறினார்.

''எட்வின் என்ன செய்யப்போகிறாய்? மெக்லைனின் மகன் என்ற பொறுப்பில் ஏதேனும் செய்ய விரும்புகிறாயா? உன்னுடைய முடிவுதான் இங்கு முக்கியம். அது எதுவாக இருந்தாலும் நான் உதவி செய்கிறேன்'' என்றார் ஆசிரியர் ஜோன்ஸ்.

''இல்லை.. இப்படிப்பட்ட ஒருவனுக்கு நான் என்னச் செய்யப்போகிறேன். நான் மிகவும் குழம்பிப்போயுள்ளேன். என்னை மன்னித்துவிடுங்கள் ஆசிரியரே.''

''சரி வா எட்வின்'' என்று கார்டல் வாகனத்தை எடுத்து வரச் சென்றான். வாகனத்தை எடுத்துக்கொண்டு ஆசிரியரையும் மருத்துவரையும் ஏறுமாறு சொன்னான். எட்வின் முன் இருக்கையில் அமர்ந்துகொண்டான். அவர்கள் இருவரும் பின்னால் ஏறிக் கொண்டனர். வீட்டிற்கு செல்லும் வரையிலும் நால்வருமே அமைதியாகவே வந்தனர். அவர்கள் ஒவ்வொருவரும் வெவ்வேறு மனநினையில் இருந்தனர்.

சரியாக மணி ஐந்திருக்கும். அவர்கள் வீட்டை அடைந்ததுமே பணிப்பெண் அவர்களை வரவேற்றாள். விருந்திற்கு ஏற்பாடு செய்யப்பட்டிருந்த அனைத்தும் வைத்தபடி இருந்தன. ''கேட்டலினா கேவின் மருத்துவமனைக்கு இரண்டு மணி நேரத்திற்கு முன்பாகவே சென்றுவிட்டார்கள்'' என பணிப்பெண் ப்ரீதா தெரிவித்தாள். பிறகு அவர்களை சாப்பிட வரும்படி அழைத்தாள். அனைவருக்குமே டைனிங் டேபிளில் இடமிருந்த போதிலும் ஆசிரியர் மட்டும் தரையில் அமர்ந்தார்.

''மேலே வந்து அமருங்கள்'' என்றார் கேவின்.

''வேண்டாம், கீழே அமர்ந்து உண்ணுவது வழக்கம்.''

''அப்படியென்றால் எல்லோருமே இன்று தரையில் அமர்ந்துகொள்ளலாம். என்ன நான் சொல்வது சரிதானே கார்டல்.''

''சரிதான் அப்பா''

''எட்வின், நடந்ததை மறந்துவிடு. மெக்லைன் உனது தந்தை இல்லை என்று நீ முன்பாகவே முடிவு செய்துதானே வைத்திருந்தாய். மேலும் அப்படிப்பட்ட மனிதனின் இறப்பு யாரையும் பாதிக்கப் போவதில்லை. அவன் இன்றுவரையிலும் திருந்தவில்லை. அவனைப்பற்றி ஒரு நாளில் நாங்கள் கேட்டதற்கே முழு வெறுப்பாகத்தான் உள்ளது. இனி புது வாழ்வை அமைத்துக்கொள். உனக்காக நாங்களும் ஆசிரியர் குடும்பத்தாரும் இருக்கிறோம். நீ

ஆசிரியருடன் சென்றுவிடு. அப்பொழுதுதான் எல்லாவற்றையும் மறப்பாய். ஆசிரியர் ஜோன்ஸ் என்னிடம் எல்லாவற்றையும் கூறிவிட்டார்.''

''எனது தந்தை சொல்வது போல, ஆசிரியர் மிகவும் வருத்தப்பட்டார். அவர் உனக்காக கடமைப்பட்டிருப்பதாகவும், நீ பட்ட துன்பத்தை ஏற்படுத்தியதற்கு ஏதோ ஒரு வழியில் தனக்கும் பங்கிருக்கிறது என்று என்னிடம் கூறி வருத்தம் கொண்டார். இவர் மிகவும் சிறந்த மனிதர் எட்வின். உனக்காக உண்மையில் அக்கறை கொண்டுள்ளவர்'' என்று பெருமிதத்தோடு சொன்னான் கார்டல்.

இவை எல்லாமே எட்வினது சிந்தனைகளை மாற்றக்கூடிய சொல்லாக இருந்தது.

உணவுகளை தயாரித்து எடுத்துக் கொண்டு வந்தாள் ப்ரீதா. காலையிலிருந்து உணவு உண்ணவில்லையென்பதால் ஏற்பட்ட பசியில் ஆசிரியரும் எட்வினும் எதுவும் பேசாமல் சாப்பிடத் தொடங்கினார்கள்.

அத்தியாயம் - 8

வெயிண்ட் நகருக்கு செல்வதற்கான மனநிலையை உருவாக்கி விட்டிருந்தான் எட்வின். தான் தங்கியிருந்த அறையில் வைத்திருந்த துணிகளையும் புத்தகங்களையும் பையில் எடுத்துக்கொண்டு தயாராக இருந்தான். தற்பொழுது மருத்துவர் இபாலின் வீட்டில் இருக்கும் அவர்கள் இரவு பத்து மணி அளவில் பார்டிலைன் நகருக்கு சென்று விடலாம் என்பதை சில மணி நேரத்திற்கு முன்னதாகவே தீர்மானித்து வைத்திருந்தார்கள்.

''சில மாதங்கள் கழிந்த பிறகுதான் உன்னை விட்டுப் பிரிவதாக நினைத்திருந்தேன். ஆனால் இன்றே சென்றுவிடுவாய் என்று தெரியாமல் போய்விட்டது. இருக்கட்டும், நன்மைக்காக நடப்பவற்றை ஏற்றுக்கொண்டுதான் ஆக வேண்டும். இருந்தாலும் என்னை கடிதம் வழியாகவோ தொலைபேசி வழியாகவோ தொடர்பு கொள். என்றும் அதற்காக காத்திருப்பேன்.''

''நண்பனே! கார்டல் என்பவன்தான் எனக்கு கிடைத்த முதல் நண்பன். எவ்வளவு வேடிக்கையாக இருக்கிறது பார்த்தாயா? இருபத்தி இரண்டு வருடங்களுக்குப்பிறகு ஒருவனுக்கு முதல் நண்பன் கிடைத்திருக்கிறான் என்று யாரிடமாவது சொன்னால் வியப்பாகத்தான் பார்ப்பார்கள். அதனால் இது எவ்வளவு பெரிய

உறவாக இருக்கும் என்பதை என்னைத்தவிர நீயும் அறிந்திருக்க மாட்டாய்'' என்று உணர்ச்சிவசப்பட்டு பேசிக்கொண்டிருந்தான் எட்வின்.

''போதும் எட்வின். உனது வார்த்தைகள் மிகுந்த தாக்கத்தை என்னுள் ஏற்படுத்திவிடுவதற்குள் நிறுத்திவிடு. இல்லையென்றால் என் மனம் மாறி உன்னை இங்கிருந்து செல்ல அனுமதிக்காமல் போய்விடும்.''

எட்டு மணியை தாண்டிய நிலையில்தான் கேட்டலினா கேவின் வீட்டிற்கு வந்தடைந்தாள். ஆசிரியருக்கு வணக்கம் சொல்லிவிட்டு நடந்தவற்றை கேவின் இபாலிடம் கேட்டுத் தெரிந்தாள். அவளுக்கு இதில் பெரிதாக எந்த பாதிப்பும் இல்லையென்றாலும்கூட பரிதாபப்படும் விதத்தில் முகத்தை வைத்துக்கொண்டாள் என்பது வெளிப்படையாகத் தெரியத்தான் செய்தது. எட்வினுக்கு ஆறுதல் சொல்லும் வகையில் தனது கரங்களை அவனது தோள்களின் மேல் வைத்து மெல்ல அழுத்தினாள். ''நாங்கள் சவானாவின் நினைவுகளால் அவ்வப்பொழுது வருத்தம் கொண்டுதான் இருக்கிறோம். அதை வெளிப்படுத்துவதற்கான நேரம் எங்களிடம் இல்லை என்பதே உண்மை. அவள் முழுமனதோடு தான் இங்கு வேலை பார்த்துவந்தாள். எங்களுடைய குடும்பத்தில் ஒருத்தியாக இருந்தாள். ஆனால் ஒன்று மட்டும் புரியவில்லை. அவள் ஏன் உன்னைப் பற்றி எதுவும் தெரிவிக்கவில்லை. உன்னைத் தேடுவதற்கான முயற்சியை பற்றிகூட அவள் சிந்திக்கவில்லை. பிரிந்துபோன தனது மகனை தாய் ஒருத்தி ஏன் கண்டுகொள்ள வில்லை என்பது எனக்குத் தெரியவில்லை. உண்மையிலேயே நீ படித்துக்கொண்டிருப்பாய் என்று நினைத்தாலும்கூட, அவள் உன்னைத் தேடி வந்திருக்கவேண்டும் அல்லவா? அவளுக்கு அப்படி ஒரு வசதி இல்லையென்றாலும் எங்களிடம் சொல்லியிருந் திருக்கலாம். அவள் எப்படிப்பட்ட மனநிலையில் வாழ்ந்து வந்தாள்

என்பது இன்னும் எங்களால் புரிந்துகொள்ள முடியவில்லை. எப்படி இருந்தாலும் அவள் மென்மையானவள், அற்புதமானவள்'' என்று சொல்லி முடித்தாள் கேட்டலினா.

''நான் ஒன்றை மட்டும்தான் கூற விரும்புகிறேன். எனது தாய் என்னை நேசித்தவாறே இறந்திருக்கிறாள். சவானாவின் மனதில் என்னைத் தவிர வேறு யாரும் இருந்திருக்க வாய்ப்பில்லை. பிரிந்த மகனை என்று தாங்கள் சொன்னீர்களல்லவா? அது பிரிந்த மகன் அல்ல. ஒரு குடிகாரனால் பிரிக்கப்பட்ட மகன் என்று சொல்வதே சரியாக இருக்கும். அவள் இப்படிப்பட்ட நிலைமையில் என்னைத் தேடுவது சாத்தியமற்ற ஒன்றாகும். என்னைத் தேடவில்லை என்று எனது தாய்மீது நான் குற்றம் சுமத்த முடியாது. வேறு ஒருவரையும் அப்படிச் சொல்ல அனுமதிக்கமாட்டேன். அவளைத் தேடாதது என் குற்றம். அற்ப பணத்திற்காக தாய் மகனைப் பிரித்தது மெக்லைன் செய்த பெரும் குற்றம், சவானா இறந்துவிட்டதாகச் சொன்ன எனது உறவினர் ஆல்வின் திபெத்ராவின் குற்றம், இதையும் தாண்டி நான் இந்தக் காலத்தை வெறுக்கிறேன். உயிரோடு இருக்கிறாள் என்பதைத் தெரிந்தும், அன்பு வார்த்தைகளை அவளிடம் பொழிவதற்குள் அவள் இறந்தாள். சபிக்க வேண்டும் என்று நினைத்த எனது தந்தையும் என் கண் முன் இறந்துகிடந்தார். அடக் கடவுளே! எத்தனை குற்றம் செய்தவராக இருந்தாலும் அவர் என் தந்தைதானே. அதை எப்படி நிராகரிக்க முடியும்?. நானாவது அவரைத் திருத்தியிருக்கக் கூடாதா? எனது அன்பை அவர்மீது வெளிக்காட்டி யிருக்க வேண்டாமா? எல்லாம் என்னால் செய்யப்பட்ட தவறுதான். அதனால்தான் அனைத்தையும் இழந்து நிற்கிறேன்'' என்றவாறு நின்றுகொண்டிருந்த அவன் முழங்காலை தரையில் பதித்து கைகளால் தன் முகத்தை மூடிக் கொண்டு அழத்தொடங்கினான்.

அங்கிருந்த எல்லோருமே அவனது உணர்வுகளை புரிந்து கொண்டனர். ஆசிரியர் அவனருகில் சென்று அவன் கரங்களைப் பற்றி மேலே எழச்செய்தார். கார்டலும் அவனருகே சென்று அதற்கு

உதவி புரியும் வகையில் நடந்துகொண்டிருந்தான். வரவேற்பறையில் போடப்பட்டிருந்த சோபாவில் அவனை அமர வைத்தனர். பணிப்பெண் ப்ரீதா தண்ணீரை எடுத்துவந்து அவனிடம் கொடுத்தாள்.

கார்டலுக்கு என்ன பேசுவதென்றே தெரியாமல் மிகவும் அமைதியாக இருந்தான். அவனது மனதில் பலவிதமான எண்ணவோட்டங்கள் நிறைந்துகிடந்தன.

கேவின் இபால் ஒரு பெரிய தொகையை சுருட்டி எடுத்துவந்து, ''இதை வைத்துக்கொள் எட்வின். சவானாவுக்கு பணமாக நாங்கள் கொடுத்ததேயில்லை. அவளது தேவைகளையெல்லாம் செய்து தந்தோமே தவிர அவள் பணியாற்றியதற்கான ஊதியத்தை வழங்கியதில்லை. அவளும் கேட்டதில்லை. இது அவளது பணம்தான் '' என்று அவனது கரங்களில் வைத்தார்.

எதுவும் கூறாமல் அதனை ஏற்றுக்கொண்ட அவன், அதனை வாங்கி தன் பையில் போட்டுக்கொண்டான்.

சுவற்றில் பதிக்கப்பட்ட ஆணியில் தொங்கவிடப்பட்டிருந்த கடிகாரத்தைப் பார்த்தார் ஆசிரியர். மணி ஒன்பதை தாண்டி சில நிமிடங்கள் கடந்துவிட்டதை கேவினிடம் சொன்னார்.

நுழைவு வாயிலிருந்த பணியாளனிடம், வாடகைக்கு ரிக்சா வண்டியை அழைத்து வருமாறு மருத்துவர் சொன்னார்.

ஆசிரியரும் எட்வினும் வீட்டின் நுழைவாயில் வரை வந்தனர்.

''எட்வின்.''

பின்னால், திரும்பி பார்த்தான்.

கார்டல் அவனருகில் வந்து அவனைத் தழுவிக்கொண்டான்.

''கார்டல், உன்னை இனி எத்தனை நாட்களுக்குப் பிறகு பார்க்கப் போகிறேன் என்பது தெரியவில்லை. பார்டிலைன் நகரம் எனக்கு மறக்க இயலாத துயரத்தையும், ஒரு அற்புதமான உறவையும்

தந்துள்ளது. கடந்த இருபது நாட்களாக உன்னுடன் சேர்ந்து இருந்த நினைவுகளை என்றும் என்னால் மறக்க முடியாது. நீ உன்னுடைய படிப்பில் கவனம் செலுத்து என்றெல்லாம் புத்திமதி சொல்ல வில்லை'' என்றபடி சிரித்தான் எட்வின்.

அங்கிருந்த எல்லோருமே அதனைக் கேட்டு புன்னகைத்தனர்.

ரிக்சா வண்டி நுழைவு வாயிலுக்கு முன் வந்து நின்றது. ஆசிரியரும் எட்வினும் புன்னகையோடு அங்கிருந்து விடைபெற்றுச் சென்றனர்.

இதுவரை கார்டலிடம் ஏற்படாத பெரும் உணர்வு எட்வின் அங்கிருந்து சென்ற பொழுது அவனைப் பற்றிக் கொண்டது.

அத்தியாயம் - ௭

ரிக்சா வண்டி பார்டிலைன் நகரத்தின் மையப் பகுதியிலுள்ள ரயில் நிலையத்தை வந்தடைந்தது. அவர்கள் ரிக்சாவை விட்டு இறங்கியதுமே எட்வினுக்கும் ஆசிரியருக்கும் மெக்லைன் இறந்து கிடந்த சம்பவங்கள் நினைவுக்கு வந்தது.

''ஆசிரியரே! ஒருமுறை நாம் எனது தந்தை இறந்துகிடந்த இடத்தைப் பார்த்துவிட்டு வரலாமா?''

''நானும் அதைப்பற்றித்தான் நினைத்தேன் எட்வின்.''

இருவரும் அங்கு சென்றனர்.

மெக்லைனின் தடயங்கள் வரையப்பட்டிருந்தது. இரத்தக்கறை காய்ந்து இருந்தது.

''அவனது உடலை பிரேத பரிசோதனைக்குத்தான் எடுத்துச் சென்றிருப்பார்கள்'' என்று கூறினார் ஆசிரியர்.

அந்த இடத்தையே பார்த்துக்கொண்டிருந்த அவனது கரங்களைப் பிடித்து ''வா எட்வின், இரயில் வருவதற்கான நேரம் வந்துவிட்டது'' என்று அவனை அழைத்துச் சென்றார் ஆசிரியர் ஜோன்ஸ் பிரதிபார்னாவ்.

அவர்கள் உள்ளே சென்ற சில நிமிடங்களிலேயே வெயிண்ட் நகருக்குச் செல்லும் ரயில் வந்து நின்றது. இருவரும் முதல் வகுப்பு கோச் பெட்டியில் அமர்ந்து கொண்டார்கள்.

இரயில் புறப்பட்ட சில நேரத்தில் ஜோன்ஸ் பிரதிபார்னாவ் உறங்கிவிட்டார்.

அண்மை நாட்களாக நடந்த எல்லாவற்றையுமே நினைவு படுத்திக் கொண்டு அவன் கடக்க முடியாத பெரும் பகுதியை தன் பயணத்தில் கடந்துகொண்டிருந்தான்...

இரண்டாம் பாகம்

அத்தியாயம் - 1

பார்டிலைன் நகரிலிருந்து வெயிண்ட் நகருக்கு வந்து ஐந்தாண்டுகள் கடந்த நிலையில் எட்வின் இமானின் வாழ்க்கையில் பல மாற்றங்கள் நிகழ்ந்துவிட்டன. ஆசிரியர் ஜோன்ஸின் அறிமுகத்தின்படி பள்ளியில் தொடங்கிய அவனது உரை தற்பொழுது வெயிண்ட் நகரில் மட்டுமில்லாமல் அதனைச் சுற்றியுள்ள பிற நகரங்களிலும் வரவேற்கப்பட்டது.

சமூகம் சார்ந்த விஷயங்களைப் பற்றியும் உணர்வுகளைப் பற்றியும் அவன் எழுதுவதை நிறுத்திவிட்டு பள்ளி மாணவர்களை ஊக்குவிக்கும் வகையில் பேசத் தொடங்கிவிட்டிருந்தான். எழுதுவதைவிடவும் இப்படிப்பட்ட விஷயங்கள்தான் அவனுக்குப் பெரும் வரவேற்பை தருகின்றன என்பதைக் கடந்த மூன்று ஆண்டுகளுக்கு முன்பே உணர்ந்துவிட்டான்.

அவன் எதிர்பாராத அளவுக்கு பள்ளி மாணவர்கள் அவனது பேச்சை ரசித்தனர். பெரும்பாலான நேரங்களை அவன் மாணவர்களுடன் செலவழித்துக்கொண்டிருந்தான். ஆசிரியர் ஜோன்ஸ் நடக்க இயலாமல் இருக்கிறார். அவரது மனைவி ஆன்ஸியும் எட்வினும்தான் அவரைப் பார்த்துக்கொண்டிருக் கிறார்கள். வெயிண்ட் நகரிலிருந்து அறுபது மைல் தொலைவில்

தள்ளியிருக்கும் கிராமப்பகுதியிலுள்ள விவசாயி மகன் ஒருவனுக்கு பெத்தனியை திருமணம் செய்து வைத்தார் ஆசிரியர். அவள் இங்கு அவ்வப்பொழுது வந்து சென்று கொண்டிருந்தாள்.

பெத்தனியின் மீது எட்வின் கொண்டிருந்த காதலை அவள் திருமணத்திற்கு முன்பே வெளிப்படுத்த வாய்ப்பு இருந்த போதிலும் அவன் அவ்வாறு செய்யவில்லை. இவையெல்லாம் ஆசிரியர் ஜோன்ஸ் மீது வைத்திருந்த மரியாதையின் காரணமாக அவனுக்குத் தோன்றியது.

அடுக்குமாடி குடியிருப்பில் வசித்துக் கொண்டிருக்கும் ஆசிரியர் ஜோன்ஸ் இரண்டாம் தளத்திலிருந்து தரை தளத்திற்கு இறங்கியே எட்டுமாதக் காலம் ஆகிவிட்டது. எந்தவிதமான நோயாலும் அவர் தாக்கப்படவில்லை என்றாலும் வயதின் காரணமாக உடல் சோர்வுற்றது. இப்பொழுது அவர் மகிழ்ச்சியுடனே இருக்கிறார். தான் செய்ய வேண்டிய இரண்டு கடமைகளையும் முடித்துவிட்டிருந்தார்.

ஆசிரியரின் அலுவலகத்தை வீடாக மாற்றி அங்கேயே தங்கி வந்தான் எட்வின். பக்கவாத நோயினால் பாதிக்கப்பட்டிருந்த அவனது உறவினர் ஆல்வின் திபெத்ராவ் நான்கு ஆண்டுகளுக்கு முன்பே இறந்துவிட்டார். அவரது மனைவியும் அவர் இறந்த பிறகு வேறு ஒருவனை திருமணம் செய்து கொண்டு அனோவால் தெருவை விட்டு வெளியேறிவிட்டாள். அவள் ஒழுக்கங்கெட்டவள் என்று அந்த குடியிருப்புப் பகுதியில் எல்லோரும் வெளிப்படையாக பேசத் தொடங்கினாலும் எட்வின் அதனைப் பெரிதாக கண்டுக் கொள்ளவில்லை. நாட்கள் கடந்து செல்லும்பொழுது இப்படிப் பட்ட பேச்சும் கடந்து சென்றுவிட்டது.

தற்பொழுது இரண்டாம் தளம் நோக்கி படியில் ஏறிக்கொண்டிருந்தான் எட்வின். ஆசிரியரின் வீட்டின் வாசலருகே வந்த அவன் தான் அணிந்திருந்த செருப்புகளை ஓரமாக கழட்டி

விட்டு உள்ளே நுழைந்தான். இனிப்பு பண்டங்களை தயாரித்துக் கொண்டிருந்தாள் ஆசிரியரின் மனைவி. ஈஸ்டர் பண்டிகை என்பதால் ஆன்ஸியிடம் ஆசி பெற்றுக்கொண்டு, ஆசிரியர் ஜோன்ஸ் இருந்த அறைக்குள் சென்று அவரிடமும் ஆசி பெற்றுக் கொண்டான். பிறகு ஆன்ஸி அவர்கள் தான் செய்து வைத்திருந்த இனிப்புகளை கொண்டு வந்து அவனுக்கு கொடுத்தார்.

இன்று ஈஸ்டர் பண்டிகை என்பதால் தேவாலயப் பள்ளி ஒன்றில் சிறப்பு நிகழ்ச்சியில் கலந்து கொண்டு உரையாட இருப்பதாக அவர்களிடம் கூறினான். பிறகு தான் வைத்திருந்த பணத்தை ஆன்ஸியிடம் கொடுத்தான்.

''இந்த மாதத்திற்கான வீட்டு வாடகையை கொடுத்து விடுங்கள். நான் இப்பொழுது புறப்பட வேண்டியிருக்கிறது'' என்று கூறிவிட்டு அங்கிருந்து சென்றுவிட்டான்.

தேவாலயத்திலிருந்து அனுப்பப்பட்டிருந்த ரிக்சா வண்டியில் ஏறிச் சென்றான். வண்டி வெயிண்ட் நகரிலுள்ள மிகப்பெரிய தேவாலயத்தில் வந்து நின்றது. அந்தத் தேவாலயத்தின் மண்டபத்தில் செலவில்லாமல் படித்துக்கொண்டிருக்கும் மாணவர்களுக்காக ஒரு சிறப்புரை நிகழ்த்த வந்திருக்கும் அவனுக்கு அங்கிருந்த தலைமைப் பாதிரியார் வரவேற்பை அளித்தார். ஏற்கனவே வேறொரு நிகழ்ச்சியின் மூலம் இங்கிருக்கும் மாணவர்களுக்கு அவன் அறிமுகமாகியிருந்தான். அவனைக்கண்ட மாணவர்கள் அவனது சுவாரசியமிக்க உரையைக் கேட்க ஆர்வமாக இருந்தனர்.

எட்வினுக்கும் அங்கிருந்த மாணவர்களுக்கும் ஏற்பட்டிருந்த உறவு நண்பர்களுக்கிடையே உண்டாகும் உறவுகளைப் போலவே இருந்தது. அதனால்தான் அங்கிருந்த மாணவர்கள் அவனைக் கண்டதும் உற்சாகமடைந்தனர்.

விடுமுறை நாளென்பதால், தேவாலயத்தில் ஏற்பாடு செய்யப்பட்டிருந்த நிகழ்ச்சியில் பாதிரியார்களும், பதினைந்து

வயதிலிருந்து பதினேழு வயதிற்குள்ளான பள்ளி மாணவர்களும் அவர்களது பெற்றோர்களும் மட்டுமே அழைக்கப்பட்டிருந்ததால், கிட்டத்தட்ட ஆயிரம் பேர் அமரும் அந்த மண்டபத்தில் தற்பொழுது முந்நூறு மாணவர்களே இருந்தனர். சில மாணவர்கள் மட்டுமே தங்களது பெற்றோர்களுடன் வந்திருந்தனர்.

முதலில் அவர்கள் ஆலயத்திற்குள் சென்று கடவுளரை வழிபட்டு விட்டு மண்டபத்திற்கு வந்து சேர்ந்தனர். அங்கிருந்த மேடையில் எட்வினும் மற்ற பாதிரியார்களும் நாற்காலியில் அமர்ந்திருந்தனர்.

தலைமைப் பாதிரியார் அறிமுக உரையை நிகழ்த்திய பின்னர் எட்வினை பேசுவதற்கு அழைத்தார்.

எட்வின் எழுந்து வந்ததும் மாணவர்களின் கைத்தட்டல் சத்தம் மண்டபம் முழுவதும் எதிரொலித்தது.

மேடையிலிருந்து மாணவர்களைப் பார்க்கத் தொடங்கிய அவன் உணர்ச்சிவசப்பட்ட நிலையில் பத்து வினாடிகள் அமைதியாக எல்லோரையும் தனது அகண்ட பார்வையால் பார்த்தான். ''எனதன்பு மாணவர்களுக்கும் அவர்களது பெற்றோர்களுக்கும் வணக்கத்தை தெரிவித்து நான் சொல்லும் ஒரு குட்டி சம்பவத்தின் மூலம் வரப்போகும் கருத்துகளை நீங்கள் புரிந்து கொள்ள முயலுங்கள். சென்ற முறையைப் போல் இல்லாமல் இன்று வேறு விதமான சிந்தனைகளை உங்களுக்கு ஏற்படுத்த விரும்புகிறேன். அதற்கு முன்பு இந்த ஈஸ்டர் நாளில் இப்படிப்பட்ட நிகழ்ச்சிகளை நடத்தி வரும் தேவாலயத்தை சார்ந்தவர்கள் அனைவருக்கும் என் நன்றியை தெரிவித்துக் கொள்கிறேன்.

அதிவேகமாக இரயில் கிழக்கு திசையிலிருந்து மேற்கு திசையை நோக்கி சென்றுகொண்டிருந்தது. கர்ப்பிணிப்பெண் ஒருத்தி தனது இரண்டு வயதுக் குழந்தையுடன் இரயிலின் மையப்

பகுதியிலுள்ள கோச்சில் ஏறியிருந்தாள். மிகவும் நடுக்கத்துடன் இரயில் கோச்சின் ஓரமாக கீழே அமர்ந்திருந்தாள். அந்த கோச் பெட்டியிலிருந்த எல்லோருமே அவளை ஒரு வெறுப்புடன் பார்த்துக் கொண்டிருந்தனர். அந்தப் பெட்டியில் பயணித்த அனைவருமே ஒரே மதத்தை சார்ந்தவர்கள் என்பதை அவர்களின் உடை தெளிவாக வெளிப்படுத்தியது. இந்தக் கர்ப்பிணிப் பெண்ணோ வேறு மதத்தை சார்ந்தவராகவோ அல்லது தாழ்த்தப் பட்ட பிரிவினை சார்ந்தவராகவோ இருக்கலாம் என்பது அவளின் தோற்றம் காண்பித்துக்கொண்டிருந்தது. இடம் தேடி அவள் கோச் பெட்டியின் இறுதிவரை நடந்தாள். அவளை இருக்கையின் கீழே கூட உட்கார அனுமதிக்கவில்லை. அதனால் அவள் தனது இரண்டு வயது குழந்தையுடன் வாசலின் படியில் உட்கார்ந்து கொண்டிருந்தாள். இரவு பதினொரு மணியை தாண்டிய பொழுதில் குளிரில் நடுங்கிக் கொண்டிருந்த குழந்தையை ஒரு துண்டில் சுருட்டி முகம் மட்டும் தெரிந்தபடி தன்னோடு அணைத்துக்கொண்டாள். அங்கு பயணித்த ஒருவருக்கு கூட அவளைப் பற்றிய எண்ணமும் இரக்கமும் இல்லை, தங்கள் இருக்கையில் இடம் இருந்த போதிலும் வசதி படைத்த அவர்கள் கால்களை நீட்டிக்கொண்டு பயணித்துக் கொண்டிருந்தனர். வேகத்தின் உச்சத்தில் சென்று கொண்டிருந்தது அந்த ரயில். திடீரென்று முழித்து எழுந்து நின்ற அவள் தடுமாறி மயக்கமுற்று சரியாக பூட்டப்படாத கதவு வழியாக அணைத்துக் கொண்டிருந்த குழந்தையுடன் விழுந்தாள். அவளின் நிலை உங்களுக்கே தெரிந்திருக்க வேண்டும்.

ஆனால் எழுதப்பட்ட வழக்கு என்ன தெரியுமா? அவள் வறுமையினால், மன வேதனையினால் தனது பிள்ளையுடன் தற்கொலை செய்து கொண்டாள் என்று பதிவு செய்யபட்டது. பரிதாபப் பட்ட அவளுக்கு கணவனும் இல்லை சொந்தமும் இல்லை. இந்த சம்பவத்தில் மூன்று உயிர் இறந்துவிடுகிறது. மதப்

பிரிவினால் எண்ணற்ற சம்பவங்கள் நொடிக்கொன்று இப்பிரபஞ்சத்தில் பல்வேறு இடத்தில் நடந்து கொண்டிருக்கிறது. மனிதர்களுக்கு இடையே பிரிவினை உண்டாக்கும் ஒன்று எப்படிப் புனிதத் தன்மையடையும். மனிதர்களுக்கிடையே வேற்றுமையை உண்டாக்கும் சமூகம் எப்படி நல்ல விஷயங்களை ஒருவனுக்கு கற்றுத் தர இயலும்? அந்த கர்ப்பிணிப்பெண் தங்கள் மதத்தினராகவோ ஒரே சமூகத்தினராகவோ இருந்திருந்திருந்தால் அவளுக்கும் இடம் கிடைத்திருக்கும். மனிதன் கொள்கைகளாலும் கட்டுப்பாடுகளாலும் பிரிந்து கிடக்கின்றான். மதத்தின் புனிதத்தை உணர்ந்த நம்மால் மனிதனின் உணர்வுளைப் புரிந்துகொள்ள முடியவில்லை. பாதிரியார்களும் மதகுருமார்களும் நமது நம்பிக்கையில் வாழ்கின்றார்கள். அவர்களும் கூட மதத்தின் மீது கொண்டுள்ள பற்றால் கடவுள்களை பெரிதும் வழிபட்டு சக மனிதர்களை வேற்றுமைப் படுத்தி காட்டுகிறார்கள். மதத்தின் மீதும் கடவுள்களின் மீதும் நம்பிக்கை இவர்களால் திணிக்கப்படுகிறது'' என்று பேசிக்கொண்டிருந்தான். இத்தனை வருடங்களாக எழுத நினைத்தவற்றை தன்னையறியாமல் மனதில் தோன்றியவற்றைக் கொட்டிக்கொண்டிருந்தான் எட்வின்.

சில மாணவர்களுக்கு அவனது சிந்தனைகளை எட்டிப்பிடிக்க முடிந்தது. சிலருக்கு ஒன்றும் புரியவில்லை. இருந்தாலும் மாணவர்கள் எல்லோருமே அமைதியாகவே கேட்டுக் கொண்டு இருந்தனர். தலைமைப் பாதிரியாரும் மற்றப் பாதிரியார்களும் குழப்பத்தாலும் கோபத்தாலும் பொங்கிக்கொண்டிருந்தனர். நிகழ்ச்சியில் பங்கேற்ற பெற்றோர்களுள் ஒரு சிலர் மட்டுமே இதனை ஏற்றுக்கொள்ளும் வகையில் காணப்பட்டனர்.

மேலும் அவன் தொடர்ந்து.. ''ஒரு மனிதனுக்கு நம்பிக்கை என்பது கடவுள் மீதோ, ஒரு மனிதன் மீதோ அல்லது ஒரு மரத்தின் மீதோ கூட இருக்கலாம். அது அவனுடைய நம்பிக்கையைப் பொறுத்தது. அதை நாம் மற்றவர்களுக்குப் புகுத்த வேண்டியதில்லை.

நமது நம்பிக்கைக்கு நாம்தான் உயிர் கொடுக்க முடியுமே தவிர, வேறு ஒருவரால் உயிர் கொடுத்திட இயலாது. இதை இன்னும் எளிமையாகச் சொல்லப்போனால், ஒருவனால் முழுமையாக ஏற்றுக்கொள்ளப்படும் எல்லா விஷயங்களுமே அவனது நம்பிக்கையின் கீழ்தான் செயல்படுகிறது. மற்றவர்களால் திணிக்கப் படுவது முழுமையற்றுப் போகிறது. இப்பொழுது மதமும் இந்த நிலையில்தான் இருக்கிறது. இந்த காலகட்டத்தில் அவனே அறியாத வகையில் மதமானது அவனுக்குள் திணிக்கப்படுகிறது. கொள்கை களையும் கட்டுப்பாடுகளையும் கற்றுத் தந்த உங்களுக்கு மதத்தின் தன்மையை பற்றிக் கற்றுத்தரவில்லை. உதாரணமாக, நீங்கள் ஒரு மரத்தை நேசிக்கிறீர்கள் பிறகு அதனோடு உங்களது நேரத்தினை செலவிட விரும்புவீர்கள். அவ்வாறே அதனைச் செய்தும் முடிப்பீர்கள். மாறாக, அந்த மரத்தின் தன்மையை நீங்கள் உணர்ந்து அந்த மரமாக தங்களை கற்பனை செய்து பார்த்திருக்கிறீர்களா? மரமானது கட்டுப்பாடின்றி வாழ்ந்து இறந்துவிடுகிறது. அது தென்றல் காற்றையும் ஏற்றுக்கொள்கிறது சூறைக்காற்றையும் ஏற்றுக் கொள்கிறது. இங்கு விஷயம் எப்படிப்பட்ட வாழ்வு என்பதல்ல, அந்த மரமானது எல்லாவற்றையும் ஏற்றுக்கொண்டு வாழ்ந்து விட்டது. மதத்தன்மையும் இதுபோலவே புனிதமானது. ஒருவன் எல்லா மதங்களையும் கற்றுத்தேற வேண்டும். பிறகு, தனக்குப் பிடித்தமான மதத்தினை அவன் பின்பற்றவேண்டும். இங்கு அவன் மதத்தின் மீது நேசம் என்ற ஒன்று மட்டுமே இருக்கும். மாறாக மதமானது அவனுக்கு திணிக்கப்பட்ட நிலையில் அவன் பிற மதங்களை வெறுக்கத் தொடங்குகிறான். வாழ்ந்தாக வேண்டும் என்ற முடிவினை எப்பொழுதோ எடுத்துவிட்ட அந்த மரத்தினை மீண்டும் சிந்தித்துப் பாருங்கள். மனிதன் அதற்கு முற்றிலும் மாறாக இப்படிப்பட்ட வாழ்வுதான் தனக்கு கிடைக்க வேண்டும் என்ற எண்ணத்தை தனக்குள் தீர்மானித்து விடுகிறான். அந்தத் தீர்மானம் அவனுக்குள் வேராக நிலைத்துவிட்ட பொழுது, அது நிறை

வேறாமல் போகும் நிலையில் அவன் சஞ்சலமடைகிறான். மேலும், அவனது கற்பனைகள் நிராசையில் முடியும் பொழுது போட்டி, பொறாமை, துரோகம் போன்றவை வெளிப்படுகின்றன.

இதைப்போலவே மற்றொன்றும் சொல்லிவிடுகிறேன். பதிமூன்று வயது நிரம்பிய ஒருவனை கண்டிக்கிறார் ஒருவர். இன்னும் கொஞ்சம் கூர்ந்து கவனித்த பொழுது, அந்தச் சிறுவனை அவனது தந்தைதான் திட்டிக்கொண்டிருக்கிறார். என்னதான் சாதிக்கப் போகிறாய்? நீ படிப்பிலும் லாயக்கற்றவன் விளையாட்டிலும் திறமையில்லாதவன். உன்னை என்னதான் செய்வது. உனக்கு செய்வதெல்லாம் வீண் செலவாகத்தான் இருக்கிறது என்று திட்டிவிட்டு சென்றுவிடுகிறார். தாயற்ற தன் மகனின் மேல் அன்பு வைத்திருந்தும் அதனை வெளிப்படுத்தாமல் அவன் மீது கோபத்தை வெளிப்படுத்தி அவனுக்குத் தோல்வியைப் பற்றின பயத்தை உண்டாக்கிவிட்டு, வெற்றி என்ற ஒன்றைப் பெறும் எண்ணத்தை உருவாக்கும் முயற்சியில் ஈடுபட்டுள்ளார். இந்தமுறை நடக்கும் விளையாட்டுப் போட்டியில் வெற்றிப் பெற்றால்தான் உன்னிடம் பேசுவேன் என்று சொல்லிவிடுகிறார். இது மிகவும் கடினமான வார்த்தை என்ற போதிலும் அதனை அறிந்தும் அப்படிச் சொல்லி விடுகிறார். அவர் நினைத்தவாறே அந்தச் சிறுவன் வெற்றிபெற்று அந்த வெற்றியின் வழியாக தனது தந்தையின் அன்பைப் பெற மகிழ்ச்சியோடு வீட்டிற்கு வந்தான். அவனது வீட்டைச் சுற்றி பலர் நின்றுகொண்டிருந்தனர். சிலர் அழும் குரல் அவனது செவிகளில் கேட்டது. அவனால் என்ன நடந்திருக்கிறது என்பதை யூகிக்க முடிந்தது. உங்களுக்கும் அது புரிந்திருக்கும். அவனது தந்தை மாரடைப்பால் இறந்துவிட்டார். இறுதிவரை அவன் தந்தையின் அன்பைப் பெறாமலே போய்விட்டான்.

பெற்றோர்கள் தங்கள் பிள்ளைகளுக்கு வெற்றிப்பாதையை கற்றுத்தருகிறார்கள். தங்கள் பிள்ளை சாதிக்க வேண்டும் என்று எண்ணுகிறார்கள். தோல்வியுற்ற ஒருவனால் வெற்றியை கற்பனை

மட்டும்தான் செய்ய முடியும். அவன் வெற்றியின் மீது கற்பனை கொள்கிறான். உண்மையில் தோல்வி அவனைத் தழுவியுள்ளது. உங்கள் பிள்ளைகள் உங்கள் மீது முழுமையாக அன்பைப் படரச் செய்கிறார்கள் என்றால் அதனைக் கொண்டாடுங்கள். வெற்றி என்பதை வெறும் சித்திரிக்கப்பட்ட வெற்றியாகவே கருதுங்கள். இங்கு மகிழ்ச்சியையும் துன்பங்களையும் நாமாகவே தேடிக் கொள்கிறோம். வெற்றியை நோக்கி ஓடாமல் மனநிறைவிற்காக செல்லும் பயணம் மிகவும் உண்மையானதாக இருக்கக் கூடும். இத்துடன் எனது இந்த உரையை முடித்துக் கொள்கிறேன்'' என்று பேசிவிட்டு ''தனிப்பட்ட கருத்துகளையே நான் உங்களிடம் பகிர்ந்து கொண்டேன். உங்களால் ஏற்றுக்கொள்ள முடியாதவற்றை இங்கேயே மறந்துவிட்டுச் செல்லுங்கள். எனக்கு வாய்ப்பளித்த எல்லோருக்கும் மீண்டும் ஒருமுறை எனது நன்றிகள்'' என்று தனது உரையை முடித்துவிட்டு நாற்காலிக்குச் சென்றான் எட்வின்.

அவன் சென்றதுமே கைத்தட்டல்கள் ஒலித்தன. அவன் பேசிய மதம் சார்ந்த விஷயங்கள் அங்கு சர்ச்சைகளை முதலில் ஏற்படுத்தினாலும் இறுதியில் அவன் கொண்டு சேர்த்த கருத்துகள் அவற்றை மறக்கச் செய்தது. பாதிரியார்களும்கூட அந்த இடத்தில் பெரிதாக எதையும் வெளிப்படுத்திக் கொள்ளவில்லை.

தனக்கு ஒதுக்கப்பட்ட இருபது நிமிடங்களில் தான் கூறவிருக்கும் கருத்துகளையெல்லாம் கூறிவிட்ட எட்வினுக்குப் பிறகு ஆலயத்தின் பொறுப்பில் இயங்கிக்கொண்டிருக்கும் பள்ளியின் முதல்வர் பேசி முடித்தார்.

சிறப்பு நிகழ்ச்சி முடிந்த பிறகு வந்திருந்த மாணவர்களுக்கும் பெற்றோர்களுக்கும் தேவாலயத்தின் சார்பில் இனிப்பு பண்டங்கள் வழங்கப்பட்டன. நிகழ்ச்சிகள் மற்றும் ஆலயத்தின் சம்பிரதாயங்கள் எல்லாம் முடியும் பொழுது மதியம் இரண்டு மணி இருக்கும். எட்வின் தான் வந்திருந்த அதே ரிக்சா வண்டியில் அனோவால் தெருவிற்குச் சென்றான்.

இந்த நாளில் தேவாலயத்தில் இப்படிப்பட்ட விஷயங்களை பேசியிருப்பது சரியாகத் தோன்றவில்லையென்று தனக்குள்ளே நினைத்துக்கொண்டே வந்தான்.

ரிக்சா வண்டி அனோவால் குடியிருப்புப் பகுதிக்கு வந்த பொழுதும் கூட அவன் அதையே சிந்தித்துக் கொண்டிருந்தான். நாம் பேசியது பாதிரியாரின் மனதை வருத்தமுறச் செய்திருக்கும். நாளைக்குச் சென்று அவரிடம் தனியாக பேசியாக வேண்டும் என்றபடியே ரிக்சாவை விட்டு இறங்கினான்.

தேவாலத்தின் சம்பிராயத்தின் பொழுதே மதிய உணவை அவன் முடித்துவிட்டிருந்ததால் நேராக தனது அறைக்கு ஓய்வெடுக்கச் சென்றுவிட்டான்.

அத்தியாயம் - 2

அதிகாலை ஐந்து முப்பது மணியளவில் வழக்கம் போல ஆசிரியர் ஜோன்ஸ் பிரதிபார்னாவ் நாளிதழை நாற்காலியில் அமர்ந்து படிக்கத் தொடங்கியிருந்தார். இதழின் தலைப்புச் செய்தியை படித்த பிறகு இரண்டாம் பக்கத்தில் வெயிண்ட் நகரத்தின் தலைமைப் பாதிரியார் வெளியிட்டிருந்த அறிக்கையைப் பற்றி படித்தவுடனே அதிர்ச்சியடைந்தார்.

தூங்கிக் கொண்டிருந்த தன் மனைவி ஆன்ஸியை பதட்டத்துடன் கூப்பிட்டார். உறக்கத்தில் இருந்து எழுந்த அவள், ஆசிரியர் திடீர் என்று இப்படி அழைப்பதை உணர்ந்த அவள் பயத்தோடும் குழம்பிய மனதோடும் அவர் அருகே சென்றாள்.

"ஏன் இப்படி வெளிறிப்போய் இருக்கிறீர்கள்!"

"தலைமைப் பாதிரியார் பிஷப் பிராங்கோ.."

"அவருக்கு என்ன?"

"நான் வாசிப்பதை பொறுமையாக கேள் அன்ஸி"

நாளிதழில் இருக்கும் செய்தியை தன் மனைவிக்கு கேட்குமாறு படிக்கத் தொடங்கினார் ஆசிரியர்.

''நேற்று காலை வெயிண்ட் நகரத்தின் தலைமை ஆலயத்தில் உள்ள மண்டபத்தில் தலைமைப் பாதிரியார் பிஷப் பிராங்கோ முன்னிலையில் நடந்த சிறப்பு நிழ்கச்சியில் சிறப்பு விருந்தினராக அழைக்கப்பட்ட எட்வின் இமான், மதத்தின் தனித்துவத்தை இழிவு படுத்தி பேசியதாக குற்றம் சாட்டப்பட்டுள்ளார். இது குறித்து பிஷப் பிராங்கோ வெளியிட்ட செய்திக் குறிப்பில்:

எட்வின் இமான் இதுபோன்று பேசுவார் என்று சிறிதும் எதிர்பார்க்கவில்லை. மதத்தையும் அதன் புனிதத்தையும் மிகவும் இழிவுபடுத்தும்படி பேசிவிட்டார். மத குருமார்களையும் பாதிரியார் களையும் மிகவும் அவமானத்திற்குள்ளான விதத்தில் பேசிவிட்டார். மாணவர்களுக்கிடையே இதைப்பற்றி பேசுவது தவறான விஷயம். தனிப்பட்ட கருத்துகளை அவர் ஏன் இந்த நன்னாளில் பேசியிருக்கிறார் என்பது எனக்குத் தெரியவில்லை. இப்படிப்பட்ட அவநம்பிக்கைகளை பகிர்வது மாணவர்களுக்கிடையே வேறு விதமான எண்ணத்தை தூண்டலாம். மதத்தின் கொள்கைகளால்தான் இன்று அமைதி நிலவிக்கொண்டிருக்கிறது. எட்வின் இமானிட மிருந்து இதுபோன்ற கருத்து வெளிப்பாடுகளை சிறிதும் நினைத்துப் பார்க்கவில்லை. எப்படி இருந்தாலும் இயேசு கிறிஸ்து அவரை மன்னிப்பார்.'' இவ்வாறு ஆசிரியர் ஜோன்ஸ் படித்து முடித்தார்.

''ஐயோ! என்ன இது, இப்படி ஒரு கடும் விமர்சனத்தை வெளிப்படையாக அவர் தெரிவித்திருக்கிறார். மத போதகர்கள் எட்வினை இனி அவமதிக்க தொடங்கிவிடுவார்களே. ஏற்கனவே இது மாதிரியான சம்பவங்கள் நடந்துகொண்டுதான் இருக்கின்றன. இப்பொழுது எட்வினுக்கும் அவ்வாறு நடந்துவிடப் போகிறது'' என்று புலம்பிக் கொண்டிருந்தாள் ஆன்ஸி.

''நீ முதலில் கீழே சென்று எட்வினை அழைத்து வா. இல்லை, வேண்டாம்! அவனை நேராக தலைமைப் பாதிரியாரை சந்தித்து மன்னிப்பு கேட்கச் சொல். இப்பொழுதே செல் ஆன்ஸி.''

ஆசிரியர் ஜோன்ஸிடமிருந்து செய்தித்தாளை வாங்கி தரைத்தளம் நோக்கி இறங்கினாள் ஆன்ஸி.

''அதிகாலையில் யார் கதவை தட்டுவது'' என்று கூறிக் கொண்டு வெளியே வந்தான் எட்வின்.

ஆன்ஸி அவர்களை பார்த்த அவன், ''உள்ளே வாருங்கள் அம்மா. என்ன இது இவ்வளவு சீக்கிரமாக இங்கு வந்துள்ளீர்கள். சற்று நேரத்தில் நானே மேலே வந்திருப்பேனே'' என்று கூறினான்.

''அது இல்லை எட்வின் இதைப் பார்'' என்று செய்தித் தாளை கொடுத்தார் ஆன்ஸி. ''நேற்று நீ தேவாலயத்தில் ஏன் அப்படிப்பட்ட கருத்துகளைப் பேசினாய். உடனே சென்று பாதிரியாரிடம் மன்னிப்பு கேட்டுவிடு எட்வின். இந்த விஷயம் எல்லோரிடமும் சென்றடைந்துவிடும். உன்னைப் பற்றின உயர்ந்த எண்ணங்கள் இன்றுவரையிலும் இந்த வெயிண்ட் நகர மக்களிடையே பரவலாக உள்ளது. தற்பொழுது இது போன்று நீயே அதனைக் கெடுத்துக் கொள்ளும் வகையில் அமைத்துக்கொள்ளக் கூடாது. தலைமைப் பாதிரியார் மன்னிப்பை உடனே ஏற்றுக்கொண்டுவிட்டால் போதுமானதாக இருக்கும்.

நான் சொல்வதை கேள் எட்வின். நீ பாதர் பிஷப் பிராங்கோ அவர்களை நேரடியாக அவமதிக்கும்விதமாக பேசிவிட்டாய் என்பதே இங்கு பிரச்சனையாகிவிடும்.''

''நீங்கள் சொல்வதும் சரிதான். நான் கூறியவற்றில் தவறு இல்லையென்றாலும் பிஷப் பிராங்கோவை பின்பற்றுபவர்கள் இந்த வெயிண்ட் நகரில் அதிகம் உள்ளனர். அவருக்கு எதிராக பேசிவிட்டேன் என்ற குற்றச்சாட்டை இன்று முன்வைப்பார்கள் என்பது எனக்கு நேற்றே தெரிந்துவிட்டது. எனது தாய் ஸ்தானத்தில் என்மீது அன்பு காட்டும் உங்களை வணங்குகிறேன். மிக்க நன்றி. நான் ஆசிரியரை சந்தித்துவிட்டுச் செல்லலாம் என்ற முடிவில் இருந்தேன். ஆசிரியர் ஜோன்ஸ் நான் வெளிப்படையாகப் பேசியதை நினைத்து கவலை கொண்டிருப்பார்கள். அவர் என்னிடம்

நான்கு ஆண்டுகளுக்கு முன்பே சொல்லியிருந்தார். மக்களை ஊக்குவிக்கும் வகையில் மட்டுமே பேச வேண்டும். மதத்தையும் நமது சமூகத்தையும் குறைகூறிப் பேசக்கூடாது. அது மற்றவர்களின் உணர்ச்சியைத் தூண்டிவிட்டுச் செல்லும். அப்படிப்பட்ட உரைகளை மேடையில் பேசுவது தவறு. நீ அதை தவிர்த்துவிட வேண்டும் என்று கூறியுள்ளார். அவர் சொன்ன வார்த்தைகள் இன்றும் எனது மனதில் உள்ளது. அதனால்தான் நான் மாற்றுச் சிந்தனைகளை வேறு ஒருவருக்கு எடுத்துச் சொல்வதை நிறுத்திவிட்டிருந்தேன். ஏன் அதைப்பற்றி எழுதுவதும்கூட இல்லை. ஆனால் நேற்று என்னை அறியாமல் பேசிவிட்டேன். உண்மையில் இதைத்தான் பேசப்போகிறோம் என்ற முடிவில் இங்கிருந்து செல்லவில்லை. பாதர் பிஷப் அவர்கள் செய்தி அறிக்கையில் இதை சொல்லியிருகிறார் என்றால் அவர் மனம் நிச்சயமாக வேதனைப்பட்டிருக்கும். நான் ஏழு மணிக்குள் அவரை சந்தித்துவிடுகிறேன். அவர் எனது மன்னிப்பை ஏற்றுக்கொள்வார். ஆசிரியர் ஜோன்ஸ் அவர்களை கவலைகொள்ள வேண்டாம் என்று சொல்லிவிடுங்கள். நான் தேவாலயத்திற்குச் சென்று வந்ததும் ஆசிரியரைப் பார்க்க வருகிறேன் என்று சொல்லிவிடுங்கள்'' என்றான் எட்வின்.

''மகனே எட்வின், உனது கருத்துகளைதனி நபர் வரவேற்கலாம். ஆனால் கூட்டாக ஒரு சமூகமாக யாரும் ஏற்றுக்கொள்ள மாட்டார்கள். உன் சிந்தனைகளெல்லாம் மிகவும் சிறந்தவை. அது எனக்கும் ஆசிரியருக்கும் தெரியும். இருந்தாலும் அதை நீ இப்படி வெளிப்படையாக மேடைகளில் இனி பேசிவிடாதே. நான் சொல்லுவதை மனதில் வைத்துக்கொள். உனது கருத்துகளை நேரடியாக வெளிப்படுத்தாதே என்றுதான் சொன்னேன். எண்ணங்களை நிறைய வழிகளில் வெளிப்படுத்தாலாம்.''

''நீங்கள் கூறுவதும் சரிதான். நான் முதலில் மன்னிப்புக் கேட்டு வருகிறேன்'' என்று கூறினான் எட்வின்.

அத்தியாயம் - 3

சரியாக ஏழு மணியளவில் பாதர் பிஷப்பை சந்திக்க முடியும் என்பது எல்லோருக்குமே தெரிந்த ஒன்று. அதுவும் அவரது அனுமதியின்றி அவரைச் சந்தித்திட இயலாது. சூரியன் உதிக்கத் தொடங்கி அரை மணி நேரம் இருக்கும் பொழுதே எட்வின் தேவாலயத்திற்குள் வந்துவிட்டான்.

எட்வின் எப்பொழுது வந்தாலும் அனுமதி கொடுத்து விடுவார். ஆனால், இன்று அவனுக்கு அனுமதி வழங்கப்பட வில்லை. வாரத்தின் முதல் நாள் என்பதால் பள்ளி மாணவர்கள் வந்துகொண்டே இருந்தனர். சிலர் எட்வினிடம் உற்சாகமாகப் பேசிக்கொண்டு தங்களது வகுப்பிற்குச் சென்றனர். அங்கு பயிலும் எழுபது சதவீத மாணவர்கள் கிருஸ்துவர்கள் என்பதால், ஆலயத்திற்குள் சென்று மாதாவையும் இயேசு கிறிஸ்துவையும் வழிபட்ட பிறகே வகுப்பறைக்குச் சென்று கொண்டிருந்தனர். அவர்களைப் பார்த்துக் கொண்டே பாதர் பிஷப்பைக் காண காத்துக்கொண்டிருந்தான். மீண்டும் ஒருமுறை அனுமதிக்கான வாய்ப்பை கேட்குமாறு பணியாளனை அனுப்பிவைத்தான். "சிறிது நேரம் காத்திருக்கும்படி பாதர் சொல்லியிருக்கிறார்" என்று அவன் சொன்னான்.

மணி ஒன்பதைத் தாண்டியிருந்தது. காத்திருந்த அவன் பொறுமை யிழந்து தேவாலயத்திற்கு வெளியே செல்லும் முடிவை எடுத்தான்.

அவன் அந்த இடத்தைவிட்டுச் செல்வதற்காக எழுந்து நின்றான். பள்ளி மாணவர்கள் எல்லோரும் வகுப்பறைக்குச் சென்று கொண்டிருந்ததால் நுழைவுப் பகுதி கூட்டமின்றி காணப்பட்டது.

தேவாலயத்தைவிட்டு வெளியே வந்த அவனை நால்வர் வழிமறித்து சுற்றி நின்றனர்.

"ஏய் பொடிப் பயலே," என்று கூறிய ஒரு தடித்த மனிதன் அவனைக் கடும் பார்வையோடு பார்த்தான்.

வந்திருந்த நால்வருமே அவனைத் தாக்கும் பாவனையில் இருந்தனர்.

எட்வின் அதனை உணர்ந்துகொண்டான். அங்கிருந்து விலகிச் செல்வதே நல்லதாயிருக்கும் என்று நினைத்து அவர்களை விட்டு விலகிச் செல்ல முயன்றான்.

அப்பொழுது நால்வரும் எட்வினைத் தாக்க தொடங்கினார்கள்.

"ஐயோ! கடவுளே!" என்று கத்தத் தொடங்கினான் எட்வின்.

"இப்பொழுது மட்டும் உனக்கு கடவுள் தேவைப் படுகிறதோ? எவ்வளவு திமிரு இருந்திருக்கும் உனக்கு. இனியாவது கவனமாக நடந்துகொள்" என்று அதிலிருந்த ஒருவன் கூறினான்.

அவர்களைத் தள்ள முற்பட்டுக்கொண்டிருந்தான் எட்வின்.

"இவனுக்கு இது போதும். இதுபோன்று இவன் மறுபடியும் நடந்து கொண்டால் பிறகு பார்த்துக்கொள்ளலாம்" என்று எவனோ அவர்களுள் ஒருவன் சொன்னான்.

இங்கு நடந்து கொண்டிருப்பவைகளை சிலர் பார்த்துக் கொண்டிருந்தாலும் ஒருவர்கூட தடுத்து நிறுத்த வரவேயில்லை.

மனம் உடைந்த அவன் வெட்கத்தினால் கூனிக்குறுகி அனோவால் தெருவை நோக்கி நடக்கத் தொடங்கினான். அவன்

வீட்டை வந்தடைந்ததுமே அவனுக்கான மற்றுமொரு அதிர்ச்சி காத்திருந்தது. அவனது அறையிலிருந்த பொருள் எல்லாம் வெளியில் வீசப்பட்டிருந்தது. பூட்டிய கதவு இரண்டு துண்டாக நொறுக்கப்பட்டிருந்தது. ஆசிரியரின் மனைவி ஆன்ஸி அழுதுகொண்டிருந்தார். அந்த சத்தம் அடுக்குமாடிக் குடியிருப்பின் கீழ்தளத்தில் வசிக்கும் விஷாலினிப் பாட்டியின் வீட்டிலிருந்து கேட்டது. ஆசிரியரைத் தவிர அந்தக் குடியிருப்பில் வசித்துக் கொண்டிருக்கும் எல்லோருமே அங்கு கூடியிருந்தனர். சிலர் அந்த இடத்தைவிட்டு கலைந்து கொண்டிருந்தனர்.

''இதெல்லாம் மதபோதகர்கள் செய்திருக்கும் காரியம்தான் என்றபடி சாலையில் வீசப்பட்டிருந்த பொருட்களையெல்லாம் குனிந்து எடுத்தான் எட்வின். அவன் எடுக்கையில் அவனுடன் சேர்ந்து அந்தக் குடியிருப்புப் பகுதியில் வசிக்கும் சிலர் அவனுக்கு உதவி செய்தனர். எட்வின் வந்திருப்பது யாரோ ஒரு பெண் மூலம் ஆன்ஸிக்கு தகவல் கிடைத்தது .

விஷாலினிப் பாட்டி வீட்டிலிருந்து கண்ணீருடன் பதறிப் போய் எட்வினைப் பார்த்தாள்.

''என் மகனே'' என்று அவனைக்கட்டி அணைத்துக் கொண்டாள். ''உனக்கு ஒன்றும் ஆகவில்லையே?'' என்று கேட்டாள்.

''எனக்கு ஒன்றும் இல்லை அம்மா. எல்லாம் என்னால்தான்'' என்று தன் தலையை தாழ்த்தி நின்றான்.

''என்னால் அவர்களைத் தடுக்க முடியவில்லை எட்வின். எல்லாம் காட்டுமிராண்டிகள் போல நடந்து கொண்டனர்'' என எட்வினது அறைக்குப் பக்கத்து வீட்டில் வசிக்கும் ஓய்வுபெற்ற கணக்கர் ஒருவர் சொன்னார்.

அவற்றையெல்லாம் அவன் காது கொடுத்து கேட்கும் நிலையில் இல்லை. அறையில் வைக்கப்பட்டிருந்த புத்தகங்

களெல்லாம் வீசப்பட்டிருந்தன. அங்கு பெரும்பாலும் புத்தகங்களே இருந்தன. ஒரு சில புத்தகங்கள் கிழிந்துகிடப்பதைக் கண்டு துயரத்தில் வாடினான். அவன் தங்கியிருந்த அறையில் அவ்வளவு பெரிய பொருட்கள் இல்லையென்றாலும்கூட அறையிலிருந்து வெளியில் எறியப்பட்ட உடைமைகளெல்லாம் சிதறிக் கிடந்ததை ஒரு ஓரமாக எடுத்து வைக்க அரை மணி நேரத்துக்கும் மேலாக ஆகிவிட்டது. அங்கிருந்த ஒவ்வொருவரும் ஒவ்வொன்றைப் பேசிவிட்டு சென்றிருந்தனர்.

ஆன்ஸி அவர்களை அழைத்துக்கொண்டு அடுக்குமாடிக் குடியிருப்பின் இரண்டாம் தளத்திற்கு சென்று ஆசிரியர் ஜோன்ஸிடம் மண்டியிட்டு தனது மன வேதனைகளை கொட்டிக் கொண்டிருந்தான். ஆசிரியரிடமிருந்து பெரும் ஆதரவு கிடைத்த போதிலும் அவனுக்கு திருப்தியே இல்லை. ஆன்ஸி காலை உணவைத் தட்டிலிட்டு அவனுக்கு கொண்டு வந்து கொடுத்தார். அவனுக்குப்பசி என்றஒன்றே இல்லை. மணி பத்தைத் தாண்டியிருந்தது. ஆசிரியரை ஒய்வு பெறச் சொல்லிவிட்டு அவன் அங்கிருந்து புறப்பட்டான்.

தனது அறைக்கு வெளியே ஓரமாக வைக்கப்பட்டிருந்த பொருட்களையும் புத்தகங்களையும் எடுத்து கொண்டு உள்ளே வந்தான். அந்த அறையில் ரொம்ப நாட்களாக இருந்த மேசை புரட்டப்பட்டுக்கிடந்தது. அது ஆசிரியர் ஜோன்ஸ் பயன்படுத்திய பழைய பொருட்களுள் ஒன்று. கவிழ்ந்து கிடந்த மேசையின் இழுவையிலிருந்து கார்டல் எழுதியிருந்த கடிதங்கள் எல்லாம் வெளியே விழுந்துகிடந்தன. கார்டலிடமிருந்து நேற்று ஒரு கடிதம் வந்திருந்தது. அதனை எட்வின் படிக்காமலே இழுபெட்டிக்குள் போட்டு வைத்திருந்தான். இப்பொழுது அதைப் பார்த்தவுடன் அதனை எடுத்துப் படித்தான்.

பார்டிலைன் நகரை விட்டு வந்து ஐந்தாண்டுகள் ஆன நிலையிலும் கார்டலிடமிருந்து இரண்டு மாதங்களுக்கு ஒரு முறையாவது கடிதம் வந்துகொண்டுதான் இருந்தது. அவன் மேற்படிப்புக்காக வெளிநாட்டிற்கு சென்றதிலிருந்து கடிதத்தின் மூலம் அவர்கள் பேசிக்கொண்டிருந்தார்கள். ஆனால் நேற்று வந்திருக்கும் கடிதம் கிட்டத்தட்ட ஐந்து மாதங்களுக்குப் பிறகே வந்திருக்கிறது. எட்வின் பிரச்சனையில் இருந்ததால் அதனைப் படிக்காமலேயே ஒரு ஓரமாக போட்டுவிட்டான். ஏதோ ஒன்று அவன் மனதை உறுத்திக்கொண்டே இருந்தது.

வெயிண்ட் நகரத்திலிருக்கும் முக்கியப் பிரமுகர்களும் மதத்தைச் சார்ந்த நகரவாசிகளும் எட்வினை ஒவ்வொருவராக கடுமையாக பேசத் தொடங்கினர். அன்றையப் பொழுதில் அவனைப் பற்றின விமர்சனங்கள் ஏராளமாக வந்துகொண்டிருந்தன. மிகவும் மன அழுத்தத்தில் தவித்துக்கிடக்கும் அவன் அறையை விட்டு வெளியேறவில்லை. கிட்டத்தட்ட ஐந்தாறு மணி நேரத்திற்குள்ளேயே அவன் மீது வழக்குப் பதிந்துவிட்டனர்.

வானொலியில் அவனைப் பற்றின கருத்துவேறுபாடுகள் ஒலிக்கத் தொடங்கின. பெரும்பான்மையான கிருஸ்த்துவர்கள் வசிக்கும் அந்த நகரில் எங்கும் அவனுக்கு எதிர்ப்புகளே இருந்தது. எட்வினுக்கு ஆதரவாக சிலர் பேசினாலும் அது அவ்வளவு பெரிய ஆறுதலை அவனுக்குத் தரவில்லை.

வயதான ஆன்ஸி இரண்டு முறை அவனது அறைக்கு வந்து அழைத்தும் அவன் ஆசிரியரைப் பார்க்க மறுத்துவிட்டான். மிகவும் சோர்ந்து கிடக்கும் அவன் நேற்று வந்திருந்த கார்டலின் கடிதத்தைப் படித்தான்.

அன்பு நண்பனுக்கு,

நான் இங்கு நலமாக உள்ளேன். நீ எப்படி இருக்கிறாய். வெளிநாட்டிலிருந்து எனது படிப்பை முடித்துவிட்டு பார்டிலைன்

நகருக்கு வந்துவிட்டேன். இங்கு தனியாக க்ளீனிக் ஒன்றையும் ஆரம்பித்துவிட்டோம். அம்மாவும் அப்பாவும் எல்லாவற்றையும் ஏற்பாடு செய்து விட்டார்கள். இன்னும் ஒரு சில வேலைகள்தான் இருக்கிறது. எனவேதான் கடிதம் அனுப்ப தாமதமாகிவிட்டது. கண்டிப்பாக பார்டிலைன் நகருக்கு நீ வந்தாக வேண்டும் எட்வின். உனக்காகக் காத்திருக்கிறேன்.

நன்றி

இப்படிக்கு,

கார்டல்.

கடிதத்தைப் படித்துவிட்டு எந்தவிதமான மகிழ்வும் அவன் அடையவில்லை. அவன் எண்ணத்தில் ஏதோ ஒன்று பெரும் பாரமாக இருந்தது. இரவுப் பொழுதை உறக்கமின்றி கழித்துக் கொண்டிருக்கிறான். ஐந்தாண்டுகளில் இப்படிப்பட்ட ஒரு இருள் சூழ்ந்த இரவினை அவன் கண்டதில்லை. மனம் முழுவதும் இருள் சூழ்ந்துவிட்டது. இன்று உணவு என்பதை மறந்திருந்தான். தனக்குள்ளேயே அழுது புலம்பிக்கொண்டிருக்கிறான். பெரும் பாடுபட்டு கண்களை மூடிக்கொண்டு படுத்தான். அரை மணி நேரத்திற்குள் உறங்கிவிட்டான்.

காலை பத்துமணியளவில் எட்வின் ஆசிரியரை சந்திக்கும் மன உறுதியோடு இரண்டாம் தளம் நோக்கி சென்று கொண்டிருந்தான். அவன் வீட்டின் வாசலில் வந்த பொழுதே, ஆன்ஸி கையில் காகிதத்துடன் நின்றிருந்தாள். ஆன்ஸி ஏக்கத்தோடு அவனைப் பார்த்தாள்.

"உள்ளே வா எட்வின். ஆசிரியர் உன்னைத்தான் கேட்டுக் கொண்டே இருக்கிறார்" என்று கூறினாள். ஆன்ஸி வீட்டிற்குள் நுழைந்த அவன் ஆசிரியரின் அறைக்குள் சென்றான்.

''என்னை மன்னித்துவிடுங்கள் உங்களை பார்க்க வேண்டாம் என்றுதான் நினைத்திருந்தேன். பெரும் குற்றத்தை செய்துவிட்டது போல நான் அவமதிக்கப்பட்டுக் கொண்டிருக்கிறேன்'' என்று ஆசிரியரிடம் சொன்னான்.

''எதற்கும் கவலைப்படாதே, எல்லாவற்றையும் கோர்டில் சந்தித்துக் கொள்ளலாம்'' என்றார் ஜோன்ஸ்.

''என்னது கோர்டா? எதற்கு?'' என்று அதிர்ச்சியில் கத்தினான் எட்வின்.

''ஆன்ஸி, அந்த நோட்டீஸை கொடு. இதைப் பார்த்தாயா எட்வின் ? உன் மீது வழக்கு தொடுக்கப்பட்டுள்ளது. மதத்தை அவமதித்ததற்கும், தலைமை பாதிரியார் பிஷப்பை இழிவு படுத்தியதற்கும்.''

''ஐயோ! என்ன இது? நான் அப்படி என்ன செய்துவிட்டேன்.''

''தவறு ஒன்றும் இல்லை எட்வின். நான் அது சார்பான எல்லா ஏற்பாடுகளையும் செய்துவிட்டேன். எனக்கு தெரிந்த வக்கீல் ஒருவர் இருக்கிறார். அவரிடம் எல்லாவற்றையும் இப்பொழுதுதான் பேசி முடித்தேன். அவர் பார்த்துக்கொள்வார். கவலைப்படாதே எட்வின்'' என்று அவனிடம் சொன்னார் ஆசிரியர் ஜோன்ஸ் பிரதிபார்னாவ்.

''இது நீதிமன்றத்திலிருந்து வந்திருக்கும் நோட்டீஸா?'' என்று ஆன்ஸியிடமிருந்து ஆசிரியர் பெற்ற மஞ்சள் காகிதத்தைப் பார்த்து கேட்டான் எட்வின்.

''ஆம் என் மகனே! இது வெயிண்ட் நகர நீதிமன்றத்திலிருந்து அனுப்பப்பட்டிருக்கிறது. நாளை வழக்குத் தொடர்பான விசாரணை நடக்கப்போகிறது. அதை நினைத்து நீயொன்றும் கவலை கொள்ளாதே எட்வின். நமது வக்கீல் ராபர்ட் எல்லாவற்றையும் சரிசெய்துவிடுவார். மிகவும் திறமைசாலியான அவர், எப்பொழுதும்

வெற்றியையே பெற்றுத் தருவார். அவர் தரப்பில் இருக்கும் நம்மைப் போன்றவர்கள் மகிழ்ச்சியுடனேயே திரும்புவார்கள். அதனால் நீ நிம்மதியாக இரு. காலையில் அவரைப் பார்த்துவிட்டு நீயும் ஒருமுறை நடந்த விஷயங்களை நேரில் சொல்லிவிடு'' என்றார் ஆசிரியர்.

''நாளை சென்று சொல்வதை விட இன்று அவரைச் சந்தித்து சொல்லிவிட்டால் இன்னும் நல்லதாக இருக்கும் அல்லவா?'' என்று ஆசிரியரிடம் சொன்னான் எட்வின்.

''அதைத்தான் நானும் சொன்னேன் எட்வின். அதற்கு அவர், நீங்கள் ஏன் கவலைப்படுகிறீர்கள் நான் பார்த்துக்கொள்கிறேன். நாளை காலை ஆறு மணிக்கு நீதிமன்றத்திற்கு அருகிலுள்ள எனது அலுவலகத்துக்கு வரச் சொல்லுங்கள் என்றார். நானும் சரி என்று கூறிவிட்டேன்.''

''என்னால் உங்களுக்கு எத்தனை வருத்தம் ஏற்பட்டுவிட்டது. மன்னித்துவிடுங்கள்'' என்று தனது கைகளை கூப்பிய அவனது கண்களில் கண்ணீர் தேங்கியது.

''ஒரு பேச்சாளனுக்கு இப்படித்தான் எதிர்ப்புகள் வரும். எல்லாவற்றையும் சந்தித்துத்தான் ஆகவேண்டும் என் அன்பு மகனே'' என்றாள் ஆன்ஸி.

''நீங்கள் கூறுவதும் சரிதான். நீங்கள் இருவரும் என் வாழ்க்கையில் இல்லாவிட்டால் இப்படிப்பட்ட சூழ்நிலையில் நிச்சயமாக மரணத்தைத்தான் தேடிச்சென்றிருப்பேன்.''

''வாயை மூடு எட்வின். இப்படியெல்லாம் பேசிக் கொண்டிருக்காதே. நீ இல்லையென்றால் நாங்களும் அனாதையாகத் தான் இருந்திருப்போம். என்ன ஆன்ஸி அப்படித்தானே?''

"ஆமாம். அவன் எதையாவது இப்படிதான் சொல்லிக் கொண்டு இருப்பான். முதலில் சாப்பாட்டை எடுத்து வருகிறேன். மணி பத்துமுப்பதுக்கு மேல் ஆகிவிட்டது" என்றாள் ஆன்ஸி.

எட்வினுக்கு இப்பொழுதான் மனதில் ஏற்பட்ட பதற்றமும் குழப்பமும் லேசாக அகலத் தொடங்கியது. அவன் எண்ணத்தில் இதைப்பற்றிய சிந்தனைகள் ஏதும் இல்லாமல் வெறுமனே ஆசிரியரின் காலடியில் அமர்ந்திருந்தான். நேற்று முழுவதுமே அவன் உணவை உட்கொள்ளவில்லை என்பதால் அவனது சிந்தனை எல்லாம் உணவைப் பற்றியே இருந்தது. அன்று பொழுதை அங்கேயே கழித்தான்.

அத்தியாயம் - 4

அனோவால் பகுதியிலிருந்து நகரத்தின் நீதிமன்றத்திற்கு வந்து சேர இருபது நிமிடங்கள் ஆகிவிட்டது. ராபர்ட் ஜேம்ஸ் அலுவலகம் ரிக்சா வண்டி ஓட்டிவந்தவனுக்கு தெரிந்திருந்ததால் எட்வினுக்கு வசதியாக போயிற்று.

ரிக்சா வண்டி ஒன்று தனது அலுவலகத்துக்கு முன்பு வந்து நின்றதை ஜன்னல் வழியாகப் பார்த்தார் ராபர்ட் ஜேம்ஸ். தான் அமர்ந்திருக்கும் இருக்கையிலிருந்து வெளிப்புறம் தெளிவாக தெரியும் என்பது வெளியிலிருப்பவர்களுக்கு தெரியாத வண்ணத் திலேயே அவர் எல்லாவற்றையும் அமைத்து வைத்திருந்தார்.

''எட்வின் உள்ளே வா'' என்று அவனை அழைத்தார்.

என்ன இது, ரொம்ப நாள் பழகியவரைப் போலவே கூப்பிடுகிறாரே என்று தனது மனதுக்குள் நினைத்துக்கொண்டே சென்றான்.

அவர் அமர்ந்திருந்த இருக்கைக்கு எதிரில் அவனை அமரச் சொன்னார். அவர்கள் இருவருக்கும் நடுவில் மேசை ஒன்று இருந்தது. எட்வின் பேசுவதற்கு முன்பாகவே அவர் பேசத் தொடங்கினார்.

''உன்னைப் பார்த்தால் ஆசிரியர் சொன்னது போல் அவ்வளவு பயந்து கொண்டிருப்பவனாகத் தெரியவில்லையே.''

"இல்லை..இல்லை, அப்படியெல்லாம் இல்லை" என்றான் எட்வின்.

"ஹா ஹா...ஹா..... சும்மாதான் கேட்டேன். முதலில் நடந்தவற்றை அப்படியே சொல். எதுவும் மறைக்கத் தேவை யில்லை. ஒரு நண்பன் உனக்கு இன்று ஆதரவாகப் பேசப் போகிறான். அவனிடம் எல்லாவற்றையும் தெரியப்படுத்த வேண்டும் தானே? அதற்குதான் அப்படிச் சொன்னேன்."

நடந்தவற்றை ஒன்றுவிடாமல் ராபர்ட் ஜேம்ஸிடம் சொன்னான். "இதைத் தவிர வேறு எதுவும் நடக்கவில்லை" என்று ஒரு மரியாதைத் தொனியில் கூறினான்.

மிகவும் கவனமாக அவன் கூறியவற்றையெல்லாம் கேட்டுவிட்டு ஒரு காகிதத்தில் குறிப்புகள் சிலவற்றை எழுதி கொண்டார் ராபர்ட் ஜேம்ஸ்.

இவற்றையெல்லாம் புதிதாக பார்த்துக்கொண்டிருந்தான் எட்வின்.

"தம்பி!"

குரல் மிகவும் கணீர் என்று கேட்டது.

"சொல்லுங்கள்" என்றான் எட்வின்

"நீ இப்படி பேசியது தவறு என்று நினைக்கிறாயா? இல்லை சரியாகத்தான் பேசியிருக்கிறோம் என நினைக்கிறாயா?" என்று எட்வினைப் பார்த்துக் கேட்டார் ராபர்ட்.

தயக்கத்துடன் அவரைப் பார்த்துவிட்டு தனது பார்வையை மேசையின் மீது வைக்கப்பட்டிருந்த ஒரு குட்டிப் பொம்மையின் மேல் படரவிட்டான்.

அவனால், தான் நினைத்ததை தெளிவாக சொல்ல முடிய வில்லை என்பதை உணர்ந்த ராபர்ட், "தம்பி! நீ எதை வேண்டு மானாலும் சொல்லலாம். எனக்குள்ளும் இந்த வழக்கின் மீது

தனிப்பட்டக் கருத்து இருக்கதான் செய்கிறது. நினைப்பதைக் கூறிவிடு. இதைப் பற்றின விஷயங்களை வெளியில் நாம் பேசப்போவதில்லை. எல்லாம் இந்த அறைக்குள் முடிந்துவிடும். கோர்ட்டில், வேறவொன்றைத்தான் நாம் பேசியாக வேண்டும். ம்... இப்பொழுது சொல், கொஞ்சம் தெளிவு கிடைத்ததா?''

''புரிகிறது நீங்கள் சொல்ல வருவது என்னவென்று. என்னால் புரிந்துகொள்ள முடிகிறது. எப்படிப் பார்த்தாலும் என் மனதில் புதைந்து கிடந்தவற்றைத் தான் நான் பேசினேன். அது தவறல்ல, பொய்யான வதந்தியும் அல்ல. இவற்றைப் பற்றி நான் ஆறு வருடங்களுக்கு முன்பாகவே எழுதத் துடித்துக்கொண்டிருந்தேன். அவ்வளவு சிறப்பாக எழுத வரவில்லை. எண்ணங்கள் எனது எழுத்துகளில் வெளிப்படவில்லை. அதை அப்படியே விட்டு விட்டேன். ஆசிரியர் சொல்லியிருந்தார். இப்படிப்பட்ட சிந்தனைகளை யாரும் எளிதில் ஏற்றுக்கொள்ளமாட்டார்கள். என்ன நினைத்தேன் என்றே தெரியவில்லை மேடையில் பேசுவதற்கு ஐந்து நிமிடங்களுக்கு முன்புதான் இதனைப் பேசவேண்டும் என்று முடிவெடுத்தேன்.''

''அப்பொழுது நீ பேசியது சரிதான் என்று சொல்ல வருகிறாயா?''

''சரியாகத்தான் எனக்குத் தோன்றுகிறது. நீங்களும்கூட நான் தேவாலயத்தில் பேசியவற்றை ஏற்றுக்கொள்ள மாட்டீர்கள் என்று தான் நினைக்கிறேன். நீங்களும் ஒருவகையில் கிறித்துவர் தானே?''

''தம்பி, நீ என்ன சொல்ல வருகிறாய்? அப்படி நான் நினைத்திருந்தால் உன் தரப்பில் வாதாட சம்மதம் தெரிவித்திருக்க மாட்டேன்'' என்று முகத்தை சுளித்துகொண்டு சொன்னார் ராபர்ட்.

அவர் கோபப்படுகிறார் என்பதை உணர்ந்த எட்வின், ''இல்லை நான் அப்படிச் சொல்லவில்லை. உங்களுக்கு இதில் மாற்றுக்கருத்து ஏதும் இருக்கிறதா? என்று கேட்க வந்தேன்.''

''தம்பி, ஒன்றைப் புரிந்துகொள். நீ அப்படி ஒரு கருத்தை பேசியிருக்க கூடாது. அதுவும் பாதர் பிஷப் முன்னிலையில் பேசியிருக்கிறாய். இது அவர் மீது நம்பிக்கை கொண்டவர்களுக்கு உன்மேல் எரிச்சலைத்தான் உண்டாக்குமே தவிர, உனது கருத்துகள் சிந்திக்க வேண்டியவை என்றாலும் அதைக் காதில் போட்டுகொள்ள விரும்பமாட்டார்கள். இந்த வழக்கை ஆசிரியர் ஜோன்ஸிற்காகத் தான் எடுத்துள்ளேன். அவர் எனது பால்யகாலத்து நண்பர்.

நான் சொல்லும்படி செய்யலாம் அல்லவா?''

''ஐயா, நீங்கள் மூத்த வழக்கறிஞர் என்பதை நான் அறிவேன். எப்படியாவது இதனை முடித்துக் கொடுங்கள். அதுவுமில்லாமல், நான் நேற்றே பாதர் பிஷப்பை சந்தித்து மன்னிப்பு கேட்டிருப்பேன்.''

''தெரிகிறது தம்பி. அவர் கோபத்தில் உன்னை சந்திக்க மறுத்திருப்பார். இதை அப்படியே சுமூகமாக முடித்துக் கொள்ளலாம். சிலர் உன்னைத் தாக்கியிருக்கிறார்கள். அதற்கு எதுவும் நீ வருத்தப்படவில்லையா?''

''வருத்தப்படவில்லையென்று சொல்ல முடியாது. இந்த வழக்கை முடித்துவிட்டு. இந்த நகரைவிட்டே செல்லப் போகிறேன். இதுதான் என் மனதில் ஓடிக்கொண்டிருக்கிறது. ஆசிரியரிடம் இதைச் சொன்னால் ஏற்றுக்கொள்ளமாட்டார். அதை நினைத்து மட்டும்தான் கவலை கொள்கிறேன்.''

''என்ன சொல்கிறாய் நீ. வெயிண்ட் நகரை விட்டு எங்கே போகப் போகிறாய்?''

''இப்படி இழிவான நிலைக்கு சென்ற பிறகு நான் எப்படி மாணவர்களிடம் பேசுவது. ஆனால் ஒன்றை உறுதியாகச் சொல்கிறேன். என்னைத் தாக்க வந்தவர்கள் பாதர் பிஷப் கூறித் தான் வந்திருக்கவேண்டும். நான் நினைத்தால் அவர் மீதும் வழக்கு பதிவு செய்யலாம். இது மேலும் மேலும் சர்ச்சைகளை உண்டாக்கிக் கொண்டே இருக்கும் அதனால்தான் ஒதுங்கிக்கொள்கிறேன். நீங்கள்

ஒன்றை கவனித்தீர்களா? இத்தனை வயதாகியும் அவர் வக்கிரத்தின் காரணமாகத்தான் என்னை அவமதிக்கச் செய்கிறார். தயவு செய்து என்னை இந்த வழக்கிலிருந்து விடைப்பெறச் செய்யுங்கள். முழுமையாக உங்களைத்தான் நம்பியிருக்கிறேன்.''

''தம்பி! நீ அதை பற்றிக் கவலைப்படத் தேவையில்லை. நான் எப்பொழுது மன்னிப்புக் கேட்கச் சொல்கிறேனோ அப்பொழுது நீதிபதியின் முன்பு கேட்க வேண்டும் அவ்வளவுதான். பெரிதாக ஒன்றும் பயப்பட வேண்டியதில்லை.''

''நீங்கள் சொல்லும் படியே செய்துவிடுகிறேன்.''

''மீண்டும் ஒரு முறை சிந்தித்துப்பார் எட்வின். நீ பேசியவை யாவும் சரிதானா என்று?'' மீண்டும் அவர் அதையே கேட்டார்.

இவர் ஏன் ஒன்றையே வினாவிக்கொண்டிருக்கிறார்? ஒரு வேளை, நான் மன்னிப்புக் கேட்கும் முடிவை மாற்றிக்கொள்ள வேண்டும் என்று நினைக்கிறாரோ? ஒன்றும் புரியாதவன் போல குழம்பியிருந்தான் எட்வின்.

''நீங்கள் என்னிடம் எதிர்பார்ப்பது என்ன என்று என்னால் புரிந்து கொள்ளமுடியவில்லை. ஒருவேளை பாதர் பிஷப் மீது நானும் வழக்குத் தொடுக்க வேண்டும் என்று...''

''ம்... அதைத்தான் நான் சொல்ல வந்தேன். அதை நீயே சொல்ல வேண்டும் என்பதற்காகத்தான் காத்திருந்தேன். எப்படியோ சொல்லிவிட்டாய்.''

''அப்படியென்றால் பாதர் பிஷப் மீது வழக்கு பதிய வேண்டுமா?அதுவும் நானா?''

''ஆம். தம்பி, நீ தானே சொன்னாய், உன்னை அடித்தவர்கள் அவரால் தூண்டப்பட்டவர்கள் என்று. இதுபோதுமே..''

''உங்களுக்குத் தெரியாதது ஒன்றுமில்லை. அவர் தொடர்பான வழக்கு என்பதால்தான் இவ்வளவு விரைவில் நடக்கிறது.

வழங்கப்படும் நீதியும் அவருக்கு சாதகமாகத்தான் இருக்கும். அதாவது அவர் நேரடியாக வழக்கு பதியவில்லையென்றாலும் இது பாதர் மற்றும் மதத்தை அவமதித்ததற்கு பொது ஆர்வலர் என்ற பெயரில் எவனோ ஒருவன் போட்டிருக்கிறான்.''

''பரவாயில்லையே தெளிவாகத்தான் தம்பி நீ இருக்கிறாய். என்னைப் பொறுத்த வரையில் இப்படிப்பட்ட பல வழக்குகளை சந்தித்திருக்கிறேன். ஆனால் எல்லாம் வெவ்வேறு கண்ணோட்டத்தில் பார்க்க வேண்டியதாக இருக்கிறது. மனிதர்களுக்குள்ளான புரிதல் வேறுபட்டு இருக்கிறது. அதனால்தான் இது போன்ற சூழலுக்கு தள்ளப்படுகிறான். நான் சொல்லுவது உனக்கு சரியாகத்தானே தம்பி தெரிகிறது?''

''நீங்கள் சொல்வது தவறு என்று சொல்ல முடியாது. ஆனால் புரிதல் எல்லோருக்கும் ஒன்றுபட்டு இருக்க வாய்ப்பே இல்லை. மனிதனின் அறிவு ஒன்றாக இருக்கிறது. ஒருவனால் சிந்திக்க கூடிய விஷயத்தை இன்னொருவன் முயன்றால் அதை அவனாலும் சிந்திக்க முடியும். ஆனால் அவனது மனம் அது போன்று இருக்காது. ஒவ்வொருவனுக்கும் ஒவ்வொரு விதமான எண்ணங்கள். பொதுவாக, அறிவைப் போன்று மனம் செயல்படவில்லை. அப்படி மனிதன் படைக்கப்படவில்லை. ஒருவேளை மனிதனுக்கு மனம் என்ற ஒன்று இல்லாமல் இருந்திருந்தால், அவனிடத்தில் தூய்மை நிறைந்திருக்கும். அறிவு ஒன்றை வைத்துக்கொண்டு வளர்ச்சியை மட்டும் கண்டிருப்பான். அதாவது மனம்தான் மனிதனின் முதல் எதிரி.''

''தம்பி எட்வின், உன்னுடைய வயதில் நான் இப்படியெல்லாம் சிந்தித்ததே இல்லை. அப்பொழுது படிப்பும் நண்பர்களுடன் அரட்டைகளுமே இருந்தது. எனது வாழ்கையில் திருமணம் ஆனபிறகுதான் வாழ்க்கையைப் பற்றின சிந்தனைகள் எல்லாம் வரத்தொடங்கியது. நீ என்னிலிருந்து வேறுபட்டவனாகத் தெரிகிறாய். உன்னைப் போன்றவர்களை நான் சந்தித்திருக்கிறேன். நீங்கள் வேறுபட்டு சிந்திப்பவர்கள். உங்கள் சிந்தனையில் ஒரு

உண்மை இருக்கிறது. ஆனால், அது ஏன் ஏற்றுக்கொள்ளப் படவில்லை என்று யோசனை செய்து பார்த்தால் ஒன்று தெரிகிறது. அதான், பெரும்பான்மை எங்கு இருக்கிறதோ அந்த பக்கம்தான் உண்மை இருப்பதாக அர்த்தம். என்ன நான் சொல்வது.''

''எப்படிப் பார்த்தாலும் நீங்கள் சொல்வது போல பெரும்பான்மையான கருத்துகளே உண்மை எனத் தீர்மானிக்கப் படுகிறது. அதைத்தான் நான் ஈஸ்டர் பண்டிகையன்று தெளிவு படுத்த விரும்பினேன். உங்கள் வழியில் செல்லுங்கள், திணிக்கப் படும் ஒன்று முழு திருப்தியைத் தராது என்பது போல.. அது என்னை இந்த நிலைக்கு தள்ளிவிட்டது பாருங்கள். அதிக பட்ச மக்களின் கருத்துகளை நாம் ஏன் ஏற்க வேண்டும் என்று எனக்குப் புரிய வில்லை. எது எப்படியோ என்னை இந்த வழக்கிலிருந்து விடுவித்து விடுங்கள் அது போதும்.''

''சரி, அப்படியே செய்துவிடுகிறேன். ஒப்புக்கொண்டால் குறைவான அபராதம் விதிக்கப்படும் என்று நினைக்கிறேன்.''

''அதைப் பற்றி ஒன்றும் கவலையில்லை.''

இவர்கள் பேசிக் கொண்டிருக்கையில், பணிவுடன் ஒருவன் அரைக் கை சட்டை அணிந்தவாறு தேநீரைக் கொண்டு வந்து கொடுத்தான்.

''என்ன இன்று இவ்வளவு நேரம் கழித்து கொண்டு வந்திருக்கிறாய். மணியைப் பார்'' என்று அவரது இடது கையை மேலே உயர்த்திக் காட்டினார்.

கடிகாரத்தைப் பார்த்த அவன் ''கொஞ்சம் தாமதமாகிவிட்டது மன்னிக்கவும் ஐயா'' என்றான்.

''ஏழுமணி கொஞ்சம் தாமதமா? வெளியே பார் சூரியனே உதித்துவிட்டது. சரி செல், நாளையாவது ஆறுமணிக்குள் கொண்டு வா'' என்று அதட்டும் பாவனையில் அவனிடம் சொன்னார் ராபர்ட்.

"சரிங்க ஐயா" என்று கூறி அந்த இடத்தை விட்டு புறப்பட்டான் அவன்.

ராபர்ட் தேநீரை அருந்தி முடிப்பதற்கு முன்பே எட்வின் குடித்துவிட்டான். அடுத்து என்னச் சொல்லப்போகிறார் என்பதை எதிர்பார்த்தவாறு காத்திருந்தான்.

"தம்பி எட்வின், நீ தேவாலயத்தில் பேசியவற்றை தவறென உணர்ந்துகொண்டதாகவே அங்கு சொல்லப்போகிறேன். இருப்பினும் உனக்கும் சில ஆதரவு இருக்கத்தான் செய்கிறது. நேற்று ஆசிரியர் என்னை தொலைப்பேசியில் தொடர்பு கொண்ட பின்னர், நான் இதற்கான வேலைகளைத் தொடங்கிவிட்டேன். நான் சொல்வதற்கெல்லாம் ஏற்றவாறு நீ அங்கு நடந்துகொண்டால் போதும். நான் சொல்வது புரிகிறதல்லவா?"

"எனக்கு நன்றாகப் புரிகிறது ஐயா"

"அவ்வளவுதான் வேறொன்றும் இல்லை. பக்கத்தில் உள்ள கடையில் எங்கேயாவது காலை உணவு அருந்திவிட்டு வந்துவிடு. நான் எட்டு மணியளவில் நீதிமன்றத்திற்கு வந்துவிடுவேன். எப்பொழுது அழைப்பார்கள் என்று தெரியவில்லை. அதனால்தான் சொன்னேன். நன்றாக சாப்பிட்டுவிட்டு வா" என்று எட்வினிடம் கூறினார் ராபர்ட்.

"நீங்கள் சொன்னபடியே எட்டு மணிக்கு வந்துவிடுகிறேன் ஐயா. நன்றி இப்பொழுது புறப்படுகிறேன்."

"சரி தம்பி"

நாற்காலியிருந்து எழுந்த அவன் அங்கிருந்து விடைபெற்றுச் சென்றான். பிறகு நீதிமன்றத்தை நோக்கி நடக்கத் தொடங்கினான். செல்லும் வழியில் இருந்த உணவகங்களை எல்லாம் பார்த்துக் கொண்டே வந்தான். இரு மனதோடு இருந்த அவன் இறுதில் சாப்பிடாமலே நீதிமன்ற வளாகத்திற்குள் நுழைந்தான். நீதிமன்றத்தின் அமைப்பை இதுவரை வெளியிலிருந்தே அவன் பார்த்திருக்கின்றான்.

முதல்முறையாக உள்ளே வந்த அவனுக்கு வித்தியாசமாகத்தான் இருந்தது. ராபர்ட் ஜேம்ஸ் வரும் வரையில் காத்திருக்க வேண்டும் என்ற நிலை அவனுக்கு இருந்ததால் அவன் ஓரிடத்தில் சென்று அமர்ந்தான்.

மணி எட்டை நெருங்குவதற்கு முன்பாகவே ராபர்ட் ஜேம்ஸ் உள்ளே வந்து கொண்டிருந்தார். அவர் வருவதைப் பார்த்ததும் அவரைச் சுற்றி சிலபேர் முண்டிக்கொண்டு வந்தனர். மூத்த வழக்கறிஞர் என்பதால் அவருக்கு பெரும் மதிப்பு அங்கு இருக்கிறது என்று நினைத்தான் எட்வின்.

வயதான அவரை கருப்பு கோட்டில் பார்த்தான் எட்வின். காலை அலுவலகத்தில் பார்த்ததைவிடவும் பத்து வயது குறைந்த மனிதராக காட்சியளித்தார்.

எட்வின் ஓடி அவரருகில் செல்ல முயன்றான். ஆனால் சிறிது தூரத்திலிருந்த காவலர்கள் அங்கிருந்த அனைவரையும் அவரைவிட்டு விலகச் செய்தனர். அதில் எட்வினும் ஒருவன். பிறகு எட்வினைப் பார்த்த அவர் அந்தப் பையனை மட்டும் என்னுடன் விடுங்கள் என்று அவனது தோளில் கையைப் போட்டு நடக்கத் தொடங்கினார்.

வியந்துபோன அவன், எளிமையாக இருக்கிறாரே. பெரிய வழக்கறிஞர் தான் போல, நமக்குதான் தெரியவில்லை என்று தன்னுள் நினைத்துக் கொண்டான்.

நேராக நீதிமன்றத்திற்குள் செல்லப் போகிறோம் என்று நினைத்துக்கொண்டிருந்தான். ஆனால் அவர் அவனை வளாகத்திற்கு பின் புறமாக உள்ள தனது தனிக் குடியிருப்புப் பகுதிக்கு அழைத்துச் சென்றார். மிகவும் அழகாக காட்சி அளித்த அந்த குடியிருப்பை பார்த்துக்கொண்டே வந்தான். குடியிருப்புக்கு வெளியில் வைக்கப்பட்டிருந்த பலகை ஒன்றில் பதிக்கப்பட்டிருந்த பெயரைக் கண்டு அதிர்ந்து போனான். அதில் எழுதியிருந்ததாவது,

''தலைமை நீதிபதி ராபர்ட் ஜேம்ஸ்''

மெய் மறந்து நின்ற அவனை கனத்த குரலில் ''எட்வின்'' என்று அழைத்தார் அவர். ''வா தம்பி'', அவர் வருவதைப் பார்த்த பணியாளன் ஒருவன் விழுந்தடித்து ஓடிவந்து அந்தத் தனி விடுதியின் கதவைத் திறந்தான்.

''தம்பி இங்கு உட்கார்'' என்று கூறிவிட்டு உள்ளே சென்று ஒரு காகிதம் ஒன்றை எடுத்து வந்து அவனுக்கு எதிரில் இருந்த சோபாவில் அமர்ந்தார்.

''நீ இதில் ஒரு கையெழுத்து மட்டும் போடு அது போதும். இந்த வழக்கு முடிந்தது'' என்று லேசாக புன்னகைத்தார்.

எதுவுமே புரியாமல், தலை சுற்றியது அவனுக்கு, மிகவும் படபடத்துக்கொண்டிருந்தது அவனது இதயம்.

எட்வின் அந்த காகிதத்தில் கையெழுத்திடும் பொழுது அவனது கைகள் நடுங்கிக்கொண்டிருப்பதைப் பார்த்தார்.

''தம்பி என்னவாயிற்று உனக்கு? ஏன் கைகள் நடுங்கிக் கொண்டிருக்கின்றன? காலையில் நன்றாகத்தானே இருந்தாய்?''

''ஐயா, மன்னித்துவிடுங்கள்'' என்று சோபாவிலிருந்து எழுந்தான். ''தாங்கள் யார் என்பது எனக்கு தெரியாமல் போய் விட்டது. தயவு செய்து என்னை மன்னித்துவிடுங்கள் ஐயா.''

மிகவும் பலமாக சிரித்தார் ராபர்ட்

ஒரு வெறுப்புணர்வோடும் பயத்தோடும் அவரைப் பார்த்தான் எட்வின்.

''முதலில் நீ அமர்ந்துகொள் தம்பி.''

சோபாவில் மெதுவாக அமர்ந்த அவன் ராபர்ட் அவர்களை நோக்கி பேசத் தொடங்கினான். ''நீங்கள் ஏன் அப்படி சிரித்தீர்கள்?''

''சிரிக்காமல் என்ன செய்ய சொல்கிறாய்? எழுதியிருப்பது என்ன என்று தெரியாமலேயே கையெழுத்தை நீ எப்படி போட்டாய்.

கொஞ்சம் கூட படிக்கவில்லை. அதுவுமில்லாமல் உனக்கு ஏன் வியர்த்துக்கொட்டுகிறது. பொதுவாக என்முன் நிற்கும் குற்றவாளிகள் தான் இப்படியெல்லாம் பயந்து கொண்டிருப்பார்கள்.''

என்ன சொல்வதென்றே தெரியாமல் பேச்சை அடக்கிக் கொண்டு அவன் எதுவும் பேசவில்லை. ஏதோ ஒன்றை பேசியே ஆகவேண்டும் என்பதற்காக ''எப்பொழுது நான் நீதிமன்றத்திற்குள் செல்லவேண்டும்'' என்று கேட்டான்.

மீண்டும் ஒரு முறை லேசாக சிரித்தார் ''விசாரணையெல்லாம் முடிந்துவிட்டது.''

''என்ன சொல்கிறீர்கள்? முடிந்துவிட்டதா?'' என்று ஆச்சரியத்துடன் கேட்டான்.

''ம்.. எல்லாம் முடிந்தது. நீ கவலைப்படாமல் செல்லலாம் எனக்கு நேரமாகிவிட்டது'' என்று சென்னார் ராபர்ட் ஜேம்ஸ்.

அவர் சொன்னதும் அங்கிருந்து உடனே சென்றான் எட்வின். அவன் நீதிமன்றத்தின் வளாகத்தை விட்டு வெளியே வரும் பொழுது மணி எட்டு நாற்பதை தாண்டியிருந்ததை அங்கிருந்த ஒருவரிடம் கேட்டுத் தெரிந்து கொண்டான்.

எட்வின் வருவதற்காக காத்துக்கொண்டிருந்தார் ஆசிரியர் ஜோன்ஸ். எந்தவித வருத்தமும் அவரது முகத்திலோ மனதிலோ தென்படவில்லை. காரணம் எல்லாவற்றையும் தனது பால்யகால நண்பன் ராபர்ட் பார்த்துக்கொள்வார் என்பதாலேயே அவர் எந்தவித பதட்டமுமின்றி இருந்தார்.

கதவைத்தட்டும் சத்தம் கேட்டது. ஆசிரியர், எட்வினாகத்தான் இருக்க வேண்டும் என்று கணித்தார். தனது மனைவி ஆன்ஸியை அழைத்து கதவைத் திறக்கச் சொன்னார். அவர் நினைத்தபடியே எட்வின்தான் வந்திருந்தான்.

வரவேற்பறையில் நாற்காலியில் அமர்ந்திருந்தவாறு ''வா, என் மகனே என்று மகிழ்ச்சியோடு வரவேற்றார்.''

ஒருவேளை ஆசிரியர் ஜோன்ஸ் அவர்களுக்கு எல்லா விஷயங்களும் முன்னதாகவே தெரிந்திருக்க வாய்ப்பிருக்கிறதோ என்று தன் மனதிற்குள்ளேயே சிந்தித்துக்கொண்டிருந்தான்.

''விசாரணை எல்லாம் எப்படி நடந்தது? எல்லாம் சரியாகி விட்டதுதானே எட்வின்?'' என்று அவனிடம் கேட்டாள் ஆன்ஸி.

''நான் எதிர்பார்த்தவாறு ஏதுமே நடக்கவில்லை அம்மா. எல்லாம் வேறு மாதிரியாக நடந்துவிட்டது.''

''என்ன சொல்கிறாய் எட்வின்?'' என்று கேட்டாள் ஆன்ஸி.

''அதை நான் சொல்கிறேன் ஆன்ஸி'' என்றார் ஆசிரியர்

''நான் நினைத்தது போல்.. அப்படியென்றால் முன்னரே நீங்கள் இருவரும் பேசி வைத்துவிட்டீர்களா?'' என்று வேகமாக கேட்டான் எட்வின்.

''அப்படித்தான் மகனே. நேற்றே அவர் சொல்லிவிட்டார். அதாவது உன்னைப் பற்றித் தெரிந்து கொள்ள அவர் ஆசைப் பட்டார். உன்னைப்பற்றின விஷயங்களையும் எனது நண்பன் ராபர்ட்டிடம் சொன்னேன். உன்மீது ஆர்வம் ஏற்பட்டு, நான் நீதிபதி என்று சொல்லிவிடாதே; வழக்கறிஞர் என்று சொல்லிவிடு. அப்பொழுதுதான் அவன் என்னிடம் வெளிப்படையாகப் பேசுவான். எனக்கும் அதிக வேலை இருப்பதால் சில நிமிடங்கள் தான் அவனிடம் பேச முடியும் என்றும் சொன்னார். எப்படியும் உனக்கு பேரதிர்ச்சியாகத்தான் இருந்திருக்கும். அப்படித்தானே எட்வின்'' என்று கூறிவிட்டு சிரித்தார் ஆசிரியர்.

''அந்த ரிக்சாக்காரன் கூட வழக்கறிஞர் ராபர்ட் அலுவலகம் என்றுதான் சொல்லி என்னை அங்கு இறக்கிவிட்டான். அப்பொழுது கூட நீதிபதி ராபர்ட் அலுவலகம் என்று எதுவும் அவன் சொல்ல வில்லையே'' என்ற கேள்வியை ஆசிரியரிடம் கேட்டான் எட்வின்.

''ரிக்சா வண்டிக்காரன் உன்னைச் சரியாகத்தான் கொண்டு போய் சேர்த்தான். ராபர்ட் ஜேம்ஸ் வழக்கறிஞராக இருந்த பொழுது

வழக்கமாக எல்லா வாடிக்கையாளர்களையும் அந்த இடத்தில்தான் சந்திப்பார். கிட்டத்தட்ட பதிமூன்று ஆண்டுகளாக அவர் வழக்கறிஞராக இருந்த நேரத்தில் பெரும்பாலான நாட்களை அந்த அலுவலகத்தில்தான் கழித்தார். சில ஆண்டுகள் நாட்டின் வெவ்வேறு பகுதிகளுக்கு சென்றிருந்தாலும் தற்பொழுது நீதிபதி ஆன பிறகு இங்கேயே பணியிடம் கேட்டு வாங்கி வந்துவிட்டார். சில நினைவுகளின் காரணமாக வாடகைக்கு இருந்த அந்த அலுவலகத்தையே தனது சொந்த இடமாக மாற்றிக்கொண்டார். என்னைப் போலவே வயதாகி இருந்தாலும் அவரது தோற்றமும் குரலும் இளமையாகவே இருப்பதுதான் ஆச்சரியமாக இருக்கிறது. அவனை நினைத்து நான் பொறாமைப்பட்டதும் உண்டு. பல இடங்களுக்குச் சென்று பேசிக்கொண்டிருக்கிறாய். வெயிண்ட் நகர நீதிபதி பெயரை எப்படி உனக்குத் தெரியாமல் போய்விட்டது?''

''உண்மையிலேயே எனக்கு தெரியாமல் போய்விட்டது. மிகவும் பண்பானவர். அவ்வளவு பெரிய நீதிபதி எதார்த்தமான நிலையில் இருக்கிறார். அதே சமயத்தில் அவர் தோற்றமும் கம்பீரமாக இருந்தது. அவர் உறுதிபடச் சொல்லிவிட்டார். இந்த வழக்கை சுமூகமாக முடித்துவிடலாம், கவலையில்லாமல் செல் என்று சொன்னார்.''

''பிறகென்ன எட்வின், அவர் இருக்கும் நம்பிக்கையில்தான் ஆசிரியர் எந்த கவலையும் இல்லாமல் இருக்கிறார். இல்லை யென்றால் புலம்பிக்கொண்டே இருப்பார். என்னால் அதை எல்லாம் எப்படிக் கேட்டுக்கொண்டிருக்க முடியும்?'' என்று ஆன்ஸி சொல்லியதைக் கேட்டு அவர்கள் சிரிக்கத்தொடங்கினார்கள்.

அத்தியாயம் - 5

மூன்று நாட்களாக எல்லாம் சரியாகத்தான் போய்க் கொண்டிருந்தது. எட்வினைப் பற்றின விமர்சனங்கள் ஓய்ந்து விட்டன. சராசரியான நாட்களைத் தொடங்குவதற்காக தயாராகிக் கொண்டிருந்தான் எட்வின். காலை ஒன்பது மணி அளவில் தான் தங்கியிருந்த அறையைப் பூட்டிவிட்டு, படிப்பை முடித்து பார்டிலைன் நகரத்திற்குத் திரும்பிய தனது நண்பன் கார்டலுக்கு பதில் கடிதம் ஒன்றை அனுப்புவதற்காக தபால் நிலையம் நோக்கிச் செல்லத் தொடங்கினான்.

அவனறையைவிட்டு நான்கு அடி எடுத்து வைக்கும் பொழுதே அனோவால் பகுதிக்கு வழக்கமாக வந்துச் செல்லும் தபால்காரன் எட்வினருகில் வந்து ''உங்களுக்குத்தான் தபால் வந்திருக்கிறது'' என்றான் .

''இந்தாங்க முதலில் இதுல ஒரு கையெழுத்தைப் போடுங்க''

கையெழுத்தைப் போட்டுவிட்டு அவனிடமிருந்து தபாலைப் பெற்றுக்கொண்டான் எட்வின். அந்தத் தபால்காரன் அங்கிருந்து சென்றதும். அந்தத் தபால் வெயிண்ட் நகர நீதிமன்றத்திலிருந்து வந்திருக்கிறது என்பதைக் கவனித்தான் எட்வின். எந்தவித தாமதமுமின்றி மேல் உறையைப் பிரித்து உள்ளேயிருந்த காகிதத்தை

எடுத்தான். நீல நிறத்திலிருந்த அந்த காகிதத்தில் எழுதப்பட்டிருந்த வற்றைப்படித்துவிட்டுபெரும்துயராலும்கோபத்தாலும் அவன் மனம் தவித்துக்கொண்டிருந்தது. மீண்டும் ஒருமுறை படித்தான், மிகவும் எரிச்சலுற்று அவன் என்ன செய்யப்போகிறோம் என்று தெரியாமல் ஆசிரியரின் அடுக்குமாடி குடியிருப்புக்குச் சென்றான்.

வீட்டு வாசலின் முன் வந்து நின்ற எட்வினை ஆன்ஸி பார்த்தாள். ''எட்வின் என்னவாயிற்று ஏன் அங்கேயே நின்று விட்டாய்'' என்று கேட்டாள்.

எதுவுமே பேசாமல் உள்ளே வந்த அவன் சுவற்றை ஒட்டி அமர்ந்தான்.

''அடப் பயலே, என்னாச்சு உனக்கு?'' என்று கேட்டாள் ஆன்ஸி.

''எனக்கு எதுவும் திருப்தியாக நடக்கவில்லையென்றாலும் எல்லாமே மோசமான நிகழ்வுகளாகவே இருக்கின்றன அம்மா. நான் இனி எந்த முடிவை எடுத்தாலும் நீங்கள் இருவரும் அனுமதிக்க வேண்டும். மனமாற அதனை ஏற்றுக்கொள்ள வேண்டும் என்பதே என்னுடைய வேண்டுகோள்.''

''என்ன பேசிக்கொண்டிருக்கிறாய், முதலில் இங்கே வா'' என்று தனது அறைக்குள் இருந்து ஆசிரியர் எட்வினை அழைத்தார்.

ஆசிரியர் அழைத்த மறுநொடியே எட்வின் எழுந்து ஆசிரியர் இருக்கும் இடத்திற்கு சென்றான். அவன் பின்னாலே ஆன்ஸியும் சென்றாள்.

அங்கு ஆசிரியர் கட்டிலில் எழுந்து உட்கார முயற்சி செய்து கொண்டிருந்தார். அதைப்பார்த்த எட்வின் அவருக்கு உதவி செய்தான்.

''இருக்கட்டும் எனதன்பு எட்வின். என்னென்னவோ பேசிக்கொண்டிருக்கிறாய்?.''

மௌனமாக நின்று கொண்டிருந்த அவனை ஆன்ஸி மீண்டும் கேட்டாள், "ஏதோ ஒன்று நடந்திருக்கிறது மறைக்காமல் சொல் எட்வின்."

அவர்கள் இருவரையும் பார்த்துவிட்டு, நீதிமன்றத்திலிருந்து அனுப்பப்பட்டிருந்த தபாலை தன் சட்டைப்பையிலிருந்து எடுத்து ஆசிரியரிடம் நீட்டினான்.

அதைப் பெற்றுக் கொண்ட ஆசிரியர் தன் மனைவி ஆன்ஸிக்கும் கேட்குமாறு வாசிக்கத் தொடங்கினார்.

நீதித்துறை,
வெயிண்ட்
நீதிமன்றம்

குற்றம்:

- ★ பள்ளி மாணவர்களுக்கு தவறான வழிகாட்டுதலை எடுத்துரைத்ததற்காகவும், விழாவில் தனிப்பட்ட கருத்துகளை மற்றவர்கள் மனதை பாதிக்கும் வகையில் உரை நிகழ்த்தியதும் முதல் குற்றமாக எடுத்துக்கொள்ளப் படுகிறது.

- ★ பள்ளி மாணவர்களுக்கான நிகழ்ச்சியில் மதம் சார்ந்த விஷயங்களை எதிர்கோணத்தில் உரை நிகழ்த்தியதற்காக இரண்டாம் குற்றமாக கருதப்படுகிறது.

- ★ வெயிண்ட் நகரத் தேவாலயத்தில் முக்கியப் பொறுப்பி லிருக்கும் தலைமைப் பாதிரியாரையும் மற்றப் பாதிரியார் களையும் அவர்கள் முன்னிலையில் தவறாகப் பேசி இழிவு படுத்தியது, மூன்றாம் குற்றமாக பதிவு செய்யப்படுகிறது.

தீர்ப்பு:

- ★ இது போல் பொது இடங்களிலோ அல்லது பள்ளிகளிலோ வேற்றுமையை உண்டாக்கும் விதத்தில் யாரும் உரை

நிகழ்த்த கூடாது என்பதற்காக , வழக்கு எண் இ103326க்கு குறைந்த பட்ச தண்டனையாக இரண்டு ஆண்டுகளுக்கு எங்கும் வெயிண்ட் நகரப் பள்ளிகளில் உரை நிகழ்த்தக் கூடாது.மேலும் தனி மனித கருத்து சுதந்திரம் உள்ளது என்பதற்காக சமூகத்தில் உயர்ந்த அந்தஸ்து உடைய ஒருவரை அவரது முன்னிலையிலேயே இழிவுபடுத்தியது தவறு என்பதை உணர வேண்டும் என்பதற்காக குற்றம் சாட்டப்பட்டுள்ள நபர் தனது ஒரு மாத வருமானத்தில் 20சதவீதம் தொகையை நீதிமன்றத்திற்கு அபதாரமாக செலுத்திட வேண்டும்.

தலைமை நீதிபதி,

வெயிண்ட் நகரம்

ராபர்ட் ஜேம்ஸ்

குறிப்பு : குற்றம் சாட்டப்பட்டுள்ள நபர் குற்றத்தை தானே ஒப்புக்கொண்டதால் வழக்கு எண்: இ 103326 தண்டனைச் சட்டம், பிரிவு என் எஸ்.48, எல் 76 மற்றும் ஆர் 328-ன் கீழ் விதிமுறைக்கு உட்பட்டு தண்டனைகள் வழங்கப்பட்டுள்ளன.

படித்து முடித்தவுடன் ஆசிரியர் அந்த நீல நிறக் காகிதத்தை மடித்து கட்டிலில் போட்டார்.

''அடக் கொடுமையே, என்ன இது உங்களது நண்பர் இப்படிச் செய்துவிட்டாரே'' என்று ஜோன்ஸிடம் அவரது மனைவி ஆன்ஸி சொன்னாள்.

இதற்கு என்ன பதில் சொல்வது என்று தெரியாமல் தன் தோள்களைக் குலுக்கிக் கொண்டார் ஆசிரியர்.

''அவர் செய்திருப்பது மிகவும் தவறு. இது உதவியல்ல அவர் நம்மை ஏமாற்றிவிட்டார் .''

''நீ சொல்வது போல அவர் நம்மை ஏமாற்றிவிட்டார் ஆன்ஸி. அவர் ஏன் இப்படிச் செய்தார் என்று எனக்கு தெரியவில்லை.

ஆன்ஸி என்னைப் பிடி'' என்று கட்டிலிலிருந்து எழ முயற்சி செய்தார் ஆசிரியர். மிகவும் சிரமப்பட்டு நாற்காலியில் அமர்ந்த அவர் தொலைபேசியை எடுத்து ராபர்ட் ஜேம்ஸை அழைக்குமாறு ஆன்ஸியிடம் சொன்னார்.

''வேண்டாம் நிறுத்துங்கள்'' என்று எட்வின் குறுக்கிட்டான்.

''நீ எதைப்பற்றியும் பயப்படவேண்டாம் எட்வின். நான் பார்த்துக்கொள்கிறேன்'' என்று அவனைப் பார்த்துச் சொன்னார் ஆசிரியர்.

''இல்லை, நான் எதைப்பற்றியும் நினைத்து இனி பயப்படப் போவதில்லை. எல்லாம் முடிவாகிவிட்டது. எனக்காக நீங்கள் சிரமப்பட்டதெல்லாம் போதும். இப்படிப்பட்ட தீர்ப்பை வழங்குவார் என்று நான் சிறிதும் எதிர்பார்க்கவில்லை. முன்பே அவர் இதைச் சொல்லியிருந்தால் நான் தவறு என்று எதையும் அவரிடம் ஒப்புக்கொண்டிருக்கமாட்டேன். மிகவும் மோசமானவர் அந்த நீதிபதி. அனேகமாக அவர் பாதர் பிஷப் சொல்லியபடி எனக்கு இப்படி ஒருதண்டனையை கொடுத்திருக்க வேண்டும். பரவாயில்லை. எதுவாக இருந்தாலும் நான் ஏற்றுக்கொள்கிறேன். நீங்கள் எதுவும் பேச வேண்டாம். மன அமைதியுடன் இருங்கள்.''

தனது கண்களைத் தன் கரங்களால் தேய்த்துக் கொண்டார் ஆசிரியர்.

''எல்லாம் முடிந்துவிட்டது என்றால் என்ன எட்வின்? ஏன் அப்படிச் சொல்கிறாய்..?'' என்று கூறி அவனைப் பார்த்தாள் ஆன்ஸி.

''ஆம் அம்மா, நான் ராபர்ட் ஜேம்ஸ் அவர்களை சந்திக்கும் முன்பாகவே ஒரு முடிவை எடுத்துவிட்டேன். அவரைச் சந்தித்தப் பிறகு அந்த முடிவை மாற்றிக்கொண்டேன். அவர் ஏற்படுத்திய நம்பிக்கையால். ஆனால், இப்பொழுது மீண்டும் அதுதான் சரியான தீர்வு என்ற முடிவுக்கு வந்துவிட்டேன்.''

கண்டிப்பாக அவன் அதிர்ச்சியூட்டும் ஒரு விஷயத்தைதான் சொல்லப்போகிறான் என்பதை உணர்ந்த ஆசிரியர், ''நீ எந்த முடிவையும் எடுக்க வேண்டாம். பொறுமையாக இரு என் செல்ல மகனே'' என்று அவனது கரங்களை பிடித்தார்.

ஆசிரியர் அவனது கரங்களைப் பற்றிக் கொள்ளும் பொழுது எட்வினது கண்களில் கண்ணீர் தேங்கியது. அவன் கண்களிலிருந்து வழிந்த கண்ணீர்த் துளி ஆசிரியர் ஜோன்ஸின் கைகளில் பட்டுச் சிதறியது . சிதறிய கண்ணீர்த்துளி ஏற்படுத்திய பெரும் உணர்வானது அவர் உடல் முழுவதும் பரவியது.

அவன் ஏதோ உறுதியான முடிவைத்தான் எடுத்திருக்க வேண்டும் என்பதை அவன் கண்ணீர்த் துளிகள் சொல்லிவிட்டுச் சென்றன.

தாழ்ந்துபோன குரலில் அவன் பேசத் தொடங்கினான், ''இனி இந்த வெயிண்ட் நகரில் என்னால் வாழமுடியாது. நான் தெரிந்தோ தெரியாமலோ என் மனதில் தோன்றியவற்றைப் பேசிவிட்டேன். இனிமேலும் அதனை அனுபவிக்க விரும்பவில்லை. இந்த நகரில் இருந்தால், இன்னும் மதபோதகர்களால் பாதிக்கப்பட்டுகொண்டே தான் இருப்பேன். எப்பொழுது அவர்கள் வாழ்வில் துன்பம் வந்து செல்லுமோ அப்பொழுதுதான் என்னைப் பற்றின சம்பவங்களை மறந்து விட்டு செல்வார்கள். அதுவரையிலும் ஒவ்வொருவராலும் நான் பாதிக்கப்பட்டு கொண்டேதான் இருப்பேன். அப்படிபட்ட நிலையை நான் எதிர்கொள்ள விரும்பவில்லை. நீங்களும் அப்படி விரும்பமாட்டீர்கள் என்று தெரியும். அதனால்தான் வெயிண்ட் நகரை விட்டு மாகாணத்தின் வடக்கு திசையை நோக்கி செல்வதாக முடிவெடுத்துவிட்டேன்.''

''எங்களை கேட்காமல் நீ எப்படி இந்த முடிவை எடுத்தாய்'' என்று பெரு மூச்சு விட்டாள் ஆன்ஸி. ''எங்களை தனித்துவிட்டு செல்வதுதான் உன் எண்ணமா? சொல் மகனே.''

''கண்டிப்பாக அப்படி ஒரு எண்ணம் என்னிடம் இல்லையம்மா. உங்கள் இருவரையும் தனித்துவிட போவதில்லை. போன மாதமே சொல்லியிருந்தார் அல்லவா, பெத்தனியின் கணவன் மேகன், தனது கிராமத்தில் உள்ள விவசாய நிலத்தை விற்ற பணத்தை வைத்து வட்டிக்குவிடும் தொழிலை ஆரம்பிக்கபோகிறார். அவர்கள் நாளை வரப்போகிறார்கள். உங்களுக்கு நினைவு இருக்கிறதா? பெத்தனி உங்களை பார்த்துகொள்வாள். அவர்களை இந்த அடுக்குமாடி குடியிருப்பிலேயே தங்க வைக்கும் ஏற்பாடுகளையும் நான் செய்துவிட்டேன்.''

''என்னது ஏற்பாடுகளை செய்துவிட்டாயா? என்ன சொல்கிறாய் எட்வின்? எங்களுக்கு தெரியாமல் ஏன் இதையெல்லாம் செய்தாய்?'' என்று ஆன்ஸி சத்தமாக கேட்டாள்.

''ஆம் அம்மா, இந்த அடுக்குமாடி குடியிருப்பில் முதல் தளம் காலியாக உள்ளது என்று சொன்ன உடனே முன் பணம் செலுத்தி விட்டேன். அவர்களுக்கு இங்குதான் வசதியாக இருக்கும். அதுமில்லாமல் உங்களுக்கும்..''

''போதும் அப்படியே நிறுத்திக்கொள் எட்வின். பெத்தனி எங்கள் மகள் என்றால் நீ எங்களது மகன். எல்லோரும் ஒன்றாக இருக்க வேண்டும். பேசுபவர்கள் பேசிக்கொண்டுதான் இருப்பார்கள். மேடைகளில் பேசவில்லை என்றால் என்ன, உன் மனதில் தோன்றியதை எழுது. யார் கேட்கிறார்கள் என்று பார்த்துவிடலாம்'' என்று உணர்ச்சிவசப்பட்டு பேசினார் ஆசிரியர்.

''என்னை விட்டுவிடுங்கள். மிகவும் வலிமையற்று இருக்கிறேன். என் மனதை மாற்ற நினைக்காதீர்கள். ஓராண்டுக்குள் திரும்பிவிடுவேன்.''

''அதற்குள் நாங்கள் இறந்துகூட போகலாம்..''

''அப்படியெல்லாம் பேசாதீர்கள் எனது அன்பு தந்தையே. உண்மையில் எனது குடிகாரத் தந்தை மட்டும் இன்னும் உயிருடன்

இருந்திருந்தால்கூட அவர் மீது அன்பு ஏற்பட்டிருக்காது. ஏன்? தந்தை என்றுகூட ஏற்றுக்கொண்டிருக்கமாட்டேன். உங்களைத்தான்.. உங்களைப் போல ஒரு அன்புமிக்க தந்தை எனக்கு கிடைத்ததற்கு மெக்லைன், அந்த குடிகாரனும் காரணம். நான் வேறு எதுவும் பேசப்போவதில்லை. இதோ இன்றே, இன்று இரவே புறப்படப் போகிறேன்.''

"சரி ஆன்ஸி, இனி நாம் அவனை தடுக்க வேண்டாம். என் மகன் எட்வின் சென்று வரட்டும். அவன் நினைத்தபடி செய்யட்டும். அவனுக்கு அதில் ஒரு திருப்தி ஏற்படும் என்றால் அதுவே எனக்குப் போதும்'' என்று கூறிவிட்டு தனது முகத்தை ஆன்ஸியை நோக்கி திருப்பிக்கொண்டார் ஆசிரியர்.

இன்னும் ஏதாவது தன் கணவர் ஜோன்ஸ் பிரதிபார்னாவ் சொல்லப் போகிறாரா என்று தன் கண்களை மூடிக்கொண்டு நின்று கொண்டிருந்தாள் ஆன்ஸி. அவளுக்கு என்ன சொல்வதென்றே தெரியவில்லை. எட்வினுடன் கடந்த ஐந்தாண்டுகள், தன் வாழ்வில் இதுவரை வெளிப்படுத்தாத அன்பினை வெளிப்படுத்தி வந்தாள். இன்று அவன் பிரிந்து போகப் போகிறான் என்பதை நினைத்து ஏற்றுக்கொள்ள முடியாமல் தவித்துக்கொண்டிருந்தாள். அவளால் எதுவும் பேச முடியாத நிலையில் நின்று கொண்டிருக்கிறாள்.

"நீ செல் எட்வின். ஆனால் ஒரு வேண்டுகோள் அதை ஏற்பாயா?''

"சொல்லுங்கள் அப்பா'' என்றான் எட்வின்.

"மாகாணத்தின் வடக்கு திசைக்கு நீ செல்ல வேண்டாம். மேற்கு திசையை நோக்கிச்செல். அதாவது பார்டிலைன் நகரத்திற்கு கூடச் செல்லலாம். அதுவும் மேற்கில்தான் உள்ளது. ஏனென்றால் மாகாணத்தில் பெரும்பாலான கிறிஸ்துவர்கள் கிழக்குப் பகுதியிலும் மேற்குப் பகுதியிலும் தான் உள்ளனர்.''

''அங்கு மீண்டும் செல்லப்போவதில்லை. பார்டிலைன் நகரத்தில் எனது தாய் - தந்தையின் மரணங்கள் மட்டுமே என்னைச் சுற்றி வரும். அது பெரும் துயரம். அதைச் சந்திக்கும் நிலையில் நான் இல்லை.''

''நீ பார்டிலைன் நகருக்குச் செல்ல வேண்டாம். பக்கத்து நகரங்களில் ஏதாவது ஒன்றிற்குச் செல்லலாமே. வடக்குத் திசையில் பெரும்பான்மையினர் இந்துக்கள் என்பது உனக்கு தெரியும்தானே. பழக்க வழக்கங்கள் யாவும் வேறுபட்டு இருக்கும். உன்னால் எளிதில் சுவீகாரம் செய்து கொள்ள முடியாது. அதற்குத்தான் நான் சொல்ல வந்தேன் '' என்று சொன்னார் ஆசிரியர் .

''அவன் சொல்வதை நீங்கள் ஏற்றுக்கொண்டுவிட்டீர்களா? அவனை விலகியிருக்கும் முடிவுக்கு நீங்கள் வந்துவிட்டீர்கள் என்று தெரிகிறது. அவனுக்கு ஏன் இப்படி ஒரு வழிகாட்டலைச் சொல்லுகிறீர்கள். அவன் நம்மை விட்டு எங்கு போனாலும் தனியாகத்தான் இருப்பான். நாம் அதை அனுமதிக்க வேண்டாம். என் அன்பு மகனே, நீ எங்களைவிட்டு எங்கு சென்றாலும் அங்குள்ள நடைமுறையில் வாழமுடியாது. முடிவை எளிதில் எடுத்து விடலாம். வாழ்ந்து பார்ப்பது மிகவும் கடினம். இந்த வயதான கிழவியின் பேச்சை கேட்கமாட்டாயா?''

''சற்று நேரம் அமைதியாக இரு ஆன்ஸி. அவன் வந்து விடுவான். ஒரு நாள் பெரிய பேச்சாளனாக வருவான். வெயிண்ட் நகரம் என்ன, இந்த உபகளி மாகாணத்திலேயே சிறந்த பேச்சாளனாக வரப்போகிறான். அதற்காக அவன் எல்லா திசைகளிலும் செல்லட்டும். அவன் அப்பொழுதுதான் நிறைய விஷயங்களைத் தெரிந்துகொள்வான்'' என்று அவர் மனதில் தோன்றியவற்றைப் பேசினார்.

தற்பொழுது அங்கு நிகழ்ந்து கொண்டிருப்பவை யாவும் கனவு போல எட்வினுக்குத் தென்பட்டது.

அவன் சேகரித்து வைத்திருந்த பணம் காசுகளை தன் கால்சட்டையிலிருந்து எடுத்து ஆசிரியரின் மனைவி ஆன்ஸியிடம் கொடுத்தான்.

அந்தப் பணத்தை வாங்கிக்கொண்ட அவள், மீண்டும் அதனை எட்வின்கரங்களைஅழுத்தமாகப் பிடித்து அவனிடமேதந்துவிட்டாள்.

"என்ன எட்வின் இதெல்லாம், உனது பணத்தை நீயே வைத்து கொள். எனக்கு வரும் பென்ஷன் பணமே எங்கள் இருவருக்கும் போதுமானதாக இருக்கிறது. அதுவும் இத்தனை மாதங்களாக வீட்டு வாடகையும் நீதான் செலுத்தி வந்தாய். அதுவும் சேமிப்பில்தான் உள்ளது. நீ அதையும் எடுத்துக்கொண்டு செல்லவேண்டும். நிச்சயம் அதிகப் பணம் தேவைப்படும். அதனால் நாங்கள்தான் உனக்கு பணம் தரவேண்டும்" என்று ஆசிரியர் சொன்னார்.

"இல்லை இல்லை, என்னிடமே போதிய தொகை இருக்கிறது. அதுபோகத்தான் மீதியை உங்களிடம் கொடுத்தேன். அதையும் அம்மா திருப்பிகொடுத்துவிட்டார்கள்."

"அவள் சரியாகத்தான் செய்திருக்கிறாள். தெரியாத இடத்திற்குச் செல்லப்போகிறாய். அங்கு எப்படிப்பட்ட நிலையிருக்குமோ தெரியவில்லை" என்று கவலையுற்ற முகத்துடன் காணப்பட்டார்.

ஆசிரியரின் மன வேதனையை உணர்ந்த எட்வின் பேசத் தொடங்கினான்.

"என்னைப் போன்ற நிலைமையுடையவர்கள்தான் உங்களைப் போன்ற அமைதியான உள்ளம்கொண்டவர்களை காயப்படுத்துகிறார்கள். நீங்கள் என்னை மனம் தளராமல் அனுப்பி வைத்தால்தான் நான் இங்கிருந்து செல்ல முடியும்."

அவன் பேசியதைக் கேட்டுவிட்டு "நீ கவலையின்றி செல்லலாம் எட்வின்" என்று ஆசிரியர் சொன்னார்.

எந்தவிதமான புது நிகழ்வும் நடக்காதது போல, எல்லாம் வழக்கம் போலத்தான் இருக்கிறது என்ற நிலையில் ஆன்ஸி இருந்தாள். அங்கு சில நிமிடங்கள் அமைதி நிலவியிருந்தது.

''நான் விரும்பாவிட்டாலும், இப்பொழுது ஏதாவது செய்ய வேண்டும். அதற்காகத்தான் புறப்படுகிறேன். நான் ஓடிவிட்டேன் என்று பேசுபவர்கள் பேசிக்கொண்டே இருக்கட்டும். அவர்களுக்கு மற்ற வேலை வந்துவிட்டால் அப்படி பேசுவதை நிறுத்திவிடுவார்கள்.''

''உன் மனம் சொல்வதையே கேள். ஆனால், நீ நாளை செல்லலாம் அல்லவா? பெத்தனியும் அவரது கணவரும் வந்த பிறகு அவர்களிடம் சொல்லிவிட்டு போகலாம் தானே. அவளிடம் எப்படி இந்த விஷயத்தை நாங்கள் கூறுவது. ஏன் அவனைச் செல்ல விட்டீர்கள்? என்று எங்களை அவள் கேட்பாளே. என்ன பதிலைச் சொல்வது எட்வின்?'' என்று ஆசிரியர் கேட்டார்.

''நிச்சயமாக அவர்களை என்னால் சந்திக்க முடியாது. கிராமத்தில் வசிக்கும் அவர்களுக்கு நகரில் எனக்கு நடந்த விஷயங்களெல்லாம் தெரிந்திருக்க வாய்ப்பே இல்லை. அவர்கள் இங்கு வந்த பிறகு நானிருந்தால், மீண்டும் நடந்தவற்றையெல்லாம் நானே அவர்களுக்குச் சொல்ல வேண்டிய நிலை வந்துவிடும். மேகன் ஒரு வேடிக்கையான மனிதர். இந்த சம்பவங்களைக் கேட்டு ஆறுதல் சொல்வார் என்று நீங்கள் நினைக்கிறீர்களா? கண்டிப்பாக அவர் அப்படிச் செய்யமாட்டார். அவரின் கேலிச்சிரிப்பினை நான் எதிர்கொள்ள விரும்பவில்லை. இன்றே செல்கிறேன். ஒரு வருடமோ அல்லது இரண்டு வருடமோ தெரியவில்லை. நிச்சயமாகத் திரும்பிவிடுவேன். எனக்காக இரண்டு உயிர்கள் காத்திருக்கும் என்ற நினைப்பிலேயே அந்த இரண்டு வருடங்களும் ஓடிவிடும்'' என்று கூறிவிட்டு அன்பும் அக்கறையும் நிறைந்த ஆன்ஸியின் சோகம் படிந்த முகத்தைப் பார்த்த அவனுக்கு தன்னை அறியாமலே கண்ணீர் வடியத் தொடங்கியது.

அத்தியாயம் - 6

மறுநாள் காலையில் இரயில் வெயிண்ட் நகரை விட்டு உபகளி மாகாணத்தின் வடக்கு திசையிலுள்ள எல்லைப்பகுதியான ஷட்ஜல் நகரத்தை வந்து அடைந்தது. கிட்டத்தட்ட நேற்று இரவிலிருந்து இன்று வரையிலும் பதினொரு மணி நேரப் பயணத்தில் ஆசிரியரிடமிருந்தும் தனது தாய் ஆன்ஸியிடமிருந்தும் விடை பெற்று வந்ததையே எண்ணி வருந்தி கொண்டிருந்தான். மேலும், நீதிபதி ராபர்ட் ஜேம்ஸ் தன்னை முற்றிலுமாக நம்ப வைத்து ஏமாற்றிவிட்ட காரணம் ஏன் என்றும் சிந்தித்துக் கொண்டிருந்தான்.

தற்பொழுது ஷட்ஜல் மாநகரத்தின் இரயில் நிலையம் ஒன்றில் இறங்கி எங்கு செல்லப்போகிறோம் என்று தெரியாமலேயே நடைபாதையில் நடந்துகொண்டிருந்தான். சிறிது நிமிடத்தில் நடைபாதையை விட்டு விலகி தான் இருந்த திசையிலிருந்து தெற்குத் திசையை நோக்கி நடந்தான். பத்து பதினைந்து எட்டு வைத்தவுடன் அண்ணாந்து பார்க்கும் அளவுக்கு மிகப்பெரிய கோபுரம் ஒன்று அவன் கண்களில் தென்பட்டது. வெயிண்ட் நகரில் இப்படிப்பட்ட கோபுரங்களை அவன் ஏதோ ஒருசில இடங்களில் பார்த்திருக்கிறான். அதுவும் சிறிய கோபுரங்களாகவே அவன் இதுவரை கண்டிருக்கிறான். ஆனால் இங்கு, அவன் தன் கழுத்தை

மேலே உயர்த்தி பார்க்கும் அளவுக்கு அந்த கோபுரம் இருந்தது. அருகில் செல்லச் செல்ல கோபுரத்தின் வடிவம் இன்னும் பெரிதாகிக்கொண்டே சென்றது. சலனமில்லா எண்ணத்துடன், வெறுமனே கோவிலுக்குள் நுழைந்தான். மக்கள் அந்தக் கோவிலுக்குள் கூட்டம் கூட்டமாக வந்து, தங்கள் தரிசனத்தை முடித்துவிட்டு சென்றுகொண்டு இருந்தனர். அவனைச்சுற்றிலுமுள்ள சிலைகளையும் வரையப்பட்டிருக்கும் வண்ண ஓவியங்களையும் மெய்மறந்து பார்த்துக்கொண்டிருந்தான். ஆனால் வழக்கம் போல வரும் மக்கள் அவற்றையெல்லாம் பெரிதாக கண்டுகொள்ளாமல், நேராக கடவுள் தோற்றத்தில் வடிக்கப்பட்டு அலங்கரிக்கப்பட்ட சிலைகளை தரிசிக்க சென்று கொண்டிருந்தனர்.

மிகப் பெரிய வளாகத்தினுடைய அந்த கோவிலைச் சுற்றிய அவன் எந்தத் திசையில் முதலில் சென்று எப்படி தெய்வங்களை வழிபடுவது என்று தெரியாமல் விழித்துக்கொண்டிருந்தான். முன் சென்ற ஒருவரைப் பின்பற்றி செல்லலாம் என்ற முடிவை எட்வின் ஒரு நொடியில் எடுத்துவிட்டு அவரைப் பின் தொடர்ந்தான். அந்த மனிதன் குட்டையாகவும் தலையின் முன் வழுக்கையுடனும் இருந்தார். கோவிலுக்குள் இத்தனை மனிதர்கள் இருந்த போதிலும் எட்வின் அவரைத் தேர்தெடுத்ததற்கு வேறு காரணமும் உண்டு. அவன் கோபுரத்தோடு கீழ் அமைக்கப்பட்டிருந்த நுழைவு வாயிலுக்கு முன்பு தனது செருப்புகளை விட்டுச் செல்வதற்காக காலணிப்பாதுக்காப்பு இடத்தில் அவரைப் பார்த்தான். தனக்கு முன்னால் அவர் அங்கு சென்று செருப்புகளை கழட்டி விடுவதைப் பார்த்தப் பிறகே அவனும் அங்கு சென்று தனது காலணிகளை அந்த இடத்தில் கழட்டிவிட்டான். அவன் அந்த குட்டை மனிதரை அங்கிருந்தே பின் தொடர ஆரம்பித்துவிட்டதனால்கூட இருக்கலாம். அவர் பின்னாலே சென்று கொண்டிருந்தான். அந்த மனிதனுக்கு தன்னை யாராவது பின்பற்றி வருகிறார்களா? என்ற சந்தேகம் வரக்கூடாது என்பதில் மிகவும் கவனமாக இருந்தான் எட்வின்.

ஒரு வித்தியாசாமான வழிபாட்டு முறைகளை தெரிந்து கொண்ட அவன் இறுதியாக கோவில் வளாகத்தில் ஓர் இடத்தில் அமர்ந்தான். ஆங்காங்கே குடும்பம் குடும்பமாகவும் தனி நபர்களாகவும் அமர்ந்திருந்ததை பார்த்துகொண்டிருந்தான். அவனருகே ஒரு வயதான பெண்ணும் இருபது வயது நிரம்பிய இளைஞனும் வந்தார்கள். அந்த இளைஞன், தான் வைத்திருந்த பாத்திரத்திலிருந்து ஒரு கரண்டி பொங்கலை எடுத்து எட்வின் கையை நீட்டச்சொல்லி அவன் உள்ளங்கை பிடிக்கும் அளவுக்கு வைத்தான்.

அதனை வாங்கிக்கொண்ட அவன், அவர்கள் மற்றவர் களிடமும் சென்று கொடுப்பதை பார்த்துக்கொண்டே சாப்பிட்டான்.

எந்தவித மனவோட்டமும் இல்லாமல் தன் மனம் அமைதி நிலையில் இருப்பதை எட்வின் உணர்ந்தான். அவனது மனம் வெறுமையில் இருக்கிறது. தேவாலயத்திற்கு செல்லும் பொழுதெல்லாம் அவன் செய்த தவறுகளையெல்லாம் நினைத்துக் கொண்டே செல்வான். ஆனால், இந்தக் கோவிலுக்குள் அவனது மனமானது எந்த சிந்தனையிலும் இல்லாமல் புது உணர்வைப் பெற்று பல அம்சங்களையும் இரசித்து கொண்டிருந்தது.

அரை மணி நேரத்திற்கு மேலாக அவன் அங்கு உட்கார்ந் திருந்தான். ஒளி மெல்ல மெல்ல கோவிலின் வளாகத்திற்குள் படரத்தொடங்கியது. எட்வின் அந்த இடத்தைவிட்டு அகன்று வெளியில் செல்வதற்கான பாதையில் சென்றான்.

கோவிலுக்கு வெளியில் வந்த அவன் தனது காலணிகளை மாட்டிக்கொண்டு திரும்பினான். அவனது பார்வை நேராக ஆலயத்தின் நுழைவு வாசலுக்கு கொஞ்சம் தள்ளி வெளியே அமர்ந்திருந்த சிலரின் மீது பட்டது. அங்கு ஏறத்தாழ பத்து பதினைந்து பேர் இருந்தார்கள். அங்கிருந்த சிலர் ஒவ்வருவரும் ஒவ்வொரு உடல் குறைபாட்டோடு இருந்தனர். வேறு சிலருக்கு எந்தவித குறைபாடும் தெரியவில்லை. அவர்கள் எல்லோரும்

யாசித்தல் எனும் தொழிலில் ஈடுபட்டுக்கொண்டிருக்கிறார்கள் என்பதை எட்வின் அறிந்து கொண்டான். தான் வைத்திருந்த பணக் காசுகளில் சிலவற்றை அவர்களுக்கு கொடுத்து வரலாம் என்ற எண்ணத்திலேயே அவர்கள் அருகில் சென்றான். அவன் அவர்கள் அருகில் செல்லும் பொழுது அங்கிருந்தவர்கள் எல்லோருமே எட்வினை 'ஐயா! ஐயா' என்று அழைக்கத் தொடங்கினார்கள். 'காசுகளை எனக்கு கொடுங்கள்' என்று ஒவ்வொருவரும் முந்திக் கொண்டிருந்தனர். காலில்லாத ஒருவனிடம் அவன் பணத் தாள்களைக் கொடுத்து எல்லோரும் பிரித்துக்கொள்ளுங்கள் என்று சொன்னான். பிறகு யாசித்துத் கொண்டிருக்கும் ஒவ்வொருவரின் நிலைமையையும் எதார்த்தமாக பார்த்துக்கொண்டிருந்தான். அந்த வரிசையில் நாற்பது வயது நிரம்பியது போல காட்சியளித்த பெண்மணி ஒருத்தி வெளுத்துப்போன பழைய புடவையை அணிந்துக்கொண்டு ஓரமாக அமர்ந்திருந்தாள். அவளது முகத்தைப் பார்த்தவுடன் எட்வினுக்கு அசாதாரண நிகழ்வினால் வியப்பும் அதிர்ச்சியும் ஏற்பட்டு திகைப்புற்று நின்றான். அவள் தனது கைகளை நீட்டி ஆலயத்திலிருந்து வெளியில் வந்து கொண்டிருப்பவர்களிடம் யாசித்துக் கொண்டிருந்தாள். இரண்டு நிமிடங்கள் அவளைப் பார்த்துவிட்டு அந்தப் பெண்மணியிடம் பேசத் தொடங்கினான்.

''உங்களை பார்டிலைன் நகரில் பார்த்திருக்கிறேன். மெக்லைன் உங்களுக்கு என்ன வேண்டும்?''

''யார் நீங்கள்? முதலில் அதைச் சொல்லுங்கள்'' என்று அந்த இடத்தை விட்டு எழுந்து மூன்று அடி நகர்ந்து வந்தாள்.

''அது இருக்கட்டும். பார்டிலைன் நகரத்திலிருந்து நீங்கள் எப்படி இங்கு வந்தீர்கள் ?''

''ஆமாம். நான் அவரது மனைவி ஆர்யா. உங்களுக்கு எப்படி அந்த மனிதரைத் தெரியும் ?''

"நான் பார்டிலைன் நகரில் ஐந்து வருடங்களுக்கு முன்பு சில நாட்கள் வசித்தேன். அப்பொழுது அவரைத் தெரியும். அவருக்கும் நான் கடமைப்பட்டிருக்கிறேன்" என்று தனது கால்சட்டையிலிருந்து பணத்தை எடுத்து அவளிடம் நீட்டினான் எட்வின்.

"இதை என்னால் நம்பவே முடியவில்லை. அந்த குடிகாரன் யாருக்குதான் உதவி செய்திருக்கிறான். பார்டிலைன் நகரில் அவனால் பாதிக்கப்பட்டவர்களே அதிகம். அப்படியிருக்கையில்...இல்லை, இவ்வளவு பணத்தை நீங்கள் தருவதற்கு வேறு எதுவும் காரணம் இருக்கிறதா?" என்று அவள் கேட்டாள். அதுவரையிலும் அந்தப் பணத்தை அவள் எட்வினிடமிருந்து வாங்காமலேயே பேசிக் கொண்டிருந்தாள். இருந்தாலும் அவளின் முகத்தில் பணத்தின் மீது கொண்ட ஆசை வெளிப்படையாகத் தெரிந்தது.

திடீரென்று அவன் மனதில் பல குழப்பங்கள் ஏற்பட்டன. முதலில், அவன் தனது தந்தை இன்னொரு திருமணம் செய்திருக் கிறார் என்பதை பார்டிலைன் இரயில் நிலையத்திற்கு முன்பு அவர் இறந்துகிடக்கும் பொழுது, இந்தப் பெண்மணியும் ஒரு குழந்தையும் அழுதுகொண்டிருந்த நிலையிலேயே அறிந்து கொண்டான். அந்த நிகழ்வு, அவனுக்கு வெறுப்புணர்வைத் தந்தது. ஆனால், இப்பொழுது இந்தப் பெண்ணின் நிலையைக் கண்டு பரிதாபப் பட்டும், அவன் தனது தந்தை செய்த குற்றத்திற்காக இவள் என்ன செய்வாள் என்ற கேள்வியிலும் தடுமாறிக்கொண்டிருந்தான். அதனால்தான் அவளைப் பார்த்தவுடனே அவளிடம் பணத்தைக் கொடுத்து உதவி செய்தான்.

"வேறு எதுவும் காரணம் இருக்கிறதா?" என்று அவள் கேட்டதும் எட்வின் மனதில் வினாடிக்கொரு மாற்றம் ஏற்பட்டுக் கொண்டே இருந்தது. மேலும் 'ஆர்யா' என்று அவளது பெயரை அவள் சொல்லும் பொழுது இதுவரை வராத சிந்தனை இப்பொழுது எழத்தொடங்கியது.

தனது தந்தை மெக்லைன் எப்படி இங்கிருக்கும் ஒரு பெண்ணைத் திருமணம் செய்திருப்பார்? அப்படியென்றால், இந்த ஷட்ஜல் நகரில் நிச்சயமாக அவர் வசித்திருக்க வேண்டும். அவரைப் பற்றின தகவல்களை ஆர்யா அவர்களிடமே கேட்டுத்தெரிந்து கொள்ளலாமா? என்ற யோசனையும் அவனைத் தொட்டுச்சென்றது. அப்படிக் கேட்டால், அந்தப் பெண் தவறாக நினைத்துவிடவும் வாய்ப்பிருக்கிறதே..? எதுவும் பேசாமல் பண நோட்டுகளை கையில் மடித்தப்படி நின்றுகொண்டிருந்தான் எட்வின்.

இந்த பையன் நம்மிடம் எதையோ எதிர்பார்க்கிறான். கேட்கத் தயங்குகிறானே. எப்படியோ அவனிடம் சொல்லிவிட்டு அந்தப் பணத்தை வாங்கிக்கொள்ளலாம் என்று நினைத்துக்கொண்ட அவள்,

''தம்பி சற்று அங்கே போய் பேசலாம்'' என்று சிறிய மண்டபம் கட்டப்பட்டிருந்த பகுதியைக் காட்டினாள்.

ஆலயத்திற்கு வெளிப்புறத்தில் கற்களால் கட்டப்பட்டிருந்த மண்டபத்தில் சிலர் அமர்ந்திருந்தாலும் அந்த இடத்தில் இன்னும் பலர் அமருவதற்கு இடம் இருந்தது.

அந்த மண்டபத்தில் அமர்ந்த அவள் எந்தவித நாகரிகமும் இல்லாமல் உடனே அவனிடம் அந்தப் பணத்தைக் கேட்டாள்.

எட்வினும் அவளுக்கு கொடுக்கும் மனநிலையிலேயே இருந்ததால் அந்தப் பணத்தை அவளிடம் கொடுத்தான். அதனை வாங்கிக் கொண்ட அவள், ''அந்த மனிதன் இருக்கும் பொழுது அவருக்கு யாரும் உதவவில்லை. இப்படி உதவியிருந்தால் அவர் குடித்திருக்கவே மாட்டார்'' என்று கூறினாள்.

அந்தப் பெண்ணின் பாவனைகளும் தோற்றமும் பண்பாடற்ற நிலையில் இருந்தாலும் அவளது வார்த்தைகள் தெளிவாக இருந்தன.

''நீங்கள் என்ன சொல்கிறீர்கள்?. மெக்லைன் குடித்திருக்க மாட்டார் என்றா? அவரிடத்தில் இத்தனை பணம் இருந்திருந்தால் அத்தனையும் குடித்தே அழித்திருப்பார்.''

"நீ சொல்வதைப் போல, நீ நினைப்பதைப் போல அந்த மனிதரின் உண்மையான குணமும், மனமும் உனக்குத் தெரியாது. பார்டிலைன் நகரில் வாழ்ந்த மெக்லைனின் வாழ்வு மிகவும் மோசமானது. அந்த நல்ல மனிதனின் முந்தைய வாழ்க்கை, அதாவது என் கணவர் தணிஷ் யாதவ் முப்பது ஆண்டுகளுக்கு முன்பு இதே நகரிலுள்ள நியதி கிராமத்தில் மிகுந்த சிறப்புமிக்க மனிதராக வாழ்ந்தவர்."

"நீங்கள் என்ன சொல்கிறீர்கள். தணிஷ் யாதவா? எனக்கு ஒன்றுமே புரியவில்லை."

"நான் முழுமையாக சொல்லி முடிக்கவில்லை தம்பி. அதுவுமில்லாமல், இந்தக் காலத்தில் எப்பொழுதோ செய்த உதவிக்கு இன்று, உதவிய அந்த மனிதன் இல்லாதபொழுதும் அவனது மனைவியின் நிலையறிந்து உதவி செய்துள்ளீர்கள். இது எவ்வளவு பெரிய விஷயம். சாதாரண மனிதனுக்கு இப்படிப்பட்ட உதவும் பக்குவமும் மனநிலையும் வருமா என்ன? அப்படி வந்திருந்தால் நான் இங்கு பிச்சை எடுத்துக்கொண்டு இருந்திருக்க மாட்டேன். முதலில் இப்படிப்பட்ட ஒருவரை இங்கு அழைத்து வந்த இந்தக் கடவுளுக்கு நன்றி" என்று கூறி கோபுரத்தைப் பார்த்தவாறு தனது கைகளைக் கூப்பினாள்.

அவளின் இந்தச் செயலைப் பார்த்துக் கொண்டிருந்த எட்வின் வியப்பூட்டும் உணர்வைப் பெற்றான். அவளின் செயல்கள் அவனை எரிச்சல் அடையச் செய்தது. மண்டபத்திலிருந்த சிலரும் அவளது செயலைப் பார்த்துக்கொண்டிருப்பதை கவனித்தான்.

"தணிஷ் யாதவ் என்பவர் நியதி கிராமத்தின் முக்கியப் பிரமுகர்களுள் ஒருவரான யாதவ் சேகரனின் மகன். கிட்டத்தட்ட எழுபது ஏக்கர் விவசாய நிலத்திற்குச் சொந்தக்காரர். மிகவும் பெரிய செல்வந்தரான அவரை நம்பி நாற்பதற்கும் மேற்பட்ட குடும்பங்கள் இருந்தன. அதில் என்னுடைய குடும்பமும் ஒன்றாகும். யாதவ்

சேகரன் மிகவும் சிறந்த பண்புடைய மனிதர். உதவியென்று கேட்கும் எல்லோருக்கும் பாரபட்சமின்றி செய்து வந்தார். அவரது மூத்த மகன் தணிஷ் யாதவ், என்னைக் காதலித்து திருமணம் செய்து கொள்வதாக எனது தந்தையிடம் கூறினார். எனது தந்தை அதற்கு மறுத்து, யாதவ் சேகரன் ஐயாவுக்கு துரோகம் செய்வது போன்ற செயலுக்கு இது ஒப்பாகும். என்னைத் தவறாக நினைத்துவிடாதீர்கள். செல்வந்தர் குடும்பத்தில் எங்களைப் போன்ற வறுமையுடையோர் சம்பந்தம் வைத்துக்கொள்ள அருகதை கிடையாது. புரிந்து கொள்ளுங்கள்'' என்று சொல்லி அவரை அனுப்பி வைத்தார்.

எப்படியோ தணிஷ் யாதவ் அவர் தந்தையிடம் பேசி என்னை திருமணம் செய்து கொள்ள ஒப்புதல் பெற்றுவிட்டார். ஒரே சமூகத்தைச் சேர்ந்தவர்கள் நாங்கள் என்பதாலே அவரது அனுமதிக்கு காரணமாக இருந்தது. மற்றப்படி அவருக்கு எந்த வித விருப்பமும் இல்லை இந்தத் திருமணத்தில். கிராமத்தில் உள்ளவர்கள் முன்னுக்கு பின்னாக பேசத் தொடங்கினர். சிலர் செல்வந்தருக்கு பெரிய மனது என்றும் பெருந்தன்மையாகவும் பேசினார்கள்.

யாதவ் சேகரனின் இளைய மகன் அணிஷ் யாதவுக்கு இந்தத் திருமணத்தில் துளியும் விருப்பமில்லை. தனது அண்ணனின் திருமணம் பெரிய செல்வாக்கு உடைய ஒரு குடும்பத்தில் வசிக்கும் பெண்ணோடு இருக்க வேண்டும் என்று கடுமையாகச் சொல்லிக் கொண்டே இருந்தான். அவர்களின் தாயாருக்கும் அத்தனை பெரிய மகிழ்ச்சியான விஷயம் என்று தோன்றவில்லை.

குடும்பத்தினருடைய விருப்பத்தை மீறி நாம் திருமணம் செய்து கொள்ளத்தான் வேண்டுமா? என்று கேட்டேன்.

நான் செல்வத்தையும் மாளிகைகளையும் வைத்து வாழணும் என்று நினைக்கவில்லை. பிடித்தமானவளுடன் குடிசையில் வாழ்ந்தாலும் போதும் என்று நினைக்கிறேன். நீ கவலைப்படாதே திருமணம் ஆனபிறகு எல்லாம் சரியாகிவிடும். உன்னுடைய

அமைதியான மனம் ஏன் படபடக்கிறது. எதற்கும் கவலைப்பட வேண்டாம். எனது தந்தை தலைமையில்தான் நமது திருமணம் நடக்கப்போகிறது. பிறகு என்ன? என்று சொல்லி என்னை ஆறுதல் படுத்தினார். திருமணம் நடந்து சில நாட்களில் எல்லாம் மாறின. செல்வந்தர் குடும்பத்தில் பணமும் புகழும் அதிகமாகத் தொடங்கின. விவசாயிகளுக்கு வருமானத்தையும் தங்களின் உழைப்புக்கான பெருமிதத்தையும் சொல்லித்தந்த பெரும் வழிகாட்டியாக வளர்ந்து கொண்டிருந்தார் தணிஷ் யாதவ். என் கணவரின் வளர்ச்சியைக் கண்டு பாராட்டையும் செல்லப்பிள்ளை என்ற பெயரையும் வழங்கிக் கொண்டே வந்தார் யாதவ் சேகர். மிகுந்த வஞ்சகத்தால் ஆட்கொள்ளப்பட்ட என் கணவரின் சகோதரன் தனது கோபத்தை முழுவதுமாக எங்கள் மீது செலுத்தினான். என்னை எப்பொழுதும் அவன் மதித்ததே இல்லை. திருமணமாகி சில நாட்களில் பெருகிய மகிழ்ச்சி, வருடங்கள் கடக்க கடக்க துயரமாக மாறியது. அந்தத் துயரத்திற்கு காரணம் ஒன்றே ஒன்றுதான். இரண்டு வருடங்கள் ஆகியும் குழந்தை இல்லாமல் போன ஒரே விஷயத்தால் அவர்கள் குடும்பத்தினரால் குறைசொல்லப் பட்டு வெறுக்கப்பட்டேன். ஆனால், என் கணவர் தணிஷின் அன்பு உண்மையானது. அவர் எல்லா சூழ்நிலையிலும் என்னுடனே இருந்தார். செல்வந்தர் யாதவிற்கு தன் மூத்த மகனுக்கு வாரிசு இல்லை என்ற கவலை இருந்தது. அத்துடன் என் மீது வெறுப்பும் வந்தது. ஷாட்ஜல் மாநகரம் முழுவதும் எல்லா ஆலயங்களுக்கும் சென்று வந்தேன். இருப்பினும் என் மீது எந்த கடவுளுக்கும் கருணை ஏற்படவில்லை.

செல்வந்தரின் இளைய மகன் அணிஷ் யாதவுக்கு திருமணம் நடந்தது. முறைப்படி நடந்த திருமணத்தில் பலர் கலந்து கொண்டனர். அவன் நினைத்தவாறே பெரும் சொத்துமிக்க ஒருவரின் மகளையே மணந்துகொண்டான். பிறகு இரட்டைக் குழந்தைகளையும் பெற்றெடுத்தார்கள். குடும்பத்தில் அவளுடைய பழிச்சொல்லும் என் மீது பாயத்தொடங்கியது. இதை எல்லா

வற்றையும் அறிந்த செல்வந்தர், இரக்கமுடைய அந்த மனிதரால் கூட என்மீது கருணைகாட்ட முடியவில்லை. அந்த சமயத்தில்தான் செல்வந்தருக்கு கடும் காய்ச்சல் ஏற்பட்டது. தனது இரட்டைப் பேரன்களை முத்தமிட்டார். அதுவே தனது இறுதி ஆசை என்றெல்லாம் பேசினார். மருத்துவர்களும் சொல்லிவிட்டார்கள், இனி பிழைப்பது கடினம் என்று. அன்றே தனது சொத்துக்களை எல்லாம் வாரிசுடைய எனது இளைய மகனுக்குத்தான் சொந்தம் என்ற உயிலையும் எழுதிவிட்டார்.

இவையெல்லாம் அணிஷின் செயல்தான். அவன் முன்பிருந்தே செல்வந்தரிடம் விதைத்துவிட்டான். அவரது மனதை மாற்றிவிட்டான் என்று சொல்லவில்லை. அவரை ஏமாற்றி, அவரை மிரட்டிக் கூட செய்திருக்கலாம். அணிஷ் ஒரு கொடூரமான மனதைக் கொண்டவன். இவ்வளவு பெரிய சொத்துக்களை அடைவதற்காக தன் தந்தையையும், கொல்லத் தயங்கமாட்டான். ஏன் அப்படிச் சொல்கிறேனென்றால், செல்வந்தர் யாதவ் இறந்த பிறகு தனது மகன்தான் எல்லாவற்றிக்கும் சொந்தம் என்று அந்தப் பிஞ்சுக் குழந்தைகளைப் பார்த்து சொல்லிக்கொண்டிருந்தான். விவசாய நிலங்களை விற்றுவிடப் போகிறேன். இனி யாருக்கும் இங்கு வேலையில்லை என்று ஒரே முடிவாகச் சொன்னான். இதை எல்லாவற்றையும் எதிர்த்துக் கேட்ட எனது கணவரை முதலில் வெளியேறச் சொன்னான். கிட்டத்தட்ட நாற்பது குடும்பங்களின் நிலையை அந்த அரக்கன் யோசிக்கவில்லை. சில பணத் தாள்களை எடுத்து எங்களிடம் கொடுத்து வெளியேறச் சொன்னான். நாங்கள் நினைத்திருந்தால் அவனை எதிர்த்திருக்கலாம். சொத்துக்காக சண்டை போடுகிறோம் என்று பேசிவிடுவார்கள் என்ற காரணத்தினால் அப்படிச் செய்யவில்லை. அவன் கொடுத்த பணத்தை வாங்கிக் கொள்ளாமல் வெளியேறிவிட்டோம். எங்கள் மீது மிகுந்த அக்கறையும் மரியாதையும் கொண்ட எனது தந்தை அவருடைய நண்பர் மீராப் என்பவரிடம் எனது கணவரைப் பற்றி அறிமுகம்

செய்து வைத்தார். அவர் தணிஷ் யாதவை பார்டிலைன் நகருக்கு அழைத்துச் சென்று தனக்கு சொந்தமான துணிக்கடையொன்றில் காசாளராக சேர்த்துக்கொள்கிறேன் என்று உறுதியளித்தார்.

இத்தனை ஆண்டுகளாக வசித்த இந்த நியதி கிராமத்தைவிட்டு அவ்வளவு தொலைவிலுள்ள பார்டிலைன் நகருக்குச் செல்லும் முடிவை யோசிக்காமல் எடுத்துவிட்டார் தணிஷ். இதைவிட நல்ல வாய்ப்பு கிடைக்காது என்ற எண்ணத்தில் மகிழ்ச்சியான தருணங் களில் எளிமையாக முடிவெடுக்கும் அவரால் துன்பமான நேரங்களில் அப்படிப்பட்ட முடிவினை எடுக்கமுடியவில்லை. அதனால் நாங்கள் இருவருமே பார்டிலைன் நகருக்குச் செல்ல தயாராகி விட்டோம்.

கிராமத்தில் வசித்த எங்களுக்கு பார்டிலைன் எனும் நகரப் பகுதி பெரும் மாற்றத்தை ஏற்படுத்தியது. தணிஷ் யாதவின் சுறுசுறுப்பான உழைப்பு மீராப் அவர்களின் வளர்ச்சிக்கும் காரணமாக இருந்தது. ஒரு காசாளராக மட்டும் இல்லாமல் கடையின் வளர்ச்சிக்கான ஆலோசனையையும் சிறப்பாக வழங்கினார். ஒரே வருடத்தில் ஐந்து கிளைகளை உருவாக்குவதற்கு பெரும் முயற்சிகளை தருவது சாதாரணமான விஷயமாக இருக்க முடியாது. அவரது துணிக்கடைகளின் எல்லாக் கிளைகளையும் பார்த்துக் கொள்ளும் பொறுப்பில் இருந்தார் தணிஷ் யாதவ். தலைமை கடையில் மீராப் அவர்களது மகனும் மற்றக் கிளைகளில் என் கணவரும் மிகச் சரியான பங்களிப்பைக் கொடுத்தனர். மீராப் பாயின் துணிக்கடைகளில் ஒன்று மட்டுமே பார்டிலைன் நகரில் இருந்தது, மற்ற எல்லா கிளைகளும் பார்டிலைன் நகருக்கு அருகிலுள்ள சியாட் மாநகரில் இருந்தது. இங்குதான் கிளைகளைத் தொடங்க வேண்டும் என்ற தணிஷ் யாதவின் ஆலோசனையும் மிகச் சரியாக இருந்தது. அதிகம் பணத்தைத் தேடித் தந்ததும் அந்தக் கடைகள் தான். சராசரியாக இருபத்தி ஏழுவயதில் மிக வேகமாக சம்பாதிக்கத் தொடங்கினார். சியாட் நகரில் வீடும் வாங்கினோம். அந்த கால கட்டத்தில்தான் மீராப் பாய்க்கும் என் கணவருக்கும் பண விஷயத்தில்

தகராறு ஏற்பட்டது. பணத்தை பெரிதாக கற்பனை செய்து கொள்ளாத தணிஷ் விட்டுக்கொடுத்தார். மீண்டும் புரிதலற்ற காரணத்தால் சின்னச் சின்னப் பிரச்சனைகள் வந்து கொண்டே இருந்தன. அதனால், தன் கிளைகளில் ஒன்றை மட்டும் நீ எடுத்துக் கொள். இனி உனக்கும் எனக்கும் எந்த தொடர்பும் இருக்கப் போவதில்லை என்று தீர்மானமாகச் சொல்லிவிட்டார் மீராப் பாய். ஒதுங்கிக்கொள்வதே சிறந்த ஒன்றாக இருக்கும் என்ற முடிவினை நாங்கள் இருவருமே எடுத்துவிட்டோம். அதன் பிறகு எல்லாமே தலைகீழாகிவிட்டது. இதுவரை மொத்த வியாபாரதுணிகளை வாங்கிச் சென்று வந்தவர்களெல்லாம் வருவதை தவிர்த்துவிட்டனர். காரணம் பெரும்பான்மையானவர்கள் இங்கு கிருஸ்துவர்களும் முகலாயர்களும் என்பதாலேயே. ஷட்ஜல் நகரை விட்டு இங்கு வந்து நாங்கள் செய்த முதல் தவறு ஒன்றே ஒன்றுதான். மீராப் பாயிடமிருந்து தனித்து வாங்கப்பட்ட, அதாவது அவரால் கொடுக்கப்பட்ட மீராப் எனும் கடையின் பெயரை ஹேமா என்று மாற்றினோம். ஹேமா என்பது தணிஷ் யாதவின் தாயார் பெயர். யாராக இருந்தாலும் தனது கடைக்கு தனக்கு பிடித்தமானவர்களின் பெயரையே வைக்க விரும்புவார்கள். இது மனித இயல்புதானே?'' என்று அமைதியாக கேட்டுக்கொண்டிருந்த எட்வினைப் பார்த்துக் கேட்டாள் ஆர்யா.

மிகவும் உன்னிப்பாக அவள் பேசுவதைக் கவனித்துக் கொண்டிருந்த அவன் திடீரென சுய உணர்வைப் பெற்றது போல, ''ஆம் நானாக இருந்திருந்தாலும் அப்படித்தான் செய்திருப்பேன்'' என்று கூறினான்.

''ஆமாம் தம்பி, அப்படித்தான் தணிஷ் யாதவும் செய்தார். அது ஒரு பெரும் பாதிப்பை ஏற்படுத்தியது. என்னவாக இருக்கும் என்று உன்னால் புரிந்துகொள்ள முடிகிறதா?'' என்று எட்வினைக் கேட்டாள்.

''ம்.. சரியாகச் சொல்லப்போனால், பெரும்பான்மையான ஒரு சமூகத்தைச் சார்ந்த மக்கள் வசிக்கும் இடத்தில் சிறுபான்மை

யினர்கள் தங்கள் செயல்கள் ஒவ்வொன்றையும் கவனமாகத்தான் செய்யவேண்டும். இல்லையென்றால் பெரும்பான்மையினரால் சிறுபான்மையினர் அவமதிக்கப்பட்டும் தனித்துவிடப்பட்டும் துயரத்துக்கு உள்ளாவார்கள்."

"நீ சொல்வதுதான் அப்படியே நடந்தது. மீராப் பாய் வாடிக்கையாளர்களிடமும் தொடர்பு கொண்டு அவர்கள் யாரையும் ஹேமா துணிக்கடையில் வாங்க வேண்டாம் என்று சொல்லி யிருந்தாலும் அதில் ஆச்சிரியப்படுவதற்கு ஒன்றும் இல்லை. பெரும்பாலும் முகலாயர்கள் வந்து மொத்தத் துணிகளையும் வாங்கிச் செல்வார்கள். இப்பொழுது ஒருவரும் வராத நிலையில் எல்லாம் அப்படியே தேங்கிவிட்டன. அந்த சமயத்தில்தான் ஜெராட் பிலிப்போனாவ் என்பவர் எங்கள் நிலையறிந்து ஒரு பெரும் துயரத்தைப் பாய்ச்சிச் சென்றார். ஜெராட் பிலிப்போனாவ் என்பவர் ரொம்ப நாட்களாக துண்டுகளையும் போர்வைத்துணிகளையும் டஜன் டஜனாக வாங்கிச் செல்வார். அவர் ஒரு குறு வியாபாரி. வாங்கியத் துணிகளை அப்படியே மற்ற கடைகளுக்குச் சென்று விற்று வருவார். எங்கள் அளவுக்கு வருமானத்தைப் பெற இயலாமல் இருந்தாலும் கூட அவர் போதிய வருமானத்தில் குடும்பத்துடன் வசித்து வந்தார்.

மீராப் பாயிடம் பிரிந்து வந்த பிறகு ஜெராட் பிலிப்போனாவ் என்பவர் என் கணவர் தணிஷ் யாதவிடம் பழக்கத்தை விரிவு படுத்திக்கொண்டே சென்றார். முன்பு போல் தொழில் நன்றாக இல்லையென்றாலும் ஓரளவுக்கு ஏதோ அவ்வப்போது மக்கள் சில்லரை சில்லரையாக வாங்கிச்சென்றனர். சில மாதங்களிலேயே மிகவும் நெருக்கமாக பழகத் தொடங்கிய ஜெராட், தனக்கு வெயிண்ட் நகரில் வியாபாரிகள் பலரைத் தெரியும். அங்குள்ள துணி வியாபாரிகள் 80 சதவீத பேர் கிருஸ்துவர்கள் என்பதால் சுலபமாக அவர்களிடம் விற்பனை செய்யும் வாடிக்கையாளர்களை நான் பெற்றுத்தருகிறேன் என்று சொன்னார். அவர் சொன்னபடியே சில

நாட்களில் வியாபாரிகளையும் வாடிக்கையாளர்களையும் அதிகம் பிடித்துத் தந்தார். அதுவரையிலும் ஜெராட் பிலிப்போனாவின் குடும்பத்தைப் பற்றி எங்கள் இருவரிடமும் அவர் சொன்னதில்லை.

ஒருநாள் அவர் திடீரென வந்து இத்தனை ஆண்டுகளாக குழந்தையில்லாமல் இருக்கிறீர்களே, உங்களுக்குப் பிறகு யார் இருக்கப்போகிறார்கள்? அதைப் பற்றி யோசித்தீர்களா? என்று நேரடியாக கேட்டார்.

அந்த மனிதனின் கேள்வி மிகவும் வருத்தத்தை ஏற்படுத்தியது. பாரத்தை எங்களுக்குள் நாங்கள் தாங்கிக்கொண்டே இருந்தாலும், பிற மனிதர்கள் இப்படி ஒரு கேள்வியை கேட்கும் பொழுது மனமானது சோர்ந்துவிடுகிறது. அந்த வேதனை எங்களுக்கு மட்டுமே தெரியும்.''

எட்வின் அவளை லேசாகப் பார்த்தான். கவலையிலிருந்த அவளது மனதை உணர்ந்தான். பிறகு அவள் தொடர்ந்து பேசிக் கொண்டிருப்பதைக் கேட்கத் தொடங்கினான்.

''கண்டிப்பாக நீங்கள் இன்னொரு திருமணம் செய்து கொள்ளத்தான் வேண்டும் என்று தணிஷிடம் கூறியதும் நாங்கள் இருவருமே திகைத்துவிட்டோம்.

ஏன் கவலைப் படுகிறீர்கள் நான் எப்படிச் சொல்வது? நான் தவறாக பேசிவிட்டேனா? என்றெல்லாம் சொன்னார். உங்கள் மனதை காயப்படுத்தவில்லையே மன்னியுங்கள். எனது மூத்த சகோதரியை நீங்கள் திருமணம் செய்து கொள்ளுங்கள் என்று எந்தவித தயக்கமும் இல்லாமல் சொல்லிச் சென்றார்.

இது பெரும் கொடுமை என்று சொல்லிவிட்டு, அன்று இரவே தணிஷிடம் நீங்கள் ஜெராட் சொன்னபடி திருமணம் செய்து கொள்ள வேண்டும் என்று கூறினேன். என்ன விளையாடுகிறாயா? பேசாம போய் தூங்கு என்று திரும்பிக் கொண்டார் என் கணவர். நான் தெளிவாகவும் உறுதியாகவும் சொல்கிறேன், வாரிசு வேண்டும்.

நீங்கள் மறுக்கக் கூடாது என்று இறுதியாகச் சொன்னேன். பிள்ளையை தத்தெடுத்து வளர்க்கலாமே என்று கூறினார் தணிஷ். இல்லை, அது எப்பொழுது இருந்தாலும் மனதில் ஒரு பாரமாகத் தான் இருக்கும் என்றேன். இவை எல்லாம் ஒரே காரணம்தான். எனது அன்பு கணவர் என்னால் பாதிக்கப்படக் கூடாது. என் குறைப்பாட்டால் அவர் என்ன தவறு செய்தார். அதனால்தான் இப்படிச் செய்தேன். செல்வந்தராக வாழவேண்டிய மனிதன் என்னை காதலித்ததால் இப்படி கஷ்டப்பட்டுக்கிடக்கிறார். இது என் தவறு. அவருக்கு திருமணம் செய்து வைத்துவிட்டு, அவரது வாழ்விலிருந்து ஒதுங்கி விடலாம் என்ற முடிவை என்னுள் ஆழமாக புதைத்து வைத்திருந்தேன். மறுநாள் காலையிலேயே ஜெராட் பிலிப்போனாவிடம் நானே இதைப் பற்றிப் பேசினேன். அப்பொழுது என் கணவர் அங்கு இல்லை. அவருக்கு இதில் விருப்பம் இல்லை.

எப்படியோ ஜெராட் வற்புறுத்தி எனது கணவரின் மனதை மாற்றத் துடித்துக் கொண்டிருந்தார். அப்பொழுதெல்லாம் எனக்கு அந்த ஜெராட் நமக்காக இவ்வளவு இரக்கப்படுகிறார் என்றும் அவரது மூத்த சகோதரிக்கு ஏன் ஏற்கனவே திருமனமானவரைத் தேர்ந்தெடுக்க வேண்டும் என்ற கேள்வியும் இருந்தது. இது எனக்குப் புரியதாத சிக்கலாகவும் இன்று வரை அந்த கேள்விக்கு விடை தெரியாமலும் இருக்கிறேன்.

எது எப்படியோ ? தணிஷ் மகிழ்ச்சிதான் முக்கியம் என்ற ஒரே கண்ணோட்டம் என்னுள் இருந்தது.

இறுதியாக எனது பிடிவாதத்தால் தணிஷ் இரண்டாவது திருமணத்திற்கு சரி என்று சொன்னார். இதை எப்படி உனது சகோதரியும் உனது குடும்பத்தாரும் ஏற்றுக்கொள்வார்கள் என்ற தணிஷின் கேள்விக்கு மிகச் சாதரணமான பதில் ஒன்றை அளித்தார் ஜெராட். அதுதான் எனக்கு நன்றாக நினைவிலிருக்கிறது. அது என்னவென்றால், தணிஷ் எனும் நீங்கள் ஒரு கிருஸ்துவராக

மாறிவிடுங்கள். யாருக்குத் தெரியப் போகிறது. நீங்கள் ஒப்புக் கொண்டால் போதும். எனது சகோதரியை திருமணம் செய்து கொள்ள தயாரா நீங்கள்? சொல்லுங்கள் அதை முதலில் என்று மற்ற விஷயங்களை கூற மறுத்தார் ஜெராட் பிலிப்போனாவ். இதுவொரு நல்ல விஷயம் தான் என்று சொல்லி என் கணவர் பேச முற்படும் பொழுதே நான் அவரை பேசவிடவில்லை. எனக்கு இன்று வரையிலும் ஒன்று மட்டும் தெரியவில்லை. ஜெராட் எப்படி அவரது சகோதரியை இந்தத் திருமணத்திற்கு சம்மதம் தெரிவிக்க வைத்தார் என்பது மட்டும். தீர்க்கப்படாத சந்தேகமாக இன்னும் இருக்கிறது. அன்றிலிருந்து சரியாக இருபது நாட்களில் திருமணம் என்ற நிலையில் எனது கணவர் தணிஷ் என்பவரை 'மெக்லைன்' என்று அவர் சகோதரி சவானாவிடம் அறிமுகம் செய்து வைத்தார் ஜெராட் பிலிப்போனாவ்.''

''என்ன சொன்னீர்கள் சவானாவா?'' என்று வியப்பின் உச்சியில் திண்டாடி சற்றும் எதிர் பார்க்கவியலாத உணர்வில் திகைத்தான் எட்வின். ஜெராட் பிலிப்போனாவ் என்று அந்தப் பெண் இப்பொழுது வரை சொல்லிக் கொண்டு வந்தவர் தனது மாமா என்பதையும் தற்பொழுதுதான் அறிந்தான். அவனது உடல் முழுவதும் சிலிர்த்துக்கொண்டிருந்தது. அவனது இருதயமானது படபடக்கத் தொடங்கியது. முகத்தில் வியர்வைத்துளிகள் வடியத் தொடங்கின.

இதனை கவனித்த ஆர்யா ''என்ன தம்பி ஆயிற்று'' என்று கேட்டாள்.

''இல்லை, நீங்கள் மேலும் சொல்லுங்கள்'' என்று கூறிவிட்டு பெருமூச்சு விட்டான்.

''அதற்கு மேல் என்ன சொல்லவிருக்கிறது. வாழ்வே ஒன்றுமில்லாமல் போய்விட்டது'' என்று தொடங்கினாள் ஆர்யா.

''மெக்லைன் என்று அறிமுகம் செய்த பொழுதே இவர்தான் உன்னை திருமணம் செய்துகொள்ளப்போகிறார் என்று சொல்லி விட்டார் ஜெராட். அதற்கு முன்னதாகவே எல்லாவற்றையும் எனது சகோதரியிடம் நான் சொல்லிவிட்டேன். எனது குடும்பத்தாருக்கும் சொந்தகாரர்களுக்கும் இது குறித்து ஒன்றும் தெரியாது. மெக்லைன் என்பவர் எனது நண்பர் என்று மட்டுமே எல்லோருக்கும் சொல்லப்போகிறேன். நீங்களும் அப்படியே நடந்துகொள்ளுங்கள். திருமணத்திற்குப்பிறகு நீங்கள் சியாட் நகரை விட்டு பார்டிலைன் நகருக்குச் சென்று விடுங்கள். எல்லாம் மாறிவிடும் என்று கூறினார். எனது கணவருக்கு இதில் விருப்பமில்லை. எனது பிடிவாதத்தால் அவர் அமைதிகாத்தார். சவானாவுக்கும் இதில் முழுவிருப்பமிருந்தது. அவள் எவ்வளவு புனிதமானப் பெண். யாருக்குத்தான் இப்படிப் பட்ட மனம் வரும். இலகுவானவள் சவானா.''

சவானா என்று அவள் சொல்வதை கேட்கும் பொழுதெல்லாம் எட்வினது கண்களில் கண்ணீர் தேங்கிக்கொண்டே இருந்தது. அவனால் எவ்வளவு முயற்சி செய்தும் கட்டுப்படுத்த முடியவில்லை.

எட்வினது முகத்தைக்கூட கவனிக்காமல் பேசிக் கொண்டே இருந்தாள் ஆர்யா.

''இன்னும் இருபது நாட்களில் திருமணம் என்ற நிலையில், சவானா தணிஷை இல்லை.. இல்லை.. மெக்லைனை காதலிக்கத் தொடங்கிவிட்டாள். ஆனால் எனது கணவருக்கு விருப்பமில்லாத பொழுதும் சவானா எனும் அற்புதப் பெண்ணிடம் பேசிவந்தார்.

ஜெராட் தனது குடுபத்தாரிடம் மெக்லைன் இவர்தான் என்று சொன்ன பொழுது யாரும் அவரை ஏற்கவில்லை. ஏனென்றால் அவருடைய தோற்றம் எல்லாமும் இவன் தங்கள் சமூகத்தைச் சார்ந்தவன் இல்லை என்பதை வெளிப்படுத்தியது.

எது எப்படியோ நான் இவரைக் காதலிக்கத் தொடங்கி விட்டேன். இவரைத்தான் திருமணம் செய்வேன் என்று மிகவும் கடுமையாகச் சொல்லிவிட்டாள் சவானா.

தேவாலயத்தில் யாருமில்லாமல் பாதிரியாரின் முன்னிலையில் திருமணம் நடந்து முடிந்த பிறகு , நான் நினைத்தபடியே அவரை விட்டுச் சென்றேன். அது எவ்வளவு கொடிய காரியம் என்று தெரியுமா? சில நேரங்களில் தற்கொலைக்கும் முயன்றுவிட்டேன். துரதிஷ்டம் சாகத்தான் முடியவில்லை. அவர் வாழ்வில் மகிழ்ச்சி வர வேண்டும் என்றுதான் நினைத்தேன்.''

''என்னைத் தேட வேண்டாம் அன்புக் கணவரே, சவானா உண்மையாக உங்களை காதலிக்கிறாள். மிகவும் மென்மையானவள். இரு மனைவியுடன் வாழ்கின்றான் என்ற பழிச்சொல் வரக்கூடாது. நான் தடையாக இருக்க விரும்பவில்லை. ஒரு புது சமூகத்தினருடன் புத்தம் புதிய வாழ்வை அமைத்துக்கொள்ளுங்கள் என்று ஒரு வெள்ளைக் காகிதத்தில் எழுதிவிட்டுச் சென்றேன்.

அங்கிருந்து புறப்பட்டு பார்டிலைன் நகரிலுள்ள ஒரு சிறிய கிராமப் பகுதிக்கு வந்துவிட்டேன். கிட்டத் தட்ட பத்தாண்டுகள் கழிந்தன. அது வரையிலும் என் கணவர் சவானாவுடன் மிகச் சிறந்த வாழ்க்கை வாழ்ந்து கொண்டிருக்கிறார் என்ற நினைவிலையே வாழ்ந்தேன். ஆனால் எல்லாம் நிலைகுலைந்து விட்டது. எந்தப் பெண்ணும் செய்திராத தவறை செய்தேன் என்பதை அன்றுதான் அறிந்தேன். காலை பத்து மணியிருக்கும் பார்டிலைன் நகரிலுள்ள ஒரு சாராயக்கடையின் வாசலில் எனது கணவர் விழுந்து கிடப்பதைக் கண்டேன். மிகவும் அதிர்ச்சியடைந்த நான் அவரை முதலில் இழுத்துக் கொண்டு நான் பத்தாண்டுகளாக வசித்துவந்த சிலைன் கிராமத்திற்கு அழைத்து வந்தேன். தனிமையில்தான் இத்தனை ஆண்டுகள் வீடு வீடாக பாத்திரம் கழுவி வாழ்ந்து வந்தேன். அப்பொழுது சுயநினைவில்லாத அவர், பெரும் குடிபழக்கத்திற்குள் சிக்கிக்கொண்டதைக்கண்டு அழுது புலம்பினேன். மறுநாள் காலையில் என்னைப் பார்த்து வியப்படைந்த அவர் என் மீதுள்ள காதலை கொஞ்சமும் மறக்கவில்லை. ஏன் விட்டுச்சென்றாய் என் நிலையைப் பார்த்தாயா? இதுதானே உன் ஆசை என்று கதறி அழுதார் .

எல்லாம் தெரிய வந்தது. பத்துவருடங்களாகியும் அவர் சவானாவுடன் அன்பாக வாழவில்லை என்பதும் என்னுடையப் பிரிவின் வேதனையும், சவானாவின் குடும்பத்தாரின் தொடர் வெறுப்பாலும் மனம் உடைந்த என் கணவர் தணிஷ் யாதவ் எனும் மெக்லைன் குடிப் பழக்கத்தில் முழுமையாக ஆட்கொள்ளப்பட்டார் என்று உணர்ந்தேன். இரண்டு பேரின் வாழ்க்கையையும் என்னுடைய விருப்பத்திற்காக அழித்துவிட்டேன். இதற்கு தண்டனையே கிடையாதா என்றெல்லாம் தவித்திருக்கிறேன். மென்மையான ஒரு மனிதன் பத்தாண்டுகளில் இப்படி மாறியதற்கு நான் தான் காரணம். சில நாட்கள் என்னுடனே வாழ்ந்தார். தினமும் குடித்துவிட்டு வந்தார். எனது சம்பளப் பணத்தையெல்லாம் வைத்து குடித்தார். அன்பு ஆர்யா என்றெல்லாம் காதலைப் பொழிந்தார். அவர் மாறிவிட்டார். ஆனால் என் மீது கொண்ட காதல் மாறவில்லை. சிறிது நாளில் சவானாவை பார்த்து மன்னிப்புக் கேட்டு அவளின் நிலை அறிந்து அவளையும் இங்கேயே கூட்டி வரலாம் என்று தணிஷிடம் சொன்னேன். நானே இதற்கு முடிவு கட்டி விட்டு வருகிறேன் என்று சென்றவர், பத்து நாட்களில் திரும்பினார். சவானாவுடன் வருவார் என்று நினைத்தேன். ஆனால் அவர் மட்டுமே வந்தார். அதுவும் குடித்துவிட்டு. எங்கே சவானா என்று கேட்டேன். அவளுக்கு வர விருப்பமில்லை. இனி அவளைப் பற்றி கேட்காதே என்று சொல்லி விடைபெற்றார்.

எல்லாவற்றையும் துக்க நாட்களாகவே கடந்தேன். மிகவும் மகிழ்ச்சியான சம்பவம் ஒன்று நிகழ்ந்தது. அதிசயம் நடந்தது. அது அற்புதமான நிகழ்வு. ஐந்து வருடங்களுக்குப் பிறகு ஒரு பெண் குழந்தைப் பிறந்தது. அது எப்படிப்பட்ட அதிசயம் பார்த்தாயா? இருந்தும் அவர் குடித்துக் கொண்டே இருந்தார். அந்தக் குழந்தையால் சிறிய மாற்றம் ஏற்பட்டது. தந்தை எனும் பொறுப்பில் ரிக்சா ஓட்டி என் மகளைப் படிக்க வைப்பேன் என்று சொன்னார். பார்டிலைன் நகருக்கு வந்தோம். அப்பொழுதும்

குடிப்பதை நிறுத்தவில்லை. எல்லாம் என் தவறுதானே. பரவாயில்லை என்று எல்லாவற்றையும் ஏற்றுக்கொண்டேன். வன்யா எனப் பெயர் சூட்டினோம். வன்யாவுக்கு ஐந்து வயது ஆகும் பொழுது, அதாவது இன்றிலிருந்து ஐந்தாறு வருடங்களுக்கு முன்பு அவர் இறந்து போனார். குடிகாரனாக இறந்து போனதற்கு நான்தான் காரணம். எனது வேதனைகளை உன்னால் புரிந்துகொள்ள முடிகிறதா?''

''ம்.. ஆமாம்''

''உன்னால் புரிந்துகொள்ள முடியவில்லை என்றாலும் எனக்கு சந்தோஷம்தான். ஏனென்றால் யாரும் எனக்கு கருணைகாட்ட கூடாது என்று நான் நினைக்கிறேன். எனது சுய முடிவினால் பிடிவாதத்தால் எனது கணவர் இறந்து போனார். என்னால் மனம் உடைந்து இறந்தவர்தான் என்றாலும்கூட கருணையுள்ளம் கொண்ட அவர்தான் உன்னை இங்கு வரவழைத்து இருக்க வேண்டும். சவானாவின் சாபம் நிச்சயம் என்னை சபிக்கும். இல்லை இல்லை.. சவானா அப்படி என்னை சபித்திருக்கமாட்டாள். அவள் பாவப்பட்டவள், இரக்கம் கொண்டவள். அவள் எங்கிருந்தாலும் நன்றாக இருப்பாள். இல்லை அவள் என்னால் பாதிக்கப்பட்டவள். ஐயோ நான் கொடூரமானவள் '' என்று அழுது புலம்பினாள் ஆர்யா .

அவளது கண்ணீரில் உண்மை கனத்துகொண்டிருந்தது. ஒவ்வொரு துளியும் மண்டபத்தின் கற்தரையில் பட்டுச் சிதறியது. அது, அவளது தாங்க முடியாத பாரம் அவள் மனதிலிருந்து பல வருடங்களுக்குப்பிறகு வெளிப்படுவதை உணர்த்தியது .

மண்டபத்திலிருந்து சிலர் அவளைப் பார்த்துவிட்டு இரக்கமுடைய முகத்தோற்றத்துடன்தங்களைபாவித்துக்கொண்டனர்.

எட்வின் என்ன பேசுவதென்றே தெரியாமல், தனது தந்தையின் வாழ்வியல் துயரத்தைப் பற்றிய விவரிக்க முடியாத கேள்விகள் அவன் மனம் முழுவதும் ஆக்கரமிக்கத் தொடங்கியது .

"தம்பி, உன்னுடைய இந்தப் பணம் எனக்கு தேவைப்படப் போவதில்லை. எனது மகள் வன்யாவின் படிப்புக்குப் பயன்படும். அவளை படிக்க வைக்க இந்தப் பணம் போதும். இந்தப் பணத்தில் அவளை பள்ளியில் சேர்த்துவிடுவேன். உனக்கும் நன்றி தம்பி. எனக்கு திருமணம் ஆன பொழுதே மகன் பிறந்திருந்தால் உன்னைப் போலவே இன்று இருந்திருப்பான்."

அவளது இந்த வார்த்தை எட்வினது மனதில் ஏற்கனவே ஏற்பட்டிருந்த தாக்கத்தைவிடவும் அதிகரித்துக்கொண்டே சென்றது.

அத்தியாயம் - 7

''என்னை நீங்கள் மன்னித்துவிடுங்கள். பழைய விஷயங்களையெல்லாம் நினைவுபடுத்தி உங்களைகலங்கவைத்துவிட்டேன்.''

''அப்படியெல்லாம் நினைக்காதே தம்பி. உனது பெயர்கூட எனக்குத் தெரியாது. மனதில் கிடந்தவற்றை எல்லாம் உன்னிடம் சொல்லிவிட்டேன். நான்தான் உனக்கு நன்றி சொல்ல வேண்டும். உனக்கும் கடவுளுக்கும் நன்றி.''

''உங்கள் கணவரது தம்பி.. அவர்கள் எல்லாம் இந்த நகரில்தானே வசிக்கிறார்கள் ?''

''அவர்கள் குடும்பத்துடன் வெளிநாட்டுக்குச் சென்று விட்டார்கள். நிலங்கள், இங்குள்ள சொத்துகளையெல்லாம் விற்று விட்டார்கள். யாதவ் சேகரன் என்ற மனிதர் சேகரித்த எல்லாம் மறைந்துவிட்டது.''

''அடக் கடவுளே. உங்கள் தந்தை ?''

''அவர் இருந்திருந்தால், நான் ஏன் இங்கு இப்படி இருக்கப் போகிறேன் ?''

''உங்களுக்கென யார்தான் இங்கு இருக்கிறார்கள் ?''

"இங்கு மட்டும் இல்லை, இந்த உலகில் எனக்கென இருப்பவள் என் மகள் வன்யா மட்டுமே. எனக்கு அவள், அவளுக்கு நான். அவ்வளவுதான். பணம் இருக்கும் வரைதான் உறவுகளும் இருக்கும்.''

அப்படியெல்லாம் சொல்லாதீர்கள். உங்களுக்கு மகன் நான் இருக்கிறேன் என்று சொல்லத் துடித்தான் எட்வின். ஆனால் அவன் மனதில் உதித்த வார்த்தைகள் வெளியில் ஒலிக்கவில்லை.

"மனிதர்கள் மாறிக்கொண்டே இருக்கிறார்கள்'' என்று சொல்லிவிட்டு, "ஆமாம் உங்கள் மகள் வன்யா எங்கே?'' என்று கேட்டான் எட்வின்.

"அவள் இங்கேதான் எங்கேயாவது விளையாடிக் கொண்டிருப்பாள்'' என்று கூறிவிட்டு மண்டபத்திலிருந்து வெளியே செல்வதற்காக எழுந்தாள்.

அப்பொழுது அந்தப் பக்கமாக "அம்மா'' என்று ஓடிவந்தாள் வன்யா.

அந்தச் சிறுமியைப் பார்த்தவுடன் பெரும் மகிழ்ச்சி எட்வினுக்கு ஏற்பட்டது. அந்தச் சிறுமியின் முகம் நிலவைப் போன்று இருந்தது. அவளது தெளிவான பார்வை மிகவும் பிரகாசமாகவும் பார்ப்பவர்களின் கண்களைகவர்ந்து செல்வதாகவும் இருந்தது. அந்தச் சிறுமியின் எளிமையான தோற்றம் அவளது அழகைக் கூட்டியது. மேலும் எட்வினுக்கும் அவளது வறுமையான நிலை இரக்கமெனும் உணர்வைத் தூண்டியது. தனக்கொரு அழகான தங்கை இருக்கிறாள் எனும் எண்ணம் அவனது எல்லாக் கவலைகளையும் ஒரே நொடியில் மறக்கச் செய்தது. இவளுக்காக எதையும் செய்யவேண்டும் என்ற நினைப்பில் மூழ்கிக்கொண்டிருந்தான் எட்வின்.

அந்த சமயத்தில் ஆர்யா தனது மகள் வன்யாவை எட்வினிடம் அழைத்து வந்து "இவருக்கு நன்றி சொல்'' என்று கூறினாள்.

"நன்றி..'' என்று அழகாக உச்சரித்த அவள், "யார் அம்மா இவங்க?'' என்று வினவினாள்.

"இவர் உனக்கு அண்ணன்" என்று ஆர்யா சொன்னவுடன் எட்வின் ஒரு புன்னகை செய்துவிட்டு. "ஆமாம் குட்டி, நான் உன் அண்ணன். எங்கே அண்ணா என்று சொல்" என்று அவளிடம் கொஞ்சிப் பேசினான்.

"அண்ணா... அண்ணா" என்று சிரித்துக்கொண்டே சொல்லிவிட்டு வெட்கத்தில் அவளது அம்மாவின் காலுக்கிடையில் சென்று அவளது முகத்தை மறைத்து கொள்ள முயற்சி செய்து கொண்டிருந்தாள் வன்யா.

"ஆகா! எத்தனை அழகு என் தங்கை" என்று சொல்லிக் கொண்டான் எட்வின்.

"நீங்கள் எங்கே வசிக்கிறீர்கள்?" என்று ஆர்யாவைப் பார்த்துக் கேட்டான் எட்வின்.

"இதுவென்ன கேள்வி, எங்களுக்கு எல்லாமே இந்தக் கோவில்தான். இந்த இடத்தைவிட்டு எங்கே செல்வது. இதோ இந்த மண்டபத்தில் தான் படுத்துக்கொள்வோம்" என்று எதார்த்தமாக சொன்னாள் ஆர்யா.

"நாளையும் உங்களை சந்திக்கலாம் அல்லவா? அதாவது வன்யா-வை எனக்கு ரொம்ப பிடித்துவிட்டது. மெக்லைன் என்ற மனிதருக்கு நான் செய்ய வேண்டிய கடமை இன்னொன்றும் இருக்கிறது. அதைச் செய்ய நீங்கள் அனுமதிப்பீர்கள் என்றுதான் நினைக்கிறேன்."

"தம்பி உனது பெயர் என்ன?"

"எட்வின்.. எட்வின் இமான் எனது பெயர்."

"நீ சிறப்புமிக்கவன். ஏனென்றால் வெகுதூரத்திலிருந்து இங்கு வந்திருக்கிறாய். எதிர்பாராத விதத்தில் என்னைச் சந்தித்திருக்கிறாய். அனேகமாக வேறு ஏதோ முக்கியமான வேலையாகத்தான் நீ வந்திருக்க வேண்டும். எல்லாம் நல்லதாகவே முடியும். நான்

இழிவான நிலையில்தான் இருக்கிறேன். ஆனால் என் மனம் பக்குவம் பெற்றுள்ளது. என்னை நானே காயப்படுத்திக் கொள்ளத் தான் பிச்சையெடுத்துக் கொண்டிருக்கிறேன். பிரசித்தி பெற்ற இந்த கோவிலுக்கு, ஷட்ஜல் நகரிலிருந்தும் சரி நியதி கிராமத்திலிருந்தும் சரி எல்லா மக்களும் வந்து செல்வார்கள். எனது கிராமத்தில் உள்ளவர்கள் எல்லாம் என்னை அடையாளம் கண்டு இரக்கப் படுவதும் உண்டு. கேலி செய்வதும் உண்டு. அதுதான் எனக்கான தண்டனை. நானே துன்பங்களைத் தேடிக் கொண்டேன்.''

''நீங்கள் ஏன் உங்களைத் தண்டித்துகொள்ள வேண்டும். எல்லாவற்றையும் நீங்கள் தெரிந்தோ திட்டமிட்டோ செய்ய வில்லையே. பிடித்தமானவரின் நலனுக்காக செய்தீர்கள். இதில் உங்கள் தவறு ஒன்றுமில்லை.மேலும் உங்களால் இந்தச் சிறியவளும் பாதிக்கப்பட வேண்டுமா? அவளின் எதிர்காலத்தைப் பற்றி யோசித்தீர்களா?''

''எதிர்காலத்தைப் பற்றி நான் இனி யோசிக்கப் போவதே இல்லை. அப்படி செய்ததால்தான் என் கணவரை இழந்தேன். எவ்வளவு கிறுக்குத்தனமான ஒன்று. அந்தத் தவறை மீண்டும் செய்ய விரும்பவில்லை. போதும், இருக்கும் வரை இவளுடன் வாழ்ந்துவிட்டுச் செல்லலாம் அதுவொன்றே எனது ஆசை.''

''உங்களது எண்ணம் மிகவும் தவறாக இருக்கிறது. வன்யாவுக்கு யார் இருக்கிறார்கள்? நீங்கள் இருக்கும் பொழுதே அவளுக்கான எதிர்காலத்தை உருவாக்கிவிட்டுச்செல்ல வேண்டும்.''

''தம்பி, போதும்'' என்று குறுக்கிட்ட அவள். ''எனக்கு எதுவும் தெரியவில்லை. ஒரு பைத்தியகாரி போலத்தான் தினமும் செயல்பட்டுக்கொண்டிருக்கிறேன். பைத்தியங்கள் கூட சில நேரங்களில் சரியாக யோசிக்கும். நான் அப்படியும்கூட எதுவும் சிந்திக்கவில்லை. நான் உங்களிடம் ஒன்றை மட்டும் சொல்ல ஆசைப்படுகிறேன். சொல்லட்டுமா? அது சரியாகத் தான் இருக்கும் என்று எனது மனம் சொல்கிறது.''

"சொல்லுங்கள்" என்றான் எட்வின்.

அப்பொழுது வன்யா கோவிலுக்குள் ஓடிக்கொண்டிருப்பதை கவனித்தான் எட்வின்.

"ஏய் வன்யா இங்கே வா" என்று கத்தினான் அவன்.

"அவள் வந்து விடுவாள்"

"நீங்கள் என்ன சொல்ல வந்தீர்கள்? சொல்லுங்கள்."

"அது, பலர் எங்கள் மீது இரக்கம் கொள்வார்கள். ஏனென்றால் என் நிலை அப்படி. பத்து வயது குழந்தையும் ஒரு பெண்ணும் தனிமையில் வாழ வழியின்றி பிச்சையெடுத்துக் கொண்டிருக்கிறாள் என்றும் சிலர், இவள் நன்றாகத் தானே இருக்கிறாள் வேலை பார்த்து சம்பாதிக்க என்ன கேடு என்று வெறுப்பும் கொள்வார்கள். இதுவரையில் இப்படிப்பட்ட வர்களைத்தான் பார்த்திருக்கிறேன்.

நீ எங்கள் மேல் கருணை காட்டுபவனாகத் தெரியவில்லை. உனது அன்பை எங்கள் மீது வெளிக்காட்ட முயல்கிறாய். இதனைத் தான் நான் சொல்லவந்தேன்."

அவன் அதற்கு பதிலேதும் கூறாமல், "பணத்தை பத்திரமாக வைத்துக்கொள்ளுங்கள்" என்று கூறி அங்கிருந்து புறப்பட்டான்.

அத்தியாயம் - 8

மாடியில் நின்றுகொண்டிருந்த எட்வின், இரவினையும் லேசாக வீசும் தென்றல் காற்றினையும் இரசித்துக்கொண்டிருந்தான். மதியப் பொழுது தொடங்குவதற்கு முன்பாகவே அவன் ஆலயத்தை விட்டு பின்புறமாக அமைந்திருந்த விடுதி ஒன்றில் சில நாட்கள் தங்குவதற்கான ஏற்பாடுகளை அப்பொழுதே செய்துவிட்டான். தற்பொழுது அவன் அறையிலிருந்து மூன்று தளத்தைத் தாண்டியுள்ள மாடியில் நிலவைப் பார்த்தபடியே நின்றுகொண்டிருக்கிறான்.

அவனது எண்ணம் முழுவதும் அமைதியிலிருந்தது. தற்பொழுது அவன் தன்னுணர்வுகளோடு இல்லை. உள்ளுணர்வின் பிடியில் உள்ளான். விலைமதிக்க முடியாத செல்வம் கிடைத்திருப்பதாகவும், தனக்கு கிடைத்த முதல் உண்மையான உறவு வாழ்ந்துக் கொண்டிருப்பதாகவும் நினைத்துக்கொண்டிருந்தான். தனது தங்கை வன்யாவிற்காக, அன்புமிக்க ஆசிரியரையும்கூட அவன் தியாகம் செய்ய தயாராகிவிட்டான். யார் யாருக்காகவோ வாழ்ந்து வந்த தனது வாழ்க்கையை முற்றிலுமாக மாற்றிவிடத்தான் எனது உறவுகளை எங்கிருந்தோ வந்து கண்டுபிடித்திருக்கிறேன் என்று தனக்குள் சொல்லிக்கொண்டிருந்தான். பிறகு அவன் வழக்கம்போல் வேறு எதுவும் தனது சிந்தனைக்குள் சிக்கிவிடக் கூடாது என்பதற்காக நட்சத்திரங்களை எண்ணத்தொடங்கினான். கிட்டத்தட்ட

நட்சத்திரங்களின் எண்ணிக்கை எட்டுநூறை நெருங்கிக்கொண்டிருந்தது. எண்ணிய நட்சத்திரங்களை மீண்டும் மீண்டும் எண்ணினாலும் கூட அவன் எண்ணிக்கொண்டிருக்கும் எண்களின் வரிசையில் எந்தக் குழப்பமும் இல்லை. சிறிது நேரத்தில் சோர்ந்து போன அவன் மாடியிலிருந்து கோபுரத்தைப் பார்த்தான். மிகவும் அழகாகக் காட்சியளித்த அந்தக் கோபுரம் அவனைக் கவர்ந்திழுத்தது.

''இப்படிப்பட்ட ஆலயங்களெல்லாம் கட்டப்பட்ட காரணம் என்ன? மக்கள் ஏன் தங்கள் கடவுளரை மட்டும் வழிபட்டு விட்டு பிற மதங்களைப் பற்றி எந்த விஷயத்தையும் அறிந்துகொள்ள ஆர்வமில்லாதவர்களாக இருக்கின்றார்கள். எல்லா மதங்களும் தங்களுக்கென ஒரு தனித்துவம் அடைந்திருக்கின்றனவா? இல்லை வாழ்ந்து சென்ற மனிதர்களால் எல்லாம் உருவாக்கப்பட்டதா? ஐயோ, இப்படிப்பட்ட கேள்விகளால்தான் நான் இந்த நிலையில் இருக்கிறேன். இனி மதம் சார்ந்த விவரங்களை முழுமையாக தெரிந்துகொண்டு பொதுவில் பேசினாலும், இந்த மக்களுக்கு அதையெல்லாம் புரிந்துகொள்ளப் போதிய அறிவு இல்லையென்று தான் எனக்குத் தோன்றுகிறது'' என்று பேசிக்கொண்டிருந்தான்.

''தம்பி தனியாக யாரிடம் பேசிக்கொண்டிருக்கிறாய்'' என்று அழுத்தமான குரலில் யாரோ ஒருவர் கேட்டபொழுது, ஒரு நிமிடம் பயந்துபோன அவன் அந்த மனிதரைப் பார்க்க முற்பட்டான். இருளில் அவரது முகம் சரியாகத் தெரியவில்லை. இருந்தாலும் அந்த மனிதனின் உடல் உருவம் சாதாரண மனிதர்களைக் காட்டிலும் இரண்டு மடங்கு பெரியதாக இருந்தது. அந்த மனிதன் அவனருகில் வர வர அவரது முகம் சற்றுத் தெளிவாகத் தெரிந்தது. அந்த மனிதருக்கு அவனை விட ஒரு பத்து வயதாவது அதிகமாக இருக்கும் என்பதை அவன் தன் மனதில் நினைத்துக்கொண்டான். தாடி நிறைந்த முகம், அவரது உருண்டையான தோற்றம் எட்வினுக்கு விசித்திர உணர்வை ஏற்படுத்தியது. அவரை சில நொடிகள் கூர்ந்து பார்த்தான்.

"என்ன தம்பி அப்படி பார்க்கிறாய்? இந்த விடுதியில் இதற்கு முன்னால் உன்னைப் பார்த்ததே இல்லையே. ஆனால் உன்னை வேறெங்கோ பார்த்திருப்பது போலத் தோன்றுகிறது."

"அதற்கு வாய்ப்பில்லை. இந்த ஷட்ஜல் நகருக்கு நான் புது மனிதன்."

"ஓ.. அப்படியானால் நீ எங்கிருந்து வருகிறாய்?"

"நான் வெயிண்ட் நகரிலிருந்து..."

"நீங்கள்?"

"நான் இங்குதான் வெகுநாட்களாக இருக்கிறேன்"

"விடுதியில் வெகுநாட்களா? உங்கள் குடும்பம் எங்கிருக்கிறது?"

"எல்லாம் இங்குதான் இருக்கிறார்கள். இந்த நகரில்தான். கொஞ்சம் தொலைவில் வசிக்கிறார்கள். வேலைகாரணமாக அவர்களைப் பிரிந்து இருக்க வேண்டிய நிலை. மாதம் இரண்டு முறையாவது சென்று அவர்களைப் பார்த்துவிடுவேன்."

அந்த மனிதன் முன்பே அறிமுகமானவனைப் போல பேசிக் கொண்டிருந்தான்.

லேசாக எரிச்சலடைந்த எட்வின், அவரைப் பார்த்து சிரித்து விட்டு தனது பார்வையை வேறு பக்கமாக செலுத்தினான். வேறென்ன பேசுவது என்று தெரியாமல் அங்குமிங்குமாகப் பார்த்துக்கொண்டிருந்தான்.

"எத்தனை நாட்கள் தங்கப் போகிறாய்?"

"அது தெரியவில்லையே. இங்கிருக்கும் வேலையைப் பொறுத்து" என்றான் எட்வின்.

"நான் எதற்கு கேட்கிறேன் என்றால் இந்த விடுதியில் ஒரு நாளுக்கு ஒரு வாடகை. அதாவது மாத தவணையில் கட்டினால் சலுகையுண்டு. அதற்குத்தான் கேட்டேன்."

''ஆமாம், இப்படியெல்லாம் இருக்கிறது என்பதை வந்த பொழுதே மேனேஜர் சொன்னார்.''

''சரி தம்பி, நான் இங்கு வருடத் தவணையில் பணம் கட்டி தங்கியிருக்கிறேன். இதைவிடவும் விலை குறைவான விடுதி இந்த ஷட்ஜல் நகரில் எங்கும் கிடையாது. நீ இதற்கு முன்பாக இங்கு வந்திருக்கிறாயா?''

''இதுவே முதல்முறை இதற்கு முன்பு இங்கு வந்ததேயில்லை. அதைதான் உங்களிடம் கூறினேன் அல்லவா?''

''நான் கவனிக்கவில்லை தம்பி. நானும் உன்னைப் போலத்தான் சிறிய வயதிலேயே வந்து விட்டேன்..'' என ஆரம்பித்த அவர் பேசிக்கொண்டே இருந்தார்.

வெறுப்படைந்த எட்வின் வேறு வழியில்லாமல் அந்த மனிதர் வளவளவெனப் பேசிக்கொண்டிருப்பதைக் கேட்டுக் கொண்டிருந்தான். எப்படியும் இப்பொழுதைக்கு தன்னை விடப்போவதில்லை என்று அறிந்த அவன்,

''நான் ஓய்வெடுக்கச் செல்லப் போகிறேன். நாளை பார்க்கலாம்'' என்று கூறிவிட்டு தனது அறையை நோக்கி இறங்கினான்.

அறைக்கு வந்த அவன், நாளை என்ன செய்யப் போகிறோம் என்று சிந்தித்தான். முதல் வேலையாக அவர்களிடம் நான் யார் என்பதை சொல்லிவிட வேண்டும். பிறகு அவர்களுக்கென நல்ல வாழ்க்கை சூழலை அமைத்து தர வேண்டும். இந்த முடிவில் எந்த மாற்றமும் கிடையாது என்று நினைத்துவிட்டு, தான் கொண்டு வந்த ஒரே ஒரு பையில் துணிகளும் புத்தகங்களும் இருப்பதைக் கண்டு அவனே சிரித்தான். இபொழுது நமக்கென இருக்கும் சொத்து இந்த பையில் இருப்பது மட்டுமே என்று கூறிக்கொண்டு 'தி வோர்ல்ட் யூனியன்' என்ற புத்தகத்தை வெளியில் எடுத்தான். அப்பொழுது அந்த புத்தகத்துடன் ஒட்டிவந்த கடிதத்தைப் பார்த்தான். அது, தான்

தனது நண்பன் கார்டலுக்கு எழுதி அனுப்பாமல் வைத்திருந்த கடிதம் என்பதை நினைவுபடுத்திக் கொண்டு, தனது நண்பன் கார்டலைப் பற்றி நினைத்தான்.

தனது நண்பன் கார்டல் கண்டிப்பாக அவன் முன்னதாக எழுதியிருந்த கடிதத்திற்கு தன்னுடைய பதில் கடிதத்தை எதிர்பார்த்துக் காத்துக் கொண்டிருப்பான். உண்மையில் அவன் எனக்கானவன் என்றவாறு பெருமித உணர்வோடு 'தி வோர்ல்ட் யூனியன்' புத்தகத்திலிருக்கும் முதல் பக்கத்தினை படிக்கத் தொடங்கினான். அதிகப் பக்கங்ககள் கொண்ட அந்தப் புத்தகத்தை வெகு நேரமாக வாசித்துக் கொண்டிருந்தான். தற்பொழுது அவனால் தூக்கத்தை கட்டுப்படுத்த முடியாமல், சிரமப்பட்டு வாசித்துக் கொண்டிருந்தான். பிறகு தன்னையறியாமல் உறங்கிவிட்டான்.

பொழுது விடிந்துவிட்ட நிலையிலும் அவனால் படுக்கையிலிருந்து எழமுடியவில்லை.

அத்தியாயம் - 9

நேற்றுப் போலவே இன்றும் அவர்கள் அங்குதான் இருப்பார்களா? என்று சிந்தித்தபடி ஆலயத்தை நோக்கி நடக்கத் தொடங்கினான் எட்வின். அவன் அந்த இடத்தை அடைந்ததும் அவர்கள் இருவரையுமே தேடினான். வன்யா எங்காவது விளையாடிக் கொண்டிருக்கிறாளா என்று அவளை சுற்றிலும் பார்த்தான். அவர்கள் இருவருமே அவனுக்குத் தென்பட வில்லை. ஒரு வேளை அவர்கள் ஆலயத்திற்குள் இருக்கலாம் என்ற சந்தேகத்தோடு உள்ளே சென்றான். அவன் நினைத்தவாறே வன்யா கோவிலின் வளாகத்தில் ஓடிக்கொண்டிருந்தாள்.

"வன்யா..வன்யா.." என்று அழைத்துக்கொண்டு அவள் பின்னாலே ஓடினான் எட்வின். எட்வினைப் பார்த்ததும் குறும்புத் தனமாக இன்னும் கொஞ்சம் வேகமாக ஓடிய அவள் தடுக்கிட்டு கீழே விழுந்தாள்.

தன்னால்தான் தவறி விழுந்தாள் என்று பதறிப்போன எட்வின் அவளருகே சென்று அவளைத் தூக்கி கை கால்களை உதறச் சொன்னான்.

''பார்த்துச்செல்ல வேண்டாமா?'' என்று மிகுந்த அக்கறையுடன் சொன்னான்.

ஆனால், வன்யாவுக்கு எந்த வலியும் இல்லாதவளை போல வெட்கத்தில் சிரித்துக்கொண்டிருந்தாள்.

''என்னை விடுங்கள்'' என்று துள்ளிய அவளை கீழே இறக்கினான் எட்வின்.

''உனது அம்மா எங்கே இருக்கிறார்?''

''இங்கேதான். என்னுடன் வாருங்கள்'' என்று தனது அம்மா விருக்கும் இடத்திற்கு எட்வினை அழைத்துச் சென்றாள் வன்யா.

''அதோ அங்கிருக்கிறாள்'' என்று கத்தினாள் வன்யா.

''அம்மாவை அப்படியெல்லாம் சொல்லக்கூடாது. மரியாதையாக சொல்லவேண்டும்'' என்று வன்யாவிடம் கூறினான் எட்வின்.

வரிசையில் நின்று கொண்டிருந்த தனது அம்மாவின் அருகே சென்று அவளும் நின்று கொண்டாள்.

இந்த வரிசை எங்கு செல்கிறது என்று எட்வின் பார்த்தான். அது ஒரு கூடாரத்திற்குள் சென்று கொண்டிருந்தது. கூடாரத்தின் நுழைவு இடத்தில் அன்னதானம் வழங்குமிடம் எனும் பலகையைப் பார்த்துவிட்டு தானும் அந்த வரிசையில் நின்றுவிடலாமா? என்று சிந்தித்தான். பிறகு கூச்ச உணர்வால் அந்த சிந்தனையிலிருந்து விலகி வன்யாவை நோக்கினான். அவள் தன் அம்மாவிடம் தன்னைத்தான் சுட்டிக்காட்டுகிறாள் என்பதை அறிந்து ஆர்யாவைப் பார்த்து அவன் புன்னகைத்தான்.

எட்வினைப் பார்த்ததுமே அவள் அந்த வரிசையிலிருந்து வெளியேறி எட்வினை நோக்கி நடந்து வந்தாள் ஆர்யா. அவளது கைகளைப் பிடித்துக்கொண்டே வன்யாவும் வந்தாள்.

''நீங்கள் மாலையில்தான் வருவீர்கள் என்று நினைத்தேன். எல்லா வேலைகளையும் முடித்துவிட்டீர்களா?'' என்று ஆர்யா கேட்டாள்.

''அதுவெல்லாம் இருக்கட்டும். நான் உங்களிடம் ஒன்றைச் சொல்லியே ஆகவேண்டும். அதைக் கேட்டுவிட்டு உங்கள் நிலை என்னவாக இருக்கும் என்று எனக்குத் தெரியவில்லை. ஆனால் நிச்சயமாக அது வருத்தம் அளிக்கக்கூடியதாகத்தான் இருக்கும்.''

''சொல்லுங்கள் தம்பி'' என்று எந்தவித எதிர்பார்ப்புமின்றி கேட்கும் மனநிலையில் இருந்தாள் ஆர்யா.

''சவானா இறந்துவிட்டார்''

''தம்பி என்ன சொன்னீர்கள்?''

''மெக்லைனின் மனைவி சவானா இறந்து ஐந்து ஆண்டுகளுக்கு மேல் ஆகிவிட்டது.''

''இருக்காது, நான்தான் இறக்கவேண்டியவள். ஒன்றும் அறியாத அவள் ஏன் இறந்திருக்க வேண்டும்? அவள் எங்காவது வாழ்ந்துக்கொண்டிருக்க வேண்டும். நீங்கள் வேறு யாரையோ மாற்றிச் சொல்கிறீர்கள் தம்பி. இதை என்னால் நம்பவே முடியாது'' என்று கூறிய அவளது உடல் முழுவதும் பரபரப்பும் நடுக்கமும் பரவிக்கிடந்தது.

''இதை நம்பித்தான் ஆகவேண்டும்'' என்றான் எட்வின்.

''உங்களுக்கு எப்படித் தெரியும் சவானாவை..?''

''நான் அவளது மகன்'' என்று நிறுத்திக்கொண்டான் எட்வின்.

அடுத்த நொடியிலேயே தன்னை நிதானப்படுத்திக்கொண்டு எட்வினை நேருக்கு நேராகப் பார்த்தாள். தனது பார்வையை அவன் மேலிருந்து அகற்றாமல் அவனையே சில நிமிடங்கள் பார்த்துக் கொண்டிருந்தாள்.

எட்வின்தன் மனதினுள் வருந்திக்கொண்டிருந்தான்.

எதையோ யோசிப்பவளைப்போல நின்று கொண்டிருந்தாள் ஆர்யா.

"எந்தக் காரணமும் இல்லாமல் அவள் இறந்திருக்கக் கூடாது. என்னைப் போன்ற சீர் கெட்ட ஒருத்தி வாழ்ந்துக்கொண்டிருக்கும் பொழுது, மிகவும் அற்புதம் பொருந்திய மனதை உடையவள் எப்படி இறக்கக்கூடும்.''

"எனது தாயின் மரணம் எதனால் நிகழ்ந்தது என்பது அந்த கடவுளுக்கு மட்டும்தான் தெரியும்'' என்று எட்வின் பதிலளித்தான்.

தற்சமயம்தான் ஆர்யாவுக்குத் தெரியவந்தது. எட்வின் மிகவும் சங்கட்டமான சூழ்நிலையில் இருக்கின்றான் என்றும் அவன் உறவுகளற்ற ஒருவனாக நின்றுக்கொண்டிருப்பதையும் உணர்ந்து கொண்டாள்.

"எட்வின். அதுதானே உனது பெயர். உன்னைக் கட்டி அணைத்துக்கொண்டு, கதறியழமனம் துடிக்கின்றது. மகனே என்றுச் சொல்ல இருதயமானது ஏங்குகிறது. ஆனால்.. எனக்கு நடுக்கமாக இருக்கிறது. இப்படியொரு நிலைக்கு போய்விட்ட நான் எவ்வாறு உன்னை அரவணைப்பது'' என்று பேசிக்கொண்டிருக்கும் பொழுதே அவளது கண்களிலிருந்து கண்ணீர் வழியத் தொடங்கியது.

"நீங்களே அப்படியொரு முடிவை எடுத்துவிடாதீர்கள். உங்களைவிட நானும் எந்தவிதத்திலும் சிறந்தவன் அல்ல. மெக்லைன் எனும் குடிகாரத்தந்தையை எனக்குப் பிடிக்காதுதான். இருந்தாலும் அவருக்கு ஏற்பட்ட நிலை மோசமானது. உங்களையும் குறைகூறவில்லை. உங்களின் தியாக உணர்வு யாருக்கும் வந்து விடாது. நடந்தவை எல்லாம் ஒரு கனவு மாதிரியான சம்பவங் களாகவே எனக்குத் தெரிகிறது.''

"தம்பி, நீ உன் கடந்த காலத்தில் எவ்வளவு துயரங்களை தாண்டி வந்திருக்கிறாய் என்பது எனக்குத் தெரியவில்லை. ஆனால், ஒன்றுமட்டும் உண்மை. உன் வாழ்வில் நீ அனுபவித்த எல்லா துன்பங்களுக்கும் நான்தான் ஏதோ ஒரு வழியில் காரணமாக இருக்கின்றேன்.''

"அப்படியெல்லாம் நீங்கள் நினைக்காதீர்கள். நான் கடந்து வந்த நாட்களை நீங்கள் அறிந்திருக்கமாட்டீர்கள்.''

"இல்லை தம்பி, நீ எந்த விளக்கமும் தர வேண்டாம். உனது தந்தை ஏற்கனவே திருமணம் செய்திருக்கிறார் என்பதை எவ்வாறு அறிந்து இந்த இடத்திற்கு வந்தாய் என்பது எனக்கு தெரிந்துகொள்ள வேண்டும் என்ற ஆர்வம் இல்லை. அது பயனற்ற ஒன்று. நான் இப்பொழுது மகிழ்ச்சியாக உள்ளேன். உன்னை போல் ஒருவன் எனக்கு மகனாக இருப்பான் என்று சிறிதும் நினைத்ததில்லை. அதைவிடவும் எனது வன்யா..''

"நீங்கள் எதுவும் சொல்ல வேண்டாம்'' என்று குறுக்கிட்டான் எட்வின். "வன்யா எனது தங்கை. எங்கே போனாள் அதற்குள்'' என்று அவன் அந்த சிறுமியைத் தேடினான்.

"அவள் ஓரிடத்திலேயே இருக்க மாட்டாள். இந்தக் கோவிலைச் சுற்றியுள்ள எல்லாகடைக்காரர்களிடமும் நன்றாக பழகியிருக்கிறாள்.''

"யாருக்குதான் அவளைப் பிடிக்காது. ஆனால் ஒருவர் கூடவா அவளைப் படிக்க வைக்க வேண்டும் என்று கூறவில்லை.''

"தம்பி, அதற்கெல்லாம் அவர்கள் முன்வரமாட்டார்கள். அவரவரது வேலைகளையே செய்ய அவர்களுக்கு நேரம் இருக்காது. ஆனால் அவர்கள் வன்யாவிடம் இரக்கத்துடன்தான் பழகிவருகிறார்கள்.''

"நான் உங்களை அம்மா என்று அழைக்கலாமா?''

மா. பாலகுமரன் 211

உணர்வுப்பூர்வமான அவனது அந்தக் கேள்வியில் பெரும் தாக்கத்துக்குள்ளான அவள் வார்த்தைகளற்று எட்வினது கரங்களைப் பிடித்தாள்.

அவர்களிடத்தில் அன்பெனும் உணர்வைத் தவிர வேறு எந்தவித உணர்வுமில்லாமல் நின்றுகொண்டிருந்தனர்.

கோவில் வளாகத்தை முழுவதுமாக சுற்றிவந்த வந்த வன்யா, வேகமாக மூச்சு விட்டுக்கொண்டிருந்தாள்.

"ஏய், இங்கு வா" என்று அவளை அழைத்தாள் ஆர்யா.

எட்வினைப் பார்த்த அவள் தனது கைகளை முகத்தில் வைத்துக்கொண்டே தன் அம்மாவிடம் வந்தாள். "வன்யா கையை எடு. உனது அண்ணனைப் பார்" என்று அவளது கைகளை எடுக்க முயன்றாள் ஆர்யா.

"உங்களை நான் இங்கிருந்து ஒருசில நாட்களில் வேறு இடத்திற்கு அழைத்துச் செல்லலாமா? நீங்கள் என்னுடன் வரத் தயாராக இருக்கிறீர்களா அம்மா?"

எந்த பதிலும் சொல்லமுடியாமல், அவளது மனம் ஒரே நிலையில் இல்லாமல் இருந்தது. அதனை உணர்ந்த எட்வின்,

"ஏன் எதுவும் சொல்லாமல் இருக்கிறீர்கள். புது வாழ்விற்கான வாய்ப்பினை எனக்கு வழங்கலாமே அம்மா. உங்களிடம் வெளிப்படையாக ஒன்றைச் சொல்லுகிறேன். தனிமையில் வாழ்ந்திட துளியும் விருப்பமில்லை. நீங்கள் என்னுடன் வராவிட்டால் யாருமற்ற நான், கடந்த கால நினைவிலேயே வாழ்ந்து கொண்டிருப்பேன். மிகவும் மோசமான அந்த நிகழ்வுகள் என்றும் நீங்காதது என்றாலும் வேறு ஒருவருக்காக வாழ வேண்டும். எனது கடமையைச் செய்ய வேண்டும் என்ற எண்ணத்தில் ஓடத் தொடங்குவேன். அப்படித்தானே இந்தப் பிரபஞ்சத்தில் வாழும்

மனிதர்கள் தங்களுக்கானவர்களுக்காக உழைத்துக் கொண்டிருக் கிறார்கள். நானும் அப்படிப்பட்ட வாழ்க்கையினை வாழ்ந்து பார்க்க ஆசைப்படுகிறேன். உண்மையில், உங்களை முதலில் பார்த்த பொழுது நாகரீகமற்ற முறையில் வாழ்ந்து கொண்டிருக்கிறீர்கள் என்றுதான் நினைத்தேன். உங்கள் தோற்றத்தை வைத்து தவறாக நினைத்துவிட்டேன். ஆனால், உங்களிடம் பேசியபொழுதுதான் புதைந்து கிடக்கும் உணர்வுகள் தெரியவந்தன. இன்றோடு நிறுத்திக் கொள்ளுங்கள். உங்களுக்கு நீங்களே அளித்துக்கொண்டிருக்கும் இந்த தண்டனையிலிருந்து இன்றே விடுதலை அடைந்து கொள்ளுங்கள். நீங்கள் என்னுடன் வராவிட்டாலும் வன்யாவை கூட்டிக்கொண்டுத்தான் போகப்போகிறேன்.''

''அதற்கு எந்தத் தேவையும் இல்லை. மகனே, உன் விருப்பம் எதுவென்றாலும் நான் அதைச்செய்யக்கடமைப்பட்டிருக்கிறேன்.''

வன்யா இவர்கள் பேசுவதை ஆழமாகத் கவனித்துக் கொண்டிருப்பது போலத் தோன்றினாலும், அவற்றைப் புரிந்து கொள்ளும் வயதில் அவள் இல்லை. இருந்தாலும் அந்த எட்வின் தன்னுடைய அண்ணன் என்பதை உணர்ந்துகொண்டாள்.

நேற்று அவன் கொடுத்திருந்த பணம் எல்லாவற்றையும் எடுத்து மீண்டும் எட்வினிடமே கொடுத்தாள் ஆர்யா.

''இதை நீங்களே வைத்திருங்கள் என்னிடம் பணம் இருக்கிறது. இப்பொழுது நான் இங்கிருந்து கிளம்பியாக வேண்டும். எனது நண்பனுக்கு தபால் ஒன்றை அனுப்பிவிட்டு நாம் அங்கே சென்று விடலாம். அந்த இடம் உங்களுக்கும் பழக்கப்பட்ட ஒன்றுதான்'' என்று எந்தவித முன் சிந்தனையுமின்றி அவன் சொன்னான்.

''எங்கு சென்றாலும் பரவாயில்லை. எனது பிள்ளைகள் நன்றாக இருக்க வேண்டும். அது வொன்றே எனது விருப்பம்.''

"பிறகு என்ன அம்மா.. எந்த கவலையும் படாதீர்கள். எல்லா ஏற்பாடுகளையும் விரைவில் செய்துவிடுகிறேன்" என்று கூறினான் எட்வின்.

சரி என்பதுபோல தன் தலையை அசைத்துவிட்டு எதுவும் பேசுவதற்கு இல்லாதவள் போல எட்வினைப் பார்த்தாள்.

"வன்யாவை என்னுடன் கூட்டிச் செல்லட்டுமா அம்மா?"

"தாராளமாக கூட்டிச்செல் எட்வின். அவள் வருகிறாளா என்று கேட்டுப்பார்."

"நாம் போகலாமா?" என்று அவனது தங்கையைப் பார்த்துக் கேட்டான் எட்வின்.

தனது அம்மாவைப் பார்த்தாள் வன்யா.

"அண்ணனுடன் சென்று வா.." என்று ஆர்யா சொன்னதும் வேகமாக ஓடி வந்து எட்வினது கரத்தைப் பற்றிக் கொண்டாள் வன்யா.

"பாத்து பத்திரமாக இருக்கணும் வன்யா. அண்ணனைவிட்டு எங்கும் செல்லக் கூடாது" என்று கண்டிப்பவளைப் போல சொன்னாள் ஆர்யா.

தலையை வேகமாக அசைத்துக்கொண்டு மகிழ்ச்சியில் தாவிக்கொண்டிருந்தாள்.

அந்த இடத்தை விட்டு வன்யாவைக் கூட்டிக் கொண்டு தான் தங்கியிருந்த விடுதியை நோக்கிச் சென்றான் எட்வின்.

செல்லும் வழியில் தனது தங்கை வேடிக்கைப் பார்த்துக் கொண்டிருக்கும் அழகை இரசித்துக்கொண்டே தனது அறையை வந்தடைந்தான்.

தனது அறைக்குள் வந்தவுடன் ஒரு காகிதத்தை எடுத்தான். அவன் கொண்டுவந்த பையிலிருந்து பேனா - வொன்றையும் எடுத்தான்.

கட்டிலில் ஏறி உட்கார்ந்து கொண்டிருந்த தனது தங்கையிடம் ''நான் யார் என்று சொல் பார்க்கலாம்'' என்று குறும்புத்தனமாக கேட்டான் எட்வின்.

''எனது அண்ணன்''

''என் பெயர் தெரியுமா?''

''தெரியாதே..''

''எட்வின், எங்கே சொல்''

''எட்வின். எட்..'' என்று கூறிவிட்டு தனது வாயை தன் கைகளால் முடிக்கொண்டு சிரித்தாள்.

''என்ன சிரிக்கிறாய். அண்ணனை உனக்கு புடிக்குமா?'' என்று செல்லமாகக் கேட்டான்.

அதற்கு எந்த பதிலும் சொல்லாமல் அறையில் வைக்கப் பட்டிருந்த பூந்தொட்டி ஒன்றில் மலர்ந்திருந்த மலரைப் பறிக்கச் சென்றாள்.

எட்வின் தனது நண்பன் கார்டலுக்கு மிகவும் சுருக்கமாக ஒரு கடிதம் எழுதினான். அதில் தான் பார்டிலைன் நகருக்கு வரப்போவ தாகவும் ஐந்தாண்டுகளில் பல விஷயங்கள் நடந்துவிட்டதாகவும் எழுதியிருந்தான். கடிதத்தைப் பெற்றவுடன் பதில் கடிதத்திற்காக மட்டுமே காத்திருப்பேன் என்று எழுதியிருந்தான்.

வன்யா ரோஜாவைப் பறிக்க முயன்று கொண்டிருந்தாள்.

''அதையெல்லாம் பறிக்காதே. அண்ணனிடம் வா. முதல் வேலையாக உனக்கு ஆடைகளை வாங்கி வரலாம்'' என்று சொன்னான்.

விடுதி கண்காணிப்பாளரிடம் சென்று ''தபால் நிலையம் எங்குள்ளது'' என்று கேட்டான்.

''உங்களுக்கு எந்தச் சிரமமும் வேண்டியதில்லை. நீங்கள் விரும்பினால், விடுதி பணியாளர்களே அந்த வேலையை செய்து விடுவார்கள் '' என்றபடி கூறி சிரித்தார் அந்த கண்காணிப்பாளர்.

''இது மிகவும் சுலபமானது. அருமையான செயல். யாரிடம் கொடுக்க வேண்டும்?''

''அதோ அங்கே நிற்கிறானே, அந்த பையனிடம் கொடுத்து விடுங்கள்''

''மிக்க நன்றி'' என்று கூறிவிட்டு தபாலை விடுதி பணியாளனிடம் கொடுத்தான். பிறகு தனது தங்கை வன்யாவை கூட்டிக்கொண்டு வெளியில் தெற்குத் திசை நோக்கி நடக்கத் தொடங்கினான். அன்றைய பொழுது முழுவதும் வன்யாவுடனே கழித்தான்.

அத்தியாயம் - 10

கார்டலிடமிருந்து பத்து நாட்களுக்கு பிறகு வந்த பதில் கடிதத்தைப் பெற்று சில மணி நேரத்திலேயே எட்வின் வன்யா மற்றும் அவர்களது அம்மா ஆர்யா மூவரும் பார்டிலைன் நகருக்குச் செல்லும் இரயிலில் பயணித்துக்கொண்டிருந்தனர். ஷட்ஜல் நகரை விட்டுப் பாதி தூரம் கடந்த நிலையில் முதல் இரயில் பயணத்தை வியப்போடும் மகிழ்ச்சியோடும் கழித்த வன்யா தற்பொழுது எட்வினின் மடியில் படுத்துக்கிடக்கிறாள். ஷட்ஜல் நகரில் எட்வினுடன் பழகி வந்த சில நாட்களிலேயே வன்யா மிகவும் நெருக்கமாகிவிட்டாள். தனது அண்ணன் மீது பெரும் அன்பினைக் கொண்டவளாக இருந்தாள். இதற்கெல்லாம் எட்வின் தனது அன்பினை முழுவதுமாக அவள் மீது செலுத்தியதன் காரணமாகவே அந்தச்சிறுமி வன்யா எளிதில் அன்பு கொண்டுவிட்டாள். அண்ணன் தங்கை இருவரையும் பார்த்துக்கொண்டே எதிர் இருக்கையில் அமர்ந்திருந்தாள் ஆர்யா.

வெகு நேரமாக அவளது பார்வையை அவர்கள் மேலிருந்து கொஞ்சமும் அகற்றாமல் அவர்களை பெரும் அன்போடு இரசித்துக்கொண்டிருந்தாள் ஆர்யா. அவளது கண்களிலிருந்து சிந்திய கண்ணீர்த் துளிகளைக் கூட எட்வினால் கவனித்திட

முடியவில்லை. இரவின் பொழுதில் இருள் நிறைந்த நேரம் என்பதால்தான் அவனால் தனது அம்மா ஆர்யாவின் முகத்தை சரியாகப் பார்க்கமுடியவில்லை.

மேலோட்டமான தனது பார்வையில் தாயார் தூங்கிவிட்டாள் என்று நினைத்துகொண்டு தனது கரங்களால் தன் மடியின் மேல் ஆழ்ந்து உறங்கிகொண்டிருக்கும் வன்யாவை லேசாகத் தட்டிக்கொண்டே தானும் தூங்கிவிட்டான்.

அதி வேகமாக இறுதி நிலையத்தை நோக்கிப்பயணித்துக் கொண்டிருந்த ரயில், தனது வேகத்தை மெல்ல மெல்ல குறைக்கத் தொடங்கியது. சரியாக காலை ஐந்து நாற்பது மணியளவில் தனது இலக்கை வந்து அடைந்தது. இன்னும் சூரியன் எழுந்திடாத அந்த நேரத்திலும் மக்கள் கூட்டம் அதிகமாகவே இருந்தது. இதுவொரு கோடைக்கால இடைவெளியென்பதால் மேலும் பரபரப்புடன் இருந்தது பார்டிலைன் ரயில் நிலையம்.

''தம்பி.. எழுந்திரு'' என்று யாரோ ஒரு அடையாளம் தெரியாத நபர் எட்வினை எழுப்பிவிட்டார்.

தூக்கத்திலிருந்து விழித்த அவன் பதட்டமான நிலையில் அங்குமிங்கும் பார்த்தான்.

''தம்பி பார்டிலைன் நகரம் வந்துவிட்டது. இன்னும் என்ன தூங்கிகொண்டிருக்கிறாய்'' என்று சொன்னார். அவர் ஒரு பயணியென்பதை அறிந்துகொண்டான் எட்வின். வன்யா இன்னும் தூக்கத்திலிருந்து எழவில்லை. ஆர்யா எங்கே இருக்கிறார்கள் என்று இருக்கையில் அமர்ந்திருந்தவாறே சுற்றிப் பார்த்தான். எதிர் இருக்கையில் வேறு பயணி ஒருவர் அமர்ந்திருந்தார். அவர் பார்டிலைன் நகரத்திலிருந்து இரயில் மீண்டும் செல்லவிருக்கும் ஏதோ ஒரு இடத்திற்குச் செல்லவிருக்கிறார் என்பதை மட்டும் எட்வினால் புரிந்துகொள்ள முடிந்தது. ஒரு வேளை கீழே இறங்கி

நின்று கொண்டிருப்பாரோ என்ற நினைப்பில் அவன் வன்யாவை எழுப்பினான். ''நாம் இறங்கவேண்டும் வன்யா எழுந்திரு'' என்று அவளை மெல்லமாகத் தட்டினான்.

கண்களை கசக்கிக் கொண்டு அவனது மடியிலிருந்து எழுந்து நின்றாள். அதன்பிறகு இரயிலிலிருந்து இருவரும் கீழே இறங்கினார்கள்.

''அண்ணா, அம்மா எங்கே இருக்கிறாள்?''

எட்வின் எந்த பதிலும் சொல்லாமல் அவளது கரங்களை இறுக்கமாகப் பற்றிக் கொண்டு நடைபாதையில் ஆர்யாவை தேடத் தொடங்கினான். நேரம் செல்லச் செல்லச் அவனது இருதயம் படபடக்கத் தொடங்கியது. தற்பொழுதுதான், இந்தத் தேடல் பயனற்றது என்பதை அவன் உணரத் தொடங்கினான்.

எட்வின் உடனே வன்யாவை அழைத்துக்கொண்டு ரயில் நிலையத்திற்குப் பின் புறம் உள்ள ரிக்சா வண்டிகள் நிறுத்து மிடத்திற்குச் சென்றான். காலைப்பொழுது என்பதால் இரண்டே வண்டிகள் நின்றுகொண்டிருந்தன. ரிக்சாவில் ஏறிய அவர்கள் இருவரும் ஒருவரை ஒருவர் உற்று நோக்கிக் கொண்டிருந்தனர். அந்த நொடியில் எட்வின் அபத்தமான நிலையில் இருப்பதாக உணர்ந்தான்.

தனது நண்பனை மிகவும் மகிழ்ச்சியோடு வரவேற்பதற்காக வழக்கத்திற்கு மாறாக ஒன்றரை மணி நேரத்திற்கு முன்பாகவே எழுந்துவிட்டான் கார்டல். வீட்டின் நுழைவு வாயிலுக்கு முன்பு ரிக்சா ஒன்று வந்து நிற்பதை பார்த்த கார்டல், எட்வின் வந்துவிட்டான் என்பதை அறிந்து பெரும் உணர்வோடு அவனருகில் சென்றான்.

ரிக்சாவிலிருந்து இறங்கிய எட்வினை மட்டுமே அவனது கண்கள் பார்க்கத்தொடங்கியது. நண்பனின் முகத்தில் எந்தவித பிரகாசமும் தென்படவில்லை. வாழ்க்கையை வாழ்ந்துகொண்டிருக் கின்றான் என்று அவனது தோற்றம் வெளிப்படுத்தியது. பிறகு கார்டல் அந்தச் சிறுமியைப் பார்த்தான். எதுவும் பேசாத நிலையில், ''உள்ளே வா எட்வின்'' என்று அழைத்தான்.

எட்வின் அப்பொழுதுதான் தனது நண்பனின் முகத்தைப் பார்த்தான். முன்பைவிட அவன் இப்பொழுது பெரிய அந்தஸ்துடையவனாகவும் உடல் வளர்ச்சியிலும் முன்னேறி இருப்பவனாகவும் காட்சியளித்தான். அருகில் சென்ற அவன் தயக்கத்தோடு நின்றான். எதுவுமே பேசாமல் சில நொடிகள் இருவரும் நின்று கொண்டிருந்தனர். ''என்ன யோசித்துக்கொண்டிருக்கிறாய்?'' என்று கேட்டுவிட்டு அவனருகில் சென்று எட்வினை மிக அழுத்தமாக கட்டி அணைத்துக் கொண்டான் கார்டல். அவனது அரவணைப்பு ஆறு ஆண்டுகளுக்கு முன்பிருந்த அதே அன்பு கொஞ்சம் கூட குறையவில்லை என்பதை வெளிப்படுத்தியது.

திடீரென ஏதோ ஒன்றை தனக்குள் சிந்தித்தவன் போல, ''மூன்று பேர் வரப்போவதாகத்தானே எழுதியிருந்தாய். இருவர் மட்டுமே வந்திருக்கிறீர்கள்'' என்றுச் சொல்லிவிட்டு சிறுமியின் கன்னத்தில் மெதுவாக கிள்ளினான் கார்டல்.

''எனது அம்மாவை தொலைத்துவிட்டேன்'' என்று நடுங்கிய குரலில் சொன்னான் எட்வின்.

தன்னுடைய நண்பனின் வெளிறிப் போன முகத்தை உற்றுப் பார்த்த அவன்,

''முதலில் உள்ளே போகலாம் வா நண்பா. நிதானமாக இரு. எல்லாவற்றையும் பார்த்துக்கொள்ளலாம்'' என்று கூறிவிட்டு அந்தச் சிறுமியின் கையைப் பிடித்து உள்ளே கூட்டிச் சென்றான் கார்டல்.

வன்யாவுக்கு தனது தாயின் நினைவுகள் எழவில்லை. அவளின் மனம் முழுவதும் மிகப் பிரமாதமாகக் கட்டப்பட்டுள்ள வீட்டிற்குள் செல்லப்போகிறோம் என்றே நினைப்பிலேயே இருந்தது. அவள் மௌனமாக நடந்து வந்து கொண்டிருந்தாள். அவள் ஷட்ஜல் நகரில் இருக்கும் பொழுதும் அவளது தாயை எப்பொழுதும் தேடியதில்லை. குறும்புத்தனமான விளையாட்டினாலும்

பரந்துகிடந்த அந்த ஆலயத்தின் வளாகத்தில் சுற்றித் திரிந்ததாலும் அப்படிப்பட்ட நேரத்தில் அவளது அம்மா ஆர்யாவின் இருப்பை குறைவான தருணங்களிலேயே நினைப்பாள். இப்பொழுதும் அதே மனநிலையிலேயே இருந்தாள். எப்பொழுதாவது அவள் வந்துவிடுவாள் என்ற எண்ணத்திலிருந்தாள். தற்பொழுது அவளது அன்பு அண்ணன் அருகில் இருக்கின்றான் என்ற காரணத்தினாலும் கூட அவள் தனது தாயைப்பற்றி கவலை கொள்ளவில்லை.

வீட்டின் வாசலருகே வந்த அவர்களைப் பார்த்தவுடன் கேட்டலினா கேவின் அன்போடு வரவேற்றாள். பிறகு அவர்களை சோஃபாவில் அமரச் சொல்லிவிட்டு தனது கணவர் கேவின் இபாலை அழைத்து வந்தாள்.

எட்வினைப் பார்த்த அவர், ''அடடே.. வா எட்வின். முன்பைப் போலவே அப்படியே இருக்கிறாய். இப்பொழுதுதான் வரவேண்டும் என்ற எண்ணம் வந்ததா உனக்கு'' என்று கேட்டார்.

''ஷட்ஜல் நகருக்கு என்ன வேலையாக சென்றாய்?'' என்று கேட்டலினா எட்வினிடம் வினவினாள்.

''கொஞ்சம் அமைதியாக இரு கேட்டலினா. தொலைவி லிருந்து வந்திருக்கிறார்கள். கண்டிப்பாக இப்பொழுது அவர்கள் ஒய்வெடுத்தாக வேண்டும். எல்லாவற்றையும் பிறகு பேசிக் கொள்ளலாம்'' என்று கூறினார் கேவின்.

''அப்பா சற்று பொறுங்கள்'' என்று குறுக்கிட்டான் கார்டல். ''எட்வின் தற்பொழுது ஓய்வெடுக்கும் நிலையில் இல்லை. ஏதோ ஒரு சங்கடமான சூழ்நிலையில் இருக்கின்றான்'' என்று அழுத்தமாக கூறினான் கார்டல்.

''என்ன சொல்கிறாய்! எட்வின் என்னவாயிற்று. என்னை மன்னித்துகொள். நான் ஒன்றையும் அறியாமல் இருந்துவிட்டேன்'' என்று சொல்லிவிட்டு எட்வினின் அருகில் அமர்ந்தார் கேவின்.

எட்வின் அவர்கள் எல்லோரையும் தனது மின்னிய கண்களால் பார்த்தான். அவனது கண்களில் கண்ணீர் வடியாமல் தேங்கி நின்றது. அவனது உடல் முழுவதும் சோர்ந்த நிலையிலிருந்தது.

''சந்திக்கும் ஒவ்வொருமுறையும் உங்களை நான் தொந்தரவு செய்வதற்காக வெட்கப்படுகிறேன். எனக்கு வேறு வழி தெரியவில்லை. கார்டலின் நண்பன் என்ற பெயரில் உங்களுக்கு சிரமத்தை மட்டுமே வாரி வழங்கிகொண்டிருக்கிறேன்.''

''வாயை மூடு எட்வின்'' என்று சினம் கொண்ட முகத்தோடு கத்தினான் கார்டல். ''இவ்வாறெல்லாம் சொல்லி எங்களைக் காயப்படுத்தாதே. நான் உனது நண்பன் மட்டுமல்ல இவர்கள் உன்னுடைய உறவுகள். அப்படித்தான் உன்னை நினைத்து கொண்டிருக்கிறோம். உனது சிரமங்கள், துயரங்களில் எங்களுக்கும் பங்கு உண்டு என்பதை மறந்துதான் இப்படியெல்லாம் பேசிக் கொண்டிருக்கிறாயா? என்னவாயிற்று என்பதைத் சொல்'' என்று படபடவென பேசினான் கார்டல்.

கடந்த ஐந்தாறு ஆண்டுகளாக நடந்த எல்லாவற்றையும் குறிப்பாக சவானாவைப் பற்றியும் தனது தந்தை மெக்லைன் பற்றியும் சொல்லிக்கொண்டே வந்தான். இறுதியாக தற்பொழுது ஆர்யா என்பவள் எங்கோ தொலைந்துவிட்டதையும் சொன்னான்.

எட்வின் தனது வாழ்க்கையில் முன்னேற்றத்தைக் கண்டாலும் கூட அவனது உறவுகளால் பெரிதும் பாதிக்கப்பட்டு வளர்ச்சியென்னும் பாதையிலிருந்து விலகிவிடுகிறான் என்பதை தெளிவாகப் புரிந்துகொண்டார் மருத்துவர் கேவின் இபால்.

''நேரம் தாழ்த்தாமல் உடனே சென்று ரயில்வே காவல் நிலையத்தில் புகார் அளித்துவிட்டு வரலாம்'' என்று கார்டல் சொன்னான்.

சோஃபாவிலிருந்து எழுந்த எட்வின், தனது நண்பனை மட்டுமே நம்பிக்கொண்டிருப்பதை வெளிப்படுத்தும் இயல்பில் நின்றுகொண்டிருந்தான்.

"நானும் வருகிறேன்" என்று கேவின் இபால் சொன்ன பொழுது, "வேண்டாம் அப்பா. அங்கு பணிபுரியும் குமாஸ்தாவை எனக்கு நன்கு தெரியும். நாங்கள் விசாரித்துவிட்டு வருகிறோம்." என்றவாறு அந்த இடத்தைவிட்டு நகரத்தொடங்கினான் கார்டல்.

எட்வினுக்கு அப்பொழுதுதான் வன்யாவைப் பற்றின நினைவு வந்தது. அவள் வரவேற்பறையிலிருந்து வெளியேறி நுழைவு வாயிலின் ஓரமாக அமைக்கப்பட்டிருந்த தோட்டத்துக்குள் நின்று கொண்டிருந்தாள்.

கேட்டலினா வெளியே வந்து, "இங்கே வா" என்று வன்யாவை அழைத்தாள்.

அவள் தனது அண்ணன் எங்கோ வெளியில் செல்லப் போகிறான் என்பதை உணர்ந்து அவனருகே ஓடிச் சென்று அவனது கைகளைப் பிடித்துக்கொண்டாள்.

"இங்கே வா.. அண்ணன் வந்துவிடுவான்" என்று கேட்டலினா சொல்லியும் அவள் அவனது கைகளை விடவில்லை.

பிறகு எட்வின் அவளையும் அழைத்துச் சென்றுவிடலாம் என்ற முடிவினை எடுத்துவிட்டான்.

பார்டிலைன் நகரமையப் பகுதியிலுள்ள இரயில் நிலையத்தில் அமைந்திருக்கும் காவல் நிலையத்திற்கு வந்து சேர்ந்தனர்.

கார்டல் வருவதைப் பார்த்த குமாஸ்தா, "வாருங்கள் மருத்துவரே. என்ன இந்தப் பக்கம்" என்று கேட்டார். பின்னர் அவர்களை உட்காருங்கள் என்று அவர்களை அமரச்சொன்னார்.

அவர்களுக்கு தண்ணீர் எடுத்துக் கொடுக்குமாறு அங்கிருந்த பணியாளன் ஒருவரிடம் சொல்லிவிட்டு கார்டலின் குடும்பத்தார் களின் நலனை விசாரித்தார். அதன் பிறகே அவர்கள் வந்திருந்த காரணம் முழுவதையும் கேட்டறிந்தார்.

''நாம் கொஞ்சம் அப்படிச் சென்று பேசலாமா?'' என்று கூறிவிட்டு வன்யாவை அதே நாற்காலியில் உட்காரவைத்துவிட்டு எட்வினும் கார்டலும் குமாஸ்தாவைப் பின் தொடர்ந்து சென்றனர். அவர் ஏதோ அதிர்ச்சியூட்டும் தகவலைத் தரப்போகிறார் என்பது அவரது நடவடிக்கையிலிருந்து எட்வினுக்குத் தெரியவந்தது.

''நான்சொல்வதை நிதானமாக கேளுங்கள். சரியாக இன்று அதிகாலையில் பார்டிலைன் நகர எல்லைப் பகுதியில் அதாவது நீங்கள் சொன்ன அதே ஷட்ஜல் நகரிலிருந்து புறப்பட்ட இரயிலிலிருந்து பெண் ஒருத்தி விழுந்திருக்கிறாள் என்ற தகவல் காலை ஐந்து மணிக்கே வந்துவிட்டது. அந்தப் பெண் யாரென்பது இன்னும் தெரியவில்லை. அது தற்கொலையா, இல்லை விபத்தா என்பதும் தெரியவில்லை. ஒருவேளை அந்தப் பெண் ஆர்யாவாக இருக்கலாம் என்ற சந்தேகம் இப்பொழுது எனக்கு வந்துவிட்டது. இதுவரை அந்தப் பெண்ணைப் பற்றி எந்த தகவலும் வரவில்லை. அவளது உடல் ஆங்காங்கே சிதறி கிடந்ததால் முகத்தைக் கூட அடையாளம் கண்டுகொள்ள முடியவில்லை. இதை வைத்து எந்த முடிவும் நாம் எடுத்துவிட முடியாது. இருந்தாலும் பார்டிலைன் நகரின் வடக்குப் பகுதியிலுள்ள பிரேத பரிசோதனை மையத்திற்குச் சென்று உறுதிப்படுத்திகொள்ளுங்கள்.''

எட்வினது மனதில் பல சிந்தனைகள் ஓடத் தொடங்கின. ''ஐயா, இந்த ரயிலிலிருந்துதான் ஒருத்தி விழுந்துவிட்டாள் என்பதனை எவ்வாறு சொல்கிறீர்கள்?'' என்று நடுங்கிய குரலில் கேட்டான் எட்வின்.

''தம்பி, தகவல் கிடைத்த அரைமணி நேரத்திற்கு முன்பும் பின்பும் அந்த ஒரேயொரு ரயில்தான் அந்தத் தடத்தில் சென்றுள்ளது. அதனால் தான் சொன்னேன். நீங்கள் கவலைப்படாதீர்கள் அப்படி ஒன்றும் நேர்ந்திருக்காது. இருந்தாலும்..''

அங்கிருந்து உடனே விடைபெற்று பிரேத பரிசோதனை மையத்திற்குச் சென்றனர். எட்வின் தற்பொழுது நிதானமான நிலையில் இல்லை. அவனைப் பார்த்த கார்டல் மனதில் பெரும் தாக்கம் ஏற்பட்டது.

வன்யாவை அவர்கள் வந்த வாகனத்திற்குள்ளேயே இருக்கச் சொல்லிவிட்டு இருவரும் மையத்திற்குள் சென்றனர். அங்கிருந்த ஊழியர் வழியாக உடல் முழுவதும் வெள்ளைத்துணியால் கட்டப்பட்டிருந்த உடலைப் பார்த்தனர்.

''எல்லாம் துண்டுத் துண்டாகச் சிதறிவிட்டது'' என்று சொன்னான் அந்த உழியன்.

பிறகு கிழிந்து கிடந்த புடவைத் துண்டை கொண்டு வந்து காண்பித்தான். ''இதைத்தவிர வேறு எந்த பொருளும் இல்லை. இந்த உடையை வைத்துத்தான் யாராக இருந்தாலும் அடையாளம் கண்டு கொள்ள வேண்டியிருக்கும்'' என்று சொன்னான்.

இரத்தக் கறைப் படிந்திருந்த அந்தத் துணியினை தன் கையில் வாங்கினான் எட்வின். அவனது கைகள் நடுங்கிக் கொண்டிருந்தன. சிறிது நேரம் அந்தத் துணியை உற்றுப்பார்த்துவிட்டு ''ஐயோ கடவுளே, இது நான் வாங்கித் தந்த புடவை'' என்று கூறி கதறி அழத் தொடங்கிவிட்டான்.

எட்வினைக் கட்டுப்படுத்த முயற்சி செய்து கொண்டு, ''வெளியில் போகலாம் வா நண்பா'' என்று அவனை அங்கிருந்து இழுத்து வந்தான்.

''அங்கிருந்து அழைத்துவந்து எனது அம்மாவை கொலை செய்துவிட்டேன்'' என்று கார்டலை கட்டியணைத்து அழுது புலம்பினான்.

பிரம்மை பிடித்த நிலையிலிருந்த அவனைத் தன் தோளோடு அணைத்துக்கொண்டு வாகனமிருக்குமிடத்திற்கு அழைத்துச்

சென்றான் கார்டல். அங்கு வன்யா பின்னிருக்கையில் அமர்ந்து கொண்டு வேடிக்கை பார்த்துகொண்டிருந்தாள். வலது பக்கமாக அமர்ந்திருந்த அவள் இவர்கள் இருவரையுமே பார்க்கவில்லை. வாகனத்திற்கு வெளியே நின்ற அவர்கள் எதுவும் பேசாமல் ஒரு பித்து பிடித்த நிலையிலிருந்தனர்.

"எட்வின் வன்யாவிடம் எதையும் சொல்ல வேண்டாம். வந்ததிலிருந்து இன்னும் அவள் அம்மாவைக் கேட்கவேயில்லை."

"கார்டல், எனக்கு என்ன செய்வதென்று ஒன்றுமே புரியவில்லை. புது வாழ்வை தொடங்கலாம் என்ற முடிவிலேயே இங்கு வந்தேன். வன்யா அவளது அம்மா எங்கே என்று என்னிடம் தானே கேட்பாள். கண்டிப்பாக கேட்பாள் என்ன சொல்வது?"

"எனக்கும் ஒன்றும் தோணவில்லை நண்பா. ஆனால் இப்பொழுது கூறவேண்டாம். வா முதலில் வீட்டிற்குச் சென்று அப்பாவிடம் சொல்லியாக வேண்டும். மிகவும் துயரமானது இந்த விஷயம்" என்றான் கார்டல்.

எட்வின் அவன் பேசுவதை ஆழ்ந்து கவனித்தானே தவிர பதில் ஏதும் சொல்லவில்லை.

அத்தியாயம் - 11

அவர்கள் வீட்டை அடைந்ததுமே கேவின் இபால், "என்ன? ஏதேனும் தகவல் கிடைத்ததா?" என்று கார்டலைப் பார்த்துக் கேட்டார்.

நடந்தவற்றைச் சொல்லுவதற்கு திணறிக்கொண்டிருந்தான் கார்டல். வியர்வைத் துளிகள் அவன் முகம் முழுவதும் வடிந்து கொண்டிருந்தன. அவன் வரவேற்பறையில் உள்ள சோஃபாவில் உட்கார்ந்தான். பிறகு எட்வினது முகத்தைப் பார்த்தான்.

அந்தச் சமயத்தில்தான் பணிப்பெண் ப்ரீதா அங்கு வந்தாள். "நலமாக இருக்கிறீங்களா?" என்று அவள் கேட்டாள். எட்வின் தனது தலையை மட்டும் அசைத்தான் பதிலேதும் பேசவில்லை.

"வன்யாவை உள்ளே கூட்டிக்கொண்டு போய் சற்று நேரம் தூங்க வையுங்கள்" என்று ப்ரீதாவிடம் சொன்னான் கார்டல்.

பணிப்பெண் அந்த சிறுமியைக் கூட்டிக்கொண்டு அறைக்குள் சென்றாள்.

"அப்பா, ஆர்யா இறந்துவிட்டார். நாங்கள் அதனை உறுதிபடுத்திவிட்டுதான் இங்கு வந்திருக்கிறோம்."

''என்ன சொல்கிறீர்கள். துரதிஷ்டம், அடக்கடவுளே'' என்று சிலுவைக் குறியீட்டை சைகை வழியாக செய்தார் கேவின்.

''எப்படி நிகழ்ந்தது?'' என்று கேட்டலினா படபடப்புடன் கேட்டாள்.

''அது இன்னும் தெரியவில்லை அம்மா.. குமாஸ்தா விசாரணை நடத்த வேண்டுமானால், வழக்கு பதிவு செய்ய வேண்டும் என்று சொன்னார். இல்லையென்றால், இரு தினங்களில் அவர்களே வழக்கை அப்படியே முடித்துவிடுவார்களாம். பிறகு உறவினர்கள் யாரேனும் வந்தால் விசாரணை மீண்டும் தொடங்குவதற்கு வாய்ப்பிருக்கிறது என்று கூறினார். நான் அப்பாவிடம் பேசிவிட்டு உங்களை தொடர்பு கொள்ளச் செய்கிறேன் அதுவரையிலும் இந்த விஷயத்தை வேறெங்கும் எடுத்துச் செல்ல வேண்டாம் என்று நான் சொல்லிவிட்டேன்.''

''எட்வின் உன்னுடைய வேதனைகளை என்னால் புரிந்து கொள்ள முடிகிறது. உனது வாழ்வாதாரத்தை கண்டிப்பாக நீ உயர்த்திகொள்ள வேண்டும். இதை ஏன் சொல்கிறேன் என்றால், உன்னைப் போன்ற சிந்தனையுடையவர்களை எளிதில் கண்டறிய முடியாது என்பதனை ஐந்தாண்டுகளுக்கு முன்பே நான் அறிந்து விட்டேன். அது போலவே ஒரு தனிமனிதனாக யாருடைய உதவியும் இல்லாமல் வயதான ஆசிரியர் ஜோன்ஸ் பிரதிபார்னாவ் மற்றும் ஆன்சி அவர்களின் ஆதரவோடு சிறந்த மேடைப்பேச்சாளனாக வளர்ந்துள்ளாய். இது எவ்வளவு பெரிய விஷயம்'' என்று கூறினார் கேவின்.

''ஆம், எட்வின்'' என்று பேசத்தொடங்கினான் கார்டல் ''என்னைப் பார் எனது தந்தையின் வழிகாட்டலின் படியே இன்று ஒரு மருத்துவராக உள்ளேன். அதுவும் எனது தந்தை ஒரு சிறந்த மருத்துவர். உனக்கே தெரியும் அல்லவா, இருபது வயதில் இவர்களது சொல்லை கேட்காமல் சுற்றித்திரிந்திருந்த எனக்கு உன்னுடைய ஒரு சில வரிகளே பெரிய மாற்றத்தை என்னுள் அன்று ஏற்படுத்தியது.

எதிர்பார்ப்பு வீண் என்பதைப் போல் சொல்லிவிட்டு, பெற்றோர்களின் எதிர்பார்ப்பை நிறைவேற்றும் நிலையிலுள்ள பொழுது உனது ஆசைக்காக அதனை நிராகரிப்பது நல்லதல்ல. அவர்களை ஏற்பதே சிறந்தது என்று சொன்னாயே. இது உனக்கு நினைவிருக்கிறாதா என்று எனக்குத் தெரியவில்லை. இந்த வரிகள் எவ்வளவு பெரிய மாற்றத்தை உண்டாக்கியிருக்கிறது என்று எவராவது கேட்டால், நான் தெளிவாக சொல்வேன். அந்த வார்த்தைகள் ஒருவனை இன்று மருத்துவராக்கியுள்ளது. நீ மிகவும் உயர்ந்தவன். உனது வாழ்வில் பல இழப்புகளை சந்தித்துள்ளாய். இத்தனை பெரும் இழப்புகள் யாருக்கும் நேர்ந்திடாத ஒன்று. பட்டப் படிப்பினை முடித்து வாழ்வியல் பற்றி அறிந்திடாதவன் நான். ஆனால் நீயோ வாழ்வியல் அனுபவங்களைப் பெற்று உயர்ந்த நிலையில் இருக்கிறாய். அன்பு இமான் உன்னை எப்படி ஆறுதல் செய்யப்போகிறேன்'' என்று கூறிவிட்டு சுயநினைவிலிருந்து நீங்கிக் கொண்டிருந்த எட்வினை தழுவிக்கொண்டான். தற்பொழுது கார்டல் கண்ணீர் விட்டு அழுது கொண்டிருந்தான்.

தங்களது மகன் கார்டல், எட்வினின் மீது வைத்திருக்கும் அன்பு வெளிப்பட்டுக்கொண்டிருப்பதை தடுக்க வேண்டாம் என்ற நினைப்பில் எதுவும் பேசாமல் நின்று கொண்டிருந்தனர்.

அறையிலிருந்து வெளிவந்த பணிப்பெண் ப்ரீதா தனது கையில் காகிதம் ஒன்றை எடுத்து வந்தாள். நான்காக மடிக்கப் பட்டிருந்த அந்தத் தாளினை மருத்துவர் கேவின் இபாலிடம் கொடுத்தாள்.

''இது சிறுமியின் கால்சட்டையிலிருந்து விழுந்தது. அவள் நன்கு உறங்கிவிட்டாள். சிறிது நேரம் நன்றாக என்னிடம் பேசினாள்'' என்பதைச் சொல்லிவிட்டு அங்கிருப்பவர்களின் முகங்களை கவனித்தாள். ஏதோ ஒரு துயரச் சம்பவம் நடந்திருக் கிறது என்பதனை உணர்ந்து கொண்டு வழக்கம் போலிருந்த தனது பாவனைகளை மாற்றிக்கொண்டு அமைதியாக நின்றாள்.

"அது என்ன காகிதம். ஏதோ எழுதியிருப்பது போலத் தெரிகிறதே" என்று கார்டல் திகைத்துப் போய் அந்த காகிதத்தையே பார்த்தான்.

"அனைவருக்கும் கேட்கும்படியாக படியுங்கள்" என்று தனது கணவரை நோக்கிச் சொன்னாள் கேட்டலினா.

இதுவொரு வழக்கமாகவேயிருந்தது. எப்பொழுதும் ஏதேனும் ஒரு கடிதம் தான் இருக்கும் பொழுது வந்திருந்தால் எனக்கு கேட்கும்படி படியுங்கள் என்று சொல்லுவாள் கேட்டலினா கேவின்.

காகிதத்தில் எழுதப்பட்டிருப்பவை ஒரு கடித வடிவில் இல்லாமல் சொல்லவிருந்ததை மட்டுமே எழுதி வைத்திருப்பது போலத் தோன்றியது. அதனை மருத்துவர் படிக்கத் தொடங்கினார்.

"எட்வின், எனது அன்பு மகள் வன்யாவை உனது பொறுப்பில் விட்டுச்செல்லப் போகிறேன். உன்னுடைய தங்கைக்கு நீ ஒரு நல்ல வாய்ப்பை, வாழ்க்கையைத் தந்துள்ளாய் தரவும் போகிறாய். உன்னுடன் வசித்து வந்த பத்து நாட்களில் எனது முப்பது வயது மகன் தந்து சென்றிருக்கும் வாழ்நாள் அன்பினைக் கொடுத்து விட்டாய். இது போதும். அன்பற்றுக் கிடந்த எனக்கு உனது அன்பினை வழங்கி எனது ஆயுட்கால ஆசைகளை நிறைவேற்றி விட்டாய். இருப்பினும் மனிதனுக்கு ஆசை என்பது முடியவில்லை. ஒரு ஆசையின் முடிவு இன்னொரு ஆசையின் தொடக்கம். அதுபோலத்தான் எனக்கும் இன்னொரு ஆசையொன்று இருக்கிறது. வன்யாவுக்கு நீ ஒரு சிறந்த எதிர்காலத்தை அமைத்துத் தரவேண்டும். என் மகனே எட்வின், என்னை மன்னித்துவிடு. இதை நான் சொல்லித்தான் நீ செய்வாய் என்று நினைத்துச் சொல்லவில்லை. என்னைவிட உன் தங்கையின் மீது நீதான் அதிக அன்பினை வைத்துள்ளாய். ஒன்று தெரியுமா? ஒருவர் மீது மற்றொருவர் வைத்திருக்கும் அன்பை உணர்ந்துகொள்வதற்கு ஒரு கணம் போதும். ஆனால் அவரைப் புரிந்துகொள்வதற்கு எத்தனை

வருடங்கள் வேண்டுமானாலும் ஆகலாம். இறுதிவரை புரிதல் ஏற்படாமலும் போய்விடலாம். நமது உணர்விற்குள் பங்களிக்கும் ஒருவரை விரைவாகப் புரிந்துகொண்டுவிட வேண்டும். எனது கணவர் தணிஷ் யாதவைப் புரிந்துகொள்ளாமல் ஏற்பட்ட விளைவுதான் இருவரின் (உனது தந்தை மெக்லைன் மற்றும் உனது தாய் சவானா) மரணத்திற்கு காரணம். அவர்மீது கொண்ட அன்பு எனது கண்களை மறைத்துவிட்டது. நான் அவரைப் புரிந்து கொண்டிருந்தால் அவருக்கு வேறு திருமணம் செய்து வைத்திருக்க மாட்டேன். எனது செயல் மிகவும் மோசமான விளைவினை உண்டாக்கிவிட்டது. நான் வேண்டிய கடவுள் எனக்கு விடுதலை அளித்துவிட்டார். உன்னை எங்களுடன் இணைத்துவிட்டு, நான் அனுபவித்துக் கொண்டிருந்த தண்டனையிலிருந்து என்னை விடுவித்துவிட்டார். வன்யா., என் அருமைத் தங்கத்தை உன்னிடம் ஒப்படைத்துவிடுகிறேன். என் மகனே எட்வின், நான் இன்று இந்த மோசமான உலகைவிட்டுச் செல்லப் போகிறேன். என் கணவரிடம் சென்று விடுகிறேன். எனது இறப்பு உன்னை வருத்தமடையச் செய்யும். வன்யா என்னை கேட்பாள். நான் அவளது தந்தையை தேடிச் சென்றுள்ளேன் என்று சொல்லிவிடு. நீ நினைத்தவாறு நாம் மூவரும் சேர்ந்து வாழ முடியாமல் போய்விட்டதற்கு நான் மட்டுமே காரணம். என்னால் ஏற்றுக்கொள்ளமுடியவில்லை. என்ன செய்வது மகனே, ஒன்றும் செய்யாதவர்கள் இருவரின் உயிரைப் பறித்து விட்டு அனைத்திற்கும் காரணமான நான் உயிருடன் வாழ்வது நியாயமாகாது. வன்யா ஒருத்திக்காகவே வாழ்ந்தேன். இல்லை யென்றால், என்றோ இறந்திருப்பேன். என்னைப் பற்றி கவலைக் கொள்ளாதே. முழு விருப்பத்துடனேயே நிரந்திரமாகச் செல்லப் போகிறேன். என்னை மன்னித்துவிடு எட்வின். அன்பு வன்யாவைக் கேட்டதாகச் சொல். அவள் உன்னைப் பெரிதும் நேசிக்கிறாள்..''

அழுத்தமான குரலில் வாசிக்கத்தொடங்கிய கேவின் இபாலின் கைகள் தற்பொழுது நடுங்கின. இப்படிப்பட்ட மிகவும் உருக்கமான எழுத்தினை வாசித்த அவரது குரல் தற்சமயம்

அமைதியடைந்தது. கேட்டலினாவினால் எந்த பதிலும் சொல்ல முடியவில்லை. தனது உமிழ்நீரைக் கூட சிரமப்பட்டு விழுங்கிக் கொண்டிருந்தான் கார்டல்.

மருத்துவர் படித்ததை தனது செவிகளால் கேட்டுக் கொண்டிருந்த எட்வின் சுய கட்டுப்பாட்டை இழந்தவனாக தரையில் நிதானமின்றி விழுந்தான். இனி செய்வதற்கு ஒன்றுமில்லை என்பவனைப்போல தனது நண்பனைப் பார்த்தான்.

எட்வினை எழவைத்து சோஃபாவில் அமர வைத்தார் மருத்துவர். "நடந்தவற்றை எண்ணி ஒன்றும் நிகழப்போவதில்லை எட்வின்" என்று அவனுக்கு ஆறுதல் கூறினார். ப்ரீதா அந்த சமயத்தில் ஒரு குவளையில் தண்ணீரை கொண்டு வந்து கொடுத்தாள். லேசாக வெதுவெதுப்பாக இருந்த அந்தத் தண்ணீரை மெல்லக் குடித்தான் எட்வின்.

அத்தியாயம் - 12

எல்லாம் முடிந்து ஒரு திங்கள் ஆன நிலையில் ஆர்யா தற்கொலை செய்து கொண்ட வழக்கு தொடர்பான எல்லா விஷயங்களையும் மருத்துவர் தனக்கு தெரிந்த வழக்கறிஞர் ஒருவரிடம் ஒப்படைத்துவிட்டார். எட்வின் இயல்பு நிலைக்குத் திரும்பி யிருந்தான். வன்யா தனது அம்மாவைக் கேட்ட பொழுது, அவள் எழுதியிருந்தது போல அம்மா நமது தந்தையைத் தேடிச் சென்றுள்ளார்கள் என்று சொன்ன பொழுதே அவள் தனது அம்மா இறந்துவிட்டாள் என்பதனை அறிந்துகொண்டாள். துயரத்திலிருக்கும் தனது அண்ணனுக்கு எந்த விதத்திலும் மேலும் சிரமத்தை கொடுக்கக் கூடாது என்று அவள் நினைத்தாள். தனது தாயின் பிரிவால் பெரும் தாக்கம் அவளுக்கு இருந்தாலும்கூட சில நாட்கள் கடந்த நிலையில் அவள் அதனை வெளிப்படுத்திக் கொள்ளவில்லை. கார்டலின் அந்தப் பெரிய இல்லத்திலேயே இருவரும் தங்கியிருந்தனர்.

நிலைகுலைந்திருந்த நிலையில் எட்வினுடனே இருந்து அவனையும் அவன் தங்கையையும் பார்த்துக்கொண்டான் கார்டல். எட்வின் சரியான பிறகு, மருத்துவப் பணிக்குச் செல்ல தயாராகி விட்டான் கார்டல். வழக்கம் போல் கேவின் இபாலும் கேட்டலினா கேவினும் புறப்பட்டுவிட்டனர்.

கார்டல் எட்வினிடம் கூறிவிட்டு தன்னுடைய க்ளீனிக்கிற்கு சென்றான். ''ஏதேனும் உதவி தேவைப்பட்டால் பணியாளனிடம் கேள் நண்பா'' என்பதனையும் சொல்லியிருந்தான்.

அறையிலிருந்த எட்வின் 'தி வோர்ல்ட் யூனின்' எனும் புத்தகத்தை படிக்கத் தொடங்கினான். வன்யாவுக்கு கார்டல் ஏராளமான விளையாட்டுப் பொருட்களை வாங்கிக் கொடுத்திருந்தான். அவள் அதனை வைத்து விளையாடிக் கொண்டிருந்தாள்.

மதியம் இரண்டு மணியை தாண்டியிருந்த நிலையில் கார்டல் வீட்டிற்கு வந்து சேர்ந்தான். அவன் தனது நண்பனுக்கு ஏற்றவாறு, அவனுக்கு பிடித்தமான வேலையில் சேர்த்துவிட வேண்டும் என்று எண்ணினான். எட்வின் இருந்த அறைக்கதவைத் தட்டினான் அவன்.

வன்யா ஓடிவந்து கதவைத் திறந்தாள். கார்டலைப் பார்த்தவுடன் எட்வின் அந்தப் புத்தகத்தை மூடி வைத்து விட்டு கட்டிலிலிருந்து எழுந்தான்.

''நண்பா உன்னிடம் ஒன்று சொல்ல வேண்டும்'' என்று எட்வின் பேசத்தொடங்கினான்.

''சொல் எட்வின்''

''ஒரு உதவி கேட்கத்தான்.. 'தி எலைட்' நிறுவனத்தில் தற்பொழுது ஏதும் பணியிடம் இருக்கிறதா என்று கேட்டுப் பார்க்கிறாயா?''

''நானும் உன்னுடைய வேலை விஷயமாகத்தான் பேச வந்தேன். நீயே கேட்டுவிட்டாய். ஒன்றும் கவலைப்படாதே. மாமா செமியோன் பார்னா இங்குதான் தலைமை நிர்வாகியாக இருக்கிறார்.''

''ஓ.. அப்படியா.. ரொம்ப நல்லது கார்டல். பிரனாவ் குருஜித் அவர்களுக்கு நம்மை நினைவிருக்கும் என்றுதான் நினைக்கிறேன்.''

''எட்வின், அவர் ஓய்வு பெற்று இரண்டு ஆண்டுகள் கடந்துவிட்டன.''

''அப்படியென்றால் அவர் பொறுப்பில் இப்பொழுது யார் இருக்கிறார்கள்?''

''அது தெரியவில்லை எனக்கு.''

''தெரியவில்லையா? அப்பொழுது...''

''அதைவிடு நண்பா..'' என்று குறுக்கிட்டான். ''வன்யாவை பள்ளியில் சேர்த்துவிட வேண்டும்'' என்றான் கார்டல்.

''அவளுக்கு வயது பத்திற்கு மேலாகிவிட்டது அடிப்படைக் கல்விகூட தெரியாத நிலையில் எப்படிச் சேர்ப்பது. இதுவரை அவள் பள்ளிக்கு சென்றதில்லை.''

''எட்வின் இதென்ன பெரிய பிரச்சனையா. வரவர நீ எல்லா விஷயங்களையும் சந்திப்பதற்கு தயக்கம் காட்டுகிறாய்.''

''நீ சொல்லுவது சரிதான் கார்டல். நடந்தவை அனைத்தும் துன்பங்களாகவே இருந்துள்ளது. என்னை நானே ஆறுதல் கூறிக்கொண்டு இப்படிப்பட்ட சூழ்நிலையிலிருந்து வெளிவர முயன்று கொண்டுதான் இருக்கிறேன்.''

''எல்லாம் கடந்துபோய் கொண்டேதான் இருக்கும், என்று நீதானே என்னிடம் சொல்லியிருக்கிறாய். நாம் அடுத்த பயணத்தை தொடங்கியாக வேண்டும். இன்றே சென்று வரலாம். மாமாவின் வீடும் எலைட் நிறுவனமிருக்கும் எல்பின்ட் சாலைப் பகுதிக்கு அருகில்தான் உள்ளது. நாம் மாலையில் செல்லலாம். வன்யாவையும் உடன் அழைத்துச்செல்வோம். அவள் வீட்டிற்குள்ளேயே இருக்கிறாள். இன்று வெளியில் பொழுதை செலவிடலாம். அது என்ன புத்தகம். எங்கே..'' என்று அவனது அருகில் கிடந்த புத்தகத்தை எடுத்து, ''இது மிகவும் பிரபலமான புத்தகமாச்சே. உலக ஒற்றுமை குறித்து பேசக்கூடிய அரிய புத்தகம். எனக்கும் இதனை ஒரு முறையாவது வாசித்துவிட வேண்டும் என்ற ஆசை இருக்கத்தான் செய்கிறது. சரி எட்வின் இங்கிருந்து ஐந்து மணியளவில் புறப்பட்டுச் செல்வோம்'' என்று கூறிவிட்டு அந்த அறையிலிருந்து வெளியேறினான்.

''வன்யா பள்ளிக்கூடம் செல்ல நீ விரும்புகிறாயா?'' என்று எட்வின் கேட்டான்.

''ம்.. அம்மாவின் ஆசை அதுதான். அவள் அடிக்கடி சொல்லிக்கொண்டே இருப்பாள்.''

''அண்ணா, அம்மாவை நினைத்து இன்னும் கவலைப் பட்டுகொண்டுதான் இருக்கிறீர்களா?''

மிகவும் பக்குவப்பட்ட ஒருத்தியாக கேட்கிறாள் வன்யா. இந்த வயதில் அவளுக்கு இப்படி ஒரு நிலை வந்துவிட்டதே. புத்திசாலியான தன் தங்கைக்கு எல்லாவற்றையும் செய்து தர வேண்டும் என்று நினைத்துக்கொண்டான்.

மௌனமாக இருந்த தனது அண்ணனைப் பார்த்தாள் வன்யா. ''ஏன் அண்ணா எதையோ சிந்தித்துக்கொண்டே இருக்கிறீர்கள்?'' என்று கேட்டாள்.

அவளது வார்த்தைகள் தெளிவாக வெளிப்பட்டன.

''இங்கே வா வன்யா'' என்று அவளை தன் அருகில் அழைத்தான் எட்வின்.

அவளைத் தன்னோடு அணைத்துக்கொண்டு, எதுவும் பேசாமல் இருந்தான். அவனது கண்களில் கண்ணீர் வழியத் தொடங்கியது.

வன்யா அவனது கண்ணீரைத் தனது கரங்களால் துடைத்தாள்.

''இப்படி அழுதுகொண்டிருந்தால் நான் என்ன செய்வது அண்ணா?''

''இல்லை. அவ்வளவுதான் இனி நான் அழப்போவதில்லை. எனக்கென்று நீ இருக்கிறாய், கார்டல் இருக்கிறான், பிறகு ஆசிரியரும் கூட'' என்று சொல்லிக்கொண்டான். இப்பொழுதுதான்

ஆசிரியர் பற்றிய நினைவுகள் அவனுக்கு எழத்தொடங்கியது. அவன் தனது தங்கையிடம் ஆசிரியர் ஜோன்ஸ் பற்றியும் ஆன்ஸி அவர்களைப் பற்றியும் சொன்னான். நமக்காக அவர்கள் காத்துக் கொண்டிருப்பார்கள் என்றும் அவன் கூறினான்.

சூரியன் மெல்ல மெல்ல மறைந்து கொண்டிருந்தது. எபோர்ட் சாலையில் வன்யாவைக் கூட்டிக் கொண்டு எட்வினும் கார்டலும் நடந்து கொண்டிருந்தனர்.

கடந்த ஐந்தாண்டுகளில் மாற்றங்களை எபோர்ட் சாலைப் பகுதி அடைந்திருந்தாலும் அதனைத் தெளிவாக கண்டு கொண்டான் எட்வின்.

இந்தப் பிரத்யேகச் சாலைப் பகுதியை முதலில் யார் பார்த்தாலும் ஏற்படும் அதே வியப்புதான் வன்யாவிற்கும் ஏற்பட்டது. மற்ற சிறுவர்களைப் போல காணும் பொருட்களையும் தின்பண்டங் களையும் கேட்டு அடம்பிடிக்காமல் வந்து கொண்டிருப்பது கார்டலுக்கு ஆச்சரியத்தையும் வன்யாவின் மீது மேலும் அக்கறையையும் எதாவது வாங்கித் தர வேண்டும் என்ற எண்ணத்தையும் ஏற்படுத்தியது. அவர்கள் கடந்து கொண்டு வரும் ஒவ்வொரு கடையையும் பார்த்து ''இது வேண்டுமா? வாங்கலாமா?'' என்று வன்யாவிடம் கேட்டுக்கொண்டே வந்தான். அவள் எல்லாவற்றையும் 'வேண்டாம்' என்றே கூறிவந்தாள்.

அவர்கள் தற்பொழுது எல்பின்ட் சாலையோரத்தில் நடந்துகொண்டிருந்தனர். எலைட் நிறுவனத்திற்கு முன்பாகவே பிரிந்து சென்ற வழியொன்றில் கார்டல் அவர்களைக் கூட்டிச் சென்றான். அந்தப் பகுதி முழுவதும் எலைட் நிறுவனத்திற்குச் சொந்தமான இடமாக இருந்தது. அங்கு வசிக்கும் நபர்கள் பெரும்பாலும் அந்த நிறுவனத்தில் பணிபுரியும் ஆட்களாக இருந்தனர். கிட்டத்தட்ட அவர்கள் செமியோன் பார்னாவின் வீட்டை நெருங்கிவிட்டனர்.

அரைக்கால்சட்டை அணிந்துக்கொண்டு வீட்டு வாசலின் முன்பு அமர்ந்தவாறு புத்தகம் ஒன்றை வாசித்துக்கொண்டிருந்தார் செமியோன். அவர்களைப் பார்த்தவுடன், ''அடடே.. உள்ளே வாருங்கள்'' என்று அழைத்தார்.

''தம்பியை எங்கோ பார்த்த மாதிரி இருக்கிறதே?'' என்று சிந்திக்கும் பாவனையில் கேட்டார்.

''மாமா.. இது எட்வின், ஒருமுறை நான் அழைத்து வந்திருந்தேன். அதாவது ஐந்தாண்டுகளுக்கு முன்பு..''

''ஓ.. ஆமாம் தம்பி, நலமாக இருக்கிறாயா? நீ வெயிண்ட் நகருக்கு சென்றுவிட்டதாக சொன்னார்கள். ரொம்ப நாட்களுக்குப் பிறகு வந்திருக்கிறாய் போல'' என்று அழுத்தம்திருத்தமாக கேட்டார்.

''நான் இங்கு வந்து ஒரு மாத காலம் ஆகிவிட்டது'' என்று கூறினான் எட்வின்.

''இந்த சிறுமி யார்?''

''இவள் வன்யா. எட்வினின் தங்கை.''

எட்வினின் தாய் தந்தை இறந்துவிட்டார்கள் என்பது இந்த பார்டிலைன் நகருக்குள் குடிவரும் பொழுதே கார்டல் சொல்லி யிருந்தான். அவன் ஒரே மகன் என்பதனையும் அவர் அறிந்திருந்தார். தற்பொழுது இத்தனை வயது இடைவெளியில் ஒரு தங்கை இருக்கிறாள் என்பது ஒரு வித்தியாசமான உணர்வினை அவருக்குள் ஏற்படுத்தியது. இருப்பினும் அதனைக் காட்டிக்கொள்ளாமல் பிறகு கேட்டுத் தெரிந்துகொள்ளலாம் என்ற எண்ணத்தில் அவர் எதையும் வெளிக்காடிக்கொள்ளவில்லை.

''ரொம்ப அமைதியா இருக்கிறாளே'' என்று அவளைப் பார்த்துச் சொன்னார்.

"மிகவும் அமைதியானவள் மாமா. புத்திசாலியும்கூட. ஆனால், பழகிவிட்டால் நன்றாகப் பேசுவாள். நானே இப்பொழுது தான் கொஞ்சம் நெருக்கமாகப் பழகிவருகிறேன்" என்று கூறினான் கார்டல்.

பிறகு அவர்களை உள்ளே அழைத்துவந்து நாற்காலிகளை எடுத்துப் போட்டார்.

"நிமா நிமா, யார் வந்திருக்கிறார்கள் பார்" என்று தனது மனைவியை அழைத்தார்.

தன் அறையிலிருந்து வரவேற்பறைக்கு வந்த அவள் "வாருங்கள்" என்று சொல்லிவிட்டு "மருத்துவப்பணி எல்லாம் எப்படி இருக்கிறது?" என்று கேட்டாள்.

"எல்லாம் நன்றாக போய்க் கொண்டிருக்கிறது" என்றான் கார்டல்.

"முதலில் தேநீர் போட்டுக் கொண்டு வா நிமா. சிறுமிக்கு குளிர்பானம் ஏதாவது கொண்டு வா" என்று சொன்னார் செமியோன்.

"கிரசாண்ட் எப்படி இருக்கிறான். ஏதாவது தந்தி அனுப்பு கிறானா? கல்லூரி படிப்பெல்லாம் எப்படி இருக்கிறதாம்?"

"அவன் எப்பொழுதாவதுதான் கடிதம் அனுப்புகிறான். வெயிண்ட் நகருக்குப் போனதிலிருந்து எங்களை மறந்தே விட்டான் போல" என்று சொல்லிவிட்டு, "தம்பி வெயிண்ட் நகரில் கலை மற்றும் அறிவியல் அறக்கட்டளைக் கல்லூரி உனக்குத் தெரியுமா?" என்று எட்வினைப் பார்த்துக் கேட்டார் செமியோன்.

"அந்தக் கல்லூரி பற்றி தெரியாமல் இருக்குமா? எனக்கு நன்றாகத் தெரியும். கல்லூரியின் முதல்வர் பாலிகிராம் அவர் களையும் ஒருமுறை நான் சந்தித்துப் பேசியிருக்கிறேன்."

"அருமை தம்பி, அந்தக் கல்லூரியில்தான் எனது மகன் கிரசாண்ட் படிக்கிறான்" என்று பெருமையோடு சொல்லிக் கொண்டார் அவர்.

"மாமா.. எட்வினுக்கு தங்கள் நிறுவனத்தில் ஏதேனும் வேலையிருந்தால் சொல்லுங்கள். அது விஷயமாகத்தான் இங்கு வந்தோம்."

"எட்வின் உனக்கு ஐந்தாண்டுகளுக்கு முன்பே வாய்ப்பிருந்தது. அதைத் தவறவிட்டாய். அது பரவாயில்லை. உன் சூழ்நிலையை நான் அறிவேன். இருந்தாலும் அன்றே சேர்ந்திருந்தால் இந்த ஐந்தாண்டுகளில் நல்ல அனுபவங்களைப் பெற்று ஒரு நல்ல நிலையிலிருந்திருக்கலாம். தவறாக நினைக்காதே. தோன்றியதை நான் எப்பொழுதும் வெளிப்படையாகச் சொல்லிவிடுவேன். கார்டலிடம் கேட்டுப்பார்" என்று சொல்லிவிட்டு பலமாகச் சிரித்தார்.

அவர் சொன்னது எட்வினின் மனதை லேசாக பாதித்தாலும் அவன் அதனை தன் முகத்தில் காட்டிக்கொள்ளவில்லை.

தனது மாமாவின் குணத்தை ஏற்கனவே அறிந்திருந்ததால் கார்டலுக்கு அவர் பேசியது அவ்வளவு பெரிதாகத் தெரியவில்லை.

நாற்காலியில் அமர்ந்தவாறு அங்குமிங்கும் சுற்றிப் பார்த்துக் கொண்டிருந்த வன்யாவைப் பார்த்து "என்ன படிக்கிறாய்..?" என்று கேட்டார்.

அதற்கு அவள் எந்த பதிலும் சொல்லவில்லை.

"மாமா.. இனிதான் பள்ளியில் சேர்க்க வேண்டும். நான் சில விஷயங்களைப் பிறகு சொல்கிறேன்" என்று கூறினான் கார்டல்.

என்னவாக இருக்கும் என்பதனை அறிந்துகொள்ள மிகவும் ஆர்வமாக இருந்தார் செமியோன். "சரி கார்டல்" என்று சொல்லி விட்டு, தன் மனைவி குவளையில் கொண்டு வந்த தேநீரை எடுத்தார். கார்டலும் எட்வினும் தேநீரை எடுத்துக்கொண்டனர். வன்யாவுக்கு குளிர்பானத்தைக் கொடுத்தாள் நிமா. அதனை வாங்கிக் கொண்ட அவள் உடனே குடிக்கத் தொடங்கினாள்.

"தம்பி எட்வின், முன்பைப்போல் இங்கு எதுவும் இல்லை. நிறைய பத்திரிகை நிறுவனங்கள் போட்டிக்கு வந்துவிட்டன.

அதனால் தகுதியான ஆட்களை மட்டுமே தேர்ந்தெடுக்கிறோம். குறைந்த பட்சம் பொது விஷயங்களையும், மொழியின் நுட்பங் களைப் பயன்படுத்தவும் தெரிந்திருக்க வேண்டும். 'தி எலைட்' நிறுவனம் இந்த மாகாணத்திலேயே சிறந்த பத்திரிகை நிறுவனங் களுள் ஒன்று. உனக்கே தெரியும் என்று நினைக்கிறேன். அதனால் வேலையாட்களின் முக்கியத்துவம் பெரும் பங்களிக்கிறது. பார்த்தாயா பணியாட்களுக்கென தங்கும் இடத்தை நிறுவனமே பார்த்துக்கொள்ளும் அளவுக்கு வளர்ந்துள்ளது என்றால் அதன் தனித்துவத்தை உணர்ந்துகொள்ள வேண்டும். ஆட்களைத் தேர்ந்தெடுப்பதற்கென தனிக் குழு ஒன்று இருக்கிறது. கண்டிப்பாக நேர்முகத் தேர்வில் தேர்ச்சி பெற்றால்தான் என்னால் உன்னை ஒரு சிறந்த பணியில் நியமிக்க முடியும். இல்லையென்றால் எங்கோ சாதாரண இடத்தில், அதாவது அச்சடிக்கும் பகுதியில்தான் வேலை கொடுக்க முடியும். நான் சொல்கிறது புரிகிறதுதானே எட்வின்.''

''நன்றாக புரிந்துவிட்டது. ஆனால் நான் எந்தப் பள்ளியிலும் கல்லூரியிலும் படித்துவரவில்லை.''

''அது எனக்குத் தெரியும் தம்பி. நமது நிறுவனத்தில் கல்வித் தகுதி பார்ப்பதில்லை. எல்லாம் ஒரே நாளில் தேர்ந்தெடுத்து விடுவதுதான். நேர்முகத் தேர்வில் தேர்ச்சிபெற்றாலே போதுமான தகுதி என்று ஏற்றுக்கொள்ளப்படுகிறது.''

''அப்படியென்றால் நான் கண்டிப்பாக முயற்சி செய்கிறேன்'' என்றபடி உறுதியாகக் கூறினான் எட்வின்.

''ஒரு மூன்று நாள் கால அவகாசம் எடுத்துகொண்டால் போதுமா? ஏனென்றால் கேட்கப்படும் கேள்விகளுக்கு விரைவான முறையில் பதிலளிக்க வேண்டுமல்லவா. பொதுவிஷயங்கள் சில, அரசியல் பற்றிச் சில விஷயங்கள் பிறகு விளையாட்டு மற்றும் பல விஷயங்கள். இவற்றிலிருந்தே கேட்பார்கள். சில சமயத்தில்

உன்னுடைய தோற்றமே முடிவினைக் கொடுத்துவிடலாம். நல்ல உடைகளை அணிந்துவா. 'தி எலைட்' நிறுவனத்தில் சிறந்த இடத்தில் பணிபுரிவது சாதாரண காரியம் அல்ல.''

''ஐயோ.. மாமா.. எட்வின் இவற்றையெல்லாம் எளிதாகக் கையாண்டுவிடுவான். என்ன எட்வின் நான் சொல்வது சரிதானே'' என்றான் கார்டல்.

''அப்படியெல்லாம் ஒன்றுமில்லை நண்பா. என்னால் முடிந்தவரை செயல்படுவேன். அவ்வளவுதான். நான் நாளையே வந்துவிடுகிறேன் ஐயா. மூன்று நாள் இடைவெளி அதிகமாகத் தெரிகிறது.''

''அருமைதம்பி. உனது தன்னம்பிக்கையை பாராட்டுகிறேன். நாளைச் சரியாக ஒன்பது மணிக்கு வந்து சேர்ந்துவிடு. கார்டல் நீயும் வருவாயா?''

''இல்லை மாமா, நான் வருவதற்கு நேரம் இருக்காது'' என்று கூறினான் கார்டல்.

''நாங்கள் இப்பொழுது புறப்படுகிறோம் மாமா. இன்னொரு நாள் சந்திப்போம்'' என்று கூறிவிட்டு நாற்காலியிலிருந்து எழுந்தான் கார்டல். அதன் பிறகு எட்வினும் வன்யாவும் எழுந்தார்கள்.

வாசல் வரையிலும் வந்து அவர்களை வழியனுப்ப வந்தாள் நிமா. ''என்ன கார்டல் அங்கிருந்து நடந்தே வந்துவிட்டீர்களா?'' என்று கேட்டாள்.

''அப்படியே பேசிக்கொண்டே நடந்து வந்துவிட்டோம்'' என்று கார்டல் தனது மாமாவின் மனைவி நிமாவிடம் சொல்லி விட்டு நடக்கத் தொடங்கினான். வன்யா எட்வினின் கைகளைப் பற்றிக் கொண்டாள்.

சிறிது நேரத்தில் எபோர்ட் சாலை நடைபாதையில் ஏறி நடக்கத் தொடங்கினார்கள். அங்கிருந்த ஒரு கடையில் மீன் துண்டுகளை வறுத்து விற்றுக்கொண்டிருந்தார்கள்.

கூட்டம் அந்தக்கடையில் அலைமோதிக் கொண்டிருந்தது. மீன் துண்டுகளை ஒருவன் வறுத்துக் கொடுக்க மற்றொருவன் அதனை எடுத்து கேட்போருக்கு கொடுத்தான். இன்னுமொருவன் பணத்தை வாங்கிக்கொண்டிருந்தான். பரபரப்பாக இருக்கும் நிலையிலும் வந்து போய் கொண்டிருந்த மக்களை சாப்பிட வருமாறு மற்றும் ஒருவன் அழைத்துக்கொண்டேயிருந்தான். கார்டலுக்கு இதுபோன்ற கூட்டங்களில் சென்று வாங்கிப் பழக்கமில்லை. இருந்தாலும் முண்டி மோதிக் கொண்டு ஆறு வறுத்த மீன் துண்டு களை வாங்கிகொண்டு வந்தான். அதனை முகர்ந்து பார்த்து ''என்ன மணம். அடடே..'' என்று சொல்லி மகிழ்ச்சியடைந்தான். எட்வினுக்கும் தற்பொழுது அதனைப் பார்த்தவுடன் எச்சில் ஊறியது.

வன்யா அருவருப்புடன் பார்த்துக்கொண்டிருந்தாள். இதுவரை அவள் மீன்களை ருசித்துப் பார்த்ததில்லை.

மூவரும் அந்தக் கடையிலிருந்து கொஞ்சம் தள்ளிச்சென்று நடைபாதை ஓரமாகப் போடப்பட்டிருந்த பெஞ்சுகளில் அமர்ந்தார்கள். சூடாக இருந்த அதனை வன்யாவுக்கு இரு பாதியாகப் பிரித்து கொடுத்தான் எட்வின். அவள் தனக்கு பிடிக்காதது போலத் தலையை ஆட்டினாள். பிறகு எட்வின் தனது கைகளால் எடுத்து அவளுக்கு ஊட்டி விட்டான். அதனைச் சாப்பிட்டவுடன் ருசியறிந்து தானாகவே சாப்பிட முன் வந்தாள் வன்யா.

அவர்கள் எதுவும் பேசாமல் நன்றாக ருசித்து சாப்பிட்டு முடித்தார்கள். மாலை நேரத் தென்றல் காற்று வேகமாக அவர்களின் மீது ஒரு நொடிபட்டுச் சென்றது. மிகவும் அற்புதமான இடத்தில் அமர்ந்திருக்கும் உணர்வைப் பெற்றார்கள். அவர்களுக்குப் பக்கத்தில் மூன்று குழந்தைகள் விளையாடிக் கொண்டிருந்தார்கள். வன்யா அவர்களுக்கு அருகில் சென்று நின்று கொண்டு வேடிக்கை பார்த்துக் கொண்டிருந்தாள்.

எட்வினின் பார்வை அவள்மீது இருந்தது.

"நண்பா எட்வின், இங்கு அமர்ந்திருப்பது நமது பழைய நினைவுகளை எனக்கு கொண்டு வருகிறது. உனக்கும் நினைவு இருக்கத்தான் செய்யும். இந்த சாலையோர இடத்தில்தான் பெரும் பாலான மக்கள் ஓய்வெடுக்கின்றனர். பார்டிலைன் நகர மக்களுக்கு எபோர்ட் சாலைப் பகுதி பெரும் நிம்மதியைத் தருகிறது. நாமும்கூட இங்குதான் மனம் திறந்து பேசினோம். இப்பொழுதும் கூட" என்று ஆரம்பித்தான் கார்டல். "நீ வன்யாவின் எதிகாலத்தை நினைத்து கவலைகொள்ளாதே. அவள் நமது தங்கை. நாம் பார்த்துக்கொள்வோம். ஆனால் உன்னுடைய கனவு வாழ்க்கையை நீ வாழ்ந்தாக வேண்டும். உனது ஆசை நிறைவேற நான் துணையாக நிற்பேன்."

"கார்டல் உன்னைப் போன்ற ஒருவன் எந்தச் சூழ்நிலையிலும் விட்டுச்செல்லமாட்டான். எனது கவலைகள் அதுவல்ல, உலகில் இருக்கும் ஒவ்வொரு மனிதனும் ஏதோ ஒரு துயரத்தில் வாழ்வான். ஆனால் அவன் தன்னுடன் இருக்கும் உறவுகள் எல்லோரையும் இழந்து வாழமாட்டான். என்னைப் பார்த்தாயா முதலில் தாய் பிறகு தந்தையையும் இழந்தேன். என்னை வளர்த்தவர்களிடமிருந்தும் பிரிந்து வந்துள்ளேன். அவர்கள் எனது கஷ்டமான சூழ்நிலையிலும் என்னுடன் இருந்தார்கள். இப்பொழுது பார், நான் அவர்களை முதிர்ச்சி அடைந்த வயதில் தனியேவிட்டு விட்டு வந்துவிட்டேன். வன்யாவின் தாய் இறந்துவிட்டாள். அவள் நான் இருக்கின்ற தைரியத்தில்தான் தற்கொலை செய்துகொண்டாள். ஒருவகையில் அவள் மரணத்திற்கு நானும் காரணம்தான் என்றெல்லாம் நினைக்கத் தோன்றுகிறது."

"முதலில் நடந்தவற்றை மறந்துவிடு நண்பா. அங்கே பார், வன்யா பெரிய மனுஷியைப் போல் நடந்துகொள்கிறாள். உன்னை காயப்படுத்தக் கூடாது என்பதற்காக! அவள் தாயைப் பற்றி உன்னிடம் ஏதாவது கேட்டு அழுதிருக்கிறாளா? சிந்தித்துப்பார் அந்தச் சிறுமியின் மனம் எந்த அளவிற்கு பக்குவமடைந்திருக்கிறது என்பதனை. இது எவ்வளவு பெரிய ஆச்சரியம். சிறந்த மருத்துவரான

எனது தந்தை கேவின் இபாலுக்கும்கூட இது வியப்பூட்டக் கூடிய ஒன்றாகத்தான் இருக்கிறது. இத்தனை அனுபவங்களைப் பெற்ற நீயே இன்று வரையிலும் அழுகிறாய். அவளைப் பார் எத்தனை அற்புதமானவள்! வன்யாவைப் போன்ற ஒரு குழந்தையை நான் இன்று வரையிலும் பார்த்ததேயில்லை.''

''அவளுக்கு ஒரு சிறந்த வாழ்க்கையை அமைக்க வேண்டியது உன்கடமை. அதற்கு நான் உதவி செய்யத்தயாராக இருக்கிறேன். இந்தக் கல்வியாண்டு முடிய ஆறு மாதங்கள் உள்ளன. அதற்குள் அவளுக்கு தனி ஆசிரியர் ஒருவரை நியமித்து அடிப்படைக் கல்வியை கொடுத்து விடலாம். பிறகு பள்ளியில் எப்படி சேர்ப்பது என்பதனைப் பார்த்துகொள்ளலாம். இதற்கு மேல் சொல்வதற்கு என்ன இருக்கிறது'' என்று கூறி தனது நண்பனைப் பார்த்து விட்டு ''வன்யா வா போகலாம்'' என்று அவளை சத்தமாகக் கூப்பிட்டான் கார்டல்.

எட்வின் முழுக்க முழுக்க சிந்தனையில் முழ்கிவிட்டான். அவர்கள் வீட்டை வந்து அடையும் பொழுது மணி ஒன்பதைத் தாண்டியிருந்தது.

அத்தியாயம் - 13

அதிகாலையிலேயே எழுந்த எட்வின் 'தி வோர்ல்ட் யூனியன்' புத்தகத்தின் இறுதி பக்கத்தைப் படித்துக் கொண்டிருந்தான். ஏறத்தாழ 450 பக்கங்களைக் கொண்ட அந்தப் புத்தகத்தின் முடிவை அடைந்து விட்டான். அதிலிருந்து தான் பெற்ற கருத்துக் களையெல்லாம் தனது டைரியில் குறிப்பு எழுதி வைத்தான். முக்கியமான நூறு விஷயங்களை பத்துப் பக்கத்தில் எழுதி முடித்தான். ஒவ்வொரு புத்தகத்தை படித்து முடித்தப்பிறகு இப்படி குறிப்பெழுதுவதை வழக்கமாக வைத்திருந்தான். இப்பொழுதும் கூட நேர்முகத் தேர்வுக்காக அவன் எந்தவித எத்தனமுமின்றி இருந்தான். ஒன்றரை மணி நேரமாக குறிப்பினை எழுதி வைத்த அவன் தன் எழுத்தில் பிழையேதும் இருக்கிறதா என்று பார்த்துக் கொண்டிருந்தான்.

அறையின் வெளிப்புறத்திலிருந்து ஒருவர் கதவைத் தட்டும் சத்தம் கேட்டது. எட்வின் வேகமாக கட்டிலிலிருந்து எழுந்து சென்று கதவைத் திறந்தான். கேவின் இபால் நின்று கொண்டிருந்தார்.

''எட்வின் நீ எழுந்துவிட்டாயா? உன்னை எழுப்பத்தான் கதவைத் தட்டினேன். வன்யா எழவில்லையே.''

"இல்லை, அவள் இன்னும் தூங்கிக்கொண்டுதான் இருக்கிறாள்."

"சரி இந்தா எட்வின்" என்று ஆடைகளை அவனிடம் நீட்டினார் மருத்துவர். "இதை அணிந்து கொண்டு நேர்முகத் தேர்வுக்கு செல். இது கார்டலுடைய உடை. உனக்கு சரியாக இருக்கும். அவனது ராசியான இந்த ஆடையை நீ உடுத்திக் கொண்டு செல்ல வேண்டும் என்று நேற்று இரவே எடுத்து வைத்துவிட்டான். இங்கிருந்து நீ ஏழு மணிக்குள் புறப்பட்டுவிட்டால் சரியாக இருக்கும்" என்று கூறினார்.

அந்த உடையை வாங்கிக் கொண்ட எட்வின், அதனைப் பார்த்தான். மிகவும் விலையுர்ந்த அந்த உடையினை கொண்டு வந்து கட்டிலில் வைத்தான்.

"நன்றாக செயல்பட்டு வா எட்வின். நான் போய் இன்னும் சற்று நேரம் உறங்குகிறேன். நாங்கள் விழிப்பதற்கு தாமதமாகி விட்டால், ப்ரீதாவிடம் சொல்லிவிட்டுச் செல். அவள் சற்று நேரத்தில் வந்து விடுவாள்" என்று கூறிவிட்டு அங்கிருந்து சென்றார் மருத்துவர் கேவின் இபால்.

சிறிது நேரம் கடந்தபிறகு பணிப்பெண் ப்ரீதா அங்கு வந்தாள். ஏழு மணிக்கு சரியாக ஐந்து நிமிடங்கள் உள்ள நிலையில் எட்வின் தயாராகிவிட்டான். கார்டலின் அந்த உடை மிகக் கச்சிதமாக எடுப்பான தோற்றத்தை வெளிப்படுத்தியது. பிறகு ப்ரீதாவிடம் தான் வரும் வரை வன்யாவை பார்த்துக் கொள்ளுமாறும், கார்டல் மற்றும் மருத்துவரிடம் நான் புறப்புட்டுவிட்டேன் என்று அவர்கள் எழுந்தவுடன் சொல்லிவிடுமாறும் கூறிவிட்டுச் சென்றான் எட்வின்.

எபோர்ட் சாலையின் நடைபாதையில் நடந்து கொண்டிருக்கும் பொழுது அவன் இதமான குளிர் காற்றையும் மக்கள் ஒவ்வொரு வரும் ஒவ்வொரு விதமான உடற்பயிற்சிகளையும் செய்து கொண்டிருப்பதைக் கவனித்தபடியே நடந்தான். சிலர் அவனை

இடித்துக் கொண்டு வேகமாக நடந்துகொண்டிருந்தனர் மற்றும் சிலர் நடப்பதற்கும் ஓடுவதற்கும் இடையேயான நிலையில் சென்று கொண்டிருந்தனர். அவன் எப்பொழுதெல்லாம் எபோர்ட் சாலைப் பகுதிக்கு வருகிறானோ அப்பொழுதெல்லாம் ஒரு புது அனுபவத் தையும் ஒரு நல்ல சூழலையும் உணரத் தொடங்கிவிடுகிறான். தற்சமயம் அவன் 'தி எலைட்' நிறுவனத்தின் நுழைவுவாயிலை வந்தடைந்தான். ஐந்தாண்டுகளுக்கு முன்பு பார்த்த அதே நிலையில்தான் இருந்தது. எந்த மாற்றமும் அங்கு இல்லை. நுழைவு வாயிலின் முன் நின்ற காவலாளியும்கூட மாறவில்லை. அங்கிருந்த காவலாளி ஒருவனிடம் நேர்முகத் தேர்வு நடக்குமிடத்தைக் கேட்டறிந்து உள்ளே சென்றான். அவனுக்கு முன்னதாக நான்கு நபர்கள் வரிசையாக போடப்பட்டிருந்த நாற்காலியில் அமர்ந்திருந்தனர். தாமதமாக வந்துவிட்டோமோ என்று நினைத்து சுவற்றோடு அறையப்பட்டிருந்த கடிகாரத்தைப் பார்த்தான். ''அட.. எட்டு மணியாவதற்கே இன்னும் பத்து நிமிடங்கள் இருக்கிறதே'' என்று தனக்குள் கூறிவிட்டு நாற்காலியில் அமர்ந்தான். அவனுக்கு எதிரே ஒரு அறையிருந்தது. அதற்குள்தான் நேர்முகத் தேர்வு நடக்கப் போகிறது என்று நினைத்தான்.

சிறிது நேரத்தில் உயரமான ஒரு மனிதரும் அவருடன் ஐந்தடி உயரத்தில் கொஞ்சம் தடிமனான ஒருவரும் வந்தனர் அவர்கள் இருவருக்கும் ஐம்பது வயது இருக்கும். அவர்கள் கோட் மற்றும் அதற்கு இணையான கால்சட்டையும் அணிந்திருந்தனர். அவர்கள்தான் பணியாட்களை தேர்தெடுக்கப் போகிறார்கள் என்பது அவர்களது அந்த உடையும் பாவனையும் தெளிவாக வெளிப் படுத்தியது. அவர்கள் இருவரும் அங்கிருந்த அறைக்குள் சென்ற ஐந்து நிமிடங்களில் ஒவ்வொருவராக அழைக்கத் தொடங் கினார்கள். நபர்களை வரிசையாக அழைத்து அறைக்குள் அனுப்புவதற்கென ஒரு பணியாளனை நியமித்திருந்தனர். அவன் வெள்ளை உடை அணிந்து தலையில் தொப்பி வைத்திருந்தான்.

கிட்டத்தட்ட இரண்டு மணிநேரத்திற்குப் பிறகே எட்வினை உள்ளே செல்லுமாறு கூறினான். அதே சமயத்தில் உள்ளிருந்து வெளிவந்த ஒருவனை ஒரு விண்ணப்பத்தைக் கொடுத்து நிரப்பித் தருமாறு சொல்லிக் கொண்டிருந்தான்.

அறைக்குள் சென்ற எட்வினுக்கு தற்பொழுது பதட்டம் ஏற்பட்டது. முகத்தில் அதனை வெளிக்காட்டிக்கொள்ளாமல் அவர்கள் முன்னால் நின்றான். நின்ற அவனை ''தம்பி உட்காருங்கள்'' என்று மரியாதையாக சொன்னார். அவர் மூக்குக் கண்ணாடி அணிந்திருந்தார். இன்னொருவருக்கு முன் தலையில் வழுக்கை விழுந்திருந்தது.

எட்வின் பணிவுடன் அவர்களுக்கு எதிரில் இருந்த நாற்காலியில் அமர்ந்தான்.

எட்வின், அவர்களுக்கு முன்பு மேசையின் மீது வைத்திருந்த மரக்கட்டையாலானச் சின்னப்பலகையில் அவர்கள் பெயர் பதிவு செய்திருப்பதைப் பார்த்தான். மூக்குக் கண்ணாடி அணிந்தவரின் முன்னாலிருந்த பலகையில் சைமான் ரால்ப் எனும் பெயரும் வழுக்கைத் தலையுடன் இருந்தவரின் முன்னாலிருந்த பலகையில் நோபர்ட் மார்க் எனும் பெயரும் பதியப்பட்டிருப்பதைப் பார்த்தான்.

''முதலில் தங்களைச் சுருக்கமாக அறிமுகப்படுத்திக் கொள்ளுங்கள்'' என்று கூறினார் சைமான் ரால்ப். அவரது குரல் மிகவும் அமைதியான முறையில் இருந்தது.

''எனது பெயர் எட்வின் இமான்'' என்று தொடங்கிய அவன், தான் வெயிண்ட் நகரத்திலிருந்து இங்கு வந்திருப்பதாகவும் வெயிண்ட் நகரத்தில் பள்ளியில் சொற்பொழிவாற்றி வந்ததையும் சொன்னான். தன்னுடைய கல்வித்தகுதிகான எந்தச் சான்றிதழும் இல்லை ஏனென்றால் பள்ளி கல்லூரிகளில் நான் பயின்றதில்லை என்பதனையும் வெளிப்படையாகச் சொன்னான். இறுதியில் தனக்கு விருப்பமுள்ள ஒரு விஷயம் வாசிப்பது அதனால்தான் இங்கு

வந்துள்ளேன் மேலும் ஐந்தாண்டுகளுக்கு முன்பே இந்த நிறுவனத்தில் பணிபுரியும் வாய்ப்பிருந்தது, சூழ்நிலையின் காரணமாக அதனைவிட்டுவிட நேரிட்டது என்று தனது சுருக்கமான அறிமுகத்தை முடித்துக்கொண்டான்.

அவன் பேசி முடிக்கும் வரை இருவருமே கேட்டுக் கொண்டிருந்தார்கள்.

''பத்திரிகையாளர்களின் பணி என்ன? அவர்களின் பங்களிப்பு மக்களுக்கு எவ்வளவு முக்கியத்துவம் தருகிறது? நீ மக்களில் ஒருவனாக உன்னுடைய கருத்தினையும், ஒரு பத்திரிகையாளனாக உன்னுடைய கருத்தினையும் இங்கு பதிவு செய்'' என்றார் சைமான் ரால்ப்.

எட்வின் சில நொடிகள் அமைதியாக இருந்தான். பிறகு, ''பத்திரிகையாளன் மக்களின் உணர்வுகளைத் தொட்டுச் செல்பவன்'' என்று பேசத்தொடங்கினான். ''தற்பொழுதிருக்கும் பத்திரிகை யாளர்கள் ருசிக்கேற்ப செய்திகளை வாரி வழங்கிக் கொண்டு இருக்கிறார்கள். அது வெறும் ஒருநாள் செய்திகளாக மறைந்து விடுகிறது. தங்களின் வருமானத்திற்காக போட்டி போட்டுக் கொண்டு மக்களின் துயரங்களையும்கூட இரசனை மிகுந்த சம்பவங்களாக மாற்றியமைக்கும் நிலையில்தான் அவர்கள் இருக்கிறார்கள். தனிமனிதனின் உணர்வுகளைப் புரிந்து கொள்ளாமல் ஒட்டு மொத்த மக்களின் சுவாரசியத்திற்காக ஒரு பெரும் நிகழ்வினைக் கூட சாதாரண விஷயங்களாக்கிவிடுகின்றனர். தற்பொழுது வரும் எல்லா சம்பவங்களும் மக்களுக்கு ஒரு கதை போன்ற எண்ணத்தை உருவாக்கும் பாணியில் இருக்கின்றன. தங்களுக்கு நடக்கும் பொழுதே அது துயரமான ஒன்றாகத் தெரிகிறது. தங்களைச்சுற்றி நடப்பவைகளை எளிதில் அவர்களுக்கு கொண்டு போய் சேர்க்கும் இந்தப்பணி அற்புதமானது. வெறும் வியாபார நோக்கில் செயல்படும் பல நிறுவனங்கள் தங்களின் வாழ்வாதாரத்தை உயர்த்தவே இத்தொழிலை செய்கின்றனர்.

தினமும் காலையிலும் மாலையிலும் மாகாணத்திலுள்ள கோடிக் கணக்கான மக்கள் ஒரு பொழுது போக்காகவே செய்தித் தாள்களைப் புரட்டுகின்றனர்.

அப்படியிருக்கையில் மற்றவொருவருக்கு நடந்தேறிய துயரச் சம்பவங்கள் இன்னொருவருக்கு பொழுதுபோக்கான விஷயங் களாக மாறிவிடுகின்றன. நான் முன்பு சொன்னது போல, உண்மையில் பத்திரிகையாளர்களின் பணி உணர்வுகளைத் தொட்டுச் செல்லவில்லை. அது உணர்வுகளுக்கு எதிராகத் திரும்பிவிடுகிறது. நான் சொல்லி வந்த அனைத்தும் துயர நிகழ்வுகளால் பாதிக்கப்பட்ட ஒருவனுக்கு பொருந்தும். அவனது துயரம் ஒரு செய்தியாக பொழுதுபோக்காக மாறுவதற்கும் ஆழ்ந்த வருத்தத்தை மக்களுக்கு தருவதற்கும் பத்திரிகையாளனின் பங்கு உள்ளது. அது அவன் செய்திகளை எவ்வாறு வெளிப்படுத்துகின்றான் என்பதைப் பொறுத்தது. ஒரு பத்திரிகையாளனாகவும் மக்களுள் ஒருவனாகவும் சொல்லிவிட்டேன். மக்களுள் ஒருவனாக இருந்ததால் வெளிப் படையாக கூறிவிட்டேன்'' என்று சொல்லி முடித்தான்.

''தம்பி நீ வேறுபட்ட பார்வையில் பேசிக்கொண்டிருக்கிறாய். உன்னுடைய கருத்து ஏற்றுக்கொள்ளக் கூடியதுதான். ஆனால் போட்டிகள் நிறைந்த இந்த உலகில் முந்திக்கொண்டு ஓடித்தான் ஆக வேண்டும். உன்னைப் பணியில் நியமித்தால் என்ன விதமான மாற்றத்தை இந்த எலைட் நிறுவனத்திற்காக கொண்டு வர வேண்டும் என்று சிந்திப்பாய்?'' என்று நோபர்ட் மார்க் கேட்டார்.

''இன்னும் அதிகமாக, சரியாகச் சொல்லப்போனால், நான் வெறும் கருத்துகளை மட்டுமே முன் வைத்தேன். எதையும் மாற்றிட நான் விரும்பவில்லை. பணியிலிருந்தால் எனக்கான பணியினைச் சரியாக செய்வேனே தவிர புதிய மாற்றம், படைப்பு போன்ற எண்ணங்களில் செயல்பட மாட்டேன். எல்லா மனிதர்களையும் போல யதார்த்தமான முறையில் எனது பங்களிப்பும் இருக்கும். இதுதான் உண்மை'' என்று அழுத்தமாகச் சொன்னான் எட்வின்.

எட்வினை அவர்களால் புரிந்துகொள்ள முடியவில்லை. அவனிடம் வேறு ஏதாவது விஷயங்கள் இருக்கிறதா என்பதனை தெரிந்து கொள்ள வேண்டும் என்ற ஆர்வம் ரால்ப் அவர்களுக்கு ஏற்பட்டது.

எட்வின் வெளிப்படையாக பேசுவது நோபர்ட் மார்க்குக்கு பிடித்துவிட்டது. அது அவரைப் பெரிதும் கவர்ந்தது. ''சரி தம்பி நீங்கள் வெளியில் உள்ள விண்ணப்பத்தை நிரப்பிவிட்டுச் செல்லலாம். இரண்டு நாட்களில் தகவல் அனுப்பிவிடுவோம்'' என்றுச் சொல்லி அவனை விடைபெற்றுக் கொள்ளச் சொன்னார்.

எட்வின் நன்றி கூறிவிட்டு அறையைவிட்டு வெளியில் வந்தான். விண்ணப்பத்தை நிரப்பிவிட்டு அவன் கார்டலின் இல்லத்திற்கு வந்து சேர்ந்தான். கோடைக்கால வெப்பம் அதிகரித்திருந்த நிலையில் மிகவும் சோர்ந்து போய் வந்தான். மதியம் இரண்டு மணி இருக்கும்.

அண்ணன் வருவதைப் பார்த்துவிட்டு ஓடிவந்தாள் வன்யா. பணிப்பெண் ப்ரீதா மட்டுமே அங்கிருந்தாள். அவன் நேராக அறைக்குள் சென்று கார்டலின் உடையைக் கழட்டி வைத்துவிட்டு தன்னுடைய ஆடைகளை அணிந்து கொண்டான்.

மிகவும் களைப்பாக இருக்கிறது தேநீர் கொஞ்சம் ப்ரீதாவிடம் கேட்டுக் கொள்ளலாமா? என்று சிந்தித்துக் கொண்டிருந்தான் எட்வின். பிறகு அவளாக வந்து கேட்டதும் கொண்டுவரச் சொன்னான் எட்வின்.

அத்தியாயம் - 14

இரண்டு நாட்களுக்குப் பிறகு, தி எலைட் நிறுவனத்தில் அவனுக்கும் பங்களிப்பு கிடைத்துவிட்டது. கேட்டலினா வன்யாவுக்கு ஒரு ஆசிரியை ஒருத்தியை நியமித்துவிட்டாள். கேட்டலினா இவற்றையெல்லாம் ஒரு பெருமைக்காகவே செய்தாள். இவ்வளவு பெரிய இல்லத்தில் அவர்களை தங்க வைத்திருப்பது அதற்காகத்தான். அவளது கணவர் கேவின் இபாலின் சொல்லுக்காகவே இத்தனை நாட்கள் பொறுமையாக இருக்கிறாள். இன்றும்கூட வன்யாவுக்கு ஒரு பெண் ஆசிரியரைக் கூட்டி வந்ததற்கு அதுவே காரணமாக இருந்தது. காலையில் வந்த தபாலில் மகிழ்ச்சியடைந்திருந்த எட்வின் தற்பொழுது தனது தங்கைக்கு கல்விக் கற்றுத் தர ஆசிரியர் வந்திருக்கிறார் என்ற செய்தி இரட்டிப்பு மகிழ்ச்சியைத் தந்தது. இந்த மாலைப் பொழுதில் எல்லோரும் வீட்டிலிருந்தனர். வரவேற்பறையின் சோஃபாவில் அந்த ஆசிரியை அமர்ந்திருந்தாள். வீட்டிலுள்ள அனைவரையும் அழைத்து வருமாறு ப்ரீதாவிடம் சொல்லியனுப்பினாள் கேட்டலினா.

எட்வின்தன் தங்கையைக் கூட்டிக்கொண்டு வரவேற்பறைக்கு வந்து கொண்டிருந்தான். கார்டலும் கேவின் இபாலும் தங்கள் அறையிலிருந்து கீழே இறங்கி வந்து கொண்டிருந்தனர்.

தற்பொழுது இல்லத்திலிருக்கும் எல்லோரும் ஹாலில் வந்து நின்றனர். அங்கு சற்று நேரம் அமைதி நிலவியிருந்தது. எட்வின் சோஃபாவில் அமர்ந்திருந்த அவளைப் பார்த்துக் கொண்டே இருந்தான்.

இளஞ்சிவப்பு நிற உடை அணிந்திருந்த அவள் மிகவும் அழகுடையவளாக எட்வினுக்குத் தென்பட்டாள். மருத்துவர் கேவின் வந்திருப்பதைக் கவனித்தும் அவள் திமிராக சோஃபாவில் அமர்ந்திருப்பதைக் கண்டு சற்று வெறுப்படைந்தான். இருப்பினும் அந்தத் தோரணையில் அவள் மேலும் அழகாகத் தோன்றினாள். அவள் அணிந்திருந்த கழுத்துச் சங்கிலி அவளுக்கு மிகவும் பொருத்தமான முறையில் இருந்தது. மென்மையான வெள்ளைத் தோள்கள் அவனைக் கவர்ந்திழுத்தன. அவளுடைய கண்கள் பிரகாசித்துக்கொண்டிருந்தன. இதுவரை ஏற்பட்டிராத உணர்வினால் அவன் வெட்கமும் கூச்சமும் கொண்டிருந்தான். மேலும் அவளது வயது ஏறக்குறைய இருபத்தி ஐந்து இருக்கும் என்பதையும் இன்னும் திருமணம் ஆகவில்லையென்பதையும் அவளது தோற்றத்தின் மூலம் யூகித்துக்கொண்டிருந்தான்.

நிலவியிருந்த அமைதியினைப் போக்கும் வகையில் கேட்டலினா பேச ஆரம்பித்தாள்.

''இவள் என்னுடைய தோழியின் மகள் ஹலினா. இவள்தான் இனி வன்யாவுக்கு கல்வி கற்றுக்கொடுக்க போகிறாள்.'' பிறகு அங்கிருந்த ஒவ்வொருவரையும் அவளுக்கு அறிமுகப்படுத்தினாள் கேட்டலினா.

கார்டல் அவளைப் பார்த்ததும் எதார்த்தமாக சிரித்துக்கொண்டான். அவன் மேற்படிப்பின் பொழுது நிறையப் பெண்களிடம் நெருக்கமாக பழகிவந்ததால் அவனுக்குப் பெரிதாக எந்த உணர்வும் தற்சமயம் ஏற்படவில்லை.

"இந்த மாலைப் பொழுதிலிருந்தே அவளுக்கு வகுப்புகளைத் தொடங்கிவிடலாம்" என்று ஹலினா கூறினாள்.

அவளது குரல் மிகவும் மென்மையாக இருந்தது.

கேவின் இபாலது வீட்டில் படிப்பறை ஒன்று இருந்தது. "அந்த அறையை யாரும் அதிகமாகப் பயன்படுத்துவதில்லை. அங்கு பாடத்தை நடத்திக்கொள்ளுங்கள்" என்று கேட்டலினா சொன்னாள். "என்ன நான் மட்டுமே பேசிக் கொண்டிருக்கிறேன். நீங்கள் ஏதாவது பேசுங்களேன்" என்று கேவின் இபாலிடம் சொன்னாள் கேட்டலினா.

"தினமும் வகுப்புகள் நடத்த உள்ளீர்களா? இல்லை வாரத்திற்கு சில நாட்களா?" என்று கேட்டார் மருத்துவர்.

"இல்லை, கேட்டலினா அவர்கள் வன்யாவைப் பற்றிச் சொல்லித்தான் என்னை இங்கு அழைத்து வந்தார்கள். இன்னும் ஐந்து மாதங்கள்தான் இருக்கின்றன. கல்வியாண்டு தொடங்கு வதற்குள் ஒரு பத்து வயது பள்ளிக் குழந்தைக்கு என்ன தெரிந்திருக்க வேண்டுமோ அனைத்தையும் கற்றுத்தர வேண்டுமல்லவா. அதனால் தினமும் மூன்று மணிநேரமாவது பயிற்சியளிக்க வேண்டும்."

"என்ன வன்யா? படிக்க ஆர்வம் உள்ளதா?" என்று சிரித்த முகத்துடன் கேட்டாள் ஹலினா.

வேகமாகத் தலையசைத்த அவள், தனக்கு ஆர்வமிருக்கிறது என்பதனை வெளிப்படுத்தினாள்.

"ப்ரீதா, அவர்களை படிப்பறைக்கு அழைத்துச் செல்" என்று கேட்டலினா கூறினாள்.

அவர்கள் இருவரும் ப்ரீதாவைப் பின் தொடர்ந்து சென்றார்கள்.

ஹலினாவின் புன்னகை நிறைந்த முகத்தை தன் நெஞ்சில் பதிய வைத்துக்கொண்டு தனது அறைக்குள் சென்றான் எட்வின். அதே சமயம் படிப்பறைக்குள் சென்று கல்வி கற்கவிருக்கும் தனது தங்கையை எண்ணி மகிழ்ந்தான். அவன் தனது அறைக்குச்

செல்வதற்கு முன்பாக கேவின் இபாலிற்கும் கார்டலுக்கும் நன்றியை கூறிவிட்டு வந்திருந்தான். தற்பொழுது அறைக்குள் தனியே இருந்த அவன், நாளை மறுநாள் 'தி எலைட்' நிறுவனத்தில் பணி புரிவதற்கானமுன்ஏற்பாடுகளைசிந்தித்துக்கொண்டிருந்தான். தன் வாழ்வில் ஏற்படும் துன்பங்களில் கலந்து கொண்டு எல்லா வற்றிற்கும் தீர்வு அளித்திடும் தனது நண்பன் கார்டலை நினைத்து பெருமிதம் கொண்டான். மேலும் காலை எலைட் நிறுவனத்தி லிருந்து வந்த தபாலினை தன்னைவிட மிக ஆர்வமாக பெற்றவன் அவன்தான். எனக்கு கிடைத்த வேலையினால் என்னைவிடவும் பெரிதும் மகிழ்ச்சி கொண்டவனும் அவன்தான். அவனுக்கு மேலும் சிரமம் கொடுக்காமல் விரைவாக தனியாக ஒரு வீட்டினை வாடகைக்கு பிடித்துச் சென்றுவிட வேண்டும் என்பதையும் உறுதிபடுத்திக் கொண்டான்.

சிறிது நேரம் கழிந்த நிலையில் கார்டல் அங்கு வந்தான்.

''நண்பனே, என்ன செய்து கொண்டிருக்கிறாய்?''

''சும்மாதான் இருக்கிறேன்'' என்று கார்டலிடம் பதிலளித்தான் அவன்.

''இப்பொழுதுதான் என் மனம் நிம்மதி அடைந்துள்ளது.''

''நான் அதை அறிவேன் கார்டல். உனது பெற்றோர்களுக்குத் தான் மிகுந்த சிரமத்தை அளித்து கொண்டிருக்கிறேன்.''

''அப்படியெல்லாம் ஒன்றுமில்லை. நீ இங்கு யாருக்கும் சிரமம் அளிக்கவில்லை. அவர்கள் சவானாவிற்காக செய்கிறார்கள். அது அவர்களது கடமையும்கூட. உனக்கே அது தெரிந்திருக்கும். சரிதானே.''

''சரிதான் நண்பா. அதற்காக நானும் கடமைப்பட்டிருக் கிறேன்.''

‘‘நான் உன்னிடம் ஒன்றைச் சொல்லியாக வேண்டும். நாளை மாமாவை சந்தித்து ஒரு நன்றி கூறிவிட்டு வரவேண்டும். அவர் அதனை எதிர்பார்க்கக்கூடிய ஒரு மனிதர். அதனால்தான் சொல்கிறேன்.’’

‘‘இதில் என்ன நண்பா இருக்கிறது. கண்டிப்பாகச் சென்றுவிடலாம். உனக்கு க்ளீனிக்கில் வேலை இருக்கிறதா?’’

‘‘இல்லை, எனது தந்தை பார்த்துக்கொள்வார். நான் தனியாக எதுவும் அங்கு செய்வதில்லை. பேருக்குதான் மருத்துவர். போகப் போக எல்லாம் கற்றுக்கொள்ள வேண்டும்.’’

‘‘அப்படியா, சரி நல்லது. உனது மேற்படிப்பு நாட்களெல்லாம் எப்படிச் சென்றது?’’

‘‘என்னது இத்தனை நாட்கள் கழித்து இதனை கேட்கிறாய்.’’

‘‘இல்லை கார்டல். இன்று மிகவும் மகிழ்ச்சியாக உள்ளேன். ஏதோ ஒரு புதிய தொடக்கம் ஏற்பட்டுவிட்டதாகவே உணர்கிறேன். இதற்கெல்லாம் நீ ஒருவன் மட்டுமே காரணம். நீ இதனை உணரவில்லையா?’’

‘‘எட்வின், எதிர்பார்ப்புகளற்று செய்பவனுக்கு என்ன உணர்விருக்கப் போகிறது. ஒன்றேயொன்றுதான் பிடித்தமானவர்களின் மகிழ்ச்சியை சற்றுத் தள்ளி நின்று பார்ப்பதுதான்.’’

‘‘துயரங்களைப் பகிர்ந்து கொண்டு, மகிழ்ச்சியான தருணங்களை தள்ளி நின்று பார்ப்பதா?’’ என்று வியப்புடன் கேட்டு அவனைப் பார்த்தான் எட்வின்.

‘‘ஆம் நண்பா, என்னைப் பொறுத்தவரையில் அதுவே போதுமானது.’’

‘‘நான் வேறொரு விஷயமாகத்தான் இங்கு வந்தேன்.’’

கார்டலின் குரலில் தடுமாற்றம் இருப்பதனை உணர்ந்தான் எட்வின்.

''நண்பா என்னவாகயிருந்தாலும் தயங்காமல் சொல்.''

''எனது அம்மா. அதாவது அவர்கள், உன்னை பார்த்துக் கொள்ளும் நிலைக்கு நீயே வந்துவிட்டாய் அதற்கு எல்லாம் செய்துவிட்டோம். எட்வினுக்கு தனியாக வீடொன்றையும் உடனே பார்த்துவிடலாம் என்று சொன்னார்கள்.''

எட்வின் அதனைப்புரிந்துகொண்டான். ''நண்பா, நான் அதைப் பற்றித்தான் சிந்தித்தேன். இதற்கு ஏன் தயங்குகிறாய். நான் நாளையே ஒரு வீட்டினை தேடிக் கண்டுபிடித்து விடுகிறேன். வன்யாவின் படிப்பினை...''

''அதற்கும் ஹலினாவிடம் கேட்டு விட்டார்கள். வன்யாவின் படிப்பினை அவளது வீட்டிலேயே பயிற்சி மேற்கொள்ளலாம் என்று அவள் சொல்லிவிட்டளாம். தவறாக ஒன்றும் நினைத்துக் கொள்ளாதே எட்வின்.''

''எனது அம்மாவிற்கு எங்கிருந்துதான் இந்தக் கண்ணியமான வார்த்தைகளெல்லாம் வருகின்றன என்பதனை கண்டுகொள்ள முடியவில்லை.''

''அதனால் ஒன்றுமில்லை கார்டல்.''

அவர்கள் பேசிக்கொண்டிருக்கும் பொழுதே மூன்றாவதாக ஒரு குரல் ஒலிக்க தொடங்கியது.

''அண்ணா'' என்று வன்யா அறைக்குள் வந்தாள். தனது முதல் நாள் வகுப்பினை முடித்துவிட்டு வந்திருந்தாள்.

கார்டல் ஒரு சங்கடமான உணர்வோடு அங்கிருந்து வெளியே சென்றான்.

எட்வினுக்கு அது வருத்தமளிக்கும் ஒன்றாகவே இருந்த போதிலும் இது எல்லோருக்கும் வரும் இயல்பான ஒரு விஷய மாகவே கருதிக்கொண்டான். பிறகு அவன் தனது தங்கையிடம் பேசத் தொடங்கினான்.

"வன்யா, ஆசிரியர் நன்றாக சொல்லித் தருகிறார்களா?"

"ம்.. நன்றாகப் பேசுகிறாள்."

"மரியாதையோடு சொல்லு வன்யா. எத்தனை முறை உனக்குச் சொல்லித் தருவது."

அவள் சிறிது நொடிகள் சிந்தித்துவிட்டு.

"நன்றாகப் பேசினார்கள். அவர்களை எனக்கு ரொம்பப் பிடித்திருக்கிறது" என்று கூறினாள்.

தனக்குப் புதியவராகத் தோன்றிய ஹலினாவின் மீது தற்பொழுது எட்வினுக்கு மேலும் மதிப்பும், மரியாதையும், அன்பும் கூடியது.

அத்தியாயம் - 15

ஆசிரியர் ஜோன்ஸ் பிரதிபார்னாவ் உடல் நலமின்றி இருக்கிறார். காய்ச்சலும் உடல் சோர்வும் ஏற்பட்டிருந்தன. எட்வினிடமிருந்து ஏதாவது கடிதம் வருமா? என்று எதிர்பார்த்துக் கொண்டு காத்திருந்தார்.

கிராமத்திலிருந்து பெத்தனி மற்றும் அவரது கணவர் வெயிண்ட் நகருக்கு வந்த பொழுதிலிருந்தே, பெத்தனி தனது தாய் ஆன்ஸிக்கு பெரிதும் உதவியாக இருந்து வந்தாள். எப்பொழுதும் அவர்களுடனே இருந்தாள். பெத்தனியின் கணவர் மேகன் தான் விற்ற நிலங்களிலிருந்த பணத்தையெல்லாம் யாரோ ஒருவரிடம் கொடுத்து ஏமாற்றப்பட்டான். எதையும் சிந்திக்காமல் செயல்படும் அவன் யாருடைய அறிவுரைகளையும் கேட்பதில்லை. பெத்தனியின் வழியாக ஆசிரியரின் சேமிப்புப் பணத்திலிருந்து கொஞ்சம் கொஞ்சமாக வாங்கிக் கொண்டு எந்தப் பயனுமில்லாமல் செலவழித்துக் கொண்டிருந்தான். பெத்தனி தற்பொழுது கர்ப்பமாக இருக்கிறாள். முன்பு கிராமத்தில் இருந்ததைப் போல இங்கு இருக்கமுடியவில்லை.

ஆசிரியரின் உடல் நிலையை சீர் செய்ய மருத்துவர் ஒருவர் அவர்களது இல்லத்திற்கு வந்தார். இரண்டு மூன்று நாட்களுக்கும் மேலாக சிகிச்சையளித்து வந்தார். தற்பொழுது ஆசிரியரின்

உடல்நிலை முன்னேற்றம் அடைந்துள்ளதாகச் சொன்னார். ''இனி ஆசிரியருக்கு சிகிச்சை தேவையில்லை ஓரிரு நாட்களில் நலம் பெற்றுவிடுவார்'' என்று கூறிவிட்டுச் சென்றார் அந்த மருத்துவர்.

''நான் இறுதியாக உங்களிடம் பணத்தைப் பெற்றுச் செல்ல வந்திருக்கிறேன். இப்பொழுதுதான் நம்பிக்கையான ஒரு மனிதன் எனக்கு கிடைத்திருக்கிறான்'' என்று மேகன் ஆசிரியரிடம் கட்டளையிட்டு சொல்லுவதைப் போல கேட்டான். பெத்தனி அமைதியாக இருந்தாள். ஆன்ஸிக்கு கோபம் கடுமையாக வந்த போதிலும் அமைதியாக இருந்தாள்.

ஆசிரியர் எதுவும் பேசாமல் அவனையே சில நிமிடங்கள் பார்த்தார்.

''உங்களின் பார்வையில் ஏதோ எதிர்மறையான எண்ணங்கள் இருப்பதைப் போல தோன்றுகிறதே. உங்களை நம்பித்தான் நகரப்பகுதிக்கு வந்தோம். பணத்தை வைத்துக்கொண்டு என்ன செய்யப் போகிறீர்கள். உங்கள் மகளைக் கட்டிக்கொண்டு பயன் என்ன அடைந்தேன்?''

வழக்கம் போல் அவன் கிறுக்குத்தனமாகப் பேசுவான் என்பதை அறிந்து அவனின் வாயை அடைக்க சேமிப்பின் இறுதிப் பகுதியை எடுத்து வந்து அவனிடம் நீட்டினாள் ஆசிரியரின் மனைவி.

''இனிமேல் எங்களிடம் கொடுப்பதற்கு ஒன்றுமில்லை. இருந்த அத்தனையையும் உன்னிடம் கொடுத்துவிட்டேன். மீண்டும் ஏதேனும் கேட்டுத் தொந்தரவு செய்யாதே இங்கிருந்து புறப்படு'' என்று வருத்தம் நிறைந்த மனதோடு சொன்னாள் ஆன்ஸி.

ஆசிரியர் நாற்காலியில் அமர்ந்தவாறு இருந்தார். அவர் எதையும் பேசாமல் மௌனமாக உட்கார்ந்திருந்தார்.

''இதுவே கடைசி முறையாக இருக்கும். உங்களிடம் வாங்கிய அனைத்து நோட்டுகளையும் நான் தந்து விடுவேன்'' என்று கூறிவிட்டு புறப்பட்டான் மேகன்.

''பணத்தை வாங்கும் ஒவ்வொரு முறையும் இதைத்தான் சொல்லிக் கொண்டிருக்கிறான்'' என்று வெறுப்புணர்வோடு கூறினார் ஆசிரியர். ''எல்லாம் பெத்தனியின் வாழ்க்கை பாதித்து விடக் கூடாது என்பதற்காகத்தான் பொறுத்துக் கொண்டுள்ளேன்'' என்று அவன் அங்கிருந்து சென்ற பிறகு ஆன்ஸியிடம் புலம்பிக் கொண்டார். பெத்தனியும் அங்குதான் இருந்தாள்.

பணத்தை வாங்கிக் கொண்டு வெயிண்ட் நகரின் பிரதானப் பகுதியான ஸ்டீஜல் எனும் இடத்திற்குச் சென்றான். அந்தப் பகுதி முழுக்க கடைகளும் விடுதிகளுமே அதிகம் இருக்கும். தலை நகரத்தின் மிகவும் பரபரப்பான அந்தப் பகுதியில் பெரிய தொழிலதிபர்களின் கடைகளும் அதிகமாக இருந்தன.

தற்பொழுது அவன் அந்தப் பகுதியிலுள்ள துணி வியாபாரியான ஜெராட் பிலிப்போனாவை சந்திப்பதற்காக கடையின் வாசலருகே நின்றுக்கொண்டிருந்தான்.

கடந்த பத்தாண்டுகளில் ஜெராட் பிலிப்போனாவ் பிரபலமான துணி வியாபாரியாக வளர்ந்திருந்தார். துணி வர்த்தகம் அதிகமாக நடைபெறும் இந்த காலகட்டத்தில் நாட்டின் பல்வேறு இடங் களுக்கு ஏற்றுமதி செய்தும் உள்ளூரில் உள்ள சிறு வியாபாரி களுக்கும் உற்பத்தி செய்து வந்தார்.

மேகன் இன்று இந்த மனிதரை நம்பித்தான் புது தொழிலுக்கான முதலீட்டை போடப்போகிறான்.

எவ்வளவு உயரத்தை அடைந்தாலும் ஜெராட் தன்னிடம் வருவோர்களை மதிப்பு,மரியாதையுடனே நடத்தி வந்தார். அது போலவே மேகனிடம் அதைக் காட்டினார்.

''இந்தப் பணத்தை வைத்துக் கொண்டு கடையேதும் தொடங்க முடியாது. வேண்டுமென்றால் கடைகடையாக சென்று துண்டுகள் போர்வைகள் போன்றவற்றை விற்பனை செய்யலாம். உங்களைப் பார்த்தால் கிராமத்தில் வசித்தவரைப் போல் இருக்கிறது.

என்னால் முடிந்தது அவ்வளவுதான். உங்களுக்கு விருப்பமிருந்தால் பணத்தை கொடுத்துவிட்டு ஆர்டரைப் பெற்றுக்கொள்ளுங்கள். ஒரு, இரண்டு மூன்று ஆண்டுகள் உழைத்தால் முன்னேற்றம் பெறலாம். இது எனது ஆலோசனை. வெளி நகரத்திற்கு சென்று வரும் போக்குவரத்துச் செலவுகளை நான் பார்த்துக்கொள்கிறேன். இதைவிட வேறொன்றும் சிறப்பாக உதவமுடியாது.''

''இதுவே போதுமானதாகத் தெரிகிறது. உங்களுக்கு எனது நன்றிகள். நான் இப்பொழுதே பணத்தை கொடுத்துவிடுகிறேன் வாங்கிக்கொள்ளுங்கள்.''

''ம்.. முதலில் தேவையானவற்றினை தேர்ந்தெடுங்கள். பிறகு பணத்தை பெற்றுக்கொள்கிறேன்.''

''நீங்களே பார்த்துக் கொடுங்கள். பிறகு, எங்கு? எப்படி? விற்கலாம் என்பதனையும் சொல்லித்தாருங்கள். பெரும் புண்ணியமாய் போய்விடும்.''

''சரி, உங்களது முகவரியை தந்துவிட்டு போங்கள். மொத்தமாக அங்கு அனுப்பிவைத்துவிடுகிறேன். அதனுடன் நீங்கள் எங்கெல்லாம் செல்லவேண்டும் என்ற முகவரியையும் இணைத்து விடுகிறேன்.''

''அப்படியே செய்துவிடலாம். நான் புறப்படுகிறேன்'' என்று கூறிவிட்டு மேகன் ஆசிரியர் வீட்டிற்கு வந்தான். மேகனும் பெத்தனியும் பெரும்பாலும் ஆசிரியரின் வீட்டிலேயே இருந்தனர்.

மறுநாள் காலையில் அவனுக்கு எல்லா துணிகளும் வந்து சேர்ந்தன. மூட்டையாக கட்டப்பட்டிருந்தவற்றை எட்வின் முன்பு தங்கியிருந்த அறைக்குள் எடுத்துப்போட்டான் மேகன்.

தற்பொழுதுதான் மேகன் ஏதோ ஒரு முயற்சியை எடுத்துகொண்டிருக்கிறான் என்று ஆசிரியர் நிம்மதியடைந்தார். அவன் என்ன விதமான தொழிலில் ஈடுபட்டிருக்கிறான் என்பதை தெரிந்துகொள்ள அவர் துளியும் ஆர்வம் கொள்ளவில்லை.

துணிகள் கட்டப்பட்ட மூட்டையை பிரித்து அவன் அதனுள் வைக்கப்பட்டிருந்த காகிதத்தினை எடுத்தான். அதில் பதினைந் திற்கும் மேற்பட்ட முகவரிகள் இருந்தன. எல்லாம் பார்டிலைன் நகரிலுள்ள கடைகளாகவே இருந்தன.

இதுவொரு நல்ல வாய்ப்பாக கருதிக்கொண்டு பார்டிலைன் நகருக்கு சென்று வந்தான் மேகன். ஏழு நாட்களுக்கு ஒருமுறை வந்து விட்டுச் செல்வான். தனது கர்ப்பமான மனைவியைப் பார்த்து விட்டு ஆசிரியரிடம் வாங்கியப் பணத்தை கொஞ்சம் கொஞ்சமாக கொடுக்க ஆரம்பித்தான். அதிகபட்சம் ஒருநாள் மட்டுமே வெயிண்ட் நகரில் வசிப்பான். பிறகு மீண்டும் பார்டிலைன் மற்றும் அதனைச் சுற்றியுள்ள மூன்று நகரங்களில் ஏதோ ஒரு நகருக்கு சென்றுவிடுவான். சராசரியான மனிதர்களைப் போல வருமானம் ஈட்ட ஆரம்பித்துவிட்டான். பெத்தனிக்கு பிரசவ காலம் நெருங்கி இருந்தது. அந்த செய்தி அவனுக்கு பெரும் மகிழ்ச்சியையும் அதே சமயத்தில் பயத்தையும் உண்டாக்கியது. அதனால் அவன் வேலை எதுவும் செய்யாமல் ஒருமாத காலம் வெயிண்ட் நகரிலேயே அவளுடன் தங்கிவிட்டான்.

திருமணத்திற்கு முன்பு கிராமத்தில் மேம்போக்காக வாழ்ந்து வந்த அவன் திருமணத்திற்கு பிறகும் அவ்வாறே இருந்தான் என்ற வருத்தம் ஆசிரியருக்கு இருந்தது. ஆனால், தனது மகள் பெத்தனியின் கர்ப்பமுற்ற நாட்களில் அவன் மிகவும் மாறிவிட்டான் என்பது மகிழ்ச்சியைத்தந்தது. தற்பொழுது பொறுப்புடையவனாகவும் மாறியிருந்தான். உண்மையாக அக்கறையுடன் செயல்பட்டான். ''திருமணத்திற்குப் பிறகுதான் வாழ்வின் வெளிப்படையான விஷயங்கள் தெரிய வருகின்றன'' என்று ஆசிரியரிடம் கூறினான்.

மருத்துவர்கள் கூறியிருந்த பிரசவ தேதி நெருங்கியது. மேகன் மிகுந்த அச்சத்துடன் இருந்தான். தன்னுடைய மனைவியின் உடலில் ஒரு உயிர் வளர்ந்து கொண்டிருக்கிறது. அவளுக்கும் அந்த புதிய ஜீவனுக்கும் எதுவும் நேர்ந்துவிடக்கூடாது என்று எல்லாக் கடவுள்களையும் வேண்டினான்.

மருத்துவர்கள் சொன்ன பிரசவதேதி வருவதற்கு இரண்டு நாட்களுக்கு முன்பாகவே பெத்தனி வலியில் துடிக்க ஆரம்பித்து விட்டாள்.

அவளை உடனடியாக மருத்துவமனைக்கு அழைத்துச் சென்றான் மேகன். அவனுடன் ஆன்ஸியும் சென்றாள். பெத்தனிக்கு தனி அறை ஒன்று வழங்கப்பட்டு அவளைப் படுக்கையில் வைத்தார்கள். மருத்துவ தாதிப்பெண்ணும் ஆன்ஸியும் உடன் இருந்தார்கள். அறைக்கு வெளியே மேகன் காத்துக்கிடந்தான்.

என்ன நடக்கபோகிறது என்று கவலைப்பட்டுக் கொண்டிருந்தான். மருத்துவர்கள் வருவதற்கு அரைமணி நேரம் ஆகிவிட்டது. வலியால் துடித்துக்கொண்டிருக்கும் மனைவியை நினைத்து பதறிப்போய் காத்துக்கிடந்தான். தற்பொழுது வேறு யாரேனும் தனக்கு ஆறுதலாக இருந்தால் நன்றாக இருக்கும் என்று எண்ணினான். கிராமத்திலிருந்து தனது தாய் மற்றும் உறவினர்கள் சிலர் நாளை வருவதாக கூறியிருந்தனர். ஆனால், எதிர்பார்த்த நாட்களுக்குக்கு முன்னதாகவே பிரசவவலி பெத்தனிக்கு ஏற்பட்டு விட்டதை நினைத்து இன்னும் அச்சமடைந்தான்.

மருத்துவ தாதிப்பெண் மேகனை பிரசவ அறைக்குள் அழைத்தாள். அச்சத்தில் இருந்த அவன், ''இன்னும் எத்தனை மணிநேரம் ஆகும்'' என்று கேட்டான்.

''வலியில் துடித்துக்கொண்டிருக்கும் அவளுக்கு மூன்று மணிநேரம் ஆகலாம் என்று மருத்துவர்கள் சொன்னார்கள்'' என்று அவள் சொன்னாள். ''நீங்கள் உடன் இருந்தால் கொஞ்சம் தைரியம் அடைவார்கள். அதனால்தான் அழைத்தேன்'' என்று தாதிப்பெண் கூறினாள்.

''இல்லை, நான் வரவில்லை. அவள் தாய் ஆன்ஸி உடன் இருக்கிறார். அது போதும். என்னுடைய வேதனையை கண்டு அவள் பயந்துவிடக் கூடாது'' என்று கூறினான்.

தனக்கு மிகவும் சோதனையாக அமையவிருக்கும் அந்த மூன்று மணிநேரமும் மிகவும் உறுதியாக இருக்கவேண்டும் என்று நினைத்துக்கொண்டான். கடந்த கால வாழ்க்கையில் தன் மனைவியை பெரிதும் மகிழ்விக்கவில்லை என்றும் வருந்தினான். ஆண் என்ற ஆதிக்கம் கொண்டு அவளின் மனதை பலமுறை புண்படுத்தியதை இந்த நொடியில் நினைத்து அவமானங்களில் உருகினான். ஒவ்வொரு நொடியும் ஒரு யுகத்தை கடந்து கொண்டிருப்பதைப் போல அவனுக்கு இருந்தது. அவன் தனது பிரக்ஞையை இழந்துவிட்டான். இவ்வளவு நேரமாகிவிட்டது என்று மணியை பார்க்கும் பொழுதெல்லாம் ஐந்து நிமிடங்களைக் கூட கடந்திருக்கமாட்டான்.

இரவு பத்து மணியை நெருங்கிவிட்டது. ''கடவுளே உதவி செய்யுங்கள்'' என்று பிரார்த்தனை செய்துகொண்டிருந்தான்.

அப்பொழுது அறையிலிருந்து வெளியில் வந்த மருத்துவர், ''தயவு செய்து உள்ளே வாருங்கள். அவள் இப்பொழுது உங்களைத்தான் கேட்டுக்கொண்டிருக்கிறாள்'' என்று கூறினார்.

வெளிறிப்போன அவன் பயந்துகொண்டு அறைக்குள் சென்றான். படுக்கையிலிருந்த அவளது கரங்களை ஆன்ஸி பற்றிக்கொண்டே நின்றிருந்தாள்.

வலியின் வேதனையால் அழுதுகொண்டிருந்த அவளது முகத்தை பார்த்தான். அவள் உதடுகளை கடித்துக்கொண்டு தனது கணவர் மேகனை பார்த்தாள். ''குழந்தைகூட எனக்கு வேண்டியதில்லை பெத்தனியின் வலியிலிருந்து அவளை விடுவித்து விடுங்கள்'' என்று கடவுளிடம் வேண்டினான்.

ஆறுமணி நேரம் கடந்தது. மிகவும் மனமுடைந்த அவன் நம்பிக்கையற்று அவள் அருகே நின்றுகொண்டிருந்தான். ஒரு மூலையில் அவனது மாமியார் கண்ணீருடன் அமர்ந்திருந்தாள்.

அந்த சமயத்தில் மேகனுடைய தாய், அண்ணன், அண்ணனின் மனைவி மற்றும் தங்கை எல்லோரும் கிராமத்தில் இருந்து வந்துவிட்டனர். அவனது தாய் பெத்தனியின் அருகே சென்று அமர்ந்துகொண்டாள். ''கடவுள் மிகவும் மோசமானவர்'' என்று கூறிவிட்டு அறையில் இருந்து வெளியே வந்தாள்.

மேகனின் அண்ணன் டாலர்ட் அவனுக்கு ஆறுதலை கூறிக்கொண்டிருந்தான்.

''எனது அன்பினை இன்னும் அவள் மீது வெளிபடுத்த வில்லை. அவளை நேசிக்க தொடங்கி சில நாட்களே ஆகிறது. எல்லாம் கைமீறிப் போகிறது அண்ணா. என்னுடைய வேதனைகள் எல்லையற்று இருக்கின்றன. நீங்கள் வந்தது மனதில் இருக்கும் பயத்தை குறைக்கிறது. இருந்தாலும் அவள் படும் துன்பங்களை என்னால் பார்க்கமுடியவில்லை.''

''கவலை கொள்ளாதே மேகன். சிலருக்கு பிரசவவலி தொடங்கியதிலிருந்து குழந்தை பிறக்க இருபத்தி நான்கு மணி நேரம் கூட ஆகலாம். எல்லாம் நல்லதாக முடியும்.''

மேகன் தனது தமையன் கூறியவற்றை காதில் வாங்கிக் கொள்ளும் நிலையில் இல்லை. அவன் தலை சுற்றி மயங்கிக் கீழே விழுந்தான்.

அவனது முகத்தில் தண்ணீர் தெளித்து எழுப்பினான் டாலர்ட்.

அவனைச் சுற்றி மருத்துவர் நின்றிருப்பதையும் அவனருகில் தனது அண்ணன் நின்று கொண்டிருப்பதையும் தெளிவற்ற பார்வையில் பார்த்தான். டாலர்ட்டின் முகம் சோகமடைந்துள்ள வாறு கற்பனை செய்து கொண்டான். பின்னர் மருத்துவர் தயக்கத்தில் நின்று கொண்டிருப்பதாக நினைத்தான். பதறிப்போய் பிரசவ அறைக்குள் ஓடிச் சென்றான் மேகன். படுக்கையில் இருந்த தனது மனைவியின் கண்கள் அழுது அழுது சிவந்து கிடந்ததைப் பார்த்தான். அதே சமயம் அவளது முகம் ஆனந்தகளிப்பில் இருப்பதை

உணர்ந்தான். அவனது அம்மாவும் அவனைப் பார்த்து புன்னகைத்தாள். தாதிப்பெண் அந்த அறைக்குள் அங்கும் இங்கும் எதையோ எடுத்துகொண்டு நடந்து கொண்டிருந்தாள். பெத்தனியின் முகம் வியர்த்துக் கிடந்தது. அவளது மென்மையான கைகளைப் பற்றி அழுத்தினான். படுக்கைக்கு சற்று தள்ளி அமர்ந்திருந்த தனது மாமியாரின் கையில் ஒரு பிஞ்சு குழந்தை தனது சிறிய கை கால்களை ஆட்டிக்கொண்டிருந்ததை பார்த்தான்.

தவறாக கற்பனை செய்து ஓடி வந்ததை மறந்து, ''ஆ.. பெண் குழந்தை. எனது ராணி இந்த பூமியில் ஜனனித்துவிட்டது. எத்தனை மகிழ்ச்சி'' என்று புன்னகை செய்தான். தனது மனைவியின் நெற்றியில் முத்தமிட்டான்.

தனது கைகளால் குழந்தையை எடுத்து பெத்தனியின் படுக்கைக்கு அருகில் வைத்தான்.

''இனியொன்றும் கவலைப்பட வேண்டாம்'' என்று கூறினாள் அவனின் அண்ணன் மனைவி.

''அம்மா, இது உண்மைதானா? இங்கே பாருங்கள் எல்லாம் சரியாகிவிட்டது. கடவுள் நம்முடன் இருக்கிறார்'' என்று கூறினான். அவன் களைப்பு நிலையிலிருந்து இன்னும் முழுமையாக வெளி வரவில்லை என்றாலும் இயல்பு நிலைக்கு மெல்லத் திரும்பினான். தனக்கென ஒரு புது உலகம் உண்டாகிவிட்டதாகவும் அதில் தனது மனைவி மற்றும் குழந்தையுடன் வாழப்போவதாகவும் உணர்ந்தான்.

மூன்றாம் பாகம்

அத்தியாயம் - 1

எட்வின் இரண்டு ஆண்டுகள் 'தி எலைட்' நிறுவனத்தில் சிறப்பாக பணியாற்றி அந்த நிறுவனத்திலுள்ள பலரும் அவனை நேசிக்கும் வகையில் பழகி வந்தான். தனது தங்கையின் பள்ளிச் செலவுகளை தானே பொறுப்பேற்று அவளுக்கு தேவையான எல்லாவற்றையும் செய்து வந்தான். வன்யாவின் அடிப்படைக் கல்வி காலத்தின் பொழுது அவளுக்கு பாடம் சொல்லித் தந்த ஹலினாவிடம் மிகுந்த பிரியத்துடன் ஓயாமல் பேசிக்கொண்டே இருந்தான் எட்வின். அவள் மீது கொண்டிருந்த காதல் வெளிப்படையாகத் தெரியும் வகையில் பழகி வந்தான்.

அன்பும் அமைதியும் அக்கறையும் மிகுந்திருந்த எட்வினை அவளும் நேசித்தாள். எந்த நேரத்திலும் யாராவது ஒருவர் தங்கள் காதலை சொல்லிவிடலாம் என்ற நிலையிலேயே இருந்தனர். வன்யாவின் ஆறுமாத கால பயிற்றுக் கல்வி முடிந்த போதிலும் அவர்கள் தினமும் மாலை வேளையில் எபோர்ட் சாலையில் சந்தித்துக் கொண்டனர். ஒரு மாலை பொழுதில் எபோர்ட் சாலையிலிருந்து பூங்காவை இணைக்கும் பென்ஸிச் வளைவினருகே எட்வின் ஹலினாவிடம் தனது காதலை முதலில் வெளிப்படுத்தி

அவளது கரங்களைப் பற்றி முத்தமிட்டான். ஹலினா அவனிடமிருந்து இதைத்தான் எதிர்பார்த்தாள். அந்த சமயத்தில் அவள் வெட்கத்தினால் ஒரு புன்னகை மட்டுமே செய்தாள்.

"ஏன் எதுவும் சொல்லாமலிருக்கிறாய்" என்று எட்வின் கேட்டபொழுது, "எந்த காரியத்தை செய்தாலும் மிக நிதானமாக திட்டமிட்டுத்தானே செய்கிறீர்கள். பிறகு எப்படி நீங்கள் எதிர்பார்த்தவை சரியில்லாமல் போகும்" என்று கூறினாள். அன்றிலிருந்து இப்பொழுதுவரை காதலெனும் பெரும் உணர்வு அவர்களை ஆட்கொண்டிருந்தது. அவளுடன் இருக்கின்ற பொழுதெல்லாம், தன்னை நேசித்த எல்லோரும் தன்னுடனே இருப்பது போல உணர்ந்தான்.

இந்த இரண்டாண்டுகளும் எட்வின் வெயிண்ட் நகரிலுள்ள ஆசிரியருக்கு தொடர்ந்து கடிதம் எழுதிவந்தான். எத்தனை முறை அவனை வெயிண்ட் நகருக்கு வருமாறு கடிதம் ஆசிரியரால் எழுதப்பட்டிருந்தாலும் இரண்டாண்டுகள் முடிந்தே செல்ல வேண்டும் என்ற உறுதியுடன் இருந்தான். அவன் தற்பொழுது இந்த கோடைக் கால விடுமுறையில் வன்யாவுடன் ஹலினாவையும் வெயிண்ட் நகருக்கு கூட்டிச் சென்று விடுமுறையினை கழித்து வரலாம் என்று முடிவெடுத்திருந்தான். இந்த முடிவினை ஹலினாவும் ஏற்றுக் கொண்டுவிட்டாள்.

இவர்களின் காதலுக்கு ஹலினாவின் வீட்டாரும் சம்மதித்து விட்டிருந்த நாட்களிலிருந்தே எட்வின் அவளுடைய குடும்பத்தினருடனும் நெருக்கமாகப் பழகி வந்தான். அவனிடமிருக்கும் மரியாதைத் தன்மையும் வேறுபட்ட சமூகச் சிந்தனையும் அவன்மீது மிகுந்த மதிப்பினை அவர்களுக்கிடையே தந்தது.

கோடை காலத்தை வெயிண்ட் நகரில் கழிப்பதாக எழுதியிருந்த கடிதத்தினை படித்து ஆசிரியர் பெரிதும் மகிழ்ந்தார். மேலும் அவர் பதில் கடிதமொன்றில் "ஹலினா உடனான

உன்னுடைய திருமணப் பேச்சினை வெயிண்ட் நகரிலேயே பேசிவிடலாம். அவர்களின் குடும்பத்தாரையும் கார்டலையும் அழைத்து வருமாறு எழுதியிருந்தார்'' ஆசிரியர்.

எட்வின் ஹலினாவைக் காதலித்ததிலிருந்து, தன்மேல் வைத்திருக்கும் அன்பின் அளவு குறைந்து விட்டதாக கார்டல் உணரத்தொடங்கினான். எட்வின் அவ்வாறு நடந்துகொள்ள வில்லை என்றாலும் கார்டல் தனக்குள்ளே இவ்வாறு நினைக்கத் தொடங்கினான். நாட்கள் கடந்த போதில் அவ்வப்போது இப்படிப்பட்ட எண்ணங்கள் அவனுக்கு எழத் தொடங்கியதே தவிர மற்ற நேரங்களில் எதார்த்தமாகவே இருந்தான்.

மேகன் பார்டிலைன் நகருக்கு வந்தபொழுதெல்லம் எட்வினை சந்தித்துவிட்டுதான் செல்வான். அவர்களின் உறவு சீரான நிலையிலிருந்தது.

ஆசிரியரின் வரவேற்பை ஏற்று கோடைகால விடுமுறை யினை கூட்டாக மிகவும் மகிழ்ச்சிகரமாக செலவிடும் மனநிலைக்கு ஹலினாவின் குடும்பத்தார்கள் தயாராகிவிட்டார்கள். அதே சமயத்தில் அவளின்தாத்தா தனது பேத்தியின் திருமண நிச்சயதார்த்தம், பார்டிலைன் நகரிலுள்ள தனது வீட்டில்தான் நடக்க வேண்டும். திருமணம் வேண்டுமானல் வெயிண்ட் நகர தேவாலயத்தில் நடத்திக் கொள்ளலாம் என்று பிடிவாதத்திலிருந்தார். பற்களெல்லாம் கொட்டிய நிலையிலுள்ள அந்த வயதான மனிதரை சமாதானம் செய்யும் வேலையை ஹலினாவின் தந்தை வில்ஃபிரட் விவான் பார்த்துக்கொண்டார்.

இராணுவப் படையில் தனது பங்கினை முடித்துவிட்டு ஓய்வினைக் கேட்டு வாங்கி தனது குடும்பத்துடன் வசித்து வரும் வில்ஃபிரட் விவானுக்கு எட்வினுடைய கடந்த கால வாழ்க்கை பற்றி ஒன்றும் தெரியாது. மிகவும் கண்ணியமாகவும் கம்பீரமாகவும் வாழும் அவருக்கு எட்வினிடம், அவன் செய்த அற்புதமான விஷயம் ஒன்று பிடித்திருந்தது. ஓராண்டிற்கு முன்பு 'உணர்வுகளும்

உறவுகளும்' என்னும் புத்தகத்தை எழுதி இருந்தான். அது 'தி எலைட்' பத்திரிகையில் தொடராக வந்து பெரும் வரவேற்பைத் தந்த நிலையில் அதனை மொத்தமாகத் தொகுத்து புத்தகமாக வெளியிட்டிருந்தான். மாகாணத்தில் பெரும் பாராட்டுகளை எட்வினுக்கு பெற்றுத்தந்த புத்தகம் அது. அந்தப் புத்தகத்தை வாசித்த பொழுதே எட்வின் அவரது மனதை கவர்ந்து விட்டான்.

ஹலினா தனது வீட்டின் மாடியில் நின்றுகொண்டிருந்தாள். வீட்டின் முன்பாக வண்டி ஒன்று வந்து நிற்பதை கவனித்தாள். அந்த ரிக்சா வண்டியின் கோச் பெட்டியிலிருந்து எட்வினும் மேகனும் இறங்கினார்கள். ஹலினாவுக்கு மேகனை ஒரு முறை அறிமுகம் செய்து வைத்திருந்தான். எட்வின் தற்பொழுது அவளுடைய தாய் தந்தைக்கு அறிமுகம் செய்வதற்காக அழைத்து வந்திருக்கிறான்.

ஆசிரியர் சார்பாக அவர்களை வெயிண்ட் நகருக்கு நேரில் அழைப்புவிடுக்கவே மேகன் அங்கு வந்திருந்தான். மேகனுக்கும் எட்வினுக்கும் இரண்டு மூன்று வயது வித்தியாசம் இருந்தாலும் திருமணமான அவரை மரியாதையுடனே அழைத்து வந்தான். அவர்கள் இச்சமயம் வருவதனை வில்ஃபிர்ட் ஹலினாவின் மூலம் முன்னரே தெரிந்து வைத்திருந்தார்.

மேகனின் தோற்றம் நகரில் வசிப்பவரைப் போலில்லை. கிராமத்தில் வாழ்ந்தவரைப் போல இருந்தது. ஆனால் அவரது நடை உடை பாவனையெல்லாம் அவரது முகத் தோற்றத்திற்கு எதிராக இருந்தது.

மாடியிலிருந்து கீழிறங்கி எட்வினையும் மேகனையும் வரவேற்றாள் ஹலினா. அவளின் முகத்தை உற்றுப் பார்த்த பொழுது அழகுமிகுந்த குற்றமற்றவள் ஹலினா. இவள்தான் எட்வினுக்கு பொருத்தமானவள் என்பதனை நினைத்துக்கொண்டான் மேகன்.

''உள்ளே வாருங்கள்'' என்று வில்ஃபிரட் அவர்களை அழைத்தார்.

ஒய்வு பெற்ற பிறகும் முறுக்கிய மீசையுடன் எடுப்பான தோற்றத்தை உடைய அவரைக் கண்டு ஒரு விசித்திரமான பார்வையை அவர்மீது பதித்தான் மேகன்.

எப்பொழுதும் கலகலப்பாகவே பேசும் அந்த மீசைக்கார மனிதர் இன்றும் அவ்வாறே அவர்களுடன் பேசினார். அந்த சமயத்தில் அவரது மனைவி லிசாதா அவர்களுக்கு இறைச்சி சூப்பை செய்து எடுத்து வந்தாள். திருமணத்தைப் பற்றி மேகனிடம் பேசிக் கொண்டிருந்தார் வில்ஃபிரட் .

இதையெல்லாம் கவனித்துக் கொண்டிருந்த எட்வினுக்கு புதிதாகத் தோன்றியது. ஹலினா தனது வாழ்க்கையில் வந்ததிலிருந்து எல்லாம் நல்லதாகவே நடந்து கொண்டிருக்கிறது என்று அவன் அவளைப் பார்த்துக்கொண்டே நினைத்துக் கொண்டிருந்தான்.

அத்தியாயம் - 2

எட்வின் திருமணம் செய்துகொள்ளவிருக்கும் ஹலினாவையும் அவளது குடும்பத்தைச் சார்ந்தவர்களுடன் தனது தங்கை வன்யாவையும் கூட்டிக்கொண்டு வெயிண்ட் நகருக்கு வந்து விட்டான். ஆசிரியரையும் ஆன்சி அவர்களையும் பார்த்து மிகவும் உணர்ச்சிவசப்பட்டான். வருகை தந்தவர்களை பெத்தனி நன்றாக கவனித்துக் கொண்டாள். கிட்டத்தட்ட நான்கு நாட்கள் ஆன நிலையில் அவர்களது உறவை வலுப்படுத்திக் கொண்டிருந்தனர். தற்பொழுது மேகன் புதிதாக வாங்கியுள்ள வீட்டில் தங்கியிருந்தனர். ஆசிரியர் அந்த அடுக்குமாடி குடியிருப்பை காலிசெய்துவிட்டு மேகனுடைய வீட்டிலேயே வசித்தார். ஆன்ஸி தனது பேத்தியை நன்றாக கவனித்துக் கொண்டு இருந்தார்.

நீதிபதி ராபர்ட் ஜேம்ஸ் தனது பணியிலிருந்து ஓய்வு பெறப் போகிறார். அவர் ஓய்வுபெரும் விழாவை சிறப்பாக நடத்த விருக்கிறார். தனக்கு வேண்டியவர்களை, ஒவ்வொருவரின் வீட்டிற்கும் சென்று அழைப்புவிடுப்பதற்காக தனது பணியாளனை நியமித்துவிட்டிருக்கிறார். அதில் முதல் பத்து பெயர்களில் ஆசிரியர் ஜோன்ஸ் பிரதிபார்னாவின் பெயர் இருந்தது. தற்பொழுது அந்த பணியாளன் ஆசிரியரிடம் விவரங்களைக் கூறிக்கொண்டிருந்தான்.

எட்வினுக்கு அந்தச்சமயம் வரை பழைய நிகழ்வுகள் நினைவுக்கு வரவில்லை. தற்பொழுது அவனது நினைவில் எல்லாம் மீண்டும் பாயத்தொடங்கியது. மேலும் அவன் வேறொரு தகவலையும் சொன்னான், ''ஆசிரியர் ஜோன்ஸ் அவர்களால் கண்டிப்பாக விழாவில் கலந்துகொள்ள முடியாது என்பதை அவர் அறிந்திருந்தாலும் தங்களின் சார்பில் தங்களுடைய வளர்ப்பு மகன் எட்வினை விழாவில் கலந்து கொள்ளுமாறும் அவரது வருகைக்காக எதிர்பார்த்து காத்திருப்பேன்'' என்று நீதிபதி கூறியதாகச் சொன்னான் அந்த பணியாளன்.

இதிலும் ஏதோ சூட்சமம் இருக்கக்கூடும். தன்னை குறிப்பாக அழைக்க ஏதேனும் காரணம் இல்லாமல் இருக்காது. நான் எப்படியும் அங்கு போகப் போவதில்லையென்று தனக்குள் நினைத்தான் அவன்.

அன்றைய மாலைப்பொழுதில் திருமணம் சம்பந்தமான விஷயங்களைப் பேசத்தொடங்கினார்கள்.

வன்யா இரண்டு வயது குழந்தையுடன் விளையாடிக் கொண்டிருந்தாள்.

எட்வின் கார்டலுடைய வருகைக்காக காத்திருந்தான். வேலையின் காரணமாக ஒரு நாள் தாமதமாக வருகிறேன் என்று கூறியிருந்தான்.

''திருமண நாளை இன்று நிச்சயிக்க வேண்டாம் எனது நண்பன் கார்டல் வந்தபிறகு தேதியினை குறிக்கலாம். இது என்னுடைய சின்ன ஆசைதான். கார்டல் அருகிலிருந்தால் இந்த சந்தோஷமான நிகழ்வு நிறைவாக இருக்கும். ஏனெனில் என்னுடைய துன்பங்களில் பெரிதும் பங்கு கொண்டவன் அவன்தான்.''

''அட, இதில் என்ன இருக்கிறது. நாளை வைத்துக் கொள்ளலாம்'' என்று வில்ஃபிரட் சிரித்துக்கொண்டே சொன்னார்.

எட்வின் தற்பொழுது சிரிக்கும் மனநிலையிலில்லை. ஆனாலும் சிரிக்காமல் அவரது மனதை புண்படுத்திவிடக் கூடாது என்பதற்காக சிரித்தான். அவன் எண்ணம் முழுவதும் நீதிபதியின் அழைப்பிலேயே அலைந்து கொண்டிருந்தது.

மறுநாள் காலையில் கார்டல் வெயிண்ட் நகரை அடைந்தான்.

''அடடே.. மருத்துவர் வந்துவிட்டார். இனி எதற்கு தாமதிக்க வேண்டும். சீக்கிரம் வந்து வேலையை பாருங்கள்'' என்று ஹலினாவின் தாத்தா படபடவென பேசினார்.

''சற்றுப் பொறுங்கள் அப்பா. வயதாகிவிட்டதிலிருந்து உங்களுக்கு நிதானமே கிடையாது.''

''இன்று மாலையே நிச்சயதார்த்தத்தை வைத்துவிடலாம்'' என்றார் மேகன்.

''என்னது இன்றேவா? இதைப் பற்றின தகவல்களை இன்னும் சொந்தங்களுக்கு தெரிவிக்கவேயில்லையே'' என்று முதியவர் சர்லாண்டர் குறுக்கிட்டார்.

''இப்பொழுதெல்லாம் நிச்சயதார்த்தத்திற்கு அழைப்பிதழ்கள் தேவையில்லை. இருவீட்டார்எடுக்கும் முடிவுதானே. திருமணத்திற்கு அனைத்து சொந்தங்களுக்கும் அழைப்பிதழ் அனுப்பும் ஏற்பாடு களை செய்துவிடலாம்'' என்று வில்ஃபிரட் கூறினார்.

''அதுவும் சரியாகத்தான் தோன்றுகிறது'' என்று ஆன்ஸி கூறினாள்.

''ஆசிரியர் அவர்களே நீங்கள்தான் இந்த விஷயத்தைப்பற்றி தீர்மானிக்க வேண்டும்.''

பரப்பரப்பாக எல்லோரும் பேசிக்கொண்டிருந்த நேரத்தில் எட்வினும் ஹலினாவும் ஒருவரையொருவர் பார்த்துக்கொண்டே யிருந்தனர்.

பெத்தனி சமையலறையிலிருந்து அனைவருக்கும் தேநீர் மற்றும் ரொட்டித்துண்டுகளைக் கொண்டு வந்து கொடுத்தாள்.

அப்பொழுதுதான் கார்டல் பெத்தனியை முதன் முறையாக சந்தித்தான். அவன் மனதில் ஏதோ ஒரு உணர்வு சில நொடியில் தோன்றி மறைந்தது.

திடீரென குறுக்கிட்ட முதியவர் சர்லாண்டர் கோபம் கொண்டவராக பொங்கி எழுந்தார். ''இல்லை, நான் இதனை ஏற்றுக்கொள்ள மாட்டேன். என் பேத்திக்கு பாரம்பரியப்படிதான் எல்லாம் நடந்தாக வேண்டும். கடவுளின் பெயரில் சொல்கிறேன். கண்டிப்பாக நிச்சயதார்த்தத்தில் சொந்தங்களும் பங்கு கொள்ள வேண்டும். அவர்களிடத்திலும் முன்னதாகவே விஷயங்களை தெரிவித்துவிட வேண்டும். நான் முன்பு சொன்னேனே உனக்கு தலையில் ஏறவில்லையா வில்ஃபிரட். நிச்சயதார்த்தம் என் வீட்டில்தான். அதாவது பார்டிலைன் நகரில்தான் நடந்தாக வேண்டும். திருமணத்தை நீங்கள் எங்கு வேண்டுமானாலும் வைத்துக்கொள்ளுங்கள்.''

''அப்பா என்ன பேசிக்கொண்டிருக்கிறீர்கள். மதிப்பிற்குரிய ஆசிரியர் ஜோன்ஸ் அவர்களால் பார்டிலைன் நகருக்கு எப்படி இந்த நிலையில் பயணம் செய்ய முடியும்?''

''நீங்கள் அதைப்பற்றி கவலைப்பட வேண்டாம். பெரியவர் சொன்னபடியே செய்யுங்கள். நான் திருமணத்தில் கலந்து கொள்வேன். நல்ல விஷயங்களை யார் தொடங்கிவைத்தால் என்ன? என் மனைவி ஆன்ஸியை அனுப்பி வைக்கிறேன். கோடை விடுமுறை இறுதி நாட்களின்பொழுது நிச்சயதார்த்தத்தை வைத்துக் கொள்ளலாம்'' என்றார் ஆசிரியர்.

''எட்வின் உனக்கு இதில் வருத்தமில்லையே?'' என்று கேட்டார் வில்ஃபிரட்.

மா. பாலகுமரன்

"அப்படியெல்லாம் எதுவுமில்லை" என்று யார்முகத்தையும் பார்க்காமல் கூச்சவுணர்வோடு சொன்னான்.

"என்ன பரவாயில்லையா" என்று எட்வினைப் பார்த்து முணுமுணுத்தாள் ஹலினா.

"அதனால் என்ன? தற்பொழுது நீ என்னுடனே இருக்கிறாய். அதுவே போதும். திருமணம் எப்பொழுது ஆனால் என்ன" என்று கூறி வெட்கப்பட்டான் எட்வின்.

காதலர்கள் சுவாரசியமாகப் பேசிக் கொண்டிருக்கும் பொழுது கார்டல் குறுக்கிட்டான். "வாழ்த்துகள் எட்வின். ஹலினா உனக்கும் எனது வாழ்த்துகள். எப்படியோ எல்லாம் நன்றாகவே முடியப் போகிறது. அதனால்தான் முன் கூட்டியே வாழ்த்துகளை தெரிவித்து விட்டேன். திருமணத்திற்கு அதிக பணம் தேவைப்படும் எட்வின். தயங்காமல் என்னிடம் கேட்டு வாங்கிக் கொள்ளலாம். உனக்கு அதில் உரிமையுள்ளது" என்று கார்டல் சொன்னான்.

ஹலினாவிற்கு அவனுடைய வார்த்தைகள் வெறுப்புணர்வை ஏற்படுத்தியது. எட்வினுக்கு சங்கடமாக இருந்தது. இதை இப்பொழுது கார்டல் சொல்லியிருக்க அவசியமில்லை என்று நினைத்தான். ஆனால் அவன் மகிழ்ச்சியாக கார்டலை அணைத்துக் கொண்டான். "தேவைப்பட்டால் நண்பனிடம் கண்டிப்பாக கேட்பேன்" என்று பெருமிதத்தோடு கூறினான்.

அன்று முழுக்க எட்வின் தன் வருங்கால உறவினர்களோடு உற்சாகமாக இருந்தான்.

அத்தியாயம் - 3

இன்று மதியத்திலிருந்து நீதிபதியின் பணி ஓய்வு விழாவின் தொடக்கம் ஆரம்பமாகும் நிலையில், அதற்கான ஏற்பாடுகள் மிகவும் பிரமாண்டமான முறையில் நடந்து கொண்டிருந்தன. ஆசிரியரின் வேண்டுகோளின்படி எட்வின் விழாவில் கலந்து கொள்ளத் தயாராகிவிட்டான். அவனுடன் தனது எதிர்கால மனைவியையும் அழைத்துச் செல்வதாக முடிவினை எடுத்திருந்தான்.

தன்னுடன் மேகன் அவர்களையும் அழைத்துச் செல்லலாமா? அல்லது வேண்டாமா? என்று நினைத்த அவன் மிக அமைதியான நிலையில் சிந்தித்தான். நீதிபதியால் தனக்கு ஏதேனும் அவமானங்கள் ஏற்பட்டுவிடுமோ என்று அஞ்சினான். அதனால் மேகன் போன்ற பொறுப்புமிக்க மனிதர் உடன் வந்தால் கொஞ்சம் தைரியமாக இருக்கலாம் என்று நினைத்துவிட்டு அவரையும், ''என்னுடன் வாருங்கள்'' என்று கூப்பிட்டான்.

''நான் வரத்தயாராக இருக்கிறேன். உங்களது நண்பர் கார்டல் வரவில்லையா?''

''இல்லை. அவன் உடல் சோர்வுற்று இருக்கிறான். ஓய்வெடுப்பதாக சொல்லிவிட்டான்.''

''அப்படியா சரி, நான்கு மணி அளவில் புறப்பட்டு செல்லலாம். சிறிய கணக்கு ஒன்று இருக்கிறது. ஸ்டீஜல் வரைக்கும் சென்று வரவேண்டும். சற்று தாமதமாகலாம். பணம் கொடுக்கும் கடைக்காரனைப் பொருத்துதான் எல்லாம்.''

''பரவாயில்லை முடிந்த அளவு விரைவாக வந்துவிடுங்கள். நாம் அழைப்பிதழை ஏற்றுக்கொண்டோம் என்பதற்காகவாவது சென்றுவரவேண்டும்.''

''சரி எட்வின். நான் வந்துவிடுகிறேன்.''

கார்டல் படுக்கையில் படுத்திருந்தான். அவனுக்கு மேகனது வீட்டில் தனி அறை கொடுக்கப்பட்டிருந்தது. அறையிலிருந்த அவனது மனதில் பெத்தனி பற்றிய நினைவுகள் வந்துகொண்டே யிருந்தன. ''ஐயோ, என்னயிது'' என்று தனக்குள் புலம்பிக் கொண்டிருந்தான். திடீரென அவன் சிரிக்கத் தொடங்கினான். தன்னுடைய எண்ணம் தவறானது என்று நினைத்தான். அவன் தனது இரு கைகளையும் ஒன்றோடு ஒன்றை வைத்து பிசைந்து கொண்டிருந்தான். திருமணமான பெண்ணை வேறு கண்ணோட்டத்தில் பார்ப்பது தவறு. உண்மையில் அவளுக்கு எல்லோர் முன்னிலையிலும் திருமணம் ஆகிவிட்டது. அவளை அடைய நினைப்பது பெரும் தவறு என்றது அவனது மனம். அதே சமயத்தில், அதற்கு நேரெதிராகவும் சிந்திக்கத் தொடங்கினான். காதல் யார்மீது வேண்டுமானாலும் வரலாம். நிறையப் பெண்களுடன் பழகியிருந்தாலும் பெத்தனி போன்ற ஒருத்தியைப் பார்த்ததில்லை. அவள்மீது ஏற்பட்ட இந்த காதலுணர்வு வேறு யார் மேலும் வந்ததில்லை. நிச்சயம் அவளிடம் இதை சொல்லித்தானாக வேண்டும். அவளைப் போன்றவளை மனைவியாக்கிக் கொண்டால் ஒவ்வொரு நாளும் இன்பமாகிவிடும். அசடு கெட்ட மேகன். அவனுக்கு ஒன்றும் தெரியவில்லை. வேலை வேலை என்று ஊர் ஊராகச் சுற்றுகிறான். இவ்வாறெல்லாம் நினைத்துக்கொண்டு அந்த ஈரப்பதம் நிறைந்த அறையில் கம்பளியை போர்த்திக் கொண்டான்.

வசதிமிகுந்த இல்லத்தில் தங்கிய கார்டலுக்கு எட்வினால் குளிர்சாதன அறை ஏற்பாடு செய்யப்பட்டது. ஐந்து மணி நெருங்கிக்கொண்டிருந்த பொழுதிலும் மேகன் வரவில்லை. அவரை எதிர்பார்த்தவாறு எட்வினும் ஹலினாவும் காத்திருந்தார்கள். வெகு நேரம் கடந்த பிறகு மேகன் ரிக்சா வண்டியில் வந்துவிட்டார் என்பதை அறிந்தவுடனே அவர்கள் மூவரும் அதே ரிக்சாவில் புறப்பட்டுச் சென்றார்கள். எட்வின் அச்ச உணர்வில் முழுமையாக பாதிக்கப்பட்டிருந்தான். நீதிபதியின் விழாவில் ஏதேனும் சங்கடங்கள் ஏற்பட்டுவிடுமோ என்று பயந்தான்.

விழாவின் நுழைவு வாயிலுக்கு முன் மெதுவாக வண்டி உருண்டு வந்து நின்றது. சிறப்பாக அலங்கரிக்கப்பட்டிருந்த அந்த ஸ்டார் ஹோட்டலில் வரவேற்பதற்கென நான்கு ஆட்களை நியமித்து வைத்திருந்தனர். நகரிலுள்ள முக்கியப் பிரமுகர்களெல்லாம் அங்கு வந்திருந்தனர். எட்வின் ஹலினாவின் கரத்தினைப் பற்றிக்கொண்டே உள்ளே வந்தான். தனது வருங்கால மனைவியின் அழகு இருப்போரை கவர்ந்திழுக்கிறது என்பதை உணரத் தொடங்கினான் எட்வின். இந்த நட்சத்திர விடுதி பல வண்ண மலர் களாலும் விளக்குகளாலும் அலங்கரிக்கப்பட்டு அழகாக இருப்பதை விடவும் ஹலினாவின் அழகு அவனுக்கு பெரியதாகத் தெரிந்தது.

நீதிபதி ஜேம்ஸ் அவர்களைச் சுற்றி ஒரு கூட்டம் இருக்கத்தான் செய்தது. எட்வின் வருவதைப் பார்த்த அவர் தன்னைச் சுற்றியிருப் பவர்களிடமிருந்து வெகுவாக விலகி அவனை தன்னிடம் வருமாறு கையசைத்துக் கூப்பிட்டார்.

''ஏன் இவ்வளவு தாமதமாக வந்துள்ளாய்? பரவாயில்லை நீ வந்ததே போதுமானது. சிறிது நேரம் காத்திரு இவர்களையெல்லாம் அனுப்பிவிட்டு வருகிறேன்'' என்றபடி கூறிவிட்டு திரும்பிக்கொண்டார்.

மேகன் அங்குமிங்கும் சுற்றிப்பார்த்தான். நடன நிகழ்ச்சி களெல்லாம் நடந்துகொண்டிருந்தன. எல்லாம் பெரும் அந்தஸ்துடை

யவர்களாக அவனுக்குத் தென்பட்டது. தங்களைப் போன்று உடைகளை சிலரே அணிந்து வந்திருந்தனர். எல்லாம் கோட் ஷூட்டுடன் இருந்தார்கள்.

திடீரென பரபரப்பான நிலையில் நுழைவு வாயில் காட்சியளித்தது. மிகவும் புகழ்மிக்க யாரோ ஒருவர் வந்து கொண்டிருக்கிறார் என்பதை அங்குள்ள அனைவரும் உணரத் தொடங்கினார்கள். பத்திரிகையாளர்கள் சூழ்ந்து கொண்டார்கள். எட்வின் யாரெனப் பார்க்க முயற்சி செய்து கொண்டிருந்தான். அப்பொழுது சிலர் நகரத்தொடங்கினார்கள். அந்தப் புகழ் கொண்ட மனிதரின் முகம் எட்வினுக்கு தெளிவாகத் தெரிந்தது. ஒரு நொடி திகைத்துப் போனான் எட்வின். வந்து கொண்டிருப்பது பாதர் பிஷப் பிராங்கோ. அவர்தான் அவரேதான். தற்பொழுது அதிகம் பதட்டப்படத் தொடங்கினான்.

ஹலினா அவனை இருமுறை அழைத்த போதிலும் அவன் செவிகளுக்கு எதுவும் கேட்டவில்லை. எப்படியாவது இங்கிருந்து விடைபெற்றுக்கொள்ள வேண்டும் என்று எண்ணினான். ஹலினாவின் கரத்தை பற்றிக்கொண்டு மேகனைத் தேடினான்.

மேகன் அங்கு வந்திருந்த ஒரு நபரோடு இணைந்து வொயின் அருந்திக் கொண்டிருந்தான்.

"அடக் கடவுளே, இப்பொழுதுதான் குடிக்க வேண்டுமா?'' என்று தனது நெற்றியில் அடித்துக் கொண்டான்.

''ஏன் ஒரு மாதிரியாக இருக்கிறீர்கள்?'' என்று ஹலினா கேட்டாள்.

''ஒன்றுமில்லையே''

''பிறகு ஏன் இந்த குளிரிலும் உங்களுக்கு வியர்த்துக் கொட்டுகிறது.''

''அப்படியெல்லாம் எதுவும் இல்லை.''

"நாம் ஏதாவது சாப்பிடலாமா? மேகன் அங்குள்ளார். அவருடன் நாமும் இணைந்து கொள்ளலாமா?"

"நீயும் குடிக்கப் போகிறாயா?"

"இல்லை..இல்லை.. எனக்கு அந்தப் பழக்கமெல்லாம் கிடையாது. அவருடன் இணைந்து கொண்டு வேறு ஏதாவது சாப்பிடலாம் அல்லவா?"

"நேரமாகிவிடுமே. நாம் புறப்படலாம் ஹலினா"

"என்னது.. அதற்குள்ளா? நீதிபதி உங்களை காத்திருக்க சொல்லியிருக்கிறாரே. எட்வின் உங்களுக்கு என்னவாயிற்று?" என்று அவனது நெற்றியில் வடியும் வியர்வைத் துளிகளை தன் கரங்களால் துடைத்தாள். "எதார்த்தமான நிலையில் நீங்கள் இல்லாதது போலத் தெரிகிறதே?"

ஒரு நிமிடம் அமைதியாக நின்றான்.

நாம் ஏன் பாதரைப் பார்த்து நடுக்கம் கொள்ள வேண்டும். தவறொன்றும் செய்யவில்லையே என்று தனக்குள்ளே சிந்தித்தான்.

"சரி வா ஹலினா, அவருடன் சேர்ந்து கொள்ளலாம். எதையாவது உரையாடினால் நன்றாக இருக்கும். உரையாடல்களில் பங்குகொண்டு வெகு நாட்கள் ஆகிவிட்டது"

அவர்கள் அருகில் வருவதைப் பார்த்துவிட்டு, "வாஎட்வின் வொயின் எடுத்துக்கொள்" என்றான் மேகன்

"வேண்டாம். மது அருந்தும் பழக்கம் எனக்கு கிடையாது."

"என்ன? இந்த காலத்தில் இப்படியொரு இளைஞனா? கடவுளே இவனுக்கு நல்ல புத்தியை கொடு" என்று அவனுக்கு எதிரே இருந்த மனிதர் கூறினார்.

நரைத்த தாடி இரண்டடி வரையிலும் வளர்ந்திருந்தது. அகண்ட அவருடைய நெற்றியில் கோடுகள் தெரிந்து கொண்டிருந்தன. கூர்மையான பார்வையும், நீளமான முகத் தாடையும் அவரது தோற்றத்தை கடுமையாக வெளிப்படுத்தியது.

"இவரை உனக்குத் தெரிந்திருக்க வாய்ப்பிருக்கிறது" என்றான் மேகன். "இவர்தான் ஓவியர் விகான ரிஷி. இவரது ஓவியங்கள் பிரபலமானவை. வெயிண்ட் நகர அருங்காட்சியகத்திலும் இடம் பெற்றிருக்கின்றதாம். தற்பொழுதுதான் அருமையான இந்த ஓவியரிடம் சவகாசம் வைத்துக் கொண்டேன்.

ஓவியரே, இவர் பெயர் எட்வின். பார்டிலைன் நகரில் வசிக்கின்றான். 'தி எலைட்' நிறுவனத்தில் சிறந்த பொறுப்பாளருக்கான பரிசை பெற்றிருக்கின்றான். மேலும் புத்தகம் ஒன்றினையும் வெளியிட்டுள்ளான். இவள் ஹலினா. எட்வினை திருமணம் செய்துகொள்ள போகிறவள்."

"மிக அருமையான ஜோடி. எலைட் நிறுவனத்தில் விருது வாங்கியிருப்பது சாதாரண விஷயமா? என்னுடைய ஓவியத்திற்கான விருதையே பெரிதும் பரிசோதனைக்குப் பிறகுதான் தந்தார்கள்."

"உங்களைப் பார்த்ததில் மகிழ்ச்சி" என்றாள் ஹலினா.

"எட்வின், உனக்கு மற்றொன்று தெரியுமா? இவர் ஹிந்து மதத்தை சார்ந்தவராக இருந்தாலும், எல்லா மதங்களையும் கற்றுத் தேர்ந்தவர். இவரது பெரும்பாலான ஓவியங்கள் கடவுளைப் பற்றியே பேசுகின்றவை. நான் அவருடைய ஓவியங்களை முன்பே பார்த்திருக்கிறேன் என்றாலும் அவரைப் பத்தின விஷயங்களை தற்பொழுதுதான் தெரிந்து கொண்டேன். அவரை இன்றுதான் பார்க்கும் வாய்ப்பு கிடைத்திருக்கிறது."

"இதிலென்ன வியப்பாக தெரிகிறது. மனிதன் எல்லா மதத்தினையும் படிக்க வேண்டும்."

"சரியாகச் சொன்னாய் எட்வின். நீ சொல்லியது இந்த ஓவியனுக்கு மட்டுமல்ல, மனிதர்கள் அனைவருக்கும் பொருந்தும். எட்வின் உன்னை எனக்கு மிகவும் பிடித்திருக்கிறது. உனது திருமணத்திற்கு என்னை கண்டிப்பாக அழைத்து விடு."

286 வஞ்சனை

''நீங்கள் எங்கள் திருமண விழாவில் கலந்துகொண்டு, உங்கள் ஆசி கிடைப்பது பெரும் பாக்கியமாகும்'' என்று கூறினாள் ஹலினா.

''அங்கே பாருங்கள்'' என்று பாதர் பிஷப்பை காண்பித்தார் ஓவியர். ''பாதர் பிஷப் பிராங்கோ ஒரு சிறந்த மனிதர். நான் பல குருமார்களை பார்த்துள்ளேன். தன்னுடைய மதம் பெரியது என்ற அவருடைய எண்ணம் சில நேரங்களிள் எனக்குப் பிடிக்காத ஒன்றாக இருக்கும். அதை நான் நேரடியாக சொல்லிருக்கிறேன். உன்னால் அதை நம்ப முடிகிறதா எட்வின்?''

''எனக்கும் அது தெரியும். அவர் ஏற்றத்தாழ்வு காட்டமாட்டார். அந்த வகையில் அவர் மீது எனக்கு மிகுந்த மரியாதை உள்ளது.''

''எட்வின், இந்த வொயினை எனக்காக நீ குடித்தாக வேண்டும். இந்த குவளை மட்டும் எடுத்துக்கொள். மறுக்காதே. உறவுகள் புதுமை பெறுவதற்கு மது பானங்கள் பெரிதும் உதவுகிறது என்பதை நம்புகிறவன் நான். அதனால் நீ இதனை குடித்து நமது உறவினை புதுப்பிக்கலாம். நான் எதுவும் உளறவில்லையே.''

''அப்படியெல்லாம் இல்லை ஓவியரே'' என்று குறுக் கிட்டான் மேகன். ''எட்வின் வாங்கிக்கொள்''

''எடுத்துக்கொள்ளுங்கள் எட்வின்'' என்றாள் ஹலினா.

எட்வின் அதை வாங்கிக்கொண்டு குடித்தான்.

எப்படித்தான் இதனை குடிக்கிறார்களோ. மிகவும் மோசம் என்று நினைத்துக்கொண்டு மருந்தினை குடிப்பது போல குடித்தான். அந்தக் குவளையில் மிகவும் குறைவான அளவிலேயே அவனுக்கு ஓவியர் கொடுத்தார்.

''அனைவருக்கும் நன்றி'' எனப் பேசத் தொடங்கினார் ஜேம்ஸ். ''எனது அழைப்பினை ஏற்று வந்திருக்கும் அனைவருக்கும் எனது நன்றிகள்.''

பரபரப்பாக சத்தம் கேட்டுக் கொண்டிருந்த அந்த இடத்தில் அமைதி நிலவியது.

"எனது மகன்கள் மற்றும் பேரன்களின் இந்த ஏற்பாடு என்னைப் பெரிதும் மகிழ்விக்கிறது. கடமை தவறாத எனது உழைப்பின் வெளிப்பாடாக இதனை கருதுகிறேன். மேலும் இந்த விழாவினை இன்னும் சிறப்பிக்க ஒருவரை அழைக்க உள்ளேன். அதற்கு முன்பாக நான் பெரிதும் மதித்து வரும் பாதர் பிஷப் பிராங்கோ அவர்களுக்கும் நன்றி. நான் இப்பொழுது கூப்பிட விருக்கும் அந்த மனிதர் இந்த நிகழ்ச்சியை கொஞ்சம் சுவாரசிய மாக்கப் போகிறார். அவர் ஒரு பேச்சாளர் மட்டுமில்லாமல் 'உணர்வுகளும் உறவுகளும்' எனும் புத்தகத்தின் ஆசிரியர். இந்த புத்தகத்தின் தொடரை இங்குள்ளவர்கள் நிறைய பேர் வாசித்திருப்பீர்கள் என்று நான் நம்புகிறேன். தனது உணர்ச்சி வசப்படும் எழுத்துகளை எவ்வாறு வெளிப்படுத்தினார் என்பதை ஒரு ஐந்து நிமிடம் நம்முடன் பகிர்ந்துகொள்ள போகிறார் ஆசிரியர் எட்வின் இமான்."

தன்னுடைய பெயரை நீதிபதி கூறியபொழுது அவனது இருதயமானது வெடித்து சிதறியது போல இருந்தது.

ஹலினா மிகுந்த ஆனந்தத்தில் இருந்தாள். அவளுக்கு இது எதிர்பாராத வியப்பினை அள்ளித் தந்தது.

"எட்வின், வாழ்த்துகள். அருமையான வாய்ப்பினை பயன்படுத்திக்கொள்ளுங்கள்" என்று கூறினார் ஓவியர்.

எல்லோரும் அவன் பேசுவதை கேட்பதற்காக காத்திருந்தனர். எட்வினுக்கும் வேறு வழியில்லை. அவன் தற்பொழுது பேசியே தான் ஆகவேண்டும்.

அவன் பேசுவதற்கு முன்பாகவே அவனை கைத்தட்டி உற்சாகப் படுத்தினார்கள். அவன் பார்வை முதலில் பாதர் பிஷப்பை நோக்கிதான் இருந்தது.

அவன் பாதர் பிஷப்பிற்கு வணக்கம் தெரிவித்துவிட்டு, பேசுவதற்கு தயக்கம் காட்டினான். எப்படித் தொடங்குவதென்று தெரியாமல் நின்று கொண்டிருந்தான்.

பொறுமையாக உன்னிப்பாக சிலர் கவனித்துக்கொண்டிருந் தாலும், வேறு சிலர் மதுபானங்களை வாங்கி குடித்துக்கொண்டு தங்களுக்குள்ளே பேசிக்கொண்டிருந்தார்கள்.

இரண்டு நிமிடங்கள் அமைதியாக இருந்த அவன், திடீரென தனது சிந்தனைகளை எல்லாம் ஒன்று படுத்தி பேசத்தொடங்கினான்.

''எனது எழுத்துகள் மக்களிடையே வெகுவாக தாக்கத்தை ஏற்படுத்தியது. இருபது வயதாக இருக்கும் பொழுதே ஒரு சிறிய கதையொன்றை எழுதி வெளியிட ஆர்வம் கொண்டேன். அனுபவங்களை எல்லாம் ஒன்றுதிரட்ட வேண்டுமல்லவா? எனது அனுபவம் ஒரு பெரிய குடோனில் மூட்டைகளைத் தூக்கிப் போடுவது மட்டும்தான். இத்தனை பெரிய உலகில் நான் சந்தித்த மனிதர்களும் மிகக் குறைவு. அவர்களையெல்லாம் விட்டுவிட்டு சந்தித்திராத மனிதர்களைப் பற்றி எழுத வேண்டும் என்ற சிந்தனையில் எழுதிய தொடர்தான் 'உணர்வுகளும் உறவுகளும்.' அதில் குறிப்பிட்டிருக்கும் மனிதர்களெல்லாம் எனக்கு முகம் தெரியாதவர்கள். உணர்வு பூர்வமாக எழுதப்பட்ட அந்தத் தொடரில் எனக்கு ஏற்படாத எனது வாழ்வில் பங்களிப்பே தராத உறவுகளைப் பற்றி எழுதினேன். கட்டமைப்பிற்குள் வாழும் மக்களை வெளிக் கொண்டு வரவேண்டும் என்பதை வெளிப்படுத்த விரும்பினேன். உங்கள் மதத்தினை நேசிப்பதைப் போல பிற மதத்தினையும் நேசியுங்கள் என்று கூறியிருந்தேன். உணர்வுகளும் உறவுகளுமே இவ்வுலகில் முக்கியத்துவம் பெற்றவை. உணர்வுகளின் அடிப்படையில்தான் மனிதன் இயங்கிக்கொண்டிருக்கிறான். பாதர் பிஷப் அவர்களை நேசிக்கிறேன். சற்று முன் அறிமுகமான ஓவியர் விகான ரிஷி அவர்களையும் நேசிக்கிறேன். ஒரு மனிதனை நேசிப்பதற்கு தடையாக இருக்கும் மதம், மொழி, தொழில் அவனது

தோற்றம் போன்றவற்றை வெறுத்து எழுதியிருந்தேன். இதைத்தான் மிக விரிவாக எழுதத் தொடங்கினேன். முதலில் தயக்கம் இருந்தது. அதனால்தான் தொடரில் எனது பெயரைக் கூட குறிப்பிடவில்லை. 'தி எலைட்' நிறுவனர் 'கார்கி' அவர்களுக்கு நன்றியை தெரிவித்துக் கொள்ள வேண்டும். மக்கள் பலரும் ஆர்வமாகப் படிக்கத்தொடங்கிய பொழுதிலிருந்தே தொடரின் ஆசிரியன் பெயரை தேட ஆரம்பித்து விட்டார்கள். மனிதர்கள் எல்லோரும் சமம் என்று பேசும் நிலையில் மட்டுமே நாம் உள்ளோம். தனிப்பட்ட ஒருவனை எடுத்துக் கொண்டால் தொழில் ரீதியாக சமூகத்தின் ரீதியாக அவனது தரத்தை சுட்டிக்காட்டி உயர்ந்தவன்தாழ்ந்தவன் என்று தீர்மானித்துவிடுகிறோம்.

ஒரு சிறிய கதை ஒன்றைச் சொல்லிக் கொள்ள விரும்பு கிறேன். இதனை நான் ஒரு புத்தகத்தில் படித்திருக்கிறேன். தாயின் மீது அன்பாக இருந்த ஒருவன் தனது தாயை இழக்கிறான். தாய் இறந்த பத்து நாட்களில் தந்தையை இழந்துவிடுகிறான். தனது மூத்த சகோதரர் மூலம் வளர்கிறான். கடன் பெற்றுதன்னை படிக்க வைத்த அண்ணனும் கடும் காய்ச்சல் ஏற்பட்டு இறந்துவிடுகிறான். அண்ணனின் குடும்பத்தைக் காப்பற்ற வேண்டிய நிலையில் தள்ளப்படுகிறான் அவன். தனது படிப்பிற்காக சகோதரன் வாங்கிய கடனை அடைப்பதற்கு விடுதி ஒன்றில் சுத்தப்படுத்தும் வேலையில் ஈடுபடுகிறான். அந்த நேரத்தில் ஒரு பெண்ணின்மீது காதல் கொள்கிறான். அந்தப் பெண்ணின் சூழ்நிலையைக்கூட அவன் அறிந்துகொள்ள வில்லை. அவனுக்குத் தேவைப்பட்டதெல்லாம் யாரோ ஒருவர் தன் மீது அன்பு செலுத்த வேண்டியதுதான். அந்தப் பெண்ணும் இவன் மேல் அன்பு காட்டுகிறாள். கடன் ஒருபக்கம் இருந்த நிலையிலும் காதலுணர்வு அவனை மகிழச்செய்தது. ஒரு கட்டத்தில் அவளது குடும்பத்தின் நிலையை அறியவேண்டிய நிலை வந்தது. மிகவும் வறுமையால் ஆட்கொள்ளப்பட்ட குடும்பம். அவளது தந்தை வேலை எதுவும் செய்யாமல் வீட்டிலேயே இருக்கிறார். இளைய சகோதரியோ சேவை செய்யும் பெண்ணாக இருக்கிறாள். ஆண்களுக்கு சேவை செய்து தனது குடும்பத்திற்கு

உதவுகிறாள். தனது காதலியின் சகோதரி விபசாரம் செய்பவள் என்ற ஒன்றை அவனால் ஏற்றுக்கொள்ள முடியவில்லை. மனம் உடைந்து அவளிடம் கேட்கிறான். வரும் காலத்தில் நமக்கு திருமணம் ஆனப்பிறகு வறுமை நம்மையும் பற்றிக்கொண்டால் உனது சகோதரி போன்ற முடிவினை நீயும் எடுத்துவிடுவாயா? என்று கேட்டான். அவளது கண்கள் கலங்கின. அந்த கேள்விக்கு அவள் பதிலளிக்கத் தொடங்கினாள்.

உங்களுக்கு ஒன்று தெரியுமா? தினமும் சோர்வுற்று வரும் எனது தங்கையின் நிலையை உங்களால் கற்பனைகூட செய்து பார்க்க முடியாது. உடலை விற்று அவள் தருகின்ற பணத்தில்தான் நாங்கள் உணவை உண்கிறோம். உணவை கையில் எடுக்கும் பொழுதெல்லாம் என் கைகள் நடுங்கும். அவள் பழகிவிட்டாள். அவள் எங்களின் கடவுளுக்கு ஒப்பானவள். தினமும் அவளது பாதங்களை நான்தான் சுத்தம் செய்கிறேன். உழைப்பற்ற தந்தைக்கு மகளாக பிறந்து கடன்களுக்கு பயந்து வாழும் அற்பப் பிறவிகளாகப் போய்விட்டோம். உங்களால் ஏதேனும் உதவமுடியும் என்ற நம்பிக்கையில்தான் நான் உங்களைக் காதலிக்கிறேன். அவளின் துயரத்திற்கு ஒய்வு கிடைக்கும் என்ற நம்பிக்கையில் மட்டும்தான்.. அவன் பதிலேதும் சொல்லாமல் அவளை விட்டு விலகிவிட்டான். தன்னுடைய வாழ்க்கைக்கே போதிய பணமில்லாமல் தவித்துக் கொண்டிருக்கிறான். யாருமற்ற அந்த ஒருவன் தனக்கு ஆறுதல் வேண்டியே காதலிக்க செய்தான். சிறிது நாட்களில் திருடவும் செய்கிறான். ஊர் மக்களால் அடித்து துரத்தப்படுகிறான். பிறகு இறந்தும் போகிறான். இது என் மனதில் ஆழமாக பதிந்த கதை. அதிலிருந்து என்னால் வெளிவர முடியவில்லை.

நீங்கள் இப்பொழுது அவன் மீது இரக்கம் கொள்கிறீர்கள். உங்களது இரக்கம் அவனை துன்பத்திலிருந்து மீட்டெடுக்குமா?

அந்தக் கதையினை மாற்றி எழுத முயற்சி செய்தேன். திருடிய பிறகு துரத்தி அடிக்கப்பட்ட அவன் ஒரு கனவு கண்டான். அதில்

சிறந்த அந்தஸ்த்துடன் தனது தாய் தந்தையோடு மகிழ்வோடு வாழ்கிறான். அவனது கனவு கலைந்து முழித்துவிடுகிறான். அப்பொழுது அவன் ஒன்றை நினைத்துக்கொண்டான். உறக்கத்தின் பொழுது வாழ்ந்த வாழ்க்கை உண்மையானது. தற்பொழுதுதான் கனவுலகத்தில் வாழ்கிறோம். ஏனென்றால் துயரத்திலே வாழும் ஒருவனுக்கு கனவுகள்தான் வெளிச்சம் தருகின்றன. அந்த வெளிச்சம் அவனுக்கு மகிழ்ச்சியை தந்தது. அதனையே அவன் ஏற்றுக்கொள்கிறான். தற்பொழுது நிகழ்வதெல்லாம் கனவு என்று வாழத்தொடங்கிவிட்டான். நீங்கள் நான் சொல்லியவற்றை கூர்ந்து கவனித்துப் பார்த்தால் உங்கள் மனதில் பல சந்தேகங்கள் எழுந்திருக்கும். அதனை என்னால் தீர்த்து வைக்க இயலாது. தீர்வுகளை உங்களுக்குள்ளே தேடுங்கள். உங்களின் மனநிலையைப் பொறுத்தே ஒவ்வொன்றிற்கும் விடைகிடைக்கும். நான் இப்படிப் பேசி வெகு நாட்கள் ஆகிவிட்டது. எனது உரை உங்களை வெறுப்படைய செய்திருந்தால் மன்னித்துவிடுங்கள். நீதிபது ராபர்ட் ஜேம்ஸ் அவர்களுக்கு எனது நன்றிகளையும் வாழ்த்துகளையும் தெரிவித்துக்கொள்கிறேன்.''

அவன் பேசியதைக் கேட்டுக்கொண்டிருந்த அவனைவரின் மனதிலும் ஏதோ ஒரு தாக்கம் ஏற்பட்டது. அது சில நிமிடங்களில் தோன்றி மறைந்தாலும் அவன் அங்கிருந்தவர்களை கவர்ந்து விட்டான். பாதர் பிஷப்பிற்கும்கூட அவன் பேசியது பிடித்திருந்தது. இருந்தாலும் அதனை அவர் வெளிக்காட்டிக்கொள்ளவில்லை. தற்பொழுது அவர் அங்கிருந்து புறப்படத் தயாராகிவிட்டார். எட்வின் அவரை பார்த்து புன்னகைத்த பொழுதும் அவர் அவனைக் கண்டுகொள்ளவில்லை.

ஓவியர் எட்வினைப் பாராட்டினார்.

நேரம் செல்ல செல்ல விழாவிற்கு வந்திருந்தவர்கள் விடைபெற்றுக் கொண்டிருந்தார்கள்.

நீதிபதி தன்னிடம் பேசுவதாக சொல்லியிருந்தார் என்பதற்காக எட்வின் காத்திருந்தான்.

எட்வினை தனியாக அழைத்தார் நீதிபதி.

''எட்வின் இரண்டாண்டுகளுக்கு முன்பு நான் உன்னை ஏமாற்றிவிட்டதாக நினைக்கிறாயா? அதைப் பற்றி பேசத்தான் அழைத்தேன்.''

''அப்படியெல்லாம் ஒன்றுமில்லை. ஏதோ ஒரு சூழ்நிலையின் க்காரணமாக நீங்கள் அப்படிச் செய்துவிட்டீர்கள். நீங்கள் என்னிடம் நேரடியாக சொல்லியிருக்கலாம். ஆனால் இன்னும் பாதர் பிஷப் என்மேல் கோபமாகத்தான் இருக்கிறார்.''

''உண்மையைச் சொல்லப்போனால் அவர் எல்லாவற்றையும் உணர்ந்துவிட்டார். நீ பேசிய சொற்பொழிவை தவறாக எண்ணி விட்டார். அதை இன்னும் அவரால் புரிந்துகொள்ள முடியவில்லை. ஒரு பெரிய மனிதரைப் போல அன்று நடந்துகொள்ளவில்லை என்று என்னிடம் சொல்லியிருந்தார். உன்னைப் பற்றிய எல்லா விஷயங்களையும் உனது தந்தையின் மரணத்தையும் உன் வாழ்வில் நடந்த துயரங்கள் அனைத்தையும் நாங்கள் தெரிந்து கொண்டோம். இதோ, நீ திருமணம் செய்துகொள்ளப் போகும் ஹலினா வரையிலும். உன்னால் இதை நம்ப முடிகிறதா எட்வின்?''

நீதிபதி எதையோ உளறிக்கொட்டிக் கொண்டிருப்பதைப் போல உணர்ந்தான் எட்வின். தற்பொழுது அவர் தெளிவான நிலையில்தான் இருக்கிறாரா என்ற சந்தேகத்தில் அவரைப் பார்த்துக்கொண்டிருந்தான்.

''பாதர் பிஷப் பிராங்கோவை எனக்கு முப்பது ஆண்டுகளுக்கு மேலாகத் தெரியும். அவர் பெரிதும் உன்னை நேசிக்கத் தொடங்கி விட்டார்.''

எட்வின் அவரை விநோதமாகப் பார்த்தான்.

''ஏன் வியப்புடன் பார்க்கிறாய் என்பது எனக்குத் தெரியும். நான் சொல்வதைக் கேள். இடையில் எதுவும் பேசாதே எட்வின்.

பெரும் குற்றவுணர்ச்சியில் சிக்கிக் கொண்டுவிட்டார் பாதர் பிஷப். சில வருடங்களுக்கு முன்பு பார்டிலைன் நகருக்கு சுற்றுப் பயணம் மேற்கொள்ளச் சென்றிருந்தார் அவர். பார்டிலைன் ரயில் நிலையம் வழியாக வாகனத்தை செலுத்தி வந்த பொழுது கவனக்குறைவால் உனது தந்தையை மோதிவிட்டு நிற்காமல் வந்துவிட்டார். அந்த மனிதன் இறந்திருக்கவில்லை என்றுதான் அவர் அப்பொழுது நினைத்தார். என்னிடம் இதனைச் சொன்னார். ஆனால், அவர் இறந்துவிட்டார். அன்று உனது தந்தை குடிக்க வில்லை. அப்பொழுது நீதான் அவரது மகன் என்பது தெரியாமல் போய்விட்டது. விசாரித்ததில், அவர் பெயர் மெக்லைன் என்பதும் அவன் ஒரு குடிகாரன் என்றும் அவனுக்கு மனைவி மற்றும் மகள் இருப்பது மட்டுமே தெரியவந்தது. அவர்களும் அந்த மனிதனை நம்பி இல்லை என்பதை சாதகமாக்கிக்கொண்டு, அவனால் யாருக்கும் எந்த நல்லதும் நடக்கப்போவதில்லை என்பதனையும் எடுத்துக்கொண்டு அவன் குடித்துவிட்டு விழுந்து இறந்துவிட்டான் என்று வழக்கினை முடித்துவிடுமாறு பார்டிலைன் நகர காவலர் களிடம் சொல்லிவிட்டோம். எனது அதிகாரம் அங்கு தவறாக பயன்படுத்தப்பட்டது. கடவுளின் மீது உறுதியாகச் சொல்கிறேன் மெக்லைனுக்கு உன்னைப் போன்ற ஒரு மகன் இருக்கிறான் என்பது நீ என்னை முதலில் சந்திக்க வந்த நாளன்றே எனக்கு ஆசிரியரின் மூலமாகத் தெரிந்தது. நான் இந்த விஷயங்களெல்லாம் தெரிந்த பொழுதே பாதரிடம் சொல்லி விட்டேன். விபத்தில் இறந்தது உன்னுடைய தந்தை என்பதனை. முன்பு இருந்த துயரத்தினைவிட இதனை அறிந்த பிறகு அவர் குற்றவுணர்ச்சியால் தினமும் கடவுளிடம் பிரார்த்தனை செய்துகொண்டிருக்கிறார். அன்றைய நாளில் உன்னை ஏமாற்றிவிட்டது உண்மைதான். என் மீது நீயும் ஆசிரியரும் வைத்திருந்த நம்பிக்கையினை உடைத்தேன். ஆசிரியர் என்னை பெரிதும் நம்பினார். பொது வழக்கென்பதால் நீ மேலும் பாதிக்கப்பட்டுவிடக் கூடாது என்பதற்காக அன்று அப்படிச் செய்தேன். இரண்டு வருட இடைவெளியில் எல்லாம் மறந்து

போகும் என்று நம்பினேன். கடவுளுக்கு நன்றி. அவ்வாறே நடந்துவிட்டது. உனக்கென ஒரு அடையாளத்தை உருவாக்கி விட்டாய். நீ என்னை மன்னித்துவிட வேண்டும் எட்வின். வயதில் சிறியவன் நீ. ஆனாலும் குற்றம் செய்தவன் நான்தான். ஒன்றை நினைத்துப்பார், இவ்வளவு பெரிய அந்தஸ்துடைய மனிதன் தெரிந்தோ தெரியாமலோ செய்த தவறு வாழ்நாள் முழுவதும் உறுத்திக் கொண்டேதான் இருக்கப்போகிறது. இன்று நடந்த நிகழ்ச்சிகளையும் பாராட்டுகளையும் இன்றே மறந்துவிடும் என் மனம். இது வெறும் ஒருநாள் மகிழ்ச்சி. உண்மையில், நான் எல்லா வழக்கிலும் நேர்மையாகத்தான் நடந்துள்ளேன் என்றாலும் உன்னைப் பொருத்தவரை நான் கடமை தவறியவன்தான். மன்னித்துவிடு எட்வின்.''

''உங்களின் அனுபவத்திற்கு முன்னால் நான் சிறியவன். நான் உங்களை மன்னிக்க இயலாது. நீதிபதி அவர்களே, எல்லாம் முடிந்துவிட்டது. நீங்கள் வருத்தப்பட வேண்டியதில்லை. நான் மட்டுமே முழுமையாக வேதனைப் பட வேண்டியவன். அந்த வேதனை எனக்குரியது. கவலை கொள்ளாதீர்கள். இது நடந்து முடிந்த நிகழ்வுதானே. பெரிதும் என்னை பாதிக்காது என்று நம்புகிறேன். நாங்கள் விடைபெற்று கொள்கிறோம்'' என்று கூறிவிட்டு அங்கிருந்து நகர்ந்தான் எட்வின்.

ஹலினா, மேகன் ஆகியோருடன் வீட்டை வந்தடைந்தான். அன்றிரவு அங்கிருந்த யாரிடமும் எதுவும் பேசாமல் படுக்கைக்குச் சென்றான். பாதர் பிஷப் பிராங்கோ தன்னை நேரில் பார்க்க ஏன் மறுக்கிறார் என்ற காரணம் அவனுக்கு தற்பொழுதுதான் தெரிய வந்தது. தனது தந்தையை மிகவும் மோசமாக எண்ணிவிட்டோம் என்பதை நினைத்து வேதனைகொண்டான். கண் முன்னே இறந்து கிடந்த பொழுதுகூட அவர்மீது எந்த கருணையும் காட்டவில்லை. தனது தந்தை மிகவும் சிறந்த மனிதர் என்று தனது கண்களை மூடிக்கொண்டு பிராத்தனை செய்தான்.

அத்தியாயம் - 4

தனது ஒரு வார கால விடுமுறை நாட்களை தலைநகரில் கழித்துவிட்டு எட்வின் தனது நண்பன் கார்டலோடு பார்டிலைன் நகருக்கு வந்து சேர்ந்தான். ஹலினா மற்றும் அவரது குடும்பத்தினர்கள் எல்லோரும் கோடை விடுமுறையை அங்கேயே செலவிட பல திட்டங்களை முடிவு செய்து வைத்திருந்தார்கள். முதல் முறையாக தனது தங்கை வன்யாவை பிரிந்துள்ளான். வன்யாவுக்கு பல சொந்தங்களை உருவாக்கிவிட்டதாக சில சமயங்களில் நினைத்து ஆனந்தம் கொண்டான்.

கார்டல் தன் உள்ளம் அழுக்குப்பிடித்து விட்டதை உணர்ந்தான். இருப்பினும் தான் பெரிய தவறொன்றையும் செய்து விடவில்லை என்று எதுவும் புரிந்திடாதவன்போல இருந்தான். ''அவள் ஏற்றுக்கொண்டாலும் இல்லையென்றாலும் எனது காதலை அவளிடம் தெரிவிக்கத்தான் போகிறேன்'' என்ற மன உறுதியோடு இருந்தான். பார்டிலைன் நகருக்கு வந்த இரண்டு நாட்களிலேயே பெத்தனியைப் பார்க்கச் சென்றான். ஆனால் அவன் அவளைப் பார்க்காமலேயே மீண்டும் திரும்பிவிட்டான்.

'தி எலைட்' நிறுவனத்தில் எட்வினுக்கு தனி அறை வழங்கப் பட்டிருந்தது. அங்கிருந்த அலுவலகம் இரண்டு அறைகளாகப் பிரிக்கப்பட்டு இருந்தது. அங்கு எட்வினுக்கும் இன்னொரு அறை

நபீல் என்பவருக்கு வழங்கப்பட்டிருந்தது. பணி முடிந்து ஓய்வு நேரங்களின் பொழுது இருவரும் சமூகம் சார்ந்த விஷயங்களையும் வேடிக்கையான நிகழ்வுகளையும் பேசிக்கொண்டு தங்களது பொழுதினை செலவிடுவது வழக்கம். அந்த சிறிய அலுவலகத்தில் அவர்கள் இருவருக்கு மட்டுமே இடம் அமைக்கப்பட்டிருந்தது.

பதிப்பாசிரியர் எனும் பொறுப்பில் நபீல் எட்டு ஆண்டுகளாக அந்த நிறுவனத்தில் இருப்பவர். துணைப் பதிப்பாசிரியராக இருக்கும் எட்வின் இன்னும் மூன்றாண்டுகளில் பதிப்பாசிரியராக மாற்றப்பட்டுவிடுவான் என்று ‘தி எலைட்’ நிறுவனத்தில் பணிபுரியும் அனைத்து உழியர்களுக்கும் தெரிந்திருந்தது.

எட்வின் இரண்டாண்டுகளாக நபீல் போன்ற மற்ற பொறுப்பிலுள்ள பணியாளர்களிடம் பழகி வந்தாலும் தன்னுடைய குடும்ப விஷயங்களை அவன் வெளியில் சொன்னதில்லை.

செமியோன் பார்னா எட்வின் பற்றின எல்லா விஷயங்களையும் கார்டல் மூலம் அறிந்த பொழுதிலிருந்தே தனது பொழுது போக்கிற்காக எட்வினைப் பற்றி சுவாரசியமாக பேசுவதை வழக்கமாக கொண்டிருந்தார். எட்வினின் குடும்ப சூழ்நிலையை முன்னுக்குப் பின்னாக ஓயாமல் பேசிவந்தார். அதனால் அவனின் தாய் தந்தையர் பற்றி ஒவ்வொருவரும் ஒவ்வொருவிதமாக நினைத்தனர். எல்லா விஷயங்களையும் ஒழுக்கமற்ற முறையில் முடித்து வைத்தார் செமியோன். எட்வினது வளர்ச்சி அவரை பெரிதும் பொறாமை கொள்ள செய்தது. இருப்பினும் அவனது பழக்கம், அவன் வெளிப்படுத்தும் அன்பு அவன் மீது அனைவரிடத்திலும் மிகுந்த மரியாதையை உண்டாக்கி இருந்தது. எட்வினது நிலைப்பாடுகளை குறை கூறி செமியோன் திட்டுவதுண்டு. இருப்பினும் அவரது அலுவலகப்பிரிவின் கீழ் எட்வின் இல்லை என்பதால் அவனை அது பெரிதும் பாதித்திடவில்லை.

தனது திருமணம் பற்றிய விஷயங்களைகூட அவன் யாரிடத்திலும் சொல்லிடாத நிலையில், அனைவருக்கும் பரவலாக

தெரியவந்தது. இதுவும் கார்டலின் மாமாவின் வேலையாகத்தான் இருக்கும் என்பதனை நன்கு அறிந்து வைத்திருந்தான் எட்வின். அவர் முன்கூட்டியே வெளி சொன்னதும் அவனுக்கு நல்ல காரியமாகத்தான் முடிவடைந்தது. தற்பொழுது அவனுக்கு எல்லோரும் வாழ்த்துகளை தெரிவித்த நிலையில் இருந்தனர்.

வழக்கம் போல உணவு இடைவேளையின் பொழுது நபீல் மற்றும் எட்வினும் ஒன்றாக உணவருந்திக் கொண்டிருந்தனர். எப்பொழுதும் ருசித்து சாப்பிடும் அவர் தற்பொழுது சிரமப்பட்டு உண்டு கொண்டிருந்தார் என்பதை எட்வின் கவனித்தான்.

"உங்களுக்கு என்னவாயிற்று? ஏன் காலையிலிருந்தே உங்கள் செயல்பாடுகளில் தடுமாற்றம்?"

"நீ சொல்வது சரிதான் எட்வின். என் வாழ்வு சுக்கு நூறாகிவிட்டது. அவமானம் நேர்ந்துவிட்டது. உன்னிடம் அதனை எப்படிச் சொல்வேன். யாரிடமாவது சொல்லவில்லை என்றால் எனது இருதயம் வெடித்துவிடும். நீ என்னைவிட வயதில் சிறியவன்தான். ஆனால் எனது அருவருப்பான சூழ்நிலையை உன்னால் புரிந்துகொள்ள முடியும். தீர்வு சொல்லும் அளவிற்கு பக்குவம் உன்னிடம் உள்ளது" என்று கரகத்த குரலில் பேசிக் கொண்டிருந்த அவரது வார்த்தைகள் தெளிவான உச்சரிப்பில் இல்லாமல் இருந்தது.

"பதினைந்து வருட இல்லற வாழ்க்கையை முடிவுக்கு கொண்டுவந்துவிட்டாள் எனது மனைவி. அவள் ஒழுக்கம் கெட்டு போய்விட்டாள். வேறு ஒருவனுடன் உடலுறவு வைத்துக் கொள்ளும் அளவிற்கு கீழ்த்தரமான செயல்களில் நடத்தை கெட்டு நிற்கிறாள். உன்னிடம் சொல்வதற்கே வெட்கமாக இருக்கிறது. அவள் தன்னுடைய தவறை ஒப்புக்கொள்ள மறுக்கிறாள். எனது மூன்று பிள்ளைகளின் வாழ்வு கேள்விக்குறியாகி விட்டதை அவள் நினைத்து பார்க்கும் நிலையில் இல்லை. எனது மனம் மிகுந்த அழுத்தத்தில் உள்ளது. எத்தனை பணமிருந்தும் வசதியிருந்தும்

என்ன செய்வது. புற வாழ்வினை எவ்வளவு சிறப்பாக அமைத்து வைத்தாலும் அக வாழ்வு தோற்றுவிட்டதைப் போல உணர்கிறேன். அக வாழ்வு கெட்டொழிந்து விட்டால் பிறகு என்னுடைய வெளி வாழ்வும் நாசமாகிவிடும். நான் சேகரித்த எல்லா நற்பெயரும் ஒரே நாளில் வீணாகி விடுவதை என்னால் கண்டிப்பாக பார்க்க முடியாது. சின்னஞ்சிறிய எனது குழந்தைகள் எப்படி சமூகத்தில் பேசப்படும். அவதூறுச் சொற்களை தாங்கிக்கொள்ள போகிறார்கள். எட்வின், ஏதேனும் தீர்வை சொல்லிவிடு. நீ எனது நம்பிக்கைக்கு உரியவன். அதனால்தான் உன்னிடம் சொல்கிறேன்.''

அவரது முகம் சோகத்தால் வாடியிருந்தது. எந்த முடிவினையும் சரியாக எடுக்க முடியாத நிலையில் இருக்கிறார் என்பதை எட்வின் புரிந்துகொண்டான்.

''உங்களுக்கு தற்பொழுது நிதானம் தேவை. முதலில் உணவருந்துங்கள். பிறகு பேசுவோம்.''

''உங்களது மனைவி பெரும் தவறினை செய்துவிட்டார். நான் உங்களிடம் ஒன்றை கேட்கிறேன் தெளிவாகச் சொல்லுங்கள். உங்கள் மனைவியைவிட இந்த சமூகம் உங்களுக்கு வழங்கிய அந்தஸ்த்து பெரியதாக தெரிகிறதா?''

''இப்பொழுது இருக்கும் சூழ்நிலையில் எனக்கு அதுவொன்றே பெரிதாக தெரிகிறது. அவள் மேல் நான் அன்பு வைத்திருந்தேன். என்னையும் அவள் நேசித்தாள். இல்லை நடித்திருக்கிறாள். ஐயோ, இப்படி துரதிஷ்டமான நிலை எனக்கு ஏன் வரவேண்டும்? கடவுளே. நான் பாவம் செய்ததில்லை. பிறகு, இப்படியொரு தண்டனையா? எட்வின், அவளை இனி தூய்மை படுத்துவது இயலாத ஒன்று. என்னுடைய புற வாழ்வின் மதிப்பினை தக்க வைத்துக்கொள்ள வேண்டுமென்றால் அவள் எல்லா வற்றையும் விடுத்து என்னுடன் என்னுடைய வீட்டில் யாரோ ஒருவரைப்போல பகட்டுத்தனமாக வாழ்க்கையை வாழ வேண்டும். அதற்கு அவள் ஒத்துகொண்டுதான் ஆகவேண்டும்.''

"இதனை அவர்களிடம் சொல்லிவிடுங்கள். இதுதான் சரியானதாக இருக்கும்.''

"நான் அதையும் சொல்லிவிட்டேன். அப்படியெல்லாம் அவளால் வாழமுடியாதென்றும் விரைவாக விவாகரத்திற்கு ஏற்பாடு செய்யப் போவதாகவும் சொல்லிவிட்டாள். அவளைப் பார்க்கும் பொழுதெல்லாம் ஆத்திரமாக வருகிறது. அவளை கொன்று விட்டால்கூட எனது கோபம் தீராது.''

"தாங்களே இப்படியெல்லாம் பேசுவது நல்லதல்ல. நான் இன்னொன்றையும் சொல்கிறேன். ஒரே வீட்டில் கணவன் மனைவி பிரிந்து வாழ்ந்தால் பயனொன்றும் இல்லை. எந்தவொரு விஷயத்திலும் நிம்மதி இல்லாமல் போய்விடும். மேலும், இருவருக்குள்ளும் மனச் சஞ்சரவு உண்டாகிக்கொண்டேதான் இருக்கும். விவாகரத்திற்கு சம்மதம் தெரிவித்துவிட்டு பிரிந்து வாழ்வதே சிறந்த ஒன்றாக தோன்றுகிறது.''

அவன் சொல்லியவற்றை கேட்டுக்கொண்டு நபீல் எதுவும் பேசாமல் அமைதியாக இருந்தார்.

இன்னும் பேசி அவரை காயப்படுத்த வேண்டாம் என்ற எண்ணத்தில் அவன் மேலும் அமைதியாக இருந்தான்.

அந்த மாலைப்பொழுதில் எபோர்ட் சாலையில் நடந்து கொண்டிருந்தான். பதிப்பாசிரியர் நபீலுக்கு ஏற்பட்ட நிலை நம் வாழ்வில் நிகழ்ந்துவிட்டால், அவருக்கு கூறிய ஆறுதலை நான் நிச்சயம் ஏற்க மாட்டேன். என்னுடைய வாழ்க்கையை அப்பொழுதே முடித்துக்கொள்வேன் என்றெல்லாம் சிந்தித்தான். ஹலினா மற்றப் பெண்களைப் போல் அல்ல. பொறுப்பானவள். அதற்கும் மேலாக என்மீது அன்பு வைத்திருக்கிறாள். அவளுடன் எனது இறுதி நாட்கள் வரை வாழ வேண்டும். இதோ இன்னும் சில நாட்களில் என்னுடையவள் ஆகிவிடுவாள். நான் முட்டாள்தனமாக ஏன்

அப்படியெல்லாம் நினைக்க வேண்டும். இப்பொழுதுதான் திருமணம் பற்றி அவனுக்கு ஞாபகம் வரத் தொடங்கியது. மிகவும் பிரம்மாண்டமான நிலையில் திருமணத்தை நடத்த வேண்டும். நீதிபதி பணி ஒய்வு பெற்ற விழாவைவிடவும் சிறப்பாக வெயிண்ட் நகர வாசிகள் எல்லாம் பேசுமாறு பிரமாதமாக ஏற்பாடுகளை செய்யவேண்டும். முக்கியமாக எல்லா செலவுகளையும் நான்தான் பார்த்துக் கொள்வேன். கார்டலிடம் ஒருபோதும் பணம் கேட்டுச் செல்லக்கூடாது என்று நினைத்தான்.

தனது அறையை வந்தடைந்த பொழுது வாசலின் முன்பு கடிதம் ஒன்று கிடந்தது. அது வெயிண்ட் நகரிலிருந்து வந்திருந்தது. பீதியில் உறைந்து போன அவன் ஏதேனும் நடந்திருக்குமோ என்ற பயத்தோடு அறைக்குள் சென்று கடிதத்தின் உரையைப் பிரித்தான். ஹலினாவின் கையெழுத்தால் எழுதப்பட்டிருந்த கடிதத்தில்,

அன்பு எட்வின் இமானுக்கு,

உங்களைப் பிரிந்து இருபது நாட்கள்தான் கடந்திருக்கின்றன. ஆனால் வெகுகாலம் ஆனதைப்போல உணர்கிறேன். நமது திருமணத்திற்காக ஆவலாக காத்திருக்கிறேன். தனிமையில் எவ்வாறு நாட்களை கடந்தீர்கள். தனிமை உங்களுக்குப் பிடிக்காத ஒன்று. வன்யா உங்களை மிகவும் கேட்டாள். நமது நிச்சயதார்த்த நாளை விரைவாக வைத்துவிட வேண்டும் என்று தாத்தா சர்லாண்டர் சொல்லிவிட்டார். அதனால் இன்னும் இரண்டு நாட்களில் நாங்கள் அங்கு வந்துவிடுவோம். நமது திருமணம் அடுத்த வாரத்தில் ஏதோ ஒரு தேதியில் நடந்துவிடும். மறந்துவிடாதீர்கள் இரண்டு நாட்கள் கவனமாக இருங்கள். நான் வந்துவிடுவேன். எனது அன்புக் கணவரே...!

இப்படிக்கு,
ஹலினா எட்வின்.

கடிதத்தை படித்தவுடன் எட்வின் விநோதமான கிளர்ச்சியுடன் காணப்பட்டான். ''இது அற்புதம், மிகவும் அற்புதம்'' என்று

பலமுறை சொல்லிக்கொண்டே இருந்தான். ''ரொம்பவும் மகிழ்ச்சியாக இருக்கிறது. ரொம்பவும் மகிழ்ச்சி'' என்று கூறிக் கொண்டு தனது படுக்கையில் உட்கார்ந்தான்.

கடந்த இரண்டு வருடங்களில் அவன் தனிமையினை முற்றிலுமாக விலக்கி வைத்திருந்தான். அவனுடன் வன்யா இருந்துவந்தாள். தனது வருங்கால மனைவியினுடைய அந்தக் கடிதம் காதலெனும் பெரும் உணர்வை ஏற்படுத்திவிட்டுச் சென்றது. வாழ்வில் காதலெனும் தவிர்க்க முடியாத ஒரு பகுதி முழு வடிவத்துடன் தன்னை அடைந்திருப்பதாக எண்ணினான்.

அத்தியாயம் - 5

கோடைக்கால விடுமுறையின் இறுதி நாட்களில் பார்டிலைன் நகரை வந்தடையுமாறு திட்டம் செய்திருந்த அவர்கள், தற்பொழுது திருமணம் விஷயமாக பத்து நாட்களுக்கு முன்பாகவே வந்து சேர்ந்தனர். ஆன்ஸி உட்பட கிராமத்திலுள்ள மேகன் குடும்பத்தாரும் வந்திருந்தனர்.

வில்ஃபிரட் விவானின் வீடு ஆட்கள் நிறைந்து இருந்தது. தங்கள் இல்லத்திலிருக்கும் விருந்தாளிகளை சிறப்பாக கவனிக்கத் தொடங்கினர். எட்வினும் கார்டலும் வந்து சேர்ந்தனர். அவர்கள் வந்து அரை மணி நேரத்திற்குள் மருத்துவர் கேவின் தனது மனைவி கேட்டலினாவுடன் வந்திருந்தார்.

ஒரே அறையில் சிலர் நாற்காலியிலும், தரையில் விரிக்கப் பட்டிருந்த போர்வையிலும் உட்கார்ந்திருந்தார்கள். ஒருவரும் பேசவில்லை. விசித்திரமான உணர்வில் மூழ்கி இருந்தார்கள்.

''திருமண நிச்சயதார்த்தத்தை எப்பொழுது வைத்துக் கொள்ளலாம்?'' அங்கிருந்தவர்களை ஒரே மனநிலைக்குள் கொண்டு வருவதற்காக மருத்துவர் இப்படியொரு கேள்வியை எழுப்பினார்.

''நிச்சயதார்த்தம் எப்பொழுதா? நாம் அதற்குத்தானே இங்கு கூடியிருக்கிறோம்.''

"ஹா.. ஹா..ஹா.. பிறகு எதற்கு எல்லோரும் அமைதியாக இருக்கிறீர்கள். பேச வேண்டிய விஷயங்களை பேசிவிடுங்கள்.''

"நாளை மறுநாளே திருமணத்தை வைத்துக்கொள்ளலாமா? நமது வழக்கப்படி நிச்சயம் முடிந்து ஐந்து நாட்களுக்குள் திருமணம் நடத்திவிடுவார்கள்'' என்றாள் ஆன்ஸி.

"ஆமாம்.. ஏனென்றால் நிச்சயம் முடிந்து திருமண நாள் வரை மாப்பிளையும் பொண்ணும் சந்தித்து பேசக்கூடாது. பழமையான இந்த பாரம்பரியத்தை பின்பற்றியே ஆகவேண்டும்'' என்று முதியவர் சர்லாண்டர் கூறினார்.

"முக்கியமான நபர் இவர்தான். இவர் என்ன சொல்லப் போகிறார்? மணப்பெண்ணுக்கு நகை உடைகளெல்லாம் வாங்க வேண்டும். திருமணச்செலவுகளெல்லாம் நிறையவே இருக்கிறது. யாரையும் விடுபடாமல் அழைப்பிதழ்களை எல்லாம் வைத்தாக வேண்டும். எட்வின் எல்லா ஏற்பாடுகளையும் ஐந்து நாட்களில் முடித்து விடலாமா?'' என்று கேவின் கேட்டார்.

"அதையெல்லாம் சிறப்பாக முடித்துவிடலாம்.''

"மணப்பெண்ணுக்கு உடைகள் நகைகளெல்லாம் எப்படி வாங்கப்போகிறீர்கள்?'' என்று கேட்டாள் பெத்தனி.

"அந்த வேலையை நாங்கள் பார்த்துக்கொள்கிறோம்'' என்று திடீரென தன்னை அறியாமல் குறுக்கிட்டான் கார்டல்.

"என்னைக் கேட்டால் நகைகள், அதிக செலவுடைய புதிய உடைகள் எல்லாம் தேவையில்லை என்றுதான் நினைக்கிறேன். எனக்கு அதன் மேல் அவ்வளவு ஈடுபாடு இல்லை என்றாள்'' ஹலினா.

"என்ன இது.. நாங்கள் யாரும் வேண்டாம் எட்வின் மட்டும் போதும் என்று சொல்வது போல இருக்கிறதே'' என்று கேலியாகப் பேசினார் மேகன்.

ஹலினா வெட்கப்பட்டாள்.

''சம்பிரதாயத்தின் படி திருமணத்திற்கு செய்ய வேண்டிய எல்லாவற்றையும் சரியாக செய்துதான் ஆகவேண்டும் ஹலினா. உனக்கு ஒன்றும் தெரியாது அமைதியாக இரு'' என்று சொன்னாள் லிசோதா.

வன்யா மாடியில் விளையாடிக்கொண்டுவிட்டு தற்பொழுது தான் வீட்டிற்குள் வந்தாள். அவள் ஹலினாவின் அருகில் அமர்ந்துகொண்டாள்.

கார்டல் யாரும் எதிர்பாராத விதத்தில் பெத்தனியை அழைத்து தேநீர் கொண்டு வருமாறு கூறினான். அவன் என்ன செய்கிறோம் என்பதை சற்றும் சிந்திக்கவில்லை. வழக்கமாக இப்படிப்பட்டவை களை கணவன்மார்கள்தான் தங்கள் மனைவியார்களிடம் கட்டளை யிடுவதைப்போல கூறுவார்கள். அந்த ஒரு கணம் அனைவரும் மிகவும் குழப்பத்துடன் காணப்பட்டனர். எட்வின் அந்த குழப்பத்தினை தவிர்க்கும் வகையில், ''ஆமாம் பெத்தனி தேநீர் குடித்தால் நன்றாக இருக்கும்'' என்று கூறினான். பிறகு, அங்கிருந்தவர்கள் எதார்த்த நிலைக்குத் திரும்பினார்கள்.

பெத்தனியும் லிசோதாவும் சமையலறைக்குள் சென்றார்கள்.

''இன்றிலிருந்து ஐந்தாவது நாளில் திருமணத்தை வைத்துக் கொள்ளலாம். திருமணம் எங்கு என்பதனை முடிவு செய்து விட்டீர்களா?'' என்று சர்லாண்டர் ஆன்ஸியிடம் கேட்டார். ''ஏனென்றால் மாப்பிள்ளை வீட்டார்கள்தான் அதனை முடிவு செய்ய வேண்டும்.''

ஆன்ஸி எட்வினைப் பார்த்தாள். ''பார்டிலைன் நகரிலேயே வைத்துகொள்ளலாம். அதிகப்பேர் இங்குதான் பங்குகொள்வார்கள். அதனால் இங்குள்ள தேவாலயம் ஒன்றில் வைத்துக்கொண்டால் சரியாக இருக்கும். எட்வின் நீ என்ன சொல்கிறாய்?''

எட்வின் சிறிது நேரம் சிந்தித்தான். ''ஆசிரியரை...''

"அவரால் எப்படி வர இயலும். வெயிண்ட் நகரில் வைத்தாலும்கூட அவர் திருமணத்தில் கலந்துகொள்வது கடினம் தான். அவரது ஆசி என்றும் உனக்கு இருக்கத்தான் செய்யும். அதனால் அதுவொன்றும் பெரிய விஷயமாக நீ எடுத்துக்கொள்ள வேண்டாம்" என்றாள் ஆன்ஸி.

சரி என்றபடி தலையை அசைத்தான் எட்வின்.

"அப்படியானால் சரி. முதலில் அழைப்பிதழ்களை அனுப்ப ஏற்பாடு செய்வோம். அடுத்து திருமணத்திற்கான ஏற்பாடுகளைத் தொடங்குவோம்" என்றார் வில்ஃபிரட் விவான்.

தேநீருக்குப் பதிலாக தனித் தனி குவளைகளில் காப்பியைக் கொண்டுவந்து அங்கிருந்த ஒவ்வொருவருக்கும் கொடுத்தார்கள்.

எல்லாம் பேசிமுடிந்தவுடன் எட்வின் தனக்கு நிச்சயிக்கப் பட்ட பெண்ணுக்கு அருகில் வந்தான். அவளது கரங்களைப் பற்றி தன் மார்போடு சேர்த்துக்கொண்டான். அவனது உணர்ச்சிகளைக் கட்டுப்படுத்த அவன் பழகிக்கொள்ளவில்லை. அவன் வார்த்தை களில் நிதானம் இல்லை. "இப்படி நடக்கும் என்று நான் நினைத்து பார்க்கவில்லை. நீ இனி என்னுடையவள். இனி எல்லாம் முடிந்து விட்டது. நான் மகிழ்ச்சியில் உள்ளேன். எனது சந்தோசத்தை உன்னால் உணர முடிகிறதா?"

மெய்மறந்து அவன் பேசியவற்றையெல்லாம் கேட்டுக் கொண்டிருந்த அவள், சில வினாடிகள் கடந்த பின்பே சுய உணர்விற்கு திரும்பினாள். எட்வின் அவளது கரத்தினை விடுவித்தான். வெட்கம் மேலிட அந்த இடத்தைவிட்டு வன்யாவைத் தேடிச் சென்றாள் ஹலினா.

திருமண வேலையாக நான்கு நாள் தூக்கமில்லாமல் கழிந்தது. கார்டல் அவனுக்கு எல்லா உதவிகளையும் செய்தான். சிறிய சிறிய செலவுகளைத் தன் பொறுப்பில் ஏற்றுக்கொண்டான். தனது நண்பனின் திருமண வாழ்வு அற்புதமான முறையில் இருக்க

வேண்டும் என்று நினைத்தான். அதே சமயத்தில் பெத்தனியிடம் மெல்ல மெல்ல பேசத் தொடங்கியிருந்தான். அவள் ஒரு குடும்பப் பெண். ஒழுக்கமானவளாக இருந்தாள். கார்டலிடம் எதார்த்தமான மன நிலையில் பழகிவந்தாள். கார்டல் காதல் உணர்வுகளோடு தன்னை சந்திக்கிறான் என்பதனை அவள் அறிந்துகொள்ள வில்லை.

தனது திருமணத்தில் தலைமைப் பாதிரியார் பாதர் பிஷப் பிராங்கோ கலந்து கொண்டால் நன்றாக இருக்கும் என்று எட்வின் விரும்பினான். அவன் விருப்பத்தின்படியே அவர் தலைமையில் பார்டிலைனிலுள்ள ஒரு தேவாலயத்தில் திருமணம் நடக்கும் தருவாய் நெருங்கிவிட்டது. வெயிண்ட் நகரமட்டுமில்லாமல் மாகாணத்திலுள்ள அனைத்து தேவாலயங்களிலுமுள்ள பாதிரியார்களை விட பாதர் பிஷப் மிகவும் பிரபலாமானவர். அவர் எளிதில் இப்படிப்பட்ட நிகழ்வுகளில் பங்குபெற மாட்டார் என்பது பார்டிலைன் நகர வாசிகள் பேசத் தொடங்கினர். ஆசிரியரால் திருமணத்தில் கலந்துகொள்ள முடியாத நிலை இருந்ததால் திருமணத்திற்குப் பிறகு அவரிடம் ஆசி பெற்றுக்கொள்ள வேண்டும் என்று அவர்கள் முடிவெடுத்து வைத்திருந்தார்கள்.

திருமண விழா ஏற்பாடுகள் சிறப்பாக செய்யப்பட்டிருந்தன. ஐந்து நாட்களுக்குப் பிறகு ஹலினாவைப் பார்க்கப்போகும் ஆர்வத்தில் இருந்தான் எட்வின். துணை மாப்பிள்ளையாக அவனது நண்பன் கார்டல் தயாராகியிருந்தான். எட்வினுக்கு கோட்டும், மேல் கோட்டும் அணிந்திருப்பது எரிச்சல் அடையச் செய்தது. தற்பொழுது பதட்டமாகவும் மகிழ்ச்சி கலந்த பய உணர்வோடும் இருந்தான்.

தலைமைப் பாதிரியார் மற்றும் ஓய்வு பெற்ற நீதிபதி ராபர்ட் ஜேம்ஸ் ஆகியோர் வருகை தந்திருப்பதால் பத்திற்கும் மேற்பட்ட காவலர்கள் நின்று கொண்டிருந்தார்கள். மணமகன் மணமகள் வருகைக்காக உறவினர்கள் காத்திருந்தனர். புகழ்மிக்க ஓவியர் விகான ரிஷி அவர்களும் வருகை தந்திருந்தார். அவரைப் பார்ப் பதற்காகவும் பாதர் பிஷப் பிராங்கோவை சந்திப்பதற்காகவும் மக்கள் கூட்டம் கூட்டமாக நின்று கொண்டிருந்தார்கள்.

எட்வின் எதிர்பார்த்ததைவிடவும் மக்கள் அதிகமாகத் திரண்டிருந்தனர். தேவாலயம் முழுக்க நிறைந்திருந்த மனிதர்களை கண்டு எட்வின் வியப்படைந்தான். இத்தனை கூட்டத்திற்கும் காரணம் பாதர், மற்றும் ஓவியரின் வருகைதான் என்பதை பெருமையோடு ஏற்றுக்கொண்டான். எபோர்ட் சாலையின் முக்கியப் பகுதியில் அமைந்திருக்கும் அந்தத் தேவாலயம் அற்புதமாக அலங்கரிக்கப்பட்டு ஏராளமான வண்ண பலூன்கள் கட்டப்பட்டிருந்தது. பெண்களைக் காட்டிலும் ஆண்கள் கூட்டம் அதிகமாகவே இருந்தது.

வெள்ளை நிற உடையில் முகத்திரை அணிந்துகொண்டு ஹலினா தயாராக இருந்தாள். அவளுடன் வன்யாவும் அவள் தோழி ஒருத்தியும் உடன் வந்தனர். எட்வினும் தயாராகிவிட்டான்.

தற்பொழுது அவர்கள் வரத் தொடங்கிவிட்டார்கள். ஹலினா வெள்ளை நிற உடையில் மிகவும் அழகானவளாக எட்வினுக்குத் தெரிந்தாள். அவளது முகம் திரையினால் மூடப்பட்டிருந்தாலும் அவனது கற்பனை எல்லையற்ற அழகால் நிறைந்திருந்தது.

கூட்டத்தில் யாரோ ஒருவர் இவர்தான் 'உறவுகளும் உணர்வுகளும்' எனும் புத்தகத்தின் ஆசிரியர் என்று எட்வினை கைகாட்டி சொல்லிக் கொண்டிருந்தார். அது எட்வினது செவிகளில் தெளிவாக கேட்டது. கூட்டத்தில் ஏற்பட்ட சலசலப்புச் சந்தேகங்கள் யாவும் நம்மைப் பற்றித்தான் என்று எட்வின் நினைத்துக் கொண்டான்.

ஹலினா தலைகுனிந்தபடி நின்று கொண்டிருந்தாள்.

''ஹலினா நீ பேரழகியாகத் தெரிகிறாய். உன்னைவிட மாப்பிள்ளை கொஞ்சம் அழகு குறைவுதான்'' என்று கிண்டலாக முணுமுணுத்தாள் ஹலினாவின் தோழி. எட்வின் தனது அகண்ட பார்வையால் எல்லாவற்றையும் சுற்றிமுற்றிப் பார்த்தான். எல்லாம் கனவு போல அவனுக்கு தெரிந்துகொண்டிருக்கிறது. தான் நிகழ் காலத்தில் இருப்பதை மறந்துவிட்டவனாக உணர்ந்தான்.

தேவாலயத்தின் மதகுருமார்கள் நால்வர் அங்கு வந்தனர். அவர்கள் திருமணத்திற்கான சடங்குகளைத் துவங்கினார்கள். அவர்களுள் ஒருவர் எட்வினைப் பார்த்து ஏதோ ஒன்றினை உச்சரிக்கத் தொடங்கினார். அதனை அவனும் பின்பற்றிச் சொல்லச் செய்தார். அங்கு நடக்கும் எல்லா முறைகளும் எட்வினுக்கு விநோதமாக தெரிந்தன. இறுதியாக அவர்கள் மணமக்களை ஆசிர்வதித்தார்கள். பிறகு, பாதர் பிஷப் பிராங்கோவிடம் ஆசிகளைப் பெற்றுவிட்டு எல்லோருடைய வாழ்த்துகளையும் பெற்றார்கள்.

புதுமணத்தம்பதிகளுக்காக எல்லோரும் பிரார்த்தனை செய்யுங்கள் என்று பாதிரியார் ஒருவர் கூறினார். பிரார்த்தனைகள் எல்லாம் முடிந்துவிட்டன. முன்பே ஏற்பாடு செய்யப்பட்டிருந்த பாடகர் குழு பாடல் ஒன்றை பாடத் தொடங்கியது. இசைகள் நிறைந்த அந்த பாடல் மிக மெல்லிய ஓசையில் பாடி முடிக்கப் பட்டது. பாதர் பிஷப் பிராங்கோ சிறிய மோதிரம் ஒன்றை எடுத்து எட்வினிடம் கொடுத்து ஹலினாவின் கைவிரலில் அணிந்துவிடச் சொன்னார். பிறகு அதனைவிட பெரிய மோதிரம் ஒன்றை எடுத்து ஹலினாவிடம் குடுத்து எட்வினது கைவிரலில் போட்டுவிடச் சொன்னார். இறுதியாக கடவுளைப் பிரார்த்தித்து திருமணத்தை முடித்து வைத்தார்.

தற்பொழுது ஆலயத்திற்கு பக்கத்தில் வெட்டவெளியில் அமைத்திருந்த கூடாரத்தில் நின்றிருந்தனர்.

''மிகவும் அழகாய் இருகிறாய் எட்வின்'' என்று ஹலினா கூறினாள்.

மாலைப் பொழுது முடிந்தவுடன். இரவு உணவின்போது அதிக மக்கள் பங்குகொண்டனர். அந்த திருமண நிகழ்வு பார்டிலைன் முழுவதும் பேசப்பட்டது.

நீதிபதி ஜேம்ஸ் ஒரு மிகப்பெரிய தொகையினை எட்வினுக்கு திருமணப் பரிசாக வழங்கினார். ஓவியர் விகான ரிஷி ஹலினாவின்

அழகுத் தோற்றத்தை வரைந்து பரிசளித்தார். ஒரு மகாராணியைப் போல இருந்தது அவள் உருவ ஓவியம். அதனைப் பார்த்த அனைவரையும் பொறாமை அடைய செய்தது. பதிப்பாசிரியர் ரபீல் சங்கிலி கைகடிகாரத்தை பரிசாக வழங்கிய பொழுது அவரது துயர நிலை கண்டு எட்வின் இரக்கப்பட்டான். இத்திருமண நிகழ்வுகளெல்லாம் முடிந்த பிறகு அவருக்கு உதவ வேண்டும் என்று நினைத்துக்கொண்டான். அவற்றையெல்லாம் ஒரு நொடி நினைத்துவிட்டு பெரும் ஆனந்தத்தில் மீண்டும் மூழ்கியவனாய் நின்றான். உண்மையில் இது நடந்தேறிவிட்டதா? எனும் சந்தேகத்தாலும் ஆச்சரியத்தாலும் நிரப்பப்பட்டிருந்தான்.

அத்தியாயம் - 6

திருமணம் முடிந்து ஒரு மாத காலம் ஆகிவிட்டது. எட்வினுக்கு தனியாக குடியிருப்புப் பகுதி ஒன்றில் அவனுக்கு சொந்தமாக வீடொன்றையும் பாதர் வாங்கி கொடுத்திருந்தார். தற்பொழுது அவனது மனைவி மற்றும் அவன் தங்கையுடன் வாழ்ந்து வருகிறான். மிகவும் அன்பு நிறைந்த வாழ்வில் குடி பெயர்ந்து விட்டதை போல உணர்ந்தான்.

பெத்தனியின் மீதிருந்த காதல் ஆசையால் யாரிடமும் சொல்லிக்கொள்ளாமல் வெயிண்ட் நகருக்கு அடிக்கடி சென்று வந்தான் கார்டல். ஒருமுறைகூட அவளிடம் நேரடியாக பேசாமல் நோயாளி ஒருவருக்கு சிகிச்சை அளிக்க வருவதாக மேகனிடம் கூறிவிட்டு அவ்வப்போது அவளைப் பார்த்து வந்தான்.

இன்று அவன் ஒரு முடிவோடு சென்றான். தன் காதலை வெளிப்படுத்தியாக வேண்டும் என்று உறுதியான மனநிலையில் அங்கு சென்றான். அவன் அவர்கள் வீட்டை அடைந்த பொழுது ''மேகன் எங்கே'' என்று பெத்தனியிடம் கேட்டான்.

''அவர் பார்டிலைன் நகருக்குத்தான் சென்றுள்ளார்.''

''ஆன்ஸி அவர்களையும் காணவில்லையே?''

"அம்மா பழைய அடுக்குமாடி குடியிருப்பில் உள்ள விஷாலினி பாட்டி வீட்டிற்குச் சென்றுள்ளார். ஆசிரியர் உறங்கிக் கொண்டிருக்கிறார். இருங்கள் அவரை எழுப்பிவிடுகிறேன்."

"இல்லை பெத்தனி, நான் உன்னிடம்தான் பேச வந்துள்ளேன்."

"என்னிடமா? சொல்லுங்கள் மருத்துவரே. என்ன விஷயம்?"

"அதாவது, இதற்கு மேல் என்னால் எதையும் மறைக்க முடியாது. நான் உன்னை காதலிக்கிறேன். உன்னை திருமணம் செய்துகொள்ள விரும்புகிறேன். உனது முடிவினைக் கூறு."

கூர்மையான இரு விழிகளால் அவனை வெறித்துப் பார்த்தாள். மனம் படபடக்க, பதற்றம் அதிகமாகிக் கொண்டே யிருந்தது. இருவரும் ஹாலில் இருந்தார்கள். அமைதி நிலவியிருந்தது.

"கார்டல் என்னை தவறாக நினைத்துவிட்டீர்கள். மிகவும் அபத்தம். முதலில் இங்கிருந்து வெளியில் செல்லுங்கள். உங்கள் மீது எல்லோரும் வைத்திருக்கும் மரியாதையினை காப்பாற்றிக் கொள்ளுங்கள்." அவளுக்குள் ஏற்பட்ட பதற்றம் இன்னும் குறையாமல் மேலும் அதிகரித்துக் கொண்டே இருந்தது.

"புரிந்துகொள் பெத்தனி. உண்மையில் உன்னை விரும்புகிறேன். மேகன் போன்ற ஒருவனிடம் உனது வாழ்க்கையை ஒப்படைத்துவிட்டாயா? பணம் என்ற ஒன்றை தேடி ஓடிக் கொண்டே இருக்கிறான். அன்பு என்ற ஒன்றை உன்னிடம் காட்டியிருக்கவில்லை. உனக்கு வாழ்க்கை இன்னும் இருக்கிறது. வெகு தூரம் சென்றுவிடலாம். உனது குழந்தையையும் கூட்டிக் கொண்டு சென்றுவிடலாம்."

"அவரைப் பற்றி பேசுவதற்கு உங்களுக்கு எந்த உரிமையும் இல்லை. இவ்வளவு கீழ்த்தரமாக நடந்துகொள்வீர்கள் என்று நான் நினைத்துக்கூடப் பார்க்கவில்லை. நீங்கள் இங்கிருந்து செல்ல

வில்லையென்றால் அப்பாவை எழுப்பிவிடுவேன். ம்... கிளம்புங்கள்'' என்று சத்தமாக கத்தினாள். ஆசிரியர் தனியறையில் இருந்தார். அவரது அறைக் கதவு மூடப்பட்டிருந்தது. மேலும் அவர் நன்றாக உறங்கிக் கொண்டிருந்தார்.

''நீ அமைதியாக யோசித்துப்பார். என்னுடைய மன வலிகளுக்கு மருந்து தருவாய் என்று நம்பி வந்திருக்கிறேன். காயத்தை பெரிதுபடுத்தி விடாதே.''

''இருங்கள்'' என்று ஆசிரியரின் அறையை நோக்கி செல்ல முயன்றாள்.

அவளது கரத்தினை பிடித்து அழுத்தமாக இழுத்தான்.

அவளது முகம் கோபத்தினால் சிவந்துவிட்டது. அனல் பறக்கும் பார்வையை அவன்மீது பதித்தாள். அவனிடமிருந்து தனது கைகளை விடுவிக்க முயன்றாள். அவனைவிட அவள் குள்ளமாக இருந்தாள். அவனது வலுவான அந்தப்பிடியிலிருந்து விடுவித்துக் கொள்ள மிகவும் சிரமப்பட்டுக் கொண்டிருந்தாள். ''என்னை விடுங்கள்'' என்று அவள் கத்தத்தொடங்கியதுமே எதிர் திசையில் வேகமாக இழுத்துக்கொண்டிருந்த அவன் ''செல்'' என்று கூறி தனது கைகளை விடுவித்தான்.

தரையில் விழுந்த அவள் சுவற்றில் பலமாக முட்டி கீழே விழுந்தாள். சிறிது நிமிடம் எந்த அசைவுமின்றி கிடந்த அவளை குனிந்து உற்றுப்பார்த்தான். நெற்றியிலிருந்து இரத்தம் மெதுவாக கசிந்து கொண்டிருந்தது. அவளைத் தொடுவதற்காக கையை நீட்டிவிட்டு, தொடாமலேயே கையை இழுத்துக்கொண்டான். இங்கிருந்து செல்வதுதான் நல்லது என அவனது உள்ளுணர்வு அவனை கடுமையாக எச்சரித்தது. அவன் ஹாலை விட்டு வெளியே வந்தான். யாரேனும் இருக்கிறார்களா? என்று பார்த்தான். சுற்றிமுற்றிப் பார்த்துவிட்டு அந்த இடத்தைவிட்டு விலகி பார்டிலைன் நகருக்கு வந்தடைந்தான்.

தனது வீட்டிற்கு வந்த அவன் அடக்கடவுளே என்ன காரியம் செய்துவிட்டேன். அவளைத் தள்ளிவிட்டு வந்துவிட்டேனே. எந்த அசைவுமில்லாமல் கிடந்தாள். ஒருவேளை அவள் இறந்து விட்டாளோ? இல்லை அப்படியெல்லாம் இருக்காது. எப்படியும் ஆசிரியரிடம் நம்மைப் பற்றிச்சொல்லியிருப்பாள். மேகன் நம்மைத் தேடி வந்துவிடுவான். எல்லோருக்கும் தெரிந்துவிடும். ஐயோ! தவறிழைத்துவிட்டோம் என்று தனக்குள் பல கற்பனைகளை வளர்த்துக் கொண்டான்.

யாரோ கதவைத் தட்டும் சத்தம் கேட்டது. அறையிலிருந்த அவன் எல்லாம் தெரிந்துவிட்டதோ என்ற பயத்தோடு கதவைத் திறந்தான். அவன் முன்பு மருத்துவர் கேவின் நின்று கொண்டிருந்தார்.

"கதவைத் திறக்க ஏன் இவ்வளவு நேரம். தூங்கிவிட்டாயா? ஏன் ஒரு மாதிரியாக இருக்கிறாய்?" என்று வரிசையாக கேள்விகளை அடுக்கினார்.

அவன் இன்னும் பதட்டத்திலிருந்து மீளவில்லை.

"கார்டல் உன்னைத்தான். க்ளீனிக்கிற்கு செல்லவில்லையா?"

சுய உணவிற்கு வந்த அவன். "இல்லை, உடல் நிலை சரியில்லை. அதனால் இங்கேயே இருந்துவிட்டேன்."

"அப்படியா. ப்ரீதா உன்னைபார்க்கவேயில்லை என்றாளே.."

"நான் வருவதை அவள் கவனித்திருக்க மாட்டாள் என்று நினைக்கிறேன்."

"நீ ஓய்வெடு. காலையில் பேசிக்கொள்ளலாம்."

மருத்துவர் சென்ற பிறகு ஒரு பெருமூச்சுடன் தனது அறைக் கதவினை மூடி தாழிட்டான். அன்றிரவு முழுவதுமே காலையில் பெத்தனியிடம் நடந்து கொண்ட விதத்தை நினைத்து மிகவும் வருந்தினான். நீண்ட நேரம் விழித்திருந்த அவன் காலையில் படுக்கையை விட்டு எழுவதற்கு வெகு நேரம் ஆகிவிட்டது.

தனது அறைக்கதவைத் திறந்து ஹாலிற்கு வந்தான். அவனது தந்தையிடம் ஏதோ ஒன்றை குழப்பமடைந்தவன் போலவும் பயத்தினால் வெளிரிப்போனவனைப் போலவும் எட்வின் பேசிக் கொண்டிருப்பதை பார்த்தான் கார்டல். கேவின் இபால் மிகவும் அதிர்ச்சி நிறைந்தவராகக் காணப்பட்டார். தற்பொழுதுதான் நேற்று நடந்த சம்பவங்களை அவன் நினைத்துப்பார்த்தான். அவன் பதறியடித்து மீண்டும் தனது அறைக்குள் சென்று கதவினை தாழிட்டுக் கொண்டான்.

அந்த நிமிடத்தில் ஒரு பைத்தியகாரனைப்போல தனது முஷ்டியால் மேசையை குத்தினான். ''எல்லாம் தெரிந்துவிட்டது. இனி என்ன செய்வது என்றபடி தனது தலைமுடிகளை பிய்த்துக் கொள்வதைப் போல தனது கைகளால் பிடித்து இழுத்தான். எதுவாக இருந்தாலும் சரி, சந்தித்துத்தான் ஆக வேண்டும் என்று நினைத்தான். சிறிது நேரம் கழிந்தவுடன் அறையை விட்டு வெளியே வந்தான். எட்வின் ஹாலில் இல்லை. மருத்துவர் வலதுபுறமாக இருந்து அவனது அருகே வேகமாக நடந்து வந்தார்.

''கார்டல்.. கார்டல்..'' என்று அவனை அழைத்தார்.

அவரை நோக்கித் திரும்பினான் கார்டல்.

''மேகனின் மனைவி பெத்தனி கொல்லப்பட்டுவிட்டாள்.''

அவனது இருதயம் நின்றுவிட்டதைப் போல அசைவின்றி நின்றான்.

''என்ன சொன்னீர்கள் அப்பா.?''

''இப்பொழுதுதான் எட்வின் கூறிவிட்டு சென்றான். நேற்றுக் காலை அவள் மர்ம நபரால் கொல்லப்பட்டுவிட்டாள். எட்வின் வெயிண்ட் நகருக்குச் செல்ல தயாராகிவிட்டான். அவனுக்கு தகவல் தற்பொழுதுதான் வந்து சேர்ந்தது.''

எதையோ ஆரம்பித்த கார்டல் சட்டென்று அப்படியே நிறுத்திக் கொண்டான். தன் மீது இடி போன்று வந்து தாக்கிய அந்த செய்தியால் மிரண்டு போயிருந்தான். மிக கேவலமான தனது செயல்களை மீண்டும் தனது மனதில் ஓடவிட்டான்.

எட்வின் மிகவும் வேகமாக புறப்பட்டுக் கொண்டிருந்தான்.

"நானும் உங்களுடன் வருகிறேன்" என்று கூறினாள் ஹலினா.

"இல்லை, நீ வர வேண்டாம். என் அன்பே. நான் பார்த்துக் கொள்கிறேன். நீ இங்கிருந்து வன்யாவைப் பார்த்துக்கொள். கவனமாக இரு" என்று கூறிவிட்டு அவளது கரங்களைப் பற்றி முத்தமிட்டான்.

எட்வின் வெயிண்ட் நகரை வந்தடைந்ததும், அவசர அவசரமாக மேகன் வீட்டிற்கு வந்தான். அந்தப் பகுதியில் வசிக்கும் மக்கள் சுற்றிலும் ஆங்காங்கே நின்று கொண்டிருந்தனர். மேகன் மனம் உடைந்து தனது இரண்டு வயது குழந்தையுடன் நின்று கொண்டிருந்தான். ஆன்ஸி செயலற்று அமர்ந்திருந்தாள். வயதான அவளின் உடல்நிலை பயத்தினாலும் சோர்வினாலும் வலுவற்று நடுங்கி கொண்டிருந்தது. காவலர்களால் தடுப்பு போடப் பட்டிருந்தது. அதற்குள் யாரும் அனுமதிக்கப்படவில்லை. எட்வினைப் பார்த்ததும் மேகன் கதறி அழத் தொடங்கிவிட்டான்.

"கொலைக்கான காரணம் ஏதும் தெரியவில்லை. கொலை பணத்திற்காகவும் பொருளிற்காகவும் இல்லை என்பது தெளிவாக பதிவு செய்யப்பட்டு விட்டது. கொலைகாரன் திருடுவதற்காக எதையும் செய்யவில்லை. எதுவும் திருட்டுப் போகவில்லை" என்று போலீஸ்காரர்கள் இருவர் பேசிக்கொண்டிருந்தார்கள்.

மேகன் கிறுக்குப் பிடித்தவனைப் போல புலம்பிக் கொண்டிருந்தான். கிராமத்திலிருந்த அவனது சகோதரர் டாலர்ட் வந்திருந்தார். மேகனின் புலம்பலை யாராலும் கட்டுப்படுத்த முடியவில்லை.

''அவன் நேற்றிலிருந்து இப்படித்தான் இருக்கிறான். என்ன ஆறுதல் கூறுவதென்று தெரியவில்லை. தைரியமில்லாத அவனது மென்மையான மனம் எவ்வளவு பாடுபடுகிறது என்று பாருங்கள். இவனுக்கா இப்படி ஒரு நிலை வந்தாக வேண்டும்.''

''நீங்கள் அவரை கிராமத்தில் விட்டுவிட்டு வாருங்கள். இங்கிருந்தால் அவரால் எதையும் தாங்கிக்கொள்ள முடியாது. ஆன்ஸி அவர்களையும் ஆசிரியர் அவர்களையும் எப்படியாவது உங்கள் கிராமத்திற்கு அழைத்துச் சென்றுவிட வேண்டும். நீதிபதி நமக்கு உதவி செய்வார். இது மிகவும் வேதனையளிக்கிறது. மேகனை இந்த நிலையில் பார்க்க்க வேண்டுமா? கடவுளே ஏன் இந்த விபரீத செயல்'' என்று கண்ணீர் மல்க கூறினான் எட்வின்.

அத்தியாயம் – 7

கொலை நடந்து எழு நாட்கள் ஆன நிலையில் ஒய்வு பெற்ற நீதிபதியின் உதவியால் கொலை குறித்து விசாரிக்கும் பணி போலீசாரால் தீவிரப்படுத்தப்பட்டுள்ளது. எட்வின் வெயிண்ட் நகரில் தங்கிக் கொண்டே எல்லாவற்றையும் கவனித்துக்கொண்டான். அவனுடன் டாலர்ட் இருந்தார். மேகன், ஆசிரியர் மற்றும் அவரது மனைவி ஆன்ஸி ஆகியோரை கிராமத்திற்கு அனுப்பிவிட்டனர். ஆசிரியருக்கு தனி கோச்சுடன் கூடிய குதிரை வண்டியை ஏற்பாடு செய்து அனுப்பிவைத்தனர் .

கார்டல் எதையும் அறியாதவனைப்போல இருமுறை வந்து சென்றான். தனக்கு இதில் பெரிய பங்கு இல்லாதவனைப் போல காண்பித்துக் கொண்டான்.

தற்பொழுது கார்டல் எதார்த்தமான நிலையில் இல்லை என்பதை அவனது அம்மா கேட்டலினா அறிந்து கொண்டாள்.

கடந்த இரண்டு நாட்களாகவே ஜுரத்தால் பாதிக்கப்பட்டு தன்னுடைய மருத்துவ பணியை சரியாக செய்திடவில்லை.

போலீஸ் தங்களுடைய வேட்டையை தீவிரப்படுத்தி யுள்ளார்கள், எந்த நேரத்திலும் நம்மை தேடி வந்துவிடுவார்கள்.

ரொம்ப நாட்கள் தப்பிக்க முடியாது என்று உறுதியாக நம்பிக் கொண்டிருந்தான். தன்னை கைது செய்து அவர்கள் சிறையில் அடைப்பதற்குள் நாமே குற்றத்தை ஒப்புக் கொண்டுவிட்டால் நல்லது எனும் தீர்மானத்திற்கும் வந்தான்.

சமூகத்தில் தந்தையின் மீதிருக்கும் அந்தஸ்து எல்லாம் காணாமல் போய்விடும். கொலைகாரன், கீழ்தரமானவன் என்றெல்லாம் அவமானப்படும் நிலை ஒரு நாள் வந்துவிடும். இனி வாழ்வதற்கு அர்த்தமேயில்லை. இத்தனை பெரிய குற்றத்தை யாரும் மன்னிக்கவே மாட்டார்கள். அவனுக்கு ஏற்பட்டிருக்கும் காய்ச்சல் தீவிரமடையத் தொடங்கியது. அவன் தன்னுடைய அறைக்குள் யாரையும் அனுமதிக்க வில்லை. பொழுது முழுவதுமே ஜன்னி கண்டவனைப் போலக் கழித்தான். சில சமயம் அவன் எழுந்து உட்கார்ந்துக்கொண்டு அழுதான். தன் கைகளை பிசைந்து கொள்வான். தூக்கமில்லாமல் புரண்டு புரண்டு படுக்கையில் கிடந்தான். சிலுவை குறியீட்டையிட்டு பாவ மன்னிப்புகளைக் கேட்பான். தனது ஜன்னலுக்கு வெளியே போலீஸ் வாகனம் வந்திருக்கிறதா என்று பார்த்தபடி நிற்பான். தன்னைத் தானே மெல்ல மெல்ல பார்த்துக்கொண்டு விநோதமான புன்னகையும் அது வேதனையில் வெளிப்படும் ஒன்று என்பதனையும் கூறிக்கொள்வான். கண்களை மூடும் பொழுதெல்லாம் இரத்தம் படிந்த பெத்தனியின் முகம் அவன் முன் வந்து சென்றது.

திடீரென்று தன்னுடைய உடல் பலவீனமாகிவிட்டதை உணரத்தொடங்கினான். மனரீதியாக பாதிக்கப்பட்ட அவன், செய்த குற்றத்தைக் கண்டு பயந்தான். தன்னைச் சுற்றியிருக்கும் எல்லோரையும் ஒரு நொடி நினைத்தான். தனது மருத்துவப் பணியை சிந்தித்தான். எல்லாம் வீணாகிவிட்டதைப் போல தனக்குதானே துன்பங்களை வரவழைக்கத் தொடங்கிவிட்டான்.

''இதோ ஒன்று, ஒரு இரவு மட்டும் எனக்கு எதுவும் நேர்ந்துவிடக்கூடாது. கடவுளே எனது சிக்கலைத் தீர்த்துவிடுங்கள்.

இனி என்னால் யார் முகத்தையும் பார்க்க இயலாது. எனது மனதின் சக்தி குறைந்துவிட்டது. ஒரு வேளை குற்றவாளியை இறுதிவரை கண்டுபிடிக்க முடியாவிட்டால். ஆ.. அப்பொழுது நான் நிம்மதியடைவேன். இல்லை..இல்லை.. கண்டிப்பாக அப்படி ஒரு நிம்மதி இனி என் வாழ்வில் வரப்போவதில்லை. நான் அவளிடம் அன்பைத்தானே கேட்டேன். ஏன் மறுத்தாள். அவள் மறுப்புக்கான தண்டனைதான் மரணமா. அந்த மரணத்தை நான் அவளுக்கு கொடுத்துவிட்டேன். இது கனவு போல் தெரிகிறது. என்னைப் பார்த்தால் கொலைகாரன் மாதிரி தெரிகிறதா? இந்த அறையைவிட்டு இனி நான் எங்கும் செல்லப்போவதில்லை. என்னைத் தூண்டிவிட்ட காதல் உணர்வை வெறுக்கிறேன். இதோ இன்று இரவு மட்டும் நிம்மதியாகத் தூங்கிவிடப் போகிறேன்'' என்று தானே பேசிக் கொண்டு படுக்கையில் விழுந்து கண்களை மூடினான்.

உண்மையைப் சொல்லப்போனால், அவன் தூங்கவே இல்லை. தூங்குவதைப் போல நடித்துக்கொண்டிருந்தான்.

காலை பத்து மணி அளவில் மிக வேகமாகவும் சத்தமாகவும் தொடர்ந்து அறைக்கதவைத் தட்டும் சத்தம் கேட்டது.

கார்டல் கதவைத் திறந்தான்.

மருத்துவரும் கேட்டலினாவும் அவனது சோர்வான நிலையினைப் பார்த்து பெரிதும் வருந்தினார்கள்.

''ஏதேனும் மாற்றம் உள்ளதா? சிகிச்சை மேற்கொள்ளலாம் கார்டல். முதலில் அறையைவிட்டு வெளியே வா. இப்படிப்பட்ட நிலையில் உன்னைப் பார்ப்பதற்கு மனம் ஒத்துக் கொள்ளவில்லை. தயவு செய்து என்னுடன் வா'' என்று கேட்டலினா அவனது கையைப் பிடித்தாள்.

''எட்வின் இன்று வருவதாகச் சொன்னான். கொலைபற்றின எந்த முன்னேற்றமும் இல்லை. அதனால் இரண்டு நாட்கள் பார்டிலைன் நகருக்கு வருவதாக சொன்னான்'' என்று கேவின் கார்டலிடம் கூறினார்.

''இதை ஏன் என்னிடம் கூறினீர்கள்?'' என்று வெறுப்புடன் பேசிவிட்டு ஹாலில் உள்ள சோபாவில் சென்று அமர்ந்தான்.

''இவனுக்கு என்னவாயிற்று? இந்த விஷயம் நடந்ததிலிருந்து தான் இப்படி இருக்கிறான்'' என்று கேட்டலினா கூறினாள்.

''இவர்களுக்கு கூட சந்தேகம் வந்துவிட்டது. முதலில் எட்வினிடம் நடந்ததைக் கூற வேண்டும். தற்பொழுது அவன் இரயில் நிலையத்தை வந்தடைந்திருப்பான். அவன் எனது தவறினை புரிந்துகொள்வான். எனது மனம் படும் வேதனைகளுக்கு அவன் ஒருவனே தீர்வாவான்.''

எட்வினை சரியான நேரத்தில் இரயில் நிலையத்தில் சந்தித்தான் கார்டல். அவனது வருகையை அவன் எதிர்ப்பார்கவே யில்லை. தனது நண்பனை அழைத்துக் கொண்டு எபோர்ட் சாலையை வந்தடைந்தான்.

''கார்டல் இப்பொழுது எதற்கு இங்கு என்னை அழைத்து வந்தாய்? ஹலினாவும் வன்யாவும் எனக்காக காத்துக்கொண்டிருப் பார்கள்.''

''நீ கவலைப் படாதே எட்வின். அவர்கள் எப்பொழுதும் உன்னுடனே இருப்பார்கள். ஆனால் நான்..''

''என்ன உளறுகிறாய் நீ..?''

''என்னை மன்னித்துவிடு எட்வின். ஏற்கனவே நீ தெளிவற்ற நிலையில் இருக்கிறாய். ஆனால், நான் உன்னை மேலும் துயரத்தில் மூழ்கடிக்கப்போகிறேன். முடிவில் உனது குழப்பத்திற்கு தெளிவு உண்டாகும்.''

மிகவும் கலவரமடைந்து போனான் எட்வின்.

''ஆசைகள் மிகவும் மோசமானவை. அது மனிதனை நல்வழியில் இட்டுச் செல்லப் போவதில்லை. ஒவ்வொருவனும் ஒவ்வொன்றின் மீது தனது கற்பனைகளை வளர்த்துக்கொள்கிறான்.

நாட்கள் செல்லச் செல்ல அந்தக் கற்பனைகள் மேலும் மேலும் அதிகரிக்கத் தொடங்கிவிடுகின்றன. அதன் விளைவு சூழ்நிலை களைப் பொறுத்து மாறவும் செய்கிறது. செல்வத்தின் மேல் வரும் ஆசையைவிட ஒரு மனிதனின் மீது, அந்த ஒருவரை விரும்பி அடைவதற்கோ அல்லது அவரிடமிருந்து அன்பைப் பெறுவதற்கோ முயற்சி செய்வான். அவனது முயற்சி தோல்வியடையும் பொழுது ஆத்திரம் கொள்கிறான். அவனது கோபமும் ஆத்திரமும் நியாயமானது அல்ல. எனக்கு நீ ஒன்றை மட்டும் சொல்ல வேண்டும் எட்வின். அன்பிற்காக மனிதன் ஏங்குகிறான். ஆனால் அதே சமயத்தில் ஏன் ஒருவன் செலுத்தும் அன்பினை ஏற்க மறுக்கிறார்கள். தங்களுக்கு பிடித்தமானவர்களிடம் மட்டுமே அன்பை பகிர வேண்டும் என்ற மனக்கோட்டையை கட்டிவைப்பதற்கு காரணம் என்னவாக இருக்கும்?''

கார்டல் ஏதோ மன வேதனையில் இருக்கிறான் என்பது தற்பொழுதுதான் எட்வினுக்குத் தெரிய வந்தது. ஆனால் அவனது இந்த நிலை எதனால் வந்திருக்கும் என்பதனை யோசித்தான்.

''முதலில் வா, அந்த பெஞ்சுகளில் உட்கார்ந்து பேசுவோம். ஒரு இறுதி உரையாக இது இருக்கக் கூடும். மீண்டும் இது போன்ற நிகழ்வு நடக்குமா என்பது சந்தேகம்தான்'' என்று சொல்லிவிட்டு அவனைக் கூட்டிக் கொண்டு நடைபாதை அருகில் போடப் பட்டிருந்த பெஞ்சில் அமர்ந்தான் கார்டல். அவனது செயல்களில் மாற்றம் இருப்பதை கண்டுகொண்டான் எட்வின். அதன் பிறகு அவனருகில் உட்கார்ந்தான்.

''இப்பொழுது சொல். நான் கேட்டவை உனக்கு புரிந்தது தானே.?''

''நன்றாகப் புரிகிறது நண்பா.. ஆனால்..''

''ஆனால், என்ன?''

''இப்பொழுது அதற்கான அவசியம் என்ன?''

"முடிவில் எல்லாம் தெரியும். இப்பொழுது இருக்கும் உனது பிரச்சனைகளை சிறிது நேரம் மறந்துவிடு எட்வின்.''

''நீ ஒன்றை புரிந்துகொள்ள வேண்டும் கார்டல். பொருளும் மனிதனும் ஒன்றல்ல. பொருள்மீதும் பணத்தின்மீதும் அன்பை செலுத்த முடியாது. அது போல மனிதர்கள் மீதும் மற்ற உயிரினங்களின் மேலும் ஆசை கொள்ள இயலாது. இதன் வேறுபாடு இரண்டையும் முதலில் சொல்லிவிடுகிறேன். ஏனென்றால் அன்பும் ஆசையும் வெவ்வேறு தன்மைகளை உடையவை. ஆசை, கற்பனை, எதிர்பார்ப்பு இம்மூன்றும் ஒன்றோடு ஒன்று தொடர்பு கொண்டவையாகவே தெரிகிறது. இவ்வகையான பிணைப்புகள் நம்மை ஒரு வலைக்குள் சிக்க வைத்து பெரும்பாலும் துன்பத்திலேயே கடக்கச் செய்கிறது. ஆனால், அன்பு இதிலிருந்து முற்றிலுமாக வேறுபட்ட தன்மையை கொண்டிருக்கிறது. அன்பு எந்த விதத்திலும் தனக்கானதல்ல. அது பகிர்ந்தளித்தல் ஆகும். அதில் ஏமாற்றம் இருக்காது. ஒருவரிடம் அன்பு செலுத்தும் பொழுது அழகு அசிங்கம் பற்றியெல்லாம் யாரும் சிந்திப்பதில்லை. அப்படி சிந்தித்தால் உண்மையில் அது அன்பாக இருக்காது. ஆசைகள் பிரச்சனைகளை உண்டாக்குபவை. நிஜமான அன்பு, எதிர்காலத்தை பற்றி சிந்திக்காது. மனிதன் எத்தனையோ அறிவியல் வளர்ச்சியை கண்டறிந்தாலும் அவனால் மனித மனங்களைப் பற்றி தெரிந்துகொள்ள முடியவில்லை. ஏனென்றால் மனம் ஒரு மாயை. மனிதர்களை அமைதியிலிருந்து தடுப்பவை. நமது செயல்பாடுகளைத் தூண்டிவிட்டு, நம் பின் அது ஒளிந்துகொள்ளும். மேலும் ஒன்றைச் சொல்லப் போனால், அன்பு நிலையானதல்ல. அதனை இறுதிவரையிலும் ஒருவர் மீது செலுத்துவது கடினம். காலமாற்றத்தால் உறவுகளின் நிலையை நாம் புதுப்பித்துக் கொண்டேதான் இருக்கிறோம். ஒவ்வொரு காலக் கட்டத்தில் ஒவ்வொரு உறவுகள் நம்மை நாடி வருகின்றன. அதற்கு ஏற்றவாறு நமது அன்பின் சாரமானது தாவிக்கொண்டே இருக்கும். நான் அன்பு நிலையானது அல்ல என்று சொன்னதற்கு அதுவே காரணம். நிலையற்ற அன்பே நிலையானது.

உதாரணமாக நீ ஒருத்தியை காதலிக்கிறாய். அவள் உன்னை நேசிக்கிறாள். உனது அன்பை பயன்படுத்தி அவளை திருமணம் செய்துகொள்ள வற்புறுத்துகிறாய். அவள் மறுத்துவிட்டாள். உனது அறிவு இதனை வேடிக்கை பார்க்கிறது. அகந்தை காரணமாக கோபம் கொள்கிறாய். அவள் பொய்யாக உன்னிடம் பழகிவிட்டாள் என்பதை எடுத்துரைக்கிறது. உண்மையில் அவள் உன்னை நேசித்தாள். உன்னை அவள் காதலிக்கவில்லை. காதலுக்கும் நேசத்திற்கும் வித்தியாசம் உள்ளது. அதை நீ புரிந்துகொள்ளாமல், அவளின் உண்மையான அன்பினை நம்ப உனது அறிவு உதவவில்லை. நீ நிராகரிக்கப்பட்டுவிட்டாய் என்பதனை உணரத் தொடங்குகிறாய். உனது அன்பு எதிர்பார்ப்பற்று இருந்திருந்தால் அவள் மீது எந்தவித கோபமும் ஏற்பட்டிருக்காது. அவளது விருப்பத்தை ஏற்றுக்கொண்டிருப்பாய்.

உன்னுடைய அந்த இறுதியான கேள்வி மிகவும் முக்கியத்துவம் கொண்டது. தங்களுக்கென ஒரு மனக்கோட்டையை கட்டிவிட்டு மற்றவர்களை தீர்மானித்து விடுவது சாதாரணமான விஷயமாக போய்விட்டது. ஒருவன் போலியான அன்பினை இன்னொருவருக்கு செலுத்தும் போது மற்றவர்கள் தன்மீதும் போலியான அன்பினை செலுத்திவிடுவார்கள் என்று பயம் கொள்கிறான். தன்னிடமிருந்தே அவன் எல்லாவற்றையும் புரிந்துகொள்கிறான். சாக்ரட்டீஸ் போன்றவர்கள் தன்னை அறிய வேண்டும் என்று கூறினார்கள். தன்னை அறிந்துகொள்ள முயல்பவர்கள் வெகு குறைவாகவே இருக்கிறார்கள்.''

''இது எனக்கு போதுமானதாக தெரியவில்லை. இருந்தாலும் பரவாயில்லை. நீ நிதானமாக இல்லை. தற்பொழுது நான் சொல்லப்போவதை கேள்.. நான்.. அதாவது..''

கார்டல் மிகவும் சிரமப்பட்டுக்கொண்டு, சொல்ல அவன் தயங்கிக்கொண்டிருந்தான். எட்வின் நம்மை புரிந்துகொள்ள வில்லையென்றால், இவ்வுலகில் யாரும் எனது தவறை மன்னிக்க

மாட்டார்கள் என்று தனக்குள் நினைத்தான். ஆழ்ந்த துயரத்தில் அலைபாய்ந்துகொண்டிருந்த அவனது கண்களை எட்வினின் பக்கமாக திருப்பினான்.

அவனது கவனம் வேறு எங்கோ இருந்தது. தங்களுக்கு இடது புறமாக போடப்பட்டிருந்த பெஞ்சில் தலையில் தொப்பி ஒன்றை அணிந்துகொண்டு வாட்டசாட்டமாக ஒருவர் அமர்ந்துகொண்டிருந்தார். அவரைத்தான் எட்வின் தனது பார்வைகளை அகற்றாமல் பார்த்துக் கொண்டிருந்தான். திடீரென எழுந்த அவன் அந்த மனிதர் அருகில் சென்றான். கார்டல் அவன் பின்னால் சென்றான்.

''மாமா ஜெராட் அவர்களே, என்னைத் தெரிகிறதா?''

''எட்வின் நீயா? நான் உன்னை இங்கு எதிர்பார்க்கவில்லை'' என்று வியபுற்றவராக கூறினார் ஜெராட் பிலிப்போனாவ்.

''நானும் உங்களை எதிர்பார்க்கவில்லை. ஆனால் உங்களை சந்தித்திடும் வாய்ப்பினை எதிர்நோக்கி காத்திருந்தேன். மனதில் ஏதோ குற்றத்தினை வைத்துக்கொண்டுதான் என்னிடம் நெருங்க தயங்குகிறீர்கள். உங்களால்தான் எல்லாப் பிரச்சனைகளும்.''

எட்வின் இதுவரை இப்படி ஆத்திரமடைந்து பேசியதில்லை என்று நினைத்துக்கொண்டு கார்டல் அமைதியாக அவர்களை கவனித்துக் கொண்டிருந்தான்.

''என்னது நானா? என்ன கூறுகிறாய். உனது பிரச்சனைகளுக்கு நான் எப்படி பொறுப்பாக முடியும்.''

''முதலில் நீங்கள் நடிப்பதை நிறுத்துங்கள். நான் எனது தந்தையின் முதல் மனைவி ஆர்யாவிடம் எல்லாவற்றையும் கேட்டு தெரிந்து கொண்டேன். எந்த சம்பந்தமும் இல்லாமல் உங்கள் சகோதரியை ஏன் தணிஷ் யாதவின் வாழ்வில் இணைத்தீர்கள். அந்த மனிதற்கு மெக்லைன் என்னும் பெயரை வைத்துவிட்டு நீங்கள் விலகி விட்டீர்கள். அவர்களின் மரணம், அவர்களது வாழ்வின் திருப்பம் எல்லாம் உங்களால்தான். இன்று நீங்கள் இதற்கு

பதிலளித்தால்தான் ஆர்யாவின் சந்தேகம் தீரும். அவள் தற்கொலை செய்து கொண்டாள். நீங்கள் ஒருவர்தான் அவர்கள் மூவரின் வாழ்விலும் சம்பந்தத்தை உண்டாக்கினீர்கள். இன்று அவர்கள் மூவரும் இல்லை.''

''நீ சொல்வது உண்மைதான். ஆனால் நான் அப்படி செய்ததற்கு ஒரு காரணம் இருந்தது. உனது தாய் சவானவிற்கு புற்று நோய் இருந்தது. அவள் எப்படியும் இறந்துவிடுவாள் என்பதனை மருத்துவர்கள் தெளிவாக சொல்லி விட்டார்கள். உனது தந்தை அறிமுகமானதிலிருந்து நானும் அவரும் தொழில் ரீதியாக நண்பர் களாக இருந்தோம். சில நாட்களில் எல்லா விஷயங்களையும் என்னுடன் பகிர்ந்து கொள்ள ஆரம்பித்தார். குழந்தை இல்லாத வர்கள் காலம் காலமாக இந்த சமூகத்தில் அவமதிக்கப்பட்டுதான் வருகிறார்கள். அவர்கள் குடும்பத்தினருக்கும் இதில் பெரும் பங்கு உண்டு. அவர்களை வெறுத்து அவமானப்படுத்திவிடுகிறார்கள். உனது தந்தைக்கும் அந்த நிலைதான். அதனால்தான் சவானாவின் மூலம் அவருக்கு ஒரு வாரிசை பெற்றுத் தர நினைத்தேன். ஆர்யாவும் சம்மதம் தெரிவித்ததால், சவானாவிற்கு புற்றுநோய் இருப்பதை மட்டும்தான் மறைத்தேன். எனது சகோதரி ஒரு குடும்பஸ்தியாக வாழ்ந்து இறந்துவிட வேண்டும் என்று நினைத்தேன். ஆனால் அந்த ஆர்யா சொன்னவாறு இல்லாமல் தனது கணவரை விட்டுவிட்டு சென்று விட்டாள். அவளின் பிரிவால் தணிஷ்யாதவ் கொடூர வேதனையடைந்தான். இப்படி நடக்கும் என்று தெரிந்திருந்தால் நான் இப்படிப்பட்ட ஒரு காரியத்தை செய்திருக்கமாட்டேன். எனது சகோதரியின் கொஞ்ச நாள் வாழ்வினையும் தீக்குழிக்குள் தள்ளிவிட்ட பாவி நான். மெக்லைனை அவள் காதலித்தாள். அவனை திருமணம் செய்த நாளிலிருந்து பல வேதனைகளை அனுபவித்துவிட்டாள். அந்த வேதனைகள் புற்று நோயை விட கொடியது. என்னால் ஏற்பட்ட அவளது துயரத்தில் பங்கு கொள்ள முடியாத கோழை நான். அவளை ஒரு முறை காணச் சென்றேன். அப்பொழுது மருத்துவர் ஒருவரின்

வீட்டில் பணிபுரிவதாக சொன்னாள். என்னுடன் அழைத்தேன். மறுத்துவிட்டாள். உன்னைக்கண்டுபிடித்து தருமாறு என்னிடம் வேண்டினாள். உன்னை வெயிண்ட் நகரம் முழுவதும் தேடினேன், கிடைக்கவில்லை. எதார்த்தமாக எனது திருமண அழைப்பிதழை ஆல்வின் திபெத்ராவிடம் கொடுக்கவந்த பொழுதுதான் உன்னை பற்றின விஷயம் தெரிந்தது. அவளது இறுதி ஆசை உன்னை சந்திப்பதுதான். அதையும் என்னால் நிறைவேற்ற முடியவில்லை. மாரடைப்பால் இறந்துவிட்டாள். இது சாத்தியம்தானா? ஒன்றை சொல்கிறேன், செய்த பாவத்தினை இன்றும் சுமந்து கொண்டுதான் இருக்கிறேன். இதற்கு மேல் சொல்வதற்கு ஒன்றுமில்லை. நீ என்னை எப்படி நினைத்தாலும் எனக்கு அதுவொன்றும் பெரிதாக பாதிக்கப் போவதில்லை'' என்று கூறி வேகமாக அந்த இடத்தை விட்டு எழுந்து நடக்க தொடங்கினார் ஜெராட் பிலிப்போனாவ்.

ஜெராட் பிலிப்போனாவின் நடவடிக்கைகளை எட்வினால் புரிந்து கொள்ளமுடியவில்லை. அவன் மிகவும் வருத்தம் அடைந்து விட்டான். அவனது மாமா வேறு ஏதோ ஒன்றை மறைக்கிறார். அது ஏன் என்பது மட்டும் அவனுக்கு இன்னும் விளங்கவில்லை.

தற்பொழுது அவனிடம் எதுவும் சொல்ல வேண்டாம் என்று கார்டல் நினைத்தான். கொலைக்கு நான்தான் காரணம் என்பது எப்பொழுது எல்லோர்க்கும் தெரியாவருகிறதோஅன்றே எட்வினுக்கும் தெரியட்டும். போலீஸ்கார்கள் நம்மை இழுத்து செல்லும் பொழுது அவன் தெரிந்து கொள்வான். அது வரை அவனுக்கு நம்மால் எந்த வேதனையும் வரக்கூடாது என்று நினைத்தான் கார்டல்.

அத்தியாயம் - 8

மனதை தொந்தரவு செய்யக் கூடிய குழப்பமான மனநிலையுடன் மறுநாள் காலையில் குழப்பத்திலிருந்து எழுந்தான் எட்வின். அவனுடன் வன்யாவும் ஹலினாவும் இருந்தனர். மிகுந்த சஞ்சலத்துடன் அவனது மனம் அலைபாய்ந்து கொண்டிருந்தது. புது புது குழப்பங்கள் எழுந்து, இப்படிப்பட்ட கலக்கமான சூழ்நிலை ஏற்படும் என்று அவன் கொஞ்சம் கூட எதிர்பார்க்கவில்லை. தனக்கு நேர்ந்திருப்பது சங்கடமான நிலை என்பதனை அவனால் உணர முடிந்தது. நடந்தவற்றையெல்லாம் விலக்கி விட்டு வாழ்ந்தாலும் யாரோ தன்னை சபிக்கப்பட்டது போல, தொடர்ந்து பல துயரங்கள் வந்து கொண்டிருப்பதை நினைத்து மிகவும் கவலையடைந்தான். நேற்று நடந்த விஷயங்களை அவன் நினைவு படுத்தி பார்த்தபொழுது கார்டல் தன்னிடம் ஏதோ சொல்ல வந்தது போல அவனுக்குத் தோன்றியது.

ப்ரீதா கார்டல் வருவதைப் பார்த்தாள். அவன் மிகவும் வேகமாக வந்து தனது அறைக்குள் சென்று கதவை தாழிட்டான். இது போன்ற அவனது நடத்தை இந்த எழு நாட்களில் மேலும் மேலும் கடுமையாகிக்கொண்டே இருந்தது.

"கடவுள் என்னை மன்னிக்கமாட்டார்.'' தனக்குதானே அவமானப்பட்டவனை போல மிகவும் மனக்கஷ்டப்பட்டான்

கார்டல். ''நடந்து போன அந்த கொடூரமான செயல்களையெல்லாம் இப்போது மட்டுமல்ல எப்போதுமே பூசி மெழுகி துடைத்துவிட முடியாது. அதனால் அதைப் பற்றி வருந்தி எந்தப் பயனும் இல்லை. யாரிடமும் எதையும் சொல்லக் கூடாது. மன்னிப்பும் கேட்க வேண்டியதில்லை. எல்லாம் சீர்குலைந்துவிட்டது. அவள் இறந்து போனது என்னால்தான் என்று சொன்னால்கூட மன்னிப்பு கிடைக்கும். அவளைக் கொன்றது நான்தான் என்று எப்படி சொல்வது. விதி வசத்தால்தான் என் வாழ்க்கை நாசமாகிவிட்டது'' என்று முணுமுணுத்து கொண்டான்.

அந்த கணத்தில் அறைக்கதவு மெல்ல திறந்தது கேவின் இப்பாலும் கேட்டலினாவும் உள்ளே வந்தனர். அதீத ஆச்சிரியமும் திகைப்பும் அடைந்த அவன், தாழிட்ட கதவை எப்படி திறந்தார்கள் என்று பார்த்தான். அவன் கதவினை ஒழுங்காக சாத்திடவில்லை என்பதை பார்த்துவிட்டு, ''ஓ! நீங்கள்தானா?'' என்று கூறினான்.

''கார்டல்'' என்று அழைத்தபடி அவன் அருகே அமர்ந்தாள் கேட்டலினா. ''இனியும் எங்களால் பொறுத்துக் கொள்ள முடியாது. உன்னை இப்படிப் பட்ட நிலையில் பார்க்கவே முடியாது. உனது நடவடிக்கைகளையெல்லாம் கவனித்து கொண்டுதான் வருகிறோம்.''

''தயவு செய்து சில நாட்களுக்கு என்னை தனியாக விடுங்கள்'' என்று கிசுகிசுப்பான குரலில் சொன்னான் கார்டல்.

''கடவுளே.. என்னதான் நடக்கப் போகிறதோ? ஒன்றுமே விளங்கவில்லை'' என்றார் மருத்துவர் கேவின். தனது மகனை நோக்கித் திரும்பிய அவர் முகம் முழுவதும் அச்சமும் பரபரப்பும் பரவிக்கிடந்தது.

''நீங்கள் வருத்தப் படாதீர்கள். சில நாட்கள் மட்டும் உங்களிடம் கேட்கிறேன். மீண்டும் சரியாகி விடுவேன்.''

''ம்..கேட்டலினா, இவனிடம் இப்படி ஒன்றை நான்

எதிர்பார்க்கவேயில்லை. நம்மிடம்தான் ஏதோ குறைகள் இருக்கின்றன. நம்மைப் பார்ப்பதில் எப்பொழுது மகிழ்ச்சி கிடைக்கிறதோ அப்பொழுதே வரட்டும் வா போகலாம்.''

அவர்கள் சென்ற பிறகு நிலை தடுமாறிய அவன், ''ஐயோ நமது செயல்களுக்கு பின்னால் பயங்கரமான ஒன்று நடக்கப் போகிறது. நான் அவர்களை விட்டு விலகிப்போக ஏன் முயற்சிக் கிறேன். நான் எடுத்தெறிந்து பேசியது அப்பாவுக்கு மிகுந்த வேதனையைத் தந்திருக்கும்.'' பிறகு தனது நண்பன் எட்வினை பற்றி சிந்தித்தான். ''எட்வின் எவ்வளவு இனிமையானவன். தனது வாழ்வில் வரும் துயரங்களையெல்லாம் கடந்து அமைதியாக வாழும் வழியை தேடிக்கொண்டான். நானோ அமைதியாக இருந்த வாழ்வை தொலைத்து துன்பங்களை தேடிச் சேகரித்துவிட்டேன். அவன் மோசமான மனநிலையிலும் கூட முற்றிலுமாக தளர்ந்து விடாமல் மிகச் சரியான அமைப்புடன் உறுதிபடைத்தவனாக எல்லா வற்றையும் எதிர் கொள்கிறான். அவனது நல்ல மனதிற்காக அனைத்தும் நல்ல விதத்தில் நடந்துவிடக் கூடும். நான் செய்த குற்றத்தினை இந்த ஜனங்கள் எல்லாம் என்னைப் பழித்தாலும் எட்வின் அப்படி நடந்து கொள்ள மாட்டான். நான் அவனுக்கு எப்பொழுதும் உதவியாக இருந்திருக்கிறேன் என்பதை உணர்ந்து கொள்வான். மேலும் என்னைப் புரிந்து கொள்வான். நான் அவனுடைய நண்பன். எனது கொடூர செயலுக்கு மற்றவர்கள் காறி உமிழ்ந்தாலும் அவமானப்படுத்தினாலும் எட்வின் என்னை அரவணைப்பான். ஆ...அந்த ஒருவன் போதும். உண்மையில் எட்வின் ஒருவன் போதும். இந்த சிக்கலிலிருந்து எனது மன அழுத்தத்திலிருந்து அவன் என்னை விடுவிப்பான். நாளையாவது அவனிடம் சொல்லியாக வேண்டும். இல்லையென்றால் எனது மன வேதனைகளில் நானே எரிந்து சம்பலாகிவிடுவேன்.

ஒரு வேளை எட்வினுக்கு நான் கொலை செய்தது எல்லாம் தெரிந்திருக்குமோ? அந்த விளையாட்டுகார நீதிபதி சாதாரண

மானவர் அல்ல. சூழ்ச்சிகாரர்தான். ஐயோ இது அபத்தம். இல்லை அப்படியெல்லாம் ஒன்றும் இல்லை மன்னிக்கவே முடியாத இந்தத் தவறினை எட்வினிடம் ஒப்புக்கொள்வதை தவிர இப்போது எனக்கு வேறு வழியில்லை. ஒருவேளை மரணதண்டனை விதித்தாலும்கூட நான் ஏற்றுக்கொள்ளத்தான் வேண்டும். ஆனால் மரணம் பயமாக இருக்கிறது. ஏதோ ஒன்று என்னை சூழ்ந்து கொண்டிருப்பதை போல தெரிகிறது. அதுதான் அதுவேதான் மரணம்.. மரணம்.. மரணம்..'' அதிக நேரம் தனக்குத் தானே பேசிக்கொண்டு நேரம் குறைந்துவிட்டது போல உணர்ந்தான்.

''என் அன்பே எட்வின், நீங்கள் எதையும் நினைத்து வருத்தம் கொள்ளாதீர்கள். அப்பா, அவர்கள் வீட்டிற்கு நம்மை அழைத்துள்ளார். ஒரு மூன்று நாட்கள் அங்கே தங்கிவிட்டு வரலாம்.''

''ஓ.. கண்ணே.. வேண்டாம். உனது தந்தை வில்ஃபரட் விவான் நம்மை இந்த நிலையிலா சந்திப்பது? அவர் மகிழ்ச்சி கரமான மனிதர். அவரை நாம் சிரமப்படுத்த வேண்டாம்.''

''எனது கணவரே, நீங்கள் இப்படி இருக்கலாமா? உங்களுடைய 'உணர்வுகளும் உறவுகளும்' புத்தகத்தில் எல்லாம் ஏற்றுக்கொள்ள வேண்டும் என்று எழுதியிருக்கிறீர்கள். நானும் அதையேதான் பின்பற்றுகிறேன்.''

''உண்மையில் நான்தான் அப்படி எழுதினேனா? என்னால் அப்படி இருக்க முடியவில்லை. உனக்கு ஒன்று தெரியுமா ஹலினா? பெத்தனி நடத்தை கெட்டவள் என்று பேசுகிறார்கள். அறிமுகமே இல்லாத ஒரு புதிய நபர் அடிக்கடி வந்து சென்றதாக விஷாலினி பாட்டி சொல்கிறாள். அவள் அந்தத் தெருவில் ஒரு அடுக்குமாடி குடியிருப்பில் வசிப்பவள். அந்த பகுதியில் என்ன நடக்கிறது என்பதை கவனித்துக்கொண்டே இருப்பாள். இதென்ன கொடுமை. பெத்தனி மீது அபாண்டமாக பழி தூற்றி விட்டார்கள். எல்லாம் சந்தேகப் பேச்சு. அவள் குடும்பப் பெண். சிறுவயதிலிருந்து அவளை எனக்குத் தெரியும். தன் கணவர் மேகனை நேசித்தாள்.

ரொம்பவும் காதலித்தாள். அந்த இரண்டு வயது குழந்தை என்ன பாவம் செய்தது. ஒன்றும் அறியாத குழந்தைக்கு இவ்வளவு பெரிய தண்டனையா? ஒரு பெண் இறந்துவிட்டாள். அவளின் மீது கல் எறிந்து கொண்டிருக்கிறார்கள். இதுவெல்லாம் கீழ்த்தரமானவர்களின் செயல். அவர்களின் வம்புப் பேச்சை என்னால் கேட்க முடியவில்லை. அதனால்தான் இங்கு இரண்டு நாட்கள் இருந்து விட்டு போகலாம் என்று வந்துவிட்டேன். டாலர்ட் மிகவும் பாடு படுகிறார். கொலைக்கான காரணமும் கொலை செய்தவனையும் கண்டு பிடித்தால்தான் மேகனின் மனம் அமைதியடையும். தனது சகோதரனுக்காக துன்பப்படுகிறார்.''

''நாம் ஒன்றாக இருக்கிறோம். எப்பொழுதும் ஒன்றாக இருக்க வேண்டும். நீ நான் வன்யா.''

''அதில் என்ன மாற்றம். அதையெல்லாம் சொல்ல வேண்டுமா?''

''ஆமாம்.. ஆமாம்.. தேவையில்லை, எனது அன்பு ஹலினா.'' அவளது முகம் முழுவதும் முத்தமிட்டான்.

மகிழ்ச்சியில் பூரித்துபோன அவள், தனது காதல் கணவனின் கரத்தினை தனது மென்மையான கரத்தினால் அழுத்தமாக பிடித்தாள்.

அவர்களின் அன்பை மாறி மாறி வெளிபடுத்திகொண்டார்கள்.

அந்த சமயத்தில் வன்யா ஓடி வந்து தனது அண்ணனை கட்டிபிடித்தாள்.

அவனிடம் இருந்த கவலைகள் குழப்பங்கள் எல்லாம் அந்த கணம் மறைந்துபோயிருந்தன.

'திஎலைட்' நிறுவனத்திற்கு சென்ற அவன் மேலும் ஒரு வார காலம் விடுப்பு கேட்டு வந்திருந்தான். அவனது சூழ்நிலையின்

காரணமாக அனுமதி வழங்கப்பட்டிருந்தது. பதிப்பாசிரியர் நபீல் அவர்களும் மனச்சோர்வினால் அவ்வபோது பணியாற்ற வருவதில்லை என்பதால் எட்வினுக்கு நெருக்கடி கொடுக்கத்தொடங்கிவிட்டது அந்த நிறுவனம்.

கார்டல் தன்னிடம் ஒன்றை சொல்வதற்காக வந்தான் என்பதை அவன் மீண்டும் மீண்டும் நினைக்கத் தொடங்கினான். அதனால் அவன் க்ளீனிக்கிற்கு நேரடியாக சென்று பார்த்தான்.

''ஒருவார காலமாக மருத்துவர் வருவதில்லை. உடல் நிலை சரியில்லை'' என்று அங்கு பணிபுரியும் மருத்துவ தாதிப் பெண் ஒருத்தி அவனிடம் சொன்னாள்.

இதனை அவன் எதிர்பார்க்கவில்லை. புதிய கேள்வி ஒன்று அவனுக்குள் எழுந்து திகைப்பை ஏற்படுத்தியது. கடந்த ஒரு வாரம் என்று சொல்லும் பொழுதே பெத்தனியின் கொலை சம்பவங்கள் மட்டுமே அவனுக்கு நினைவுகளை எழுப்பி வந்தது. தற்பொழுது மருத்துவத் தாதி பெண் அதனை சொல்லிய பொழுது கார்டலுக்கும் கொலைக்கும் தொடர்பிருக்குமோ என்று சிறிதும் சிந்திக்க தவறிவிட்டான்.

கார்டலின் இல்லம் வெறிச்சோடி இருந்தது. பணிப்பெண் ப்ரீதாவும் இன்று விடுமுறை. மருத்துவர் கேவின் மற்றும் கேட்டலினா இருவரும் காலையிலேயே அவசர இருதய சிகிச்சைக்காக சென்றிருந்தனர்.

ஹாலில் சோபாவில் படுத்துக்கிடந்தான் கார்டல். யாரோ உள்ளே வரும் காலடி ஓசைகள் தொடர்ந்து கேட்ட பொழுதிலும் அவன் அந்த இடத்தை விட்டு நகராமல் படுத்துக்கிடந்தான்.

எட்வின் அவனது கைகளை பற்றி எழுப்பினான். அவன் உறங்கவில்லை விழித்துகொண்டிருந்தான். எட்வினை பார்த்ததும் ஒரு வறண்ட புன்னகை செய்தான். ''நானே உன்னை நாளை வந்து பார்க்கலாம் என்று இருந்தேன். பரவாயில்லை நீயே வந்துவிட்டாய்.''

''கார்டல் உனக்கு என்னவாகிவிட்டது?''

''ப்ரீதா எங்கள் இருவருக்கும் தேநீர் கொண்டு வா'' என்று கார்டல் அவளை அழைத்தான்.

''அவள் இன்று விடுமுறை. பணிக்கு வரவில்லை என்று காவலாளி சொன்னாரே.''

''அட ஆமா மறந்துவிட்டேன்.''

''ஏன் இப்படி இருக்கிறாய்?''

''நான் எப்பொழுதும் இப்படிதான் இருப்பேன் என்றான் கார்டல்.''

''உனக்கு என்ன பைத்தியம் பிடித்துவிட்டதா? ஏன் இதற்கெல்லாம் கத்தி பேசுகிறாய்'' என்று எட்வின் கூறிவிட்டு அவனது முகத்தை தெளிவாக பார்த்தான்.

சிறிது நேரம் அவர்கள் அமைதியாகவே இருந்தார்கள்.

நிலவிக் கொண்டிருந்த அமைதியினை உடைத்து தனது குற்றத்தினை ஒப்புக்கொள்ள அவன் பேசத் தொடங்கினான்.

''எட்வின் என்னை நானே சித்திரவதை படுத்திக் கொண்டிருக்கிறேன். என்னை சோதனை செய்ய நீ மறந்து விட்டாய்.'' அவனது குரல் தாழ்ந்து போயிருந்தது.

''சாட்சிகள் எதுவும் கிடைக்கவில்லையா?''

''என்ன சாட்சிகள்? நீ எதைப்பற்றி கேட்கிறாய் கார்டல்?''

''பெத்தனியின் கொலை பற்றிதான் கேட்கிறேன்.''

''அதை பற்றி ஒன்றும் தெரியவில்லை கார்டல். எல்லாம் போலீஸ்காரர்கள் பார்த்துக்கொள்வார்கள்.''

''நிச்சயமாக அவர்கள் கண்டுபிடிக்க மாட்டார்கள்.''

"என்ன சொல்கிறாய்?" என்று கூறி அவன் மேலும் சொல்லப்போவதை எதிர் பார்த்து காத்திருந்தான்.

"ஆம் நண்பா, கொலைகாரனை எனக்கு தெரியும். அவன் மிகவும் நெருக்கமான நபராக இருக்கிறான். அதனால்தான்.."

"கார்டல் என்ன சொல்கிறாய்? யார் அவன்? உனக்குத் தெரியுமா?"

அவன் சொல்லியதை கேட்டதும் உச்சந்தலை முதல் உள்ளங்கால் வரை எட்வினுக்கு உடல் முழுவதும் நடுங்கத் தொடங்கியது.

தனது நண்பனை பார்த்து பேசும் சக்தி அவனிடத்தில் இல்லாத பொழுதும்கூட அவனை அழுத்தமாக பார்த்தபடி மேலும் பேசத் தொடங்கினான்.

"பெத்தனி அழகானவள். மிகவும் பண்பானவள் என்பதில் சந்தேகமேயில்லை. அவளை ஒருவன் காதலித்தான். அவளுக்கு திருமணமாகி குழந்தையிருப்பது தெரிந்தும் அவளை அடைய விரும்பினான். அவன் விருப்பத்தின் நோக்கம் அப்படிப்பட்ட ஒரு சிறந்தவளிடம் இருந்து அன்பினை பெறவேண்டும் என்பது மட்டுமே. அதனால் அவளிடம் காதலை வெளிப்படுத்தியே ஆக வேண்டும் என்ற எண்ணத்தில் அவளை சந்திக்கச் சென்றான். அவள் மறுத்தாலும் பரவாயில்லை. அது பெரிதாக பாதிக்கபோவதில்லை என்றே நினைத்திருந்தான். அவன் பின்னால் நடப்பவற்றை எல்லாம் மறந்து அதனைப் பற்றி எல்லாம் சிந்திக்காமல் காதலால் சிக்கப் பட்டு தன்னை திருமணம் செய்துகொள்ளுமாறு பெத்தனியிடம் தெரிவித்தான். அதிர்ச்சியடைந்த அவள் அங்கிருந்து விலக முற்படும் பொழுது அவளை பிடித்து இழுத்த அவன், என்னை மன்னித்துக் கொள். காதல் உணர்வினை உன்னிடம் சொல்லவே வந்தேன். அதை வெளிப்படுத்திவிட்டேன். இனி உன்னைப் பார்க்க வரப்போவதில்லை என்று சொல்லவருவதற்கு முன்பாகவே அவனது கைகளிலிருந்து விடுபட்டு சுவரில் மோதி இறந்துபோனாள்."

ஒரு கணம் எட்வின் அதிர்ந்து போனான்.

ஒருவரை ஒருவர் வெறித்தபடி பார்த்துக்கொண்டிருந்தனர். பயங்கரமான நொடியை எட்வின் கடந்துகொண்டிருந்தான்.

"உன்னால் இப்பொழுது யூகிக்க முடிகிறதா எட்வின்? பெத்தனியை யார் கொலை செய்தார் என்பதனை."

எட்வினிடம் மிகுந்த பரபரப்பு காணப்பட்டது.

"இல்லை.. என்னால் அதனை சிந்தித்துகூட பார்க்கமுடிய வில்லை. அப்படி இருக்காது. இல்..லை.." என்று சத்தமாக சொன்னான் எட்வின்.

"நன்றாக என்னைப் பார்"

அவனை பார்த்த அந்த கணத்தில் அவனுக்குள் கிளர்ந்து எழுந்த உணர்வுகள் அவனது இருதயத்தை துண்டு துண்டாக நொறுக்கின. தனது இரு கைகளையும் கொண்டு தனது தலையில் அடித்து கொண்டான். கடவுளே என்று கத்திக்கொண்டு துக்கம் தாங்கமுடியாமல் கதறி அழுதான்.

"எட்வின், அழுது ஒன்று பயனில்லை. என்னை நீ மன்னிக்க வேண்டாம். நான் இன்றே வாக்கு மூலம் அளிக்கப்போகிறேன். இதோ இப்பொழுதே. குற்றத்திற்கான தண்டனையை பெற்றே ஆகவேண்டும். ஆனால், நீ என் நிலையினை புரிந்துகொண்டாய் என்று மட்டும் சொல்லிவிடு. உனது அந்த ஒரு வார்த்தை போதும். யார் என்னை அவதுறாக பேசினாலும் பரவாயில்லை. நான் கொலை செய்யவேண்டும் என்று செல்லவில்லை. எனது நிலையை நீ உணர்ந்திருப்பாய் என்று நம்புகிறேன். உனது அன்பு என் மீது உண்மையாக இருந்திருக்கிறது. சொல் எட்வின்."

அவனால் எந்த பதிலும் சொல்லமுடியவில்லை. அவன் மனதில், கார்டல் தன்னிடம் சொல்லியவை எல்லாம் பொய்தான்

என்று அவன் கூறிவிடுவான் என்றபடி அவனையே பார்த்தான். அப்படி ஒன்றும் தெரியவில்லை. அவனிடம் அப்படி ஒரு வார்த்தை வரப் போவதில்லை. அவன் கூறியது எல்லாம் உண்மைதான் என்ற முடிவிற்கு வந்தான். அவன் எதுவும் பேசாமல் அங்கிருந்து வெளியேறினான்.

இந்த விஷயத்தில் தான் யோசித்து வைத்திருந்த எதுவும் நடக்கவில்லை. எட்வின் தன்னைப் புரிந்துகொண்டு ஏதேனும் ஒரு ஆறுதல் வார்த்தையாவது வெளிப்படுத்துவான் என்று நினைத்தான். திடீரென்று ஓலமிட்டு அழுதான். எதுவும் பேசாமல் ஏன் சென்றான் என்று அவனுக்குப் புரியாமலேயே இருந்தது. தனது கோபத்தை யாவது அவன் வெளிப்படுத்தியிருக்க வேண்டும். எனது ஒரே நம்பிக்கையையும் நான் இழந்துவிட்டேன். இந்த துயரப்பிடியில் இருந்து தன்னை மீட்டுக் கொள்ளும் ஒரே வழி குற்றத்தை ஒப்புக்கொள்வதுதான் என்று முடிவு எடுத்தான். ஒரு சோகப் புன்னகையோடு சோபாவிலிருந்து எழுந்தான்.

தனது வாக்கு மூலத்தை அளிப்பதற்காக அவன் பார்டிலைன் நகர காவல் நிலையத்தை நோக்கி நடக்கத் தொடங்கினான். இப்படி ஒரு முடிவுக்கு வந்த பிறகு தன்னை சீர்திருத்திக்கொள்ளுமாறு அவனது மனம் அவனை அலைக்கழித்து கொண்டிருந்தது. தனது குற்றத்தை ஒப்புக்கொள்ளும் வரை தனது மனம் சீரான நிலையில் இருக்க வேண்டும் என்று உறுதியாக இருந்தான். தனது பெற்றோர்களை ஒரு முறை பார்த்துவிட்டு செல்லலாமா? என்று நினைத்தான். காவல் நிலையத்திற்கு அருகில் வந்தடைந்ததை உணர்ந்தான். பதட்டமும் பயமும் அவனை சூழ்ந்திருந்தது.

தான் செய்த கொலையை மீண்டும் ஒருமுறை நினைவுப் படுத்தி பார்த்தான். அதைத் தன்னுள் ஓடவிட்ட வேகத்தோடு காவல் நிலையத்திற்குள் சென்றான். அங்கிருந்த காவல் அதிகாரியிடம் பெத்தனியை சந்தித்த நாட்களில் இருந்து அவள் இறந்து போன

நிமிடம் தெரியவந்தது வரை ஒன்றுவிடாமல் அத்தனையுமே அவன் தெளிவுபடக் கூறினான். அவன் கூறிய வாக்குமூலத்தை எழுத்து பூர்வமாகவும் ஒலிக் கருவியின் மூலமாகவும் பதிவு செய்தனர் காவல்துறையினர்.

விஷயம் அறிந்து அவனை பார்க்க வந்த அனைவரையும் தவிர்த்தான் கார்டல். அவன் காவல் நிலையத்தில் தனியறை கேட்டு தனிமையில் இருக்க விரும்பினான். அவ்வாறே அவனை தனியறையில் அடைத்து வைத்தனர்.

அத்தியாயம் - 9

அன்றிலிருந்து நான்காவது நாள் காலை ஒன்பது மணியளவில் நீதிமன்றத்திற்கு அழைத்து வரப்பட்டான் கார்டல். தனது ஒப்புதல் வாக்கு மூலத்தை மீண்டும் ஒருமுறை நீதிபதியிடம் கூறத் தொடங்கினான்.

நடந்த சம்பவங்களை ஒன்றுவிடாமல் குற்றவாளி தானே முன்வந்து தெளிவாக உறுதிபடக் கூறியதால் மேலும் விசாரணையை தொடங்காதவாறு முடித்துவைக்க நீதி மன்றம் உத்தரவிட்டது. தற்பொழுது இருக்கும் சூழ்நிலையில் தவறை உணர்ந்து நிற்கும் குற்றவாளி திட்டமிட்டு செய்யாத கொலை என்ற பொழுதிலும் தவறான பாதையில் சென்று ஒரு உயிரைக் கொன்று அதனை ஒளிவுமறைவின்றி அப்பட்டமாக ஒப்புக்கொண்டிருக்கும் நிலையில், குறைந்த பட்சமாக ஐந்து வருட சிறைத்தண்டனை கொடுத்து அவனது குற்றத்திற்கான தண்டனையை நீதிமன்றம் வழங்கியது.

தனது வாழ்வில் முக்கியப் பங்கு அளித்தவர்கள் எல்லோரும் நீதிமன்றத்திற்கு வந்திருப்பதை கண்ட கார்டல் வெட்கத்தினாலும் துயரத்தினாலும் மன வேதனையில் மூழ்கி செத்துக்கொண்டிருந்தான். எதிர்பாராத விதமாக தன்னைக் கூட்டிச் செல்லும் காவல் அதிகாரியின் கைத் துப்பாக்கியை எடுத்து தனது நெற்றி பொட்டில் வைத்து

முன்னனுபவம் இல்லாதவன் துப்பாக்கியை கையாளுவது போல நடுக்கத்துடன் இருந்தான். கண நொடியில் சத்தமாக வெடித்த சத்தம் மட்டுமே கேட்டது. நெற்றியில் பாய்ந்த தோட்டா அவனது தலையினை துளைத்தது. இரத்தம் சிதறிய நிலையில் வீழ்ந்த அவன் கைகால்களை இழுத்து வலிப்புவந்தவனைப்போல சில நொடிகள் அசைந்தான். இறுதியாக நீண்ட பெரு மூச்சு விட்டு இறந்து போனான்.

அங்கிருந்த அனைவரும் அதிர்ச்சியின் உச்சத்தில் திகைத்து அவனைச் சுற்றி நின்றனர்.

அத்தியாயம் - 10

இதைவிடவும் பெரிய துயர சம்பவம் இனி தங்கள் வாழ்வில் நடக்கபோவதில்லை என்பதனை தங்கள் மகன் தற்கொலை செய்து கொண்ட நாளிலிருந்து தினம் தினம் அதை நினைத்து வாடிக் கொண்டிருந்த கேவின் மற்றும் கேட்டலினா தம்பதியினர் பத்து நாட்களுக்கு முன்பு பார்டிலைன் நகரை விட்டு வெகு தொலைவில் உள்ள இலியாட் மாகாணத்திற்கு சென்றுவிட்டனர்.

வாகனம், வீடு, மருத்துவமனை, எல்லாவற்றையும் விற்று விட்டு அதில் சேகரித்த பணங்களை எடுத்துக்கொண்டு மீண்டும் வர போவதில்லை என்ற முடிவோடே சென்றனர். அவர்கள் தங்கள் நகரை விட்டு வெளியேறும் பொழுது ஒரு புது வாழ்வினை தொடங்கபோகிறார்கள் என்றுதான் எல்லோரும் பேசிக் கொண்டார்கள். முற்றிலும் அதற்கு மாறாக இலியாட் நகரில் வறுமையினால் வாடியவர்களுக்கு முழுமையாக உதவி செய்து துறவிகளாக மாறிவிட்டனர் என்ற செய்தி அப்படிப் பேசிய எல்லோருக்குமே வியப்பை ஏற்படுத்தியது.

“கேட்டலினா, நான்கார்டல் மீது மிகுந்த அன்பு வைத்திருந்தேன். அவனுக்காக நான் எதையும் செய்ய தயாராகியிருந்தேன். அவன்

நம்மிடத்தில் அன்பை எதிர்பார்த்தான். அதனை என்னால் உணர முடிந்தது. ஆனால் அவனுக்கு நான் அதை கொடுக்கவில்லை. அது என்னுடைய தவறுதான்.''

''நீங்கள் சொல்வது சரிதான். ஒரு தாயாக என்னுடைய பங்கினை அவனுக்கு நான் ஒரு போதும் கொடுத்ததில்லை. கார்டலைப் பற்றி பேசி எந்த பிரயோசனமும் இல்லை. எல்லாம் முடிந்துவிட்டது. அவன் இன்று நம்மிடத்தில் இல்லை. நாம் இனி ஒன்றுமே செய்யாமல் அமைதியுடன் இருக்கப் போகிறோம்.''

கேட்டலினாவின் குரல் விநோதமான முறையில் இருப்பதை கவனித்த கேவின் எதுவும் பேசாமல் மௌனமாகவே இருந்தார்.

பின்கதை

அத்தியாயம் - 1

எட்வின் சில நாட்காளாக நோய்வாய்ப்பட்டிருந்தான். தனது நண்பனுடைய மறைவு தன்னை பெரிதும் அச்சுறுத்திக்கொண்டிருப்பதாக மருத்துவர்கள் கூறிவிட்டுச் சென்றிருந்தார்கள். ஹலினாவின் ஆறுதலால் அவன் தற்பொழுது வேகமாக குணமடைந்து வருவது அவர்களுக்கிடையே மகிழ்ச்சியை உண்டாக்கியது.

கார்டல் இறந்து ஏழு மாதங்கள் ஆன நிலையிலும் அவனுக்குள் ஏற்பட்டிருக்கும் அச்சமானது அவனைவிட்டு அகலவில்லை. தனக்குப் பிடித்தமானவர்களின் மரணம் தன் வாழ்வில் தொடர்ந்து வந்து கொண்டிருப்பது அவனது மனதை தவிக்க வைத்துக் கொண்டிருந்தது. சில நேரங்களில் இது போன்ற விஷயங்களை நினைக்கும் பொழுது அவனுக்கு வெறுப்பை உண்டாக்கியது.

பார்டிலைன் நகரில் ஓய்வெடுத்த நாட்களில் அவன் ஒன்றை அறிந்துகொண்டான். கார்டலின் தவறுதலுக்கு அவனுடைய பெற்றோர்களுக்கும் பங்கிருப்பதை கண்டுபிடித்ததாக உணர்ந்தான். தற்பொழுது அவனது மனைவி ஹலினா கர்ப்பமுற்று இருப்பதால் அவளிடம் வேறு வருத்தம் தெரிவிக்கும் விஷயங்களைத் தவிர்த்து வந்தான். தனது தங்கை வன்யாவிடம் அதிகம் பேசாமல் இருப்பதை நினைத்தும் வேதனை கொண்டான். அவன் முன்பை போல யாரிடமும் அதிகம் பேசிக்கொள்ளாமல் எல்லாவற்றையும்

தனக்குள்ளேயே குழப்பிக் கொண்டிருப்பதை அவனால் உணர முடிந்தும், அதனை மாற்றிக் கொள்ள முடியாமல் கவலைப்பட்டு நாட்களைக் கடத்தி வந்தான்.

உடல் நலம் அடையவிருக்கும் நிலையில் தனக்கான குழப்பங்களை தீர்க்க ஒருவரால் மட்டுமே முடியும் என்ற நிலையில் அவரை காண்பதற்காக வெயிண்ட் நகரம் வந்தடைந்தான் எட்வின்.

அவன் தற்பொழுது புறநகரப் பகுதியை அடைய நடக்கத் தொடங்கிய பொழுதே அவனை யாரோ ஒரு நபர் பின் தொடர்வதை உணர்ந்தான். அந்த மனிதரின் உருவம் அவனைவிட பெரியதாக இருக்கும் என்பதை அவனால் அறிய முடிந்தது. அந்த இரவு நேரத்தில் அந்த சாலையோரப் பகுதியில் இவர்களைத் தவிர வேறு யாரும் இருந்திருக்க முடியாது என்பதனையும் அவன் கணித்தான். சிறிது தூரம் கடந்த பொழுதிலும் அந்த மனிதர் அவனை பின் தொடர்வதை நிறுத்தவில்லை. லேசாக அவன் மனதில் எழுந்த அச்சம் அவன் உடல் முழுவதும் பரவியது. வெயிண்ட் நகரத்தின் புறநகரப் பகுதியை அடைந்தால் போதும் என்ற எண்ணத்தில் அவன் உறுதியாக இருந்தான். தற்பொழுது அவன் நடந்து கொண்டிருக்கும் பகுதியில் பல கொலைகளும் திருட்டுச் சம்பவங்களும் பேய்ப் புராணமும் அரங்கேறியிருப்பதாக வெயிண்ட் நகர வாசிகள் பலரும் கூறியிருப்பது அவனுக்கு நினைவிலிருந்தது. எல்லாம் சிறுவயதில், அவன் வெயிண்ட் நகரில் வசித்த பொழுது கேட்டுத் தெரிந்தவையே தவிர, ஒரு பொழுதுகூட அவன் இந்தப் பகுதிக்கு வந்து சென்ற தில்லை. அவன் சில நேரங்களில் இதனைப் பற்றி அச்சம் கொள்ளும் பொழுது ஆசிரியர் ஜோன்ஸ் இவைகளெல்லாம் பொய்களும் கட்டுக் கதைகளாலும் நிறைந்தவை என்று அவனிடம் உறுதிபடக் கூறியுள்ளார் என்பதையும் அவனால் நினைவில் கொண்டுவர முடிந்தது. ஆனால், அவன் கேட்டுத் தெரிந்தவை போலவே யாருமற்ற அந்தப் பகுதி இருளினால் சூழப்பட்டு வெறுமையாக இருந்தது.

நடந்து கொண்டிருந்த அவன் திடீரென்று நின்றுவிட அவனை பின் தொடர்ந்த அந்த மனிதரும் நின்றுவிட, எட்வின் அவரை பயத்தோடு திரும்பிப் பார்த்தான். முழங்கால் வரை கருப்பு நிறக் கோட் ஒன்றை அணிந்திருந்த அவரை பார்த்தபடி சில நிமிடம் நின்றுவிட்டான். அவரது முகத்தை அடையாளம் கண்டுவிட்டான். அதே கூர்மையான பார்வையை. அவன் இதற்கு முன்பு அவரை பார்த்திருக்கிறான். சில நொடிகளில் அவரைப் பற்றி முற்றிலுமாக நினைவிற்கு கொண்டு வந்த அவன், அவரது பெயரை மிகவும் அழுத்தமாக உச்சரிக்கத் தொடங்கினான்.

''ஓவியர் விகான ரிஷி''

''ஆம் எட்வின், எப்படி இருக்கிறாய்?''

''நீங்கள் ஏன் என்னை பின் தொடர்ந்து வந்தீர்கள்? என்னை பார்த்த பொழுதே பேசியிருக்கலாம் அல்லவா?''

அவனை ஒருமுறை மேலும் கீழுமாக பார்த்துவிட்டு சிரித்தார் ஓவியர். ஒன்றும் புரியாத ஒருவனாய், அர்த்தமற்ற அந்த சிரிப்பில் குழம்பிப்போனான் எட்வின்.

''எட்வின், என்னைப் பார்க்கத்தானே நீ இங்கு வந்திருக்கிறாய். உனது கடிதம் என்னை வந்தடைந்ததுமே நான் உனது வருகைக் காகத்தான் காத்துக்கொண்டிருக்கிறேன்.''

''அதற்காக, இந்த இரவு நேரத்திலுமா?''

''நீ இப்பொழுதுதான் வந்தாக வேண்டுமென்று எனது உள்மனதில் தோன்றிய எண்ணம் சரியாகப் போய்விட்டது. இப்படியே எவ்வளவு நேரம் நின்று கொண்டிருக்கப் போகிறோம். நான் நாளை காலை இந்த நகரைவிட்டு வெகு தொலைவில் செல்லவிருக்கிறேன். வா எட்வின், நடந்து கொண்டே பேசலாம். உனது கடிதத்தை பெற்ற மறு நாளே, உனக்கு நேர்ந்தவற்றை ஆசிரியரிடம் கேட்டுத் தெரிந்துகொண்டேன்.''

அத்தியாயம் - 2

அவர்கள் இருவரும் வெயிண்ட் நகரின் கிழக்குப் பகுதியை நோக்கிச் செல்லும் நெடுஞ்சாலையின் ஓரமாக நடக்கத் தொடங்கினார்கள். சிறிது நேரம் அமைதியாகச் சென்றுகொண்டிருந்த அந்த நொடியில் எட்வின் பேசத் தொடங்கினான்.

''எனது நண்பன் கார்டலின் மரணம் என்னைப் பெரிதும் பாதித்துவிட்டது. மிகவும் சித்திரவதை செய்கிறது. அவன் இவ்வாறு செய்வான் என்று நான் சிறிதும் எதிர்பார்க்கவேயில்லை. தாய் தந்தையின் மறைவு கூட என்னை இந்த அளவில் பாதித்து விடவில்லை. அவன் தவறு செய்து விட்டான். அதற்காக அவனை நான் வெறுக்கவில்லை. இருப்பினும் அவனது இழப்பை என்னால் ஏற்றுக்கொள்ள முடியவில்லை. ஓவியரே, உங்களை நான் ஓவியராக மட்டும் பார்க்கவில்லை. எனக்கு நீங்கள் ஞானியைப் போலவே தெரிகிறீர்கள். அன்று தலைமை நீதிபதி ஜேம்ஸ் அவர்களின் ஒய்வு பெறும் விழாவில் உங்களை என்னால் புரிந்துகொள்ள முடியவில்லை. அன்று வேறொரு மனநிலையில் இருந்தேன். உங்களைப் பற்றி பல தகவல்களை தேடிப் பார்த்த பொழுதுதான் நான் விகான ரிஷி என்பவர் மாமனிதர் என்பதை அறிந்து கொண்டேன். அந்த மனிதர் ஓவியராக தெரியவில்லை. உங்கள்

ஓவியங்கள் யாவும் சாதாரண வடிவம் பெற்றவையாக தோன்ற வில்லை. எல்லாம் ஞானம் பொருந்திய ஓவியங்கள். உங்களைப் பற்றி உங்களிடமே பேசிக்கொண்டிருப்பது வேடிக்கையாக இருக்கிறது. இவற்றையெல்லாம் தாண்டி நான் உங்களைக் காண வந்திருப்பது எனது மனதை அமைதியடையச் செய்வதற்காக. மற்றுமொரு உண்மையை சொல்லிவிடுகிறேன், உங்களது ஓவியங்கள் எனது மனதை அமைதிபடுத்தும் திறமை கொண்டவை யாக நான் நம்புகிறேன்.''

''என்னது, மனதை அமைதிப்படுத்துகிறதா?'' என்று கூறிக்கொண்டே சத்தமாக சிரித்தார் ஓவியர் விகான ரிஷி. ஆளற்ற அந்த சாலையில் அவரது சிரிப்புச் சத்தம் மிக பலமாக எட்வினது செவிகளில் பாய்ந்து கொண்டிருந்தது.

''இதோபாருங்கள், நீங்கள் சிரிப்பதற்கு காரணம் இருக்கலாம், ஆனால் நான் கூறியவை எல்லாம் என் மனதில் பட்டவை. அவற்றை நான் உணர்ந்திருக்கிறேன்'' என்று கூறிவிட்டு அந்த குளிரில் தனது இரு கைகளையும் இறுக்கமாக தன் மார்போடு கட்டிக் கொண்டான்.

''எட்வின் என்னுடைய சிரிப்பை தவறாக எடுத்துக் கொண்டாயா? நான் மகிழ்ச்சியில் சிரித்தேன்.''

''நான் சொல்லியவற்றில் சந்தோஷப் படும்படியாக என்ன இருக்கிறது.''

''என்னுடைய பலவீனத்தை சொல்லிவிடுகிறேன் கேள், என்னைவிட சிறந்த ஒருவன் என்னிடம் வந்து நீங்கள் சிறந்தவர் என்று சொல்வது வேடிக்கையாக இருக்கும். அப்பொழுதெல்லாம் இப்படி சத்தமாக என்னை அறியாமல் சிரித்துவிடுவேன். உதாரணத்திற்கு உன்னையே எடுத்துக்கொள். மனித மனங்களைப் பற்றி விரிவாகப் படித்து தெரிந்துள்ளவன் நீ. அதற்கும் மேலாக உணர்வுகள் பற்றிய புத்தகத்தையும் எழுதியுள்ளாய். ஆனால்,

இப்பொழுது என்னிடம் அதற்கான பதிலைத் தேடி வந்துள்ளாய். உன்னுடைய கடிதத்தைப் படித்தவுடனே இப்படித்தான் தனியாக சிரித்துக்கொண்டிருந்தேன். இதோ உன் கடிதம் கூட என் உள் கோட்டில்தான் இருக்கிறது'' என்று கூறிக்கொண்டே அந்தக் கடிதத்தை எடுத்து அவனிடம் கொடுத்தார்.

அதனை வாங்கிக்கொண்ட அவன், ''அதைப் பற்றியெல்லாம் எனக்கு கவலையில்லை. நீங்கள் சிரிப்பதால் எனக்கு எந்த பாதிப்பும் நேர்ந்துவிடாது. மேலும், உண்மையைச் சொல்லப்போனால் நீங்கள் என்னைக்காட்டிலும் சிறந்தவர். நான் அதை நிரூபிக்க உங்களைக் காண வரவில்லை. தொடர்ந்து எனது வாழ்க்கையில் என்னை சார்ந்தவர்களின் மரணம் மிகவும் வருத்தமளிக்கும் நிலையிலும் ஏற்க முடியாத ஒன்றாகவும் இருக்கிறது. குறிப்பாக கார்டலின் மரணம். அவனது தற்கொலை என்னைத் துன்புறுத்துகிறது. அவனது மரணத்திற்கும் எனக்கும் ஏதோ தொடர்பிருப்பதைப் போல நான் உணர்கிறேன். நிச்சயமாக கார்டலின் மரணம் பற்றியும் நடந்த நிகழ்வுகளைப் பற்றியும் நீங்கள் அறிந்திருப்பீர்கள்.''

''நான் எல்லாவற்றையும் தெரிந்துகொண்டேன் எட்வின். பெத்தனியின் கொலையிலிருந்து கார்டலின் தற்கொலை வரையில் நான் அறிந்து கொண்டேன். இதற்கு ஆசிரியர் மட்டுமில்லை, நீதிபதியும் எனக்கு சிலவற்றை கூறியிருந்தார். அதுவுமில்லாமல் மேகனையும் நான் சந்தித்துவிட்டுதான் வந்திருக்கிறேன். நீ என்னை கண்டிபாக பார்க்க வருவாய் என்பதனையும் நான் முன்னதாகவே, அதாவது இச்சம்பவங்கள் நடந்தபிறகு தீர்மானித்துவிட்டேன்.''

''அப்படியா? அப்படியென்றால் நடப்பவற்றை முன்னதாகவே தெரிந்து கொண்டீர்களா?''

''நான் அப்படியொன்றும் சொல்லவில்லை. எல்லாம் மனதின் கணிப்பு. பல நேரங்களில் அது தவறுதலாகத்தான் இருக்கும்.''

''ஒருவகையில் சுவாரசியமான விஷயம்தான் உங்களைக் காண வந்தது.''

''இதுவொன்றும் சுவாரசியம் இல்லை எட்வின். கார்டலின் தற்கொலைக்கு நீயும் காரணம் என்றவொன்றை மறந்து விட்டாயா?''

திடீரென விகான ரிஷி அவன் எதிர்பாராத ஒன்றினை சொன்னதும் படபடத்து போன அவனுக்கு வியர்க்கத் தொடங்கியது.

''நீங்கள் பொருத்தமேயில்லாமல் என்னை ஏன் சொல்கிறீர்கள்? அவனால் நான் நேசிக்கப்பட்டவன். நானும் கூட.. அப்படியிருக்கையில் அவனது தற்கொலைக்கு நானும் காரணம் என்பதை எப்படி இவ்வளவு அழுத்தமாக உங்களால் சொல்ல முடிகிறது. இப்படிப்பட்ட பழிச் சொல்லை என்னால் ஏற்றுக் கொள்ள முடியாது.''

''பிறகு எதற்கு அவனது இறப்பு உன்னை துன்புறுத்த வேண்டும்?''

''அதற்கான பதிலை தேடித்தான் உங்களிடம் வந்திருக்கிறேன். கார்டலின் மரணம் மட்டுமில்லை, எனது தாய், தந்தை ஏன் பெத்தனியின் மறைவும் கூட என்னை விட்டு இன்னும் அகலவில்லை. என்னை நீங்கள் புரிந்துகொண்டும் இவ்வாறான கேள்விகளை எப்படிக் கேட்டீர்கள்?''

''உனது திருமணத்தன்றே கார்டலை நான் கவனித்து விட்டேன். அவன் பெத்தனியின் மீது காதல் வயப்பட்டிருக்கிறான் என்பதை யூகித்துவிட்டேன். அவள் கொலை பற்றின விஷயம் தெரிந்த நாளின் பொழுதே கார்டலை சந்திக்க பார்டிலைன் நகருக்கு வந்து சென்றேன். மிகுந்த வெறுப்புடன் அவனைக் காண வந்தேன். அதுவொரு இரகசிய சந்திப்பாக முடிந்துவிடும் என்பதை நான் சிறிதும் நினைத்துப்பார்க்கவில்லை.''

முற்றிலும் எதிர்பாராத விஷயத்தை ஓவியர் சொல்லிக் கொண்டிருப்பதை வியப்புடன் கேட்டுக்கொண்டிருந்தான் எட்வின்.

மேலும் ஓவியர் கூறவிருப்பதை தொடர்ந்து கேட்டான்.

"கார்டல் மிகவும் உண்மையானவன். அவனை நான் சோதனைபோட வந்திருக்கிறேன் என்பதை அறிந்தும் எல்லா வற்றையும் என்னிடம் கூறிவிட்டான். அவன் செய்த தவறு என்னை மன்னிக்கும் நிலைக்குத் தள்ளியது. உண்மையில் நான் அவனை மன்னித்துவிட்டேன். அதை என்னால் அவனிடம் அப்பொழுது இருந்த சூழ்நிலையில் சொல்லமுடியவில்லை. மேலும், அவனது கடைசி நம்பிக்கையும் ஆறுதலும் நீ ஒருவன்தான் என்பதையும் தெரிந்துகொண்டேன். அவன் உன்னை மட்டுமே நம்பியிருந்தான். உன்னிடம் எல்லா விஷயங்களையும் சொல்லிவிட்டு தண்டனை களை ஏற்றுக்கொள்ளப் போவதாக அவன் என்னிடம் சொன்னான். மனித உறவுகளைப் புரிந்திருக்கும் உன்னால் அவனுடைய குற்றங்களை மன்னிக்கும் அறிவு உன்னிடம் இருக்கும் என்பதை நானும் நம்பி யிருந்தேன். நீ அவனை ஏற்றுக்கொள்ளும் நிலையில் இல்லாமல் போய்விட்டாய். உனது மௌனம் அவனைக் கொன்றுவிட்டது. உன்னுடைய வார்த்தைகளுக்காக அவன் ஏங்கிக்கொண்டிருந்தான் எட்வின். இப்பொழுதாவது உன்னால் உணர முடிகிறதா?"

"ஐயோ கடவுளே! அந்த சமயத்தில் நான் அவனிடம் அப்படி நடந்து கொண்டிருக்கக் கூடாதுதான் என்றாலும் அவனை புரிந்துகொள்ளாமல் விட்டது என்னுடைய தவறுதான். அம்மா சவானாவின் மறைவிற்கு பிறகு எனது தந்தை மெக்லைனைகூட என்னால் தக்க வைத்துக்கொள்ள முடியவில்லை. நிஜத்தில் நீங்கள் சொன்னவாறு கார்டலின் மரணத்திற்கு நான் ஒருவனே காரணம். அதனால்தான் ஏதோ ஒன்று என்னைப் பின் தொடர்ந்து துன்புறுத்து

கிறது. உங்களிடம் எண்ணற்ற பதில்களைப் பெறுவதற்காக வந்தேன். ஆனால், இந்த இரவுப் பகுதி இத்துடன் நிறைவடைந்து விட்டதாக உணர்கிறேன். இனி இந்த மோசமான மனநிலையிருந்து என்னை விடுவிக்க முயல்கிறேன்.''

''எட்வின், நீ பண்பானவன். உனது வாழ்வில் நடப்பது இயல்பு என்றாலும் உனது வாழ்க்கையில் ஏற்பட்ட தொடர் இழப்புதான் உன்னை இந்த அளவுக்கு பாதிப்படையச் செய்திருக் கிறது. இந்த நள்ளிரவு நேரத்தில் உனது மனம் கொண்டிருக்கும் வேதனையை என்னால் புரிந்துகொள்ள முடிகிறது.''

''ஓவியரே, இத்தனையும் நடந்து முடிந்த பிறகு இப்படிப்பட்ட வாழ்க்கையைப் போராடி வாழத்தான் வேண்டுமா?''

''காலம் கடந்துகொண்டேதான் இருக்கும். நீ கூறியவற்றைத் தான் நான் சொல்கிறேன். 'எல்லாம் ஏற்றுக்கொள்ளப்படுபவையே' இதனை நீ எப்படிபட்ட மனநிலையில் எழுதினாய் என்பது எனக்குத் தெரியவில்லை. என்னுள் அந்த வார்த்தை ஏற்படுத்திய தாக்கம் ஏராளம். ஒன்றை மட்டும் புரிந்துகொள். வாழ்க்கையினை முழுவதுமாக வாழ்ந்தாக வேண்டும். வாழ்க்கையின் மீதான வெறுப்பு யாவும் எதிர்பார்ப்பு, ஆசை போன்றவற்றிலிருந்தே துவங்குகிறது. நான் யாரிடமும் அதிகம் தத்துவார்த்த விடயங் களைப் பேசுவதில்லை. உன்னிடமும் அப்படித்தான். எனது ஓவியங்கள் மட்டுமே இன்று வரையில், ஏன் காலம் உள்ள வரையிலும் பேசிக்கொண்டிருக்கப் போகிறது என்று நம்புகிறேன்.''

''உங்களுடைய படைப்பில் உண்மையிருக்கிறது. நீங்கள் எல்லாவற்றையும் கற்றுத்தேர்ந்தவர். அதற்கு வடிவம் கொடுத்து வருகிறீர்கள். அதனால், அதன் உறுதித் தன்மை என்றும் நிலைத்திருக்கும்.''

''எட்வின், நீயும் ஒரு படைப்பாளிதான் என்பதை மறந்து விடாதே. எல்லா மனிதர்களும் படைப்பாளிகள்தான். அவர்கள் அதனை புரிந்துகொள்வதில் சிரமப்படுகிறார்கள். தங்கள் வாழ்வினை மகிழ்ச்சிக்கு எடுத்துச் செல்லும் வேகத்தில் ஓடிக்கொண்டிருக் கிறார்கள். அதனால் அவர்களுக்கு வாழ்க்கைப் பற்றின தெளிவு இல்லாமல் போய்விடுகிறது. என்னை அதிகம் பேச வைத்து விடாதே. நீ தேடிவந்த கேள்விக்கான பதில்கள் இன்று கிடைக்கா விட்டலும் ஒரு நாள் நிச்சயமாக கிடைக்கும். உனக்கான பதில்களை உனக்குளேயே தேடு எட்வின்'' என்று கூறிவிட்டு தனது கைகளை எட்வினது கைகளோடு குலுக்கிக்கொண்டு ஓவியர் விகான ரிஷி அவனைவிட்டு விலகி நடக்கத் தொடங்கினார்.

''சற்று நில்லுங்கள், என்னைத் துன்புறுத்திய கேள்விகளுக்கு நீங்கள் பதிலளிக்கவேயில்லை.. அதை நினைவில்கொள்ளுங்கள்.''

''அதற்கான பதிலை எப்பொழுதோ உன்னிடம் கொடுத்து விட்டேன்'' என்று கூறிக்கொண்டு அவனைத் திரும்பிப்பார்க்காமல் பேசிக்கொண்டே நடந்தார் ஓவியர் விகான ரிஷி.

ஓவியர் கூறியதை அவனால் உணர முடிந்தது. வாழ்வெனும் பெரும் பகுதியை மீண்டும் ஒரு புதிய தொடக்கத்திலிருந்து துவங்குவதற்காக தன்னை தயார்படுத்திக்கொள்ள வேண்டும் என்ற எண்ணத்தினை அப்பொழுது தனக்குள் ஏற்படுத்திக் கொண்டான்.

இந்நிகழ்வு நடந்து மூன்று நாட்களுக்குப் பின்பு, தற்செயலாக தான் ஓவியருக்கு எழுதிய கடிதத்தை அவர் தன்னிடமே தந்ததை நினைவில் கொண்டு வந்தான். தற்பொழுது தன் மேஜையின் மீது கிடக்கும் அந்த கடிதத்தை எடுத்து பார்த்தான். அந்தக் காகிதத்தின் கீழ்பகுதியில் ஒரு ஓவியம் வரையப்பட்டிருந்தது.

அந்த ஓவியத்தை அவன் சில மணி நேரம் உற்றுப் பார்த்தான். ஓவியர் விகான ரிஷி தன்னிடம் ஏதோ ஒன்றைக் கூறி இருப்பதனை கண்டுகொள்ள முயற்சித்தான். அவனது கேள்விக்கான பதிலை அந்த ஓவியத்தில் அவர் வரைந்து இருப்பதாக உணர்ந்தான். அவர் வரைந்த ஓவியத்தில் ஒரு புறத்தில் சூரியனும் அதற்கு எதிர்ப் புறத்தில் நிலவும் இருந்தது. இரண்டிற்கும் நடுவில் ஒரு மனிதன் நின்று கொண்டிருந்தான். அந்த ஒருவனின் ஒரு பகுதி வெளிச் சத்தினாலும் மற்றுமொரு பகுதி இருளினாலும் சித்திரிக்கப்பட்டு இருந்தது. நின்றுகொண்டிருந்த அந்த மனிதனின் முகம் வியப்பின் எல்லையில் இருப்பதைப் போல வரையப்பட்டிருந்தது. அந்த மனிதனின் பாதங்களுக்கு அருகே சென்று கொண்டிருந்த எறும்புக் கூட்டங்கள் தங்கள் உணவுகளை எடுத்துக் கொண்டு அதற்கான வழியில் சென்று கொண்டிருந்தன. வரிசையில் சென்று கொண்டிருக்கும் ஒவ்வொரு எறும்புக்கும் நடுவில் ஒவ்வொரு எழுத்துகள் ஓவியரால் எழுதப்பட்டிருந்தது. அதனை அவன் வாசிக்கத் தொடங்கினான்.

''ந.. ட... ப்.. ப.. வ.. ற்.. றை.. நி.. க.. ழ.. வி.. டு..''

இதனைப் படித்ததுமே அவனது மனத்தில் ஏற்பட்ட குழப்பங்களுக்கு தீர்வு கிடைத்துவிட்டதைப் போல உணர்ந்தான். தன்னை அச்சுறுத்திக் கொண்டிருந்த எல்லா விஷயங்களையும் சுக்கு நூறாக அந்த ஓவியம் உடைத்துவிட்டதாக எண்ணினான்.

வெகு நாட்கள் இடைவெளிக்கு பிறகு ‘தி எலைட்’ நிறுவனத்தில் மீண்டும் தனது பணியை தொடர்ந்தான். நடப்பவற்றை நிகழவிட்டு, எல்லாவற்றையும் ஏற்றுக்கொள்ளும் மன நிலையினை உருவாக்கிக்கொண்டான். வெயிண்ட் நகரிலிருந்து ஆசிரியர் ஜோன்ஸ் மற்றும் அவரது மனைவி ஆன்ஸியையும் பார்டிலைன் நகருக்கு அழைத்து வந்து தங்களுடனே இருக்கும் வசதியினை

உடனே செய்து முடித்தான். தனது தங்கை வன்யாவின் படிப்பிற்கு எல்லா ஏற்பாட்டினையும் செய்து வைத்தான். 'உணர்வுகளும் உறவுகளும்' எனும் புத்தகத்திற்கு பிறகு ஒரு புதிய படைப்பினை எழுதுமாறு தனது கர்ப்பமுற்ற மனைவி ஹலினாவின் ஆசைக்காக 'வஞ்சனை' எனும் தலைப்பில் கதையினை தொடங்கினான் எட்வின்.

"மனிதன் மகிழ்ச்சிக்கான வழியை தேடுகிறான்,
அவன் உண்மையில் துன்பத்தில் வாழ்கிறான்.
தன் வாழ்வில் ஆனந்தத்தைப் பெறுவதற்காக
தவறான பாதையில் பயணிக்கத் தொடங்கிவிடுகிறான்.
அந்த பயணத்தின் விளைவால்
துயரத்தைப் பெறுகிறான்''
அதன் தொடக்க வரிகளே இவ்வாறு இருந்தன....

குறிப்புகளுக்காக...

குறிப்புகளுக்காக...

குறிப்புகளுக்காக...

குறிப்புகளுக்காக...